நிலவியல் நோக்கில் கங்கைகொண்ட சோழபுரம் வரலாறு

ஜெ.ஆர்.சிவராமகிருஷ்ணன்

இந்தியா மலேசியா இலங்கை ஜெர்மனி அமெரிக்கா

நூல் : நிலவியல் நோக்கில் கங்கைகொண்ட சோழபுரம் வரலாறு ♦ ஆசிரியர் : ஜெ.ஆர்.சிவராமகிருஷ்ணன் ♦ பதிப்பு : (முதல்) ஏப்ரல் 2023 ♦ உரிமை : ஆசிரியருக்கு ♦ வெளியீடு : தமிழ் மரபு அறக்கட்டளை பன்னாட்டு அமைப்பு ♦ விலை : ரூ300/- ♦ ஐரோப்பாவில் யூரோ 5/- ♦

Book Title : Nilaviyal Nokil Gangaikonda Chozhapuram Varalaru ♦ Author: J.R.Sivaramakrishnan ♦ Publisher: Tamil Heritage Foundation International ♦ Edition : April 2023 (First) ♦ Size : Demy Octovo ♦ Pages : 285 ♦ Copyright : Author ♦ E-mail : mythforg@gmail.com ♦ Price Rs.300/- Euro 5/- Printed by: Adayar Students Xerox, Chennai-79 ♦ Copyright Reserved ♦

ISBN : 978-81-962636-0-7

உள்ளடக்கம்

பதிப்புரை 6

என்னுரை 8

1. கங்கைகொண்டசோழபுரம் - அறிமுகம் 13
2. கங்கைகொண்டசோழபுரம் உருவாக்கத்திற்கான காரணங்கள் 25
3. பண்டைய நகரங்களும் அதன் நிலவியல் வரலாறும் 40
4. நகர உருவாக்கமும் நிலவியல் விதிகளும் 74
5. நிலவியல் நோக்கில் கங்கைகொண்டசோழபுரம் வரலாறு 92
6. கங்கைகொண்டசோழபுரம் நகர அமைப்பு 111
7. கலை கட்டடக்கலை 187
8. அயலகத்தொடர்பு 237
9. முடிவுரை 262

3

பதிப்புரை

ஆழ்ந்த ஈடுபாட்டுடன் வரலாற்று ஆய்வில் தொய்வின்றி ஈடுபட்டு வரும் முனைவர் ஜெ.ஆர்.சிவராமகிருஷ்ணனின் மேலும் ஒரு சிறந்த ஆய்வுப் படைப்பாக நிலவியல் நோக்கில் கங்கைகொண்ட சோழபுரம் வரலாறு எனும் இந்த நூல் வெளிவருகின்றது. தொல்லியல் கள ஆய்வுகளின் வழியாகவும் விரிவான வாசிப்பின் விளைவாகவும் தரமான ஆய்வுப்படைப்புக்களை வழங்க வேண்டும் என்ற நிலைப்பாட்டுடன் செயல்பட்டு வருபவர் இவர். கல்லூரிப் பணிகளோடு கள ஆய்வுப் பணிகளிலும் தன்னை ஈடுபடுத்திக் கொண்டு செயல்படுபவர்.

கங்கை கொண்ட சோழபுரத்தை மையப்படுத்திய ஆய்வாக இந்நூல் அமைகின்றது. சோழர்களின் முக்கிய நகரங்களுள் ஒன்றாகவும் மாமன்னன் இராஜேந்திர சோழனின் ஆட்சிக் காலத்தில் சோழர்களின் தலைநகரமாகவும் செயல்பட்ட பெருமை இவ்வூருக்கு உண்டு.

உலகளாவிய கண்ணோட்டத்தில் காணும்போது பெருநகரங்களின் உருவாக்கம் அரசுகளின் ஆளுமையை வெளிப்படுத்தும் விதமாகவும் பொருளாதார பலத்தை உறுதி செய்து கொள்ளும் வகையிலும் அமைவது இயல்பு. நகர உருவாக்கத்திற்கும் அடிப்படைக் கட்டுமானத்திற்கும் புவியியல் கூறுகள் அமைந்திருக்கும் தன்மை பெரும் பங்காற்றுகின்றது. அவ்வகையில் இந்த நூல் புவியியல் கூறுகளை மையப்படுத்திக் கங்கைகொண்ட சோழபுரம் என்ற வரலாற்றுச் சிறப்பு பெற்ற நகரத்தை ஆய்வுப் பொருளாக்குகின்றது.

வரலாற்று ஆய்வுப் பார்வையில் நகரங்களைப் பற்றிய ஆய்வுகள் முக்கியத்துவம் பெறுபவை. மன்னர்களின் வரலாறு

மட்டுமன்றி மக்களின் வரலாறும் நகரங்களின் உருவாக்கம், வளர்ச்சி என்பவற்றோடு பிணைந்தே இருக்கின்றது. இந்த நூல் கங்கைகொண்ட சோழபுரம் என்ற ஊர் உருவாக்கத்திற்கான காரணம், கட்டுமானங்கள், வணிகம், கலைகள், கட்டடக் கலைகள், அயலக மக்களோடு தொடர்பு போன்றவற்றைக் கவனத்தில் கொண்டு ஆராய்கின்றது.

இந்நூல் உருவாக்கத்தில் ஆர்வத்துடன் செயல்பட்டு இந்த நூல் வெளிவருவதற்கான பணிகளை முன்னெடுத்த தமிழ் மரபு அறக்கட்டளை பதிப்பகத்தின் பொறுப்பாளர் முனைவர் பாமா, நூலின் எழுத்துப் பிழைகளைச் சரிபார்த்துப் பக்கங்களை அடுக்கி நூல் உருவாக்கத்தில் என்னோடு உதவிய முனைவர் பாப்பா மற்றும் அட்டைப் படத்தை மிக அழகாக வடிவமைத்துத் தந்திருக்கும் திரு. எஸ். நாணா ஆகிய அனைவருக்கும் நன்றி.

நிலவியல் நோக்கில் கங்கைகொண்ட சோழபுரம் வரலாறு தமிழக வரலாற்றில் ஆர்வம் உள்ளோருக்குப் பயனளிக்கும் ஒரு நூலாக அமையும் என்ற நம்பிக்கை உண்டு. இந்நூலை வெளிக்கொணர்வதில் தமிழ் மரபு அறக்கட்டளை பதிப்பகம் மகிழ்ச்சியடைகின்றோம். நூலாசிரியர் முனைவர் ஜெ.ஆர். சிவராமகிருஷ்ணனுக்கு நல்வாழ்த்துக்கள்.

முனைவர் க.சுபாஷிணி
தலைவர்,
தமிழ் மரபு அறக்கட்டளை
பன்னாட்டு அமைப்பு
14.1.2023

என்னுரை

மலையும் மலைசார்ந்த பகுதியான குறிஞ்சி நிலப்பரப்பில் இருந்து வாசனை திரவியங்களும் மனம் வீசும் மரங்களும் விளையப் பெற்றிருந்ததால் இவை தமிழ்ப் பரப்பின் வெளிப்பகுதிகளுக்கு அதிகம் ஏற்றுமதியாயின. இவ்வாறு விளையப்பெற்ற பொருட்கள் மருதம், நெய்தல் நில மக்களிடையே அதிக வரவேற்பைப் பெற்றிருந்தன. இதன் மூலம் மருதம், நெய்தல் பரப்பு மக்களுக்கும், குறிஞ்சிக்கும் இடையே ஒரு இணக்கமான வாழ்வியல் தொடர்பும் ஏற்பட்டிருந்தது. மருத நிலமக்களும் நெய்தல் நிலமக்களும் முறையே நெல் மற்றும் உப்புக்கு மாற்றாக மலைப் பிராந்தியங்களில் உற்பத்தியான மதிப்புறு வளங்களைப் பெற்றனர். இத்தகைய மூலவளங்களை மருத நிலத்தில் வல்லமை பெற்றிருந்த உயர் வர்க்கக் குடிகள் அவற்றைத் தமது கட்டுப்பாட்டின்கீழ் வைத்துக் கொள்ள முயன்றனர். இதன் விளைவாகக் குடிகளுக்கு இடையே கடும்போட்டி நிலவிற்று. இப்பொருளியல் போட்டியானது பிறகு குடிகளுக்கிடையே தீராப்பகையை வளர்த்தது. இந்த முடிவில்லாப் பகையானது தொடர் போர்களுக்குக் காரணமாக அமைந்தது. சங்ககாலப் பெருவேந்தர்களான சேர, சோழ, பாண்டிய மன்னர்களின் ஆட்சியதிகாரப் பரப்பானது இம்மூன்று நிலவியல் பகுப்பினை முன்னிலைப் படுத்தியதாகவே இருந்துள்ளதையும் அறிகிறோம். குறிப்பாகப் பாண்டியர்கள் கடற்பகுதியைத் தமது ஆளுமையின் கீழ் வைத்திருப்பதைத் தமது பொருளியல் பலம் எனக்கருதினர். அதனால்தான் தமிழகக் கடற்புற முத்துக்குளிப்புப் பகுதிகள் மற்றும் உப்பு விளையும் நிலங்களைத் தன்வயப்படுத்திக் கொள்வதிலும், அப்பகுதியினைப் பிறநாட்டவர்கள் கைப்பற்றிவிடக் கூடாது என்பதிலும் விழிப்புடன் இருந்தனர். சோழ மன்னர்கள் இவர்களுக்குச் சற்றும் சளைத்தவர்கள் அல்லர். இவர்களின்

ஆட்சியதிகாரப் பகுதியானது வற்றாத ஆறும் அதன் வளமையான கழிமுகத்தின் சமவெளிகளை முன்னிலைப் படுத்தியதாகவே இருந்தது. குறிப்பாக ஆறுகளின் கழிமுக அமைவாக்கவியலை கி.பி. 9ஆம் நூற்றாண்டு முதல் சோழர்கள் மிகுந்த கவனத்துடன் கண்காணித்து ஒரு நீர்ப்பாசன வலைப்பின்னலையே கட்டியமைத் திருந்தனர். இதன் விளைவாக உணவு உற்பத்தியில் உச்சத்தை எட்டினர். சோழ சாம்ராஜ்ஜியம் மீளாக்கம் பெற்றதும் பிறகு நிலையாக நிர்மாணிக்கப்பட்டதும் மருத நிலப் பகுதியில் என்பது குறிப்பிடத்தக்க விடயமாகும். இந்த நிலம் சார் அமைவியல் தான் சுமார் 400 ஆண்டு காலம் வேளாண் உற்பத்தியின் பிரதான மையமாகச் சோழ அரசு விளங்கியமைக்குக் காரணமாகவும் அமைந்தது. இதே காலக்கட்டத்தில் நிலையான விவசாயப் பரப்புகளின் விளிம்பு நிலையில் இருந்த முல்லை நில மண்டலமானது மாறிச்செல்லும் புவிசூழ் மண்டலத்தை முகமைப்படுத்தி விவசாய நீர்ப்பாசன வசதிகளின் விரிவாக்கத்துடன் படிப்படியாக நிலையான வேளாண் நிலப் பரப்புகளுடன் ஒன்று சேர்ந்தது. குறிப்பாகப் பண்டையக்கால தமிழகத்தில் முல்லைத்திணையின் முக்கியக் கேந்திரமாகத் திகழ்ந்த கொங்கு மண்டலத்தின் வட்டாரங்களான கோயம்புத்தூர், ஈரோடு, சேலம் போன்றவை முக்கியமான பெருவழித்தடப் பின்னல்களால் இணைக்கப்பட்டிருந்தன.

இதன் மூலம் இம்மண்டலத்தில் விளையப்பெற்ற கல்மணிகளை வணிகர்கள் பன்னாட்டுச் சந்தைகளுக்குக் கொண்டு செல்வது எளிதாக அமைந்தது. இதனால் இம்மண்டலம் அந்நியச்செலாவணியை ஈட்டும் பொருளாதார மையமாகவே திகழ்ந்தது. இதனால்தான் தென்தமிழகத்தைக் கிழக்கு, மேலைக் கடற்கரையையும் வடஇந்திய நகரங்களையும் இணைக்கின்ற பிரதான பெருவழிகளின் பெரும்பாதைகளைத் தமது கட்டுப்பாட்டின்கீழ்க் கொண்டுவருவதில் மூவேந்தர்களுக்கிடையே கடும் போட்டி நிலவியதால் இம்மண்டலத்தில் சச்சரவுகளுக்குப் பஞ்சமில்லாமல் போனதையும் வரலாற்றின் பக்கங்களில் காண்கிறோம்.

குறிஞ்சி நிலவளங்களை முன்னிலைப்படுத்தியே சேர அரசு தோற்றம் பெற்றது. இங்கு விளைந்த சந்தனம், தேக்கு, மிளகு, உணவிற்கான வாசனைப்பொருட்கள் போன்றவை பன்னாட்டு அளவிலான மதிப்புறு பண்டங்களாக விளங்கியவை. இவ்வளங்களைப் பாதுகாப்பதில் சேர மன்னர்கள் கவனமாக இருந்தனர். கடல் வாணிபத்தை முன்னிலைப்படுத்தியே நெய்தல்

நிலத்தின் அதிபதிகளாகப் பாண்டியர்கள் விளங்கினர். இதே போன்று உணவு தானியங்களின் உற்பத்தி மண்டலமாகத் திகழ்ந்த மருதநிலத்தினைத் தனது அதிகார மையமாகக் கொண்டிருந்தனர் சோழர்கள். எனவேதான் பண்டைய சேர, சோழ, பாண்டிய அரசுகள் தோற்றம் பெறுவதற்கு முக்கியக் காரணமாக அமைந்தவை குறிஞ்சி, மருதம், நெய்தல் என்ற நிலம்சார் அமைப்பே பிரதான காரணிகளாக இருந்துள்ளன. இதன் மூலம் ஒரு நாட்டின் நிலம்சார் அமைப்பே அரசு உருவாக்கத்தின் ஆணிவேர் என்ற கருத்தியலைக் காண்கிறோம்.

மலைவளம், கடல்வளம், நிலவளம் என்ற மாறுபட்ட நிலப்பொருளியல் இடர்ப்பாட்டினைக் கொண்டிருந்ததால்தான் சேர, சோழ, பாண்டிய மான்னர்கள் தமது படைபலத்தால் பிறநாட்டை வென்று அடிமைப்படுத்தி அந்நாட்டின் வளங்களை நிரந்தரமாகத் தன்வயப்படுத்திக் கொள்வதற்கான ஏகாதிபத்தியப் போர் நடவடிக்கைகளில் ஈடுபடுவது தவிர்க்க முடியாததாயிற்று. இப்போர்கள் சங்க காலம் முதல் இடைக்காலம் வரைத் தொடர்வதையும் வரலாற்றில் காண்கிறோம். குறிப்பாகத் தஞ்சாவூரைத் தலைநகராகக் கொண்டு எழுச்சி பெற்ற பிற்காலச் சோழமன்னர்கள் பாண்டியர்களை வென்று அந்நாட்டின் கடற்பரப்பினையும், பிறகு சேரநாட்டை வென்று அந்நாட்டின் ஒட்டுமொத்த மலைவளங்களையும் தமது ஏகாதிபத்திய ஆளுகையின்கீழ் நிலையாக வைத்திருந்தனர். இந்நில ஆக்கிரமிப்புக் கொள்கையில் நிரந்தர வெற்றியினைப் பெற்றவர்கள் சோழ மன்னர்கள். தென்தமிழகத்தின் முக்கடலும் மூவகை நிலங்களின் மூலம் பெறப்பட்ட ஒட்டுமொத்த வருவாயினால் சோழப்பேரரசின் கருவூலம் நிரந்தரமாக நிரப்பப்பட்டிருந்ததாகவே கருதலாம். விளைவு வர்த்தகநகரங்கள், கடைத்தெருக்கள், புதிய ஊர்கள், புதிய தலைநகரம், சமயப்பணி, புதிய கோவில்கள், கவின்கலைகள் போன்றவற்றில் எழுச்சிபெற்ற அரசாக விளங்குவதற்குக் காரணமாகவும் அமைந்தது. மருதநிலத்தில் தோற்றம் பெற்றதாலேயே சோழநாடு சோறுடைத்து என்ற முதுமொழிக்குச் சொந்தமாயிற்று. எனவே நிலம்சார் அமைவியல்தான் சேர, சோழ, பாண்டிய அரசுகளின் தோற்றத்திற்கும் கலை, பண்பாட்டுத் தொடர்பியல் வளர்ச்சிக்கும் பாதையமைத்துத் தந்துள்ளதையும் மறுப்பதற்கில்லை.

தமிழகத்தில் இரண்டு பிரதானமான காலகட்ட நகரமயமாக்கங்களைக் காணமுடிகிறது. இவற்றில் கிறிஸ்துவ

சகாப்தத்திற்கு முன் கி.மு. 600 ஆண்டுகளில் இருந்து கி.பி. 3ஆம் நூற்றாண்டு வரையிலான காலகட்டத்தில் நிகழ்ந்த நகரமயமாக்கம் என்பதை முதலாவது கட்டமாகக் கொள்ளலாம். இரண்டாவது காலகட்டம் என்பது கி.பி. 9ஆம் நூற்றாண்டில் இருந்து கி.பி. 13ஆம் நூற்றாண்டு வரைத் தமிழகத்தில் ஆட்சி செய்த சோழ மன்னர்கள் காலத்தில் நிகழ்ந்துள்ளது. இத்தகைய இரண்டு காலகட்டங்களும் முறையே வளர்ச்சி நிலையிலான தொல்குடிச் சமூகம் நன்கு அமைப்பாக்கப்பட்ட நிறுவனங்களுடன் கூடிய ஒரு வேளாண் சமூகம் ஆகிய இரண்டு வேறுபட்ட நகர அனுபவங்களை முகமைப்படுத்தியுள்ளதையும் பண்டைக்கால நகரமயமாக்கலில் காண்கிறோம். இவற்றில் நிலவளம், வேளாண் உற்பத்தி, தடையற்ற நீர்வளம் என்ற நிலம்சார் காரணிகள் எங்கு சாதகமாக இருந்தனவோ அங்கே நாட்டின் தலை நகரம் அமையப்பெற்றிருந்தது. இதற்குச் சிறந்த சான்றாக விளங்குபவை பழையார், தஞ்சாவூர், கங்கைகொண்டசோழபுரத்தையும் குறிப்பிடலாம்.

சோழர் காலத்தில் தலைநகர் நிர்மானம் என்பது மண்ணியல், காற்றியல், நீரியல், வானியல் போன்ற காரணிகள் எங்கு மானுடத்திற்குச் சாதகமாக்கப்பட்டிருந்ததோ அப்பெருவெளியினைச் சரியாகத் தேர்வு செய்து தங்களது தலைநகரங்களை நிர்மாணித்திருந்தனர். அதனால்தான் அந்நகரங்கள் இன்றும் மக்கள் பயன்பாட்டில் இருந்துவருகின்றன. எனவேதான் மாமன்னர் இராஜேந்திர சோழரால் உருவாக்கப்பட்ட கங்கைகொண்டசோழபுரம் என்ற நகரம் வெறும் தலைநகர் மட்டுமன்று. அது ஒரு பன்னோக்குத் தலைநகரமாக அமையப் பெற்றிருந்ததோடு அல்லாமல் அக்காலத்திய நவீனத்துவம் மிக்க பொலிவுரு நகரமாகவே திகழ்ந்துள்ளதையும் அதன் நகர அமைவியலில் காண்கிறோம். இந்த உந்துதலே 'நிலவியல் நோக்கில் கங்கைகொண்டசோழபுரம் வரலாறு' என்ற இந்நூல் உருவாக்கம்பெறக் காரணமாக அமைந்தது.

இந்நூல் எழுதப்படுவதற்கு ஊக்கமளித்த அரியலூர் அரசு கலைக் கல்லூரியின் மேனாள் முதல்வரும், வரலாற்றுத்துறையின் தலைவருமான மறைந்த பேராசிரியர் முனைவர் இல. தியாகராஜன் அவர்களுக்கும் மாமன்னர் இராஜேந்திர சோழன் தடம் பதித்த இடங்களில் என்னைத் தடம்பதிக்க வைத்த கங்கைகொண்டசோழபுரம் மேம்பாட்டுக் குழுமத்தின் நிறுவனத் தலைவர் பொறியாளர் திரு. ஆர். கோமகன் அவர்களுக்கும் இந்நூல் ஆக்கம்பெறக் காரணமான தமிழ் மரபு அறக்கட்டளையின்

நிறுவனத் தலைவர் முனைவர்.க.சுபாஷிணி அவர்களுக்கும் தஞ்சை தமிழ்ப் பல்கலைக்கழகத்தின் கடல்சார் தொல்லியல்துறையின் பேராசிரியர் முனைவர் வீ.செல்வக்குமார் அவர்களுக்கும் எனது துணைவியார் பேராசிரியர் சி. கோமதி அவர்களுக்கும் தொழிலதிபர் பல்லடம் இராஜேந்திரன் அவர்களுக்கும் எனது மனமார்ந்த நன்றியினைத் தெரிவித்துக்கொள்கிறேன்.

அன்புடன்
முனைவர் ஜெ.ஆர்.சிவராமகிருஷ்ணன்
14.1.2023

1

கங்கை கொண்ட சோழபுரம் - அறிமுகம்

வரலாற்றுரீதியான பண்பாட்டு இயக்கவியலின் விளைவாக எழுச்சிபெற்ற ஒரு சிறப்பான வரலாற்றுச் செயற்பாங்கே நகரமயமாக்கலாகும். வரலாற்றில் நகரங்களின் உருவாக்கம் பலவகையான காரணிகளுடன் தொடர்புடையதாகும். முதலில் மக்கள் ஓரிடத்தில் நிலையாக வாழவேண்டும். அப்படி வாழ்வதற்குச் செழிப்பான நிலமும், வற்றாத நீர்வளமும், மிதமான காலநிலையும் தேவை. இத்தகைய சமச்சீர் நிலவியல் சூழல்களை ஒருங்கே பெற்றிருந்த எகிப்து, மெசபடோமியா, இந்தியா, சீனா, தென்அமெரிக்கா போன்ற நாடுகள்தான் பண்டையகால மானுட நாகரிகத்தின் தொட்டில்களாக விளங்கின. இந்நாடுகளின் செழிப்பான நதிப் பள்ளத்தாக்குகளை மையப்படுத்தியே பண்டைய நாகரிகங்கள் தோன்றி வளர்ந்தன. எகிப்தில் நைல் நதிப்பள்ளத்தாக்கும், மெசபடோமியாவில் யூப்ரடிஸ், டைகிரிஸ் எனும் நதிகளின் இடைப்பட்ட நிலப்பரப்பும், இந்தியாவில் சிந்து, கங்கை பாயும் சமவெளிகளும், சீனாவில் ஹூவாங்கோ, யாங்க்ட்சி நதிக்கரைகள் போன்றவை பண்டைய நாகரிகங்களின் பாசறைகளாய்த் திகழ்ந்தன. இந்நதிச் சமவெளிகள் வேளாண்மைக்கேற்ற செழிப்பான வண்டல் மண்ணால் நிரப்பப்பட்ட நிலப்பரப்பினையும் எக்காலத்திலும் வற்றாத இந்த ஜீவநதிகளின் தண்ணீர் வேளாண்மைக்கு சாதகமாக்கப்பட்டதால் இந்நதிக்கரை நாகரிக மக்கள் உணவு உற்பத்தியில் தன்னிறைவைப் பெற்று மிகை உற்பத்தியாளர்களாகத் திகழ்ந்திருந்தனர். இதன் விளைவாக மக்களுக்கு ஓய்வு நேரம் நிரம்பக் கிடைத்தது. அந்நேரங்களில் அவர்கள் கவின்மிகு கலைகளை வளர்க்கும் பணியினை மேற்கொண்டனர். மேலும் மக்களிடையே அறக்கருத்துக்களை விதைத்து அதன் மூலம் சமூக நல்லிணக்கத்தை ஏற்படுத்திக் கொள்வதற்கான ஊடகமாகச்

சமயங்களை உண்டாக்கிக் கொண்டனர். இதன் விளைவாகத் திருவிழாக்கள், கேளிக்கை என மக்கள் மனமகிழ்ச்சியுடன் வாழ்வதற்கு இந்நதிக்கரைகளே காரணமாக அமைந்திருந்தன. அதனால்தான் மனிதனது நாகரிக வாழ்க்கை தோற்றம் பெற்ற இடம் நதிக்கரைகளே என்று மானிடவியல் கூராய்வு வல்லுநர்கள் உரைக்கின்றனர்.

தமிழ்நாடு நீண்ட, நெடிய ஆற்றுச் சமவெளிகளைக் கொண்ட பகுதியாகும். எனவேதான் தாமிரபரணி ஆற்றின் கரையில் கொற்கை மாநகரமும், வைகை நதியின் கரையில் மதுரை மாநகரும், அழகன்குளம் என்ற கடற்கரைப்பட்டினமும் பாண்டிய நாட்டின் அரசியலில் பெரும்பங்காற்றியுள்ளன. இதேபோன்று காவிரி ஆற்றின் கரைகளில் தோன்றிய உறையூர், தஞ்சாவூர், காவிரிப்பூம்பட்டினம் போன்ற பெருநகரங்கள் சோழர்களின் ஆதிக்கத்தை வலுப்பெற வைப்பதில் பெரும்பங்காற்றியுள்ளதைக் காணமுடிகிறது. இதே காவிரி, தலக்காட்டில் கங்க மன்னர்களை நிலைபெற வைத்து வெற்றி பெற்றுள்ளதையும் பார்க்க முடிகிறது. பாலாறு, தென்பெண்ணை, கெடிலம், வெள்ளாறு, கொள்ளிடம், காவிரி, வைகை, தாமிரபரணி, அமராவதி, நொய்யல் போன்ற ஆறுகள் தமிழர் நாகரிகத்தின் தோற்றுவாயாகவும் சேர, சோழ, பாண்டிய மன்னர்களின் அரசு விரிவாக்கத்தின் ஆணிவேராகவும் திகழ்ந்ததாக அறிஞர் பெருமக்கள் குறிப்பிடுகின்றனர். வடஇந்திய நாகரிகங்களை வளர்த்தெடுப்பதில் பெரும்பங்காற்றியுள்ள சிந்து நதிக்குச் சமமாகத் தாமிரபரணியும், கங்கைநதிக்கு ஈடாக வைகை நதியும், தென்கோசலம், ஒட்டதேசம் போன்றவற்றை வளப்படுத்திய மகாநதிக்கு இணையாக காவிரி ஆற்றினையும் நாம் ஒப்பிடலாம். அதனால்தான் கலாச்சாரரீதியாக வடஇந்திய நதிகளுக்கும் தமிழகத்தில் பாய்ந்தோடிய நதிக்கரைகளுக்கும் இடையே நெருங்கிய தொடர்பியல் இருந்துள்ளதையும் மறுப்பதற்கில்லை. நதிக்கரைககளில் அதிகாரமையத்தை வைத்துக்கொண்ட தமிழ் மூவேந்தர்கள் நீண்ட நெடிய கடற்பரப்பிலும் ஆதிக்கம் செலுத்திவந்தனர். இதன் மூலம் உலகின் பல நாடுகளுடன் வர்த்தகம், பண்பாட்டுப் பரிவர்த்தனைகளை ஏற்படுத்திக்கொண்டனர். பாண்டியர், சோழர், சேரர் இம் மூவேந்தர்களின் ஆதிக்கத்தின்கீழ் சோழமண்டலக் கடற்கரை, பாண்டியர்களின் முத்துக்கடற்கரை, சேரர்களின் மேலைக்கடற்கரை போன்றவை இருந்தன. பிற்காலத்தில் இந்த மூன்று கடற்பரப்பினையும் முழுமையாகப் பயன்படுத்திக்

கொண்டவர்கள் பிற்காலச் சோழமன்னர்களாவர்.

பிற்காலச் சோழ வேந்தர்களின் தலைநகரமாக விளங்கிய தஞ்சாவூர் காவிரி ஆற்றின் தென்கரையில் அமையப்பெற்றதாகும். இம்மண்டலம் வேளாண்மைக்கு ஏற்ற வண்டல்மண் பிரதேசமென்ற நிலவியல் சூட்சமத்தை உணர்ந்ததாலேயே சோழ மன்னர்கள் தங்களது தலைநகரைத் தஞ்சாவூரில் நிர்மாணித்துக் கொண்டனர். பிறகு சோழநாடு சோறுடைத்து என்ற பெருமையைப் பெற்றது. தமிழகத்தின் நெற்களஞ்சியம் தஞ்சாவூர் என்ற பெருமையும் இந்நகருக்குண்டு. உணவு உற்பத்தியில் மிகை உற்பத்தி என்ற நிலைப்பாட்டினை நிரந்தரமாகப் பெற்றிருந்ததாலேயே தமிழரின் கவின்கலைகளின் தோற்றுவாயாகவும் இந்நகர் விளங்கிற்று. எனவே ஒரு நகர் அமையப்பெற்ற நிலவியல் அமைப்பே அந்நகரின் அதீத வளர்ச்சிக்கு அடிப்படைக் காரணியாகும் என்பதைத் தஞ்சாவூர் நகர உருவாக்கத்தில் பார்க்கிறோம்.

தஞ்சாவூர் போன்ற உயரிய தலைநகர் ஒன்றினைச் சிறந்த நிலவியல் கட்டமைப்போடு உருவாக்க வேண்டும் என்ற உணர்வோடு அதற்கான காலச்சூழலை எதிர்பார்த்திருந்தவன் இராஜேந்திர சோழனாவான். அதனாலேயே தனது தந்தையின் இறப்பிற்குப் பிறகு அரியணையேறிய இவன் முதலில் புறநாட்டவர்களின் பண்டாரங்களைக் கைப்பற்றி அந்நாடுகளைத் தனது ஆளுமையின் கீழ்க் கொண்டுவந்து நாட்டின் வருவாயினைப் பெருக்கிக் கொள்ள வேண்டும் என நினைத்தான். அதனால் மேற்கொள்ளப்பட்ட படையெடுப்பால் பாண்டிய நாடு, சேர நாடு கைப்பற்றப்பட்டு ஒட்டு மொத்தத் தென்னகக் கடற்பரப்பும் இவனது ஆளுகையின் கீழ் கொண்டுவரப்பட்டது. இதனால் சேரர்களின் மேலைக் கடற்பரப்பு வழியாக பாரசீகம் வரையிலும் இலங்கை, கடார வெற்றியால் சீனா, ஸ்ரீவிஜயம் என ஒட்டுமொத்தக் கிழக்காசிய நாடுகளுடன் தனது கடல்தாண்டிய அயலகத் தொடர்பை விரிவுபடுத்திக் கொண்டான். இராஜேந்திர சோழனின் வடக்கு நோக்கிய நிலப் படையெடுப்பு நடவடிக்கைகளால் கங்கை வரையில் உள்ள துறைமுகங்களின் வர்த்தகப் பரிவர்த்தனைகள் அனைத்தும் தொடர் இராணுவ நடவடிக்கையால் மடைமாற்றப்பட்டுச் சோழநாட்டுப் பெருவணிக நிறுவனங்களுக்குச் சாதகமாக்கினான். அதோடுமட்டுமன்றி பர்மா வரையில் உள்ள வங்கக் கடல் பகுதி முழுவதும் சோழப்பேரரசின் நேரடிக் கட்டுப்பாட்டின் கீழ் கொண்டு வரப்பட்டது. இதன்மூலம் கீழக்குக் கடற்பரப்பில்

சீனா மற்றும் ஸ்ரீவிஜயம் போன்ற நாடுகளின் கடலாதிக்க நடவடிக்கைகளுக்கு மறைமுகமாக முற்றுப்புள்ளி வைக்கப்பட்டது. இராஷ்டிரக்கூடர்களின் தலைநகரான மானியகேடம் வரையிலான படையெடுப்பு வெற்றிகளால் குஜராத் வரையிலான அரபிக் கடல்பகுதியும் இவனது கட்டுப்பாட்டில் இருந்தது. ஒட்டுமொத்த இலங்கை, சாந்திமாத்தீவு, பழந்தீவு பன்னீராயிரம் போன்ற கடல்தாண்டிய வெற்றிகளால் இந்து மகா சமுத்திரம் முழுவதும் இராஜேந்திர சோழனின் ஆளுகையின் கீழ் கொண்டுவரப்பட்டது. மேற்கண்ட வெற்றிகளால் வங்காளவிரிகுடா, அரபிக்கடல், இந்து மகாசமுத்திரம் என மூன்று கடல்வெளியும் இராஜேந்திரனது நேரடிக் கண்காணிப்பின் கீழ் இருந்ததால் இக்கடற்பரப்பில் கடற்கொள்ளையர்கள் என்ற பேச்சுக்கே இடமில்லாமல் அயல்நாட்டுக் கடலோடிகள் தடையற்ற வணிகத்தைச் சோழப் பேரரசோடு மேற்கொண்டுவரக் காரணமாக அமைந்தது. இதன் மூலம் பேரரசுக்குப் பல்மடங்கு அந்நியச் செலாவணி வருவாய் தொடர்ச்சியாகக் கிடைத்துவந்தது. இதனால் தனது நீண்டநாள் கனவுத்திட்டமான புதிய தலைநகரத்தை உருவாக்கம் செய்வதில் முழுக் கவனத்தையும் செலுத்தினான். தஞ்சை மாநகரில் இருந்த இராஜாங்கத்தின் நிர்வாகக் கட்டடங்கள் பழமையானதாலும் மக்கள்தொகைப் பெருக்கத்தாலும் தலைநகர் தள்ளாடியது. இதனை உணர்ந்த இராஜேந்திர சோழன் சோழப்பேரரசிற்கென்று நவீனத்துவம் மிக்க தலைநகரினை உருவாக்கி அதனையே நிரந்தர அதிகார மையமாக மாற்றவேண்டும் என்று நினைத்தான். இவனுள் உதித்திருந்த சிந்தனையின் வெளிப்பாடே கங்கைகொண்டசோழபுரம் என்ற நகராகும்.

சோழப்பேரரசால் கட்டப்பட்ட முதல் பொலிவுறு நகரம் என்ற பெருமையும் இதற்குண்டு. இந்நகரக் கட்டமைப்பினைப் பற்றி அக்கால எழுத்து ஆவணங்கள் உரைப்பதைப் பார்க்கும்போது இப்பெருநகர் கிரேக்கத்தின் மைலிடஸ் நகருக்கும், சீசர் காலத்தைய ரோமாபுரிக்கும், பிரிட்டிஷ் பேரரசின் தலைநகரான லண்டன் நகருக்கும் இணையான நகரமாகத் திகழ்ந்துள்ளதை உணரமுடிகிறது. குறிப்பாக நவீனகால மேலைநாட்டு அறிஞர்கள் நகரமயமாக்கலில் முக்கியப்பங்கு வகிப்பது அந்தந்த காலக்கட்டத்தைச் சார்ந்த தொழில்நுட்பத் திறனேயாகும் என்று சுட்டுகின்றனர். நகரமயமாக்கல் என்பது முறையாகப் படிப்படியாக மாற்றம் பெற்ற ஒன்று என்பதோடு அல்லாமல்

உலகத்தின் பயன்பாட்டுக் கருவியான சக்கரம் கண்டுபிடிப்பு, அதன் பரிணாமத்தால் ஏற்பாட்ட போக்குவரத்துத் தொடர்பு, உழுதல், நீரில் செல்லத்தக்க கலங்கள் தயாரிப்பு போன்றவையும் நகரமயமாக்கலின் முக்கிய அலகுகளாகும் என்று *V.G.* சைல்டு கூறுகிறார். சைல்டு அவர்கள் குறிப்பிடும் நகரமையமாக்கலின் அலகுகளைவிடத் தமிழர்களால் நடைமுறைப்படுத்தப்பட்டிருந்த நகராக்கத்தின் அலகுகளில் மக்களின் நலனுக்கு அதீத முக்கியத்துவம் கொடுக்கப்பட்டிருந்ததைக் காணமுடிகிறது. நகர உருவாக்கம் என்பது நிலவியல் சார்ந்த ஒன்றாகும். குறிப்பாக ஒரு நகரத்தின் ஆயுளையும், மக்களின் எண்ணங்களையும் தீர்மானிக்கும் காரணிகளுள் முதன்மை இடத்தைப் பெறுவது நிலவியலாகும். பொதுவாக ஒரு நாட்டின் தலைநகரின் நிலவியல்சூழல், நீராதாரங்கள், அம்மண்டலத்தில் நிலவும் தட்ப வெப்பநிலைகளின் மாறுபாடுகள் போன்றவை நகர மக்களுக்குச் சாதகமாக இருந்தால் மட்டுமே அந்நகர் நீடித்த ஆயுளோடு இருக்கும். மன்னனின் மனநிலை மட்டுமே நகர அமைவியலைத் தீர்மானித்து விட முடியாது. நிலவியலின் தகவமைப்புதான் ஒருநகரத்தின் உறுதிப்பாட்டினைத் தீர்மானிக்கிறது. இக்கருதுகோளினை நன்கு உணர்ந்ததாலேயே அக்காலக் கட்டடவியாலாளர்களும், நிலம்சார் ஆய்வாளர்களும் இணைந்து உருவாக்கிய நகரங்கள் இன்றும் மிடுக்குடன் இருப்பதைத் தமிழகத்தில் காணமுடிகிறது. தமிழர்கள் ஊர், நகரம், தலைநகரம் போன்றவற்றை உருவாக்கும் கட்டுமானத் தொழில் நுட்பத்தில் பாரம்பரியம் மிக்கவர்களாக இருந்துள்ளனர் என்பதைக் கங்கைகொண்ட சோழபுரம் நகர உருவாக்கம் நமக்குப் படம்பிடித்துக் காட்டுவதாக உள்ளது. பிற்காலச் சோழப் பேரரசின் அதிகாரமையம், சிறப்புப் பொருளாதார மண்டலம் என உலகளாவிய பெருமைமிகு நகரமாகக் கங்கைகொண்ட சோழபுரம் திகழ்ந்துள்ளதை எழுத்தாவணங்களின் வாயிலாக அறிய முடிகிறது. தமிழ்நாட்டில் ஊரக மற்றும் நகரங்களின் தோற்றுவாய் குறித்த ஆய்வுகள் முழுமையாக நடத்தப்படவில்லை என்பதைக் கருத்துருவாகக் கொண்டு நிலவியல் நோக்கில் கங்கைகொண்ட சோழபுரம் வரலாறு என்ற தலைப்பின் கீழ் சேகரிக்கப்பட்ட வரலாற்றுத் தரவுகளைக் கொண்டு இந்நூல் எழுதப்பட்டுள்ளது.

நகர வரலாற்றை ஆராய்ந்த சமகால அறிஞர்கள்

நகரமயமாக்கம் *(Urbanization)*, நகர வரலாறு *(Urban History)* இருபதாம் நூற்றாண்டில் நவீனகால நகரங்கள் உருவாகிய பிறகு

பெருமளவு ஆராயப்பட்டன (*Checkland1983*). தற்காலத்தில் நவீனகால நகரங்கள் குறித்த ஆய்வுகள் உலகளவில் அதிகமாக ஆராயப்பட்டு வருகின்றன. இந்தியாவிலும் அறிஞர் பெருமக்கள் பலர் நகர வரலாறுகள் குறித்து ஆராய்ந்துள்ளனர் (*VijayKumar Thakur1981; Chakrabarti1997*). தமிழக நகரங்களின் வளர்ச்சி, சங்ககாலத்தில் நிலைபெற்றிருந்த நகரங்களின் வரலாறு, அயலக வணிகம், கல்வெட்டுக்கள், சமூக உருவாக்கம், துறைமுகங்கள், தொல்லியல் அகழாய்வுகள் மூலம் வெளிக்கொண்டு வரப்பட்ட பண்டைக்கால இந்திய நகரங்களின் சுவடுகள் போன்றவற்றைப் பற்றி கனகசபைபிள்ளை (*Kanakasabhai Pillai 1904*), மார்ட்டிமர் வீலர் (*Wheeler et al. 1946*), கசால் (*Casal 1949*), சிங்காரவேலு (*Singaravelu 1966*), சுப்பிரமணியன் (*Subrahmanian 1966*), நீலகண்ட சாஸ்திரி (*Nilakanta Sastri 1972*) விமலாபெக்லி (*Begley 1983*), ஆர். செண்பகலட்சுமி (*Champakalashmi 1978, 1996*), வெங்கடசுப்பிரமணியன் (*Venkatasubramanian 1988*), நாகசாமி (*Nagaswami 1970,1991,1995*), கே. வி. இராமன் (*K.V. Raman 1991*), சிலேன் (*Slane 1996*), வில் (*Will1996*), பா. ஜெயக்குமார் (*2001*), கா. இராஜன் (*Rajan 1991, 2004*), மாதையன் (*2010*), ஐராவதம் மகாதேவன் (*2003*), எ.சுப்பராயலு (*2008*), இராஜன் குருக்கள் (*2012*), ந. அதியமான் (*2014*), பூங்குன்றன் (*2016*), வீ. செல்வக்குமார் (*2018*) உள்ளிட்ட அறிஞர்கள் ஆராய்ந்துள்ளனர்.

அமைவிடம்

இன்றையிலிருந்து சுமார் பத்துகோடி ஆண்டுகளுக்கு முன்பு அரியலூர் மாவட்டம் கடலாக இருந்தது. பிறகு கடல் பின்னோக்கித் தள்ளப்பட்டதன் விளைவாக நிலப்பரப்பாக உருமாற்றம் பெற்றது. அதனால்தான் இம்மாவட்டத்தில் நிகழ்ந்த பண்டைக்கால பிரளய மாற்றத்தின் சுவடுகளாகத் தொல்கடல் உயிரினங்களின் படிமங்கள் அதிக அளவில் கிடைக்கின்றன. நிலப்பகுதி கடலாகவும், கடற்பரப்புகள் நிலமாகவும் மாறுவது இயற்கையின் நியதியாகும். அந்த அடிப்படையில் உருமாற்றம் பெற்ற நிலப்பரப்பின் மீதுதான் கங்கைகொண்டசோழபுரம் என்ற மிகப்பெரிய தலைநகர் உருவாக்கப்பட்டிருந்தது. இந்நகரிலிருந்து கிழக்கே 35 கி.மீ தூரத்தில் வங்கக்கடலும், மேற்கே சோழகங்கப் பேரேரியும், அதனையடுத்து நீண்ட சமவெளியும், வடக்கே வெள்ளாறும், தெற்கே கொள்ளிடம் ஆறும் அரண்களாகத் திகழ்ந்திருக்கின்றன.

அரியலூர் மாவட்டம், உடையார்பாளையம் வட்டத்தில் சென்னை - விக்ரவாண்டி வழியாகக் கும்பகோணம் செல்லும் தேசிய நெடுஞ்சாலையின் மேற்குப்பகுதியில் கங்கைகொண்டசோழபுரம் அமைந்துள்ளது. கொள்ளிடம் ஆற்றின் குறுக்கே கட்டப்பட்டுள்ள கீழ் அணைக்கட்டிலிருந்து வட மேற்கே சுமார் 10 கி.மீ. தொலைவில் இந்நகர் அமையப் பெற்றதாகும். பிற்காலச் சோழப்பேரரசின் ஈடுயிணையற்ற தலைநகராக 255 ஆண்டுகாலம் சிறப்புடன் திகழ்ந்த பெருமைமிகு நகரமாகும். சோழர் ஆட்சிக்காலத்தில் கங்கைகொண்டசோழபுரம் சோழமண்டலத்தில் அமையப்பெற்றிருந்ததாகச் சான்றுகள் பகர்கின்றன.

செல்லும் குணபால் திரைவேலை
    தென்பால் செழித்த வெள்ளாறு
வெல்லும் கோட்டைக் கரைவிளங்கும்
    மேல்பால் வடபால் வெள்ளாறே
எல்லை ஒருனான் கினும்காதம்
    இருபா னான்கும் இடம்பெரிதாம்
மல்லல் வாழ்வு தழைத்தோங்கும்
    வளம்சேர் சோழ மண்டலமே. (தொண்டைமண்டல சதகம்:10)

அதாவது கிழக்கே கடல், தெற்கே வெள்ளாறு, மேற்கே கோட்டைக்கரை (மதில் கரை - மதுக்கரை), வடக்கே வடவெள்ளாறு ஆகியவை சோழநாட்டின் எல்லைகளாகத் திகழ்ந்ததைத் தொண்டைமண்டல சதகம் குறிப்பிடுகிறது.

கடல்கிழக்குத் தெற்குக் கரைபுரள் வெள்ளாறு
குடதிசையில் கோட்டைக் கரையாம் - வடதிசையில்
ஏனாட்டு வெள்ளாறு இருபத்து நாற்காதம்
சோணாட்டுக்கு எல்லைஎனச் சொல். (சோழன் பூர்வ பட்டயம் ப : 228)

என்ற ஔவையார் அவர்களின் பாடல் ஒன்றும் பண்டைய சோழவள நாட்டின் எல்லைகளைச் சுட்டுவது நோக்கத்தக்கது.

26.1.1518ஆம் ஆண்டைச்சேர்ந்த கிருஷ்ணதேவராயரின் விழுப்புரம் மாவட்டம் சேந்தமங்கலம் கல்வெட்டில் நடுவில் மண்டலம் உட்படச் சோழநாட்டின் எல்லைக்குட்பட்டிருந்ததாகக் கூறுகிறது. கெடிலம் ஆற்றுக்குத் தெக்கு ஸமுத்திரத்துக்கு மேக்கு தெர்க்கு வெள்ளாற்றுக்கு வடக்கு கோட்டைக்கரை மதுக்கரைக்குக் கிழக்கு (தெ.க. தொ.VIII-352) என்ற கல்வெட்டு வரிகளால்

கிருஷ்ணதேவராயரின் ஆட்சிக் காலத்தில் வெள்ளாற்றின் வடக்கே இருந்து கெடிலம் ஆறுவரைச் சோழ நாட்டின் எல்லை நீண்டிருந்ததையும் அறியமுடிகிறது. எனவே சோழவேந்தர்கள் தங்களின் தலைநகர் மாற்றம் என்பதைச் சோழமண்டலத்தின் எல்லைக்குட்பட்ட பகுதியிலேயே நிறுவப்படவேண்டும் என்பதில் கருத்தாக இருந்துள்ளனர் என்பதைக் கங்கைகொண்டசோழபுரம் உருவாக்கத்திலும் காணமுடிகிறது. இராஜேந்திரன் காலத்தில் கிழக்கே வடவாறும், மேற்கே சோழகங்கம் ஏரியும், வடக்கே சளுப்பை கிராமமும், தெற்கே கொள்ளிடம் ஆற்றின் வடகரை வேம்புக்குடி வாசலும் கங்கைகொண்டசோழபுர நகரின் எல்லைகளாகத் திகழ்ந்துள்ளதைக் கல்வெட்டுக்களின் வழியாக அறிகின்றோம்.

பெயராய்வு

கங்கைகொண்டசோழபுரம் என்ற பெயர் திருக்கடையூர் அமிர்தகடேஸ்வரர் கோயிலின் கருவறை வடக்குச்சுவர் பீடத்தின்மீது பொறிக்கப்பட்டுள்ள முதலாம் இராஜேந்திர சோழனின் 15ஆம் ஆட்சியாண்டுக் *(கி.பி.1027)* கல்வெட்டில்தான் முதன் முதலில் இடம் பெற்றுள்ளது. வீரராஜேந்திரனின் மணிமங்கலம் பெருமாள் கோயிலில் காணப்படும் இவனது ஐந்தாம் ஆட்சியாண்டைச் சார்ந்த *(கி.பி.1068)* கல்வெட்டில் கங்காபுரி நகரத்திற்குள் வெற்றி வீரனாக இவன் புகுந்த நிகழ்வைச் சுட்டுகிறது. சோழர்காலத்தில் சாளுக்கிய நாட்டில் எழுதப்பட்ட பில்கணரின் விக்கிரமாங்க தேவசரிதம் என்ற இலக்கியத்தில் இவ்வூர் கங்காகுண்டம் என்று குறிப்பிடப்பட்டுள்ளது. இராமநாதபுரம் மாவட்டம், திருப்பத்தூர் வட்டத்தில் உள்ள திருக்களக்குடி கோலநாதசுவாமி கோயில் சித்ரசபாபதி சன்னதியின் கிழக்குச் சுவரில் எழுதப்பட்டுள்ள முதலாம் மாறவர்மன் குலசேகர பாண்டியனின் 17ஆம் ஆட்சியாண்டைச் சார்ந்த கல்வெட்டில் *(கி.பி.1285)* கங்கைகொண்டபட்டணம் என்று குறிக்கப்பட்டுள்ளது. *கி.பி. 1449*ஆம் ஆண்டு வெளியிடப்பட்டுள்ள விளந்தையைச் சேர்ந்த சிறுப்பரக்கச்சிராயர் வெளியிட்டுள்ள கும்பகோணம் சாரங்கபாணி கோயில் கல்வெட்டில் கெங்கைகொண்டசோழபுரம் என்று குறிப்பிடப்பட்டுள்ளது. காட்டுமன்னார்குடி வட்டத்தில் உள்ள கண்டமங்கலம் ஊரில் கற்பலகையில் பொறிக்கப்பட்டுள்ள செஞ்சிநாயக்கமன்னர் இரண்டாம் கிருஷ்ணப்ப நாயக்கர் கல்வெட்டில் *(கி.பி.1592)* கங்கைகொண்டசோழபுரம் என்ற பெயர் இல்லாமல் கெங்கைகொண்ட சீர்மை என ஒரு நாட்டுப்பிரிவின்

தலைநகராக இந்நகர் இருந்துள்ளதை அறிய முடிகிறது. கங்கைகொண்டசோழபுரம் அய்யர் குடியிருப்பில் கிடைத்த கி.பி.1917 இல் எழுதப்பட்ட கல்வெட்டில் கெங்கைகொண்டபுரம் என எழுதப்பட்டுள்ளது. தற்கால அரசு வருவாய் ஆவணங்களில் கங்கைகொண்ட சோழபுரம் என்ற பழம்பெயரே எடுத்தாளப்பட்டு வருகிறது.

பண்டைக்கால மன்னர்கள் பெறற்கரிய வெற்றியினைப் பெறும்பட்சத்தில் அவ்வெற்றியானது என்றும் நின்று நிலவுமாறு புதியதாக நகரொன்றை அமைத்து அதற்குத் தம் பெயர் இடுதலை வழக்கமாகக் கொண்டிருந்தனர். குறிப்பாக உலகம் போற்றும் மாவீரனான அலெக்சாண்டர் தனது வியத்தகு எகிப்து வெற்றியின் நினைவாக அலெக்சாந்திரியா என்னும் புதிய பன்னோக்கு அறிவுசார் நகரினைத் தனது பெயரால் நிறுவினான். அதேபோன்று தனது படைபலத்தால் கங்கை நதியைக் கடந்து சென்று வடபுல வேந்தர்களை வென்றதன் நினைவாகத் தாம் பெற்ற விருதுப்பெயரான "கங்கைகொண்டசோழன்" என்ற வெற்றிப் பெயரானது இப்புவியில் என்றென்றும் பொன்றாது நின்று நிலைக்கும் பொருட்டுக் "கங்கைகொண்ட சோழபுரம்" எனப் பெயரிட்டான். இப்புகழ்பெற்ற நகரினைக் "கங்காபுரி" என்றும் "கங்காபுரம்" எனவும் இடைக்கால இலக்கியங்கள் பெருமையாக உரைக்கின்றன. ஒட்டக்கூத்தர் தாம் யாத்த பாடலில் "கங்காநதியுங் கடாரமும்கைக் கொண்டு, கங்காபுரிபுரந்த கற்பகம்" எனக் குறிப்பிடுகிறார். "கங்காபுரியின் மதிற் புறத்துக் கருதார் சிரம்போய் மிக வீழ, இங்கே தலையின் வேல் பாய்ந்த இவைமூழைகளாக் கொள்ளீரே" என செயங்கொண்டார் தமது பாடலில் பதிவு செய்கின்றார். "பெரும்புனற்றனாது "கங்கை மாநகர் தைத்தபின்" என்று வீரராஜேந்திரனின் மெய்கீர்த்தி பெருமையாகச் சுட்டுகிறது.

வண்புயலைக் கீழ்ப்படுத்து வானத் தருமலைந்து
மண்குளிரச் சாயல் வளர்க்குமாம் - தண்கவிதைக்
கொங்கா ரலங்கல் அனபாயன் குளிர்பொழில்சூழ்
கங்கா புரமாளிகை.

எனத் தண்டியலங்காரம் கங்கைகொண்டசோழபுரத்தின் சிறப்பைபுகழ்ந்துரைக்கிறது. "வைதும்ப அரசனை இருந்தலை

ஜெ.ஆர்.சிவராமகிருஷ்ணன்

அரிந்து பெரும் புனற்றன்னாடு கங்கை மாநகரத் தெய்தபின் திங்களில்....ஜயத்திருவுடன் கங்காபுரி புகுந்தருளி என்ற கல்வெட்டுப்பகுதியிலும் கங்கைகொண்டசோழபுரத்தின் பெருமைமிகுப் பெயர்ப் பதிவுகளைக் காணமுடிகிறது.

நில நிர்வாகப்பிரிவுகள்

கங்கைகொண்ட சோழீஸ்வரர் கோயிலில் உள்ள கல்வெட்டுக் களிலிருந்தும், இந்நகரைப் பற்றிக் கூறுகின்ற பிற ஊர் கல்வெட்டுக்களிலிருந்தும் கங்கைகொண்டசோழபுரம் அக்காலத்தில் எந்தெந்தநாட்டுப் பிரிவுகளின் கீழ் இருந்துள்ளது என்பதையும் அப்பிரிவுகளின் கீழிருந்த ஊர்களைப் பற்றியும் அறியமுடிகிறது. மேலும் சோழர், பாண்டியர், விஜயநகர அரசு, நாயக்க மன்னர்கள் காலத்தில் இருந்த வருவாய்ப் பிரிவுகளைப் பற்றியும் அறிந்து கொள்வதோடு அப்போது இருந்த ஊர்ப்பெயர்கள் தற்பொழுது மாற்றமுற்றும் மருவியும் அழைக்கப்படுகின்றன என்பதையும் அறிந்துகொள்ள முடிகிறது. குறிப்பாகக் கங்கைகொண்ட சோழீஸ்வரர் கோயிலில் உள்ள மிகப்பழமையான கல்வெட்டு இராஜேந்திர சோழரின் மூன்றாவது மகனான வீரராஜேந்திரனின் ஐந்தாம் ஆட்சியாண்டில் (கி.பி. 1068) வெளியிடப்பட்ட கல்வெட்டாகும். இக்கல்வெட்டில் கங்கைகொண்டசோழபுரம் கடாரங்கொண்ட சோழவளநாட்டு, மதுராந்தக வளநாடு என்ற நாட்டுப்பிரிவின் கீழ் இருந்துள்ளதைச் சுட்டுகிறது. இந்நாட்டுப்பிரிவின் பெயர்கள் முதலாம் இராஜேந்திர சோழரின் போர் வெற்றிப்பெயராலும் இயற்பெயராலும் வைக்கப்பட்டவையாகும். இப்பிரிவுகளின் கீழ் கங்கைகொண்ட சோழபுரத்தைச் சுற்றியிருந்த பெரும்பாலான ஊர்கள் இருந்தன. குறிப்பாக இவ்வூருக்குத் தென்மேற்கில் உள்ள விக்கிரமங்கலம், செட்டித்திருக்கோணம், பெரியதிருக்கோணம் வரை உள்ள ஊர்களும் வடகிழக்கில் வீராணம் ஏரி அமைந்துள்ள காட்டுமன்னார்குடி வரை இருந்த ஊர்களும் இடம் பெற்றிருந்தன. கங்கைகொண்ட சோழபுரம் அமையப்பெற்ற வளநாட்டுப் பெயர்கள் பின்வந்த மன்னர்களின் ஆட்சிக்காலத்தில் கிடாரங்கொண்டசோழ வளநாடு, மண்ணை கொண்டசோழ வளநாடு, விக்கிரமசோழ வளநாடு என்று பெயர் மாற்றம் பெற்று வந்ததையும் கல்வெட்டுக்கள் மூலம் அறிகிறோம். முதலாம் குலோத்துங்கன் காலத்தில் அம்மன்னரின் பட்டப்பெயரால் விருதராஜபயங்கர வளநாடு என்னும் வளநாட்டுப் பெயர் ஏற்பட்டது. இவ்வளநாட்டின் கீழ் மேற்காநாடு என்னும் நாட்டுப்பிரிவில் அமைந்த ஊராகக்

கங்கைகொண்டசோழபுரம் இருந்தது. விக்கிரம சோழரின் ஆட்சியின்போது திருவக்கரையில் எழுதப்பட்டுள்ள கி.பி.1126 ஆம் ஆண்டுக் கல்வெட்டு சோழமண்டலத்து நடுவிற்கூற்று கங்கைகொண்டசோழபுரம் என்று இவ்வூரின் நிர்வாக அமைவிடம் பற்றிய குறிப்பினைத் தருகிறது. இதேபோலச் சோழர் ஆட்சியின் இறுதிக் காலத்தில் மூன்றாம் இராஜராஜனின் 18ஆம் ஆட்சியாண்டில் வெளியிடப்பட்ட திருவள்ளூர் மாவட்டம் மடவிளாகம் கல்வெட்டு இவ்வூரைச் சோழமண்டலத்து கெங்கைகொண்டசோழபுரம் என்று கூறுகிறது. இதிலிருந்து கங்கைகொண்டசோழபுரத்துக்குத் தொலைதூரத்தில் வாழ்ந்த மக்களிடையே இந்நகரின் பொதுவான அமைவிடம் பற்றிய கருத்துருவாக்கத்தின் பயனாகச் சோழமண்டலம் என்ற அடைமொழிப் பெயரோடு கங்கைகொண்ட சோழபுரம் அழைக்கப்பட்டுள்ளதை அறியமுடிகிறது.

பாண்டியர் மற்றும் விஜயநகர மன்னர்களின் காலத்திலும் சோழர் காலத்தில் வைக்கப்பட்ட பெயர்களான விக்கிரமசோழ வளநாட்டு மண்ணைக்கொண்டசோழ வளநாடு, விருதராஜ பயங்கர வளநாடு போன்ற பெயர்கள் புழக்கத்தில் இருந்துள்ளதையும் அக்காலக் கல்வெட்டுக்களில் காணமுடிகிறது. இருப்பினும் பாண்டியர் காலத்தில் இந்நகரம் பொன்பரப்பி பற்று என்ற வருவாய்ப் பிரிவின் கீழ் இருந்துள்ளதை நான்காம் ஜடாவர்மன் சுந்தர பாண்டியன் கல்வெட்டு குறிப்பிடுகிறது. இதன் மூலம் பாண்டியர் காலத்தில் நாடு என்னும் வருவாய்ப்பிரிவு பற்று என்ற சொற்றொடரால் அழைக்கப்பட்டதை உணர்கிறோம். கல்வெட்டில் குறிப்பிடப்படும் பொன்பரப்பி என்ற ஊர் ஜெயங்கொண்டம் அருகே உள்ளது. பிற்காலப் பாண்டியர் காலத்தில் இவ்வூரைத் தலைமையிடமாகக் கொண்டே பொன்பரப்பிப்பற்று என்ற புதிய வருவாய்ப்பிரிவு உருவாக்கப்பட்டுள்ளது. அதன்பின் கங்கைகொண்டசோழபுரம் ஒரு வருவாய்ப் பிரிவின் தலைமையிடமாக மாறியது என்பதை கி.பி.1307 ஆம் ஆண்டு வெளியிடப்பட்ட இரண்டாம் மாறவர்மன் குலசேகரப் பாண்டியன் கல்வெட்டு மூலம் அறியலாகிறது. கங்கைகொண்டசோழபுரப் பற்று என்ற வருவாய்ப் பிரிவின் கீழ் தேவணிபுத்தூர், குறுங்குடி, வீரநாராயணநல்லூர், கண்ணமங்கலம் (இன்றைய கண்டமங்கலம்), வீரராஜேந்திர சோழபுரம் (வீரானந்தபுரம்), இராமதேவ நல்லூர் (இராமநல்லூர்) ஆகிய ஊர்கள் இருந்ததைக் கல்வெட்டில் சுட்டப்பட்டுள்ளது. மேலும் கி.பி.1329ஆம் ஆண்டு காட்டுமன்னார்குடியில்

எழுதப்பெற்றுள்ள நான்காம் மாறவர்மன் விக்கிரம பாண்டியனின் கல்வெட்டிலும் கங்கைகொண்ட சோழபுரத்தைப் பற்றிய குறிப்பினைப் பார்க்கமுடிகிறது. இக்காலகட்டத்தில் கங்கைகொண்ட சோழபுரப் பற்றின்கீழ் வீரநாராயணநல்லூர், மதுராந்தக வடவாறு, குறுங்குடி, தென்மணி புத்தூர், அக்காரமடையான்பட்டு, நாட்டார்மங்கலம் ஆகிய ஊர்கள் இருந்துள்ளன.

விஜயநகர மன்னர்களின் காலத்தில் கங்கைகொண்டசோழபுரத்து மேல்பற்றில் பறையூர் நாடு என்ற நாட்டுப்பிரிவு இருந்தது என்பதைக் கி.பி.1319ஆம் ஆண்டு வெளியிடப்பட்ட வீர விருப்பண்ண உடையாரின் கல்வெட்டால் அறியமுடிகிறது. கி.பி.1462ஆம் ஆண்டைச்சார்ந்த மல்லிகார்ச்சுனராயர் காலக் கல்வெட்டு வழுதிலம்பட்டு உசாவடி பதினெட்டுப்பற்றுச் சீர்மை என்னும் நிருவாகப் பிரிவின் கீழ் கங்கைகொண்ட சோழபுரம் இருந்ததைக் குறிப்பிடுகிறது. கி.பி.1463ஆம் ஆண்டு வெளியிடப்பட்ட இதே மன்னரின் மற்றொரு கல்வெட்டு விளந்தைப்பற்று என்ற நாட்டுப்பிரிவின் கீழ் கங்கைகொண்ட சோழபுரம் இருந்துள்ளதை அறிகிறோம். கி.பி. 1592ஆம் ஆண்டு எழுதப்பட்ட செஞ்சி நாயக்க மன்னர் இரண்டாம் கிருஷ்ணப்ப நாயக்கரின் கல்வெட்டு கெங்கைகொண்ட சீர்மை, புவனகிரி பட்டணச் சீர்மை, வீரநாராயணச் சீர்மை என்னும் நிருவாகப் பிரிவுகள் பற்றிக் கூறுகிறது. கங்கை கொண்ட சோழபுரத்தைச் சுற்றியிருந்த பகுதிகள் கங்கைகொண்ட சீமை என்ற வருவாய்த்துறைப் பிரிவின் கீழ் கொண்டு வரப்பட்டுள்ளதையே இப்பெயர் உணர்த்துகிறது. இவ்வாறு சோழப்பேரரசின் தலைநகரமாக விளங்கிய கங்கைகொண்ட சோழபுரம் சோழர் காலத்தில் மண்ணைக்கொண்டசோழ வளநாடு, மதுராந்தக சோழவளநாடு, கிடாரங்கொண்டசோழ வளநாடு, விருதராஜபயங்கர வளநாடு, விக்கிரமசோழ வளநாடு என்னும் பல்வேறு பெயர்கள் கொண்ட நாட்டுப் பிரிவுகளின் கீழ் அமையப் பெற்ற நகரமாக இருந்துள்ளது. பாண்டியர் காலத்தில் பொன்பரப்பிப் பற்றிலும் அதன் பிறகு கங்கைகொண்டசோழபுரப் பற்று என்ற பற்றுக்குத் தலைமையிடமாகவும் திகழ்ந்துள்ளது. பிற்காலத்தில் கங்கை கொண்ட சீர்மை என்னும் பிரிவுக்கும் தலைமையிடமாக இந்நகரம் விளங்கியுள்ளது குறிப்பிடத்தக்க ஒன்றாகும்.

2
கங்கை கொண்ட சோழபுரம் உருவாக்கத்திற்கான காரணங்கள்

வரலாற்று நிகழ்வுகள் தனிமனித விருப்பங்களினால் தீர்மானிக்கப்படுவதில்லை. அது ஒரு சமூகம் சார்ந்த ஒருமித்த விருப்பங்களால் நிகழ்த்தப்படும் நிகழ்வுகளின் தொகுப்பாகும். தலைவனின் எண்ணமும் மக்களின் விருப்பமும் கிடைமட்டத்தில் சமமாக இருக்கும்பட்சத்தில் அங்கு அமைதியான வாழ்வியல்சூழல் தோற்றம் பெறுமென்ற மானிடவியல் கோட்பாட்டினை அப்படியே அடியொற்றியவர்கள் சோழ மன்னர்கள். அதனால்தான் அவர்களால் உருவாக்கப்பட்ட ஊர்கள், நகரங்கள் போன்றவை நிலவியலை மையமாக வைத்து உருவாக்கப்பட்ட போதிலும் மக்களின் இயக்கவியலின் அடிப்படையிலேயே அவை வடிவமைக்கப் பட்டிருந்ததையும் பார்க்கமுடிகிறது. அதனால்தான் காலங்கள் கடந்தாலும் அப்பழம்பெரும் ஊர் மற்றும் நகரங்களில் வாழ்ந்துவரும் மக்கள் இன்றுவரையிலும் அமைதியான வாழ்வியல் சூழலோடு வாழ்ந்து வருவதைப் பார்க்கிறோம்.

சோழர்களுக்கான இரண்டு தலைநகரங்கள் இருக்க மூன்றாவதாக ஒரு தலைநகரை இராஜேந்திர சோழன் உருவாக்குவதற்கான நோக்குருவை நிலம்சார் அமைவியலை அடிப்படையாகக் கொண்டு யாராலும் ஆராயப்பட்டவில்லை. இந்தியாவிலேயே 433 ஆண்டுகள் தொடர் அரசாட்சி செய்த பெருமை சோழப்பேரரசுக்கு உண்டு. இதில் சுமார் 255 ஆண்டுகள் அம்மன்னர்களின் தலைநகரமாக கங்கை கொண்ட சோழபுரம் விளங்கியுள்ளது. மாமன்னன் இராஜேந்திரன் தஞ்சையை விடுத்து தனது தலைநகரைக் கங்கைகொண்டசோழபுரத்திற்கு மாற்றியதற்குரிய காரணங்களை அறிந்து கொள்வதற்கான தகுந்த ஆதாரங்கள் கிடைக்கவில்லை. இருப்பினும் அனுமானத்தின்

அடிப்படையிலான காரணங்களையே வரலாற்று அறிஞர்கள் குறிப்பிடுகின்றனர். இவையும் போதுமானதாக இல்லை. எனவேதான் இங்கு நிலவியல் நோக்கிலான காரணங்கள் குறித்து விவாதிக்கப்படுகிறது.

சங்ககாலத்தில் காவிரிப்பூம்பட்டினம் சோழர்களின் கடல்சார் வர்த்தகத்தின் தலைநகராகவும் உறையூர் நிர்வாகத் தலைநகராகவும் விளங்கின. பிற்காலச் சோழப்பேரரசு விஜயாலய சோழனால் பழையாறையிலிருந்து எழுச்சி பெற்றது. அவன் முத்தரையர்களிடமிருந்து தஞ்சையைக் கைப்பற்றி அதனையே தனது தலைநகராகக் கொண்டு ஆட்சி செலுத்தி வந்தான். இவ்வாறாக ஆதித்த சோழன் காலம் தொட்டுப் படிப்படியாக வளர்ச்சியுற்ற தஞ்சைநகர் இராஜராஜ சோழன் காலத்தில் புகழின் உச்சத்தை அடைந்திருந்தது. இக்காலகட்டத்தில் நாகைப்பட்டினம் சோழர்களின் துறைமுகப்பட்டினமாக விளங்கியது. கி.பி.1014ஆம் ஆண்டு சோழப்பேரரசின் தனிப்பெரும் மன்னராக முடிசூட்டப்பட்ட இராஜேந்திரன் நாட்டின் தலைநகரைத் தஞ்சையிலிருந்து மாற்றத் திட்டமிட்டான். இராஜேந்திர சோழன் வளமிக்கப் பகுதியான தஞ்சையை விடுத்து வளம் குன்றிய பகுதியில் தமது புதிய தலைநகர் உருவாக்கத்திற்கான கூர்நோக்குக் காரணங்கள் என்ன என்பது குறித்து ஆய்வாளர்களிடையே ஒருமித்த கருத்துருவாக்கம் எட்டப்படவில்லை.

இராஜேந்திரன் கங்கைகொண்டசோழபுரத்திற்குச் சோழநாட்டின் தலைநகரை மாற்றியமைப்பதற்குரிய காரணங்களாகக் கல்வெட்டு ஆராய்ச்சிக் கலைஞர் வை. சுந்தரேசவாண்டையார் அவர்கள் கீழ்க்கண்டவற்றைக் குறிப்பிடுகின்றார். பிற்காலச்சோழ மன்னர்களுக்குத் (விஜயாலயன் முதல் இராஜராஜ சோழர் காலம் முடிய) தலைநகராய் விளங்கியிருந்த தஞ்சாவூர் பாண்டிய மன்னர்களுடைய எல்லைக்கு அருகில் இருந்தமையால் அம்மன்னர்கள் படையெடுத்து வந்து எளிதில் வென்றுவிடலாம் என்னும் கருத்தினாலும் தங்கள் குலதெய்வமாகிய தில்லைச் சிற்றம்பலத்து இறைவனை அடிக்கடி வழிபடுவதற்கு வெள்ளப்பெருக்குக் காலங்களில் கொள்ளிடப்பேராறு பெருந்தடையாய் இருந்தமையாலும் இக்காலத்தில் கொள்ளிடம் ஆற்றின் குறுக்கே இருக்கும் கீழ் அணைக்கட்டு அக்காலத்தில் இல்லாமையாலும் முதலாம் இராஜேந்திர சோழர், சோழ வளநாட்டின் உட்பகுதியாகிய கங்கைகொண்டசோழபுரத்தைத்

தலைநகராகக் கொண்டிருக்க வேண்டும் என்று குறிப்பிடுகிறார். ஒருநாட்டின் நிர்வாகத் தலைநகர் என்பது நாட்டின் நடுநாயகமாக அமையப் பெற்றிருக்க வேண்டும் என்ற நிலைப்பாடும் இராஜேந்திர சோழனின் எண்ண ஓட்டத்தில் தோன்றியிருக்கலாம். எனவே தாம் ஆட்சிப்பொறுப்பெற்றதும் புதிய தலைநகர் உருவாக்கம் என்ற எண்ணம் எழுச்சி பெற்று அனைத்து வசதிகளும் ஒருங்கே பெற்ற பன்னோக்குத் தலைநகராகக் கங்கைகொண்ட சோழபுரத்தை உருவாக்க நினைத்திருக்கலாம்.

விஜயாலயன், ஆதித்தசோழன் காலத்தில் சிற்றரசு என்ற ஸ்தானத்திலிருந்த சோழ அரசைப் பேரரசு என்ற இடத்தை எட்டுவதற்கான அடித்தளத்தை நிர்மாணித்த பெருமை பராந்தக சோழனுக்கு உண்டு. ஆனால் கி.பி. 985ஆம் ஆண்டு அரியணையேறிய இராஜராஜ சோழன் மேற்கொண்ட நாடு விரிவாக்கக் கொள்கையின் மூலமாக வட இலங்கையிலிருந்து வடக்கே மேலை மற்றும் கீழைச்சாளுக்கிய நாடுகள்வரைச் சோழநாட்டின் எல்லை விரிவுபடுத்தப்பட்டுப் பேரரசாக உயர்வு பெற்றது. இக்காலகட்டத்தில் இராஜராஜ சோழனின் மகனான இராஜேந்திர சோழனும் தனது தந்தையார் மேற்கொண்ட போர் நடவடிக்கைகளில் தம்மையும் முழுமையாக ஈடுபடுத்திக்கொண்டு இராஜாங்க விவகாரங்களை நன்கு கற்றுத் தேர்ந்தான். இதனால் தம் தந்தை போன்றே தாமும் சிறந்த மன்னனாகத் திகழ வேண்டும் என்ற எண்ணம் இராஜேந்திர சோழனின் மனதில் ஆழப்பதிந்திருந்தது. எனவேதான் சோழப்பேரரசின் மன்னனாக அரியணையேறியவுடன் இவன் மேற்கொண்ட முதல் நடவடிக்கையே புதிய தலைநகர் உருவாக்கம் என்பதாகும். தன் தந்தையின் காலத்தில் மேற்கொண்ட நில மற்றும் கடல் மார்க்கப் படையெடுப்புகளில் படைகளை நகர்த்துவதில் இருந்த சிரமங்களை அகற்றுவதற்காகவும் மேலும் தலைநகர் தஞ்சையிலிருந்து அரசப்பரிவாரங்களை நகர்த்துவதில் இருந்த இடர்ப்பாட்டினை நிரந்தரமாகத் தவிர்க்கவேண்டும் என்பதையே புதிய தலைநகர உருவாக்கத்திற்கான முக்கியக் காரணமாகக் கொள்ளலாம்.

தமது இளமைக்காலப் படையெடுப்பின்போது தாம் கண்ணுற்ற பல நாடுகளின் நிலவியல் அமைப்பு மற்றும் நகரங்களின் வடிவமைப்பு நுட்பங்கள் போன்றவை இவனுக்குள் அதீதத்தாக்கத்தை ஏற்படுத்தியிருக்க வேண்டும். இதுவும் தலைநகர் மாற்றத்தைத் தூண்டியிருக்கக்கூடும். பழையார், தஞ்சாவூர் போன்ற

நகரங்களில் இருந்த அரண்மனைகள், நிர்வாகக் கட்டடங்கள் காலம் கடந்த கட்டமைப்பினை உடையதாக இருந்ததும் புதிய தலைநகரை உருவாக்கும் எண்ணத்தைத் தோற்றுவித்திருக்க வேண்டும். அதோடு மட்டுமன்றி தஞ்சையிலிருந்து நிலவழியாக வடபுலம் செல்ல வேண்டுமேயானால் காவிரி, கொள்ளிடம் போன்ற ஆறுகளைக் கடப்பது அக்காலத்தில் சவாலாக இருந்தது. குறிப்பாகக் காவிரி, கொள்ளிடம் ஆறுகளில் வருடம் முழுவதும் தண்ணீர் பெருக்கெடுத்து ஓடியதால் வடபுல மக்கள், வணிகர்கள், அரசு அதிகாரிகள், வெளிநாட்டவர் போன்றோர் தலைநகரை அடைவதில் இருந்த சிரமத்தைக் குறைப்பதற்கான காரணமும் புதிய தலைநகர் உருவாக்கத்தின் கருப்பொருளாக இருந்திருக்கலாம்.

சோழர் காலத்தில் நாகப்பட்டினம் சிறந்த துறைமுகப்பட்டினமாகத் திகழ்ந்தது. இப்பட்டினம் சோழமண்டலத்தின் மையப்பகுதியில் அமையப்பெற்றிருத்தது. அதோடு மட்டுமன்றி பிற்காலச் சோழப் பேரரசிற்கு அந்நியச்செலாவணியைப் பெருமளவில் ஈட்டிக்கொடுக்கும் சிறப்புப் பொருளாதார மண்டலத்தின் அங்கமாகவும் விளங்கியது. இலங்கை, இந்துமகா சமுத்திரம், அரபிக் கடல்பகுதிகளைக் கண்காணிக்கும் கப்பற் படைத்தளமாகவும் நாகைத் துறைமுகம் இருந்துள்ளது. மேலும் நாகப்பட்டினத்திலிருந்து வடக்கே வங்கதேசம் வரையில் சுமார் முப்பது துறைமுகங்கள் சிறப்புடன் செயல்பட்டுவந்தன. இவற்றில் ஒட்டதேசம் மற்றும் வங்கதேசத்திற்கு உட்பட்ட துறைமுகங்கள் மட்டும் இருபத்தி ஐந்தாகும். இத்துறைமுகங்களின் வழியாக அதிக அளவில் வர்த்தகப் பரிவர்த்தனைகளை மேற்கொண்டிருந்த நாடு சீனாவும் ஸ்ரீவிஜய அரசுகளுமாகும். இருநாடுகளுமே இலங்கை முதல் வங்கதேசம் வரை இருந்த அனைத்து நாடுகளுடனும் வர்த்தக நடவடிக்கையில் தீவிரமாக ஈடுபட்டு வந்தன. வங்கக்கடலில் சீனா, ஸ்ரீவிஜய நாட்டவர்கள் கடலாதிக்கம் செலுத்துவதைக் கட்டுப்படுத்தும் முயற்சியும் தலைநகர் மாற்றத்திற்கான காரணியாகக் கொள்ளலாம்.

கொள்ளிடம் ஆறு கடலுடன் கலக்கும் இடத்திலிருந்த பழம்பெரும் துறைமுகப்பட்டினமான மகேந்திரப்பள்ளியும் அதன் அருகே இருந்த தேவிக்கோட்டை கடற்பகுதியும் இம்மண்டலத்தில் இருந்த கடல்சார் வணிகர்களுக்குச் சாதகமாக இருந்தன. அதோடு மட்டுமன்றி வெள்ளாறு கடலுடன் கலக்கும் பகுதிலிருந்து தேவிக்கோட்டை வரையிலுள்ள கடல் வெளியுடன் கூடிய நிலவியல் சூழலானது கப்பற்படைகளை நிறுத்தி வைப்பதற்குச்

சாதகமாக இருந்தது. மேலும் கொள்ளிடம் ஆறு சிறந்த உள்நாட்டு நீர்வழிப்பாதையாகவும் விளங்கியதாலேயே சோழப்பேரரசின் தலை நகர் இங்கு தோற்றம் பெறுவதற்கான காரணமாகக் கொள்ளலாம். இக்கடற்பரப்பானது சிதம்பரத்திலிருந்து 10 கி.மீ தூரத்திலும், புதிய தலைநகர் உருவாக்கப்படவுள்ள இடத்திலிருந்து 35 கி.மீ தூரத்திலும் அமையப் பெற்றிருந்ததும் தலைநகர் மாற்றத்திற்கு முக்கிய நிலவியல் காரணமாகக் கருதலாம்.

தென்புலத்தைவிட வடபுலத்தின் காவலைத் தீவிரப்படுத்திக் கொள்வதற்கான முயற்சியே புதிய தலைநகர் தோற்றம் பெறுவதற்கான மையக் கருவாகக் கொள்ளவும் இடமுள்ளது. அதோடு மட்டுமன்றி இராஜராஜன் காலத்தில் தலைநகர் தஞ்சாவூரில் மக்கள் அதிகம் குடியேறுவதால் நகர் விரிவாக்கம் செய்யப்படுவதையும் தஞ்சை பெரியகோயில் கல்வெட்டுக்களில் காணமுடிகிறது. எனவே தஞ்சையின் இட நெருக்கடியைத் தவிர்ப்பதற்கான முயற்சியும் தலைநகர் மாற்றத்திற்கான நோக்குருவாகவும் இருக்க வாய்ப்புள்ளது. நாட்டின் பாதுகாப்பிற்காக நிலப்படை, கப்பற்படையினை வலிமையாக்குதல் போன்ற இராஜாங்க ரீதியிலான காரணங்களை முன்னிறுத்தியே தஞ்சையிலிருந்து கங்கைகொண்டசோழபுரத்திற்குத் தலைநகர் மாற்றப்பட்டிருக்கலாம்.

பல்லவ மன்னன் பரமேஸ்வரவர்மனால் நிர்மாணிக்கப்பட்ட கூரத்தில் முதலில் வெட்டப்பட்டது பரமேஸ்வரத் தடாகம் என்ற ஏரியாகும். இது மழைக்காலத்தில் மட்டும் விவசாய உற்பத்திக்குச் சாதகமாக இருக்கும் என்ற குறைபாட்டினை நிவர்த்தி செய்ய நினைத்த அரசு அதிகாரிகள் பரமேஸ்வரத்தடாகத்தில் ஆண்டு முழுவதும் தண்ணீர் நிரப்பப்பட்டிருக்க வேண்டும் என்பதற்காகப் பாலாற்றிலிருந்து பெரும்பிடுகு என்ற கால்வாய் வெட்டப்பட்டு அதைப் பரமேஸ்வரத் தடாகத்தோடு இணைத்தனர். இதன்மூலம் ஆண்டுமுழுவதும் தண்ணீர் நிரப்பப்பட்டதோடு கூரத்தில் குடியேறப்போகும் மக்களுக்குத் தண்ணீரால் ஏற்படும் இடர்ப்பாடுகள் நிரந்தரமாகத் தடுக்கப்பட்டன. பல்லவர்களைப் போன்று எதிர்காலச் சிந்தனையோடு செயல்பட்டவர்கள் என்ற பெருமை சோழ மன்னர்களுக்கும் உண்டு. முதலாம் பராந்தக சோழனால் வெட்டப்பட்ட வீரநாராயணப் பேரேரி மழைக்காலங்களில் மட்டுமே பயன்பாடுடையதாக இருந்தது. இதைத் தவிர்க்க எண்ணியே கொள்ளிட ஆற்றிலிருந்து வடவாறு வெட்டப்பட்டு அதை வீரநாராயண ஏரியோடு இணைத்ததன்

ஜெ.ஆர்.சிவராமகிருஷ்ணன்

விளைவாக ஆண்டு முழுவதும் தண்ணீர் இருக்குமாறு செய்யப்பட்டது. இதன் விளைவாக மக்கள் குடியேற்றங்கள் ஏற்பட்டு வேளாண் உற்பத்தியில் இப்பகுதி மக்கள் தன்னிறைவை எட்டியிருந்தனர். மேலும் இப்பகுதி மக்கள் உணவு உற்பத்தியில் மிகை உற்பத்தியாளர்களாகவும் விளங்கினர். இந்தமிகை உற்பத்தி என்ற அலகும் கங்கைகொண்ட சோழபுரம் என்ற புதிய தலைநகர் இப்பகுதியில் தோற்றம் பெறுவதற்கான காரணங்களில் முதன்மைக் காரணமாகக் கருத இடமுள்ளது. வீரநாராயண ஏரி வெட்டப்பட்டதன் மூலம் பெரும்பற்றப்புலியூர் என்ற சிதம்பரம் வெள்ள பாதிப்பில் இருந்து பாதுகாக்கப்பட்டதையும் காண்கிறோம். தஞ்சைபுரியில் தனது தந்தையார் முதலாம் இராஜராஜ சோழன் கட்டிய தக்ஷிணமேருவை ஒத்த மிகப் பெரிய சிவாலயம் போன்ற கட்டமைப்பினை உடைய தலைநகரை உருவாக்க வேண்டும் என்ற எண்ணமும் புதிய தலைநகர் உருவாக்கத்திற்கான காரணமாகவும் இருக்கலாம்.

சோழப்பேரரசின் தற்காலிகத் தலைநகர்

இராஜேந்திர சோழன் கங்கைகொண்டசோழபுரம் என்ற தமது புதிய தலைநகர் முற்றுப்பெறும் வரை அதாவது, கி.பி.1014ஆம் ஆண்டு முதல் கி.பி. 1022ஆம் ஆண்டு வரையில் அவன் சிதம்பரத்திலிருந்த மாளிகையில் தங்கியிருந்ததாக வரலாற்று அறிஞர் தி.வை.சதாசிவ பண்டாரத்தார் சுட்டுகிறார். நமக்கு யாண்டு எட்டாவது நாள் நூற்றேழினால் நாம் பெரும்பற்றப் புலியூர்விட்ட வீட்டின் உள்ளால் மாளிகையின் கீழை மண்டபம் இராஜேந்திர சோழ பிரமாதி ராஜனின் நா முண்ணாது விருந்து , என்ற கரந்தைச் செப்பேட்டின் வரிகளும் இராஜேந்திர சோழன் கி.பி.1021ஆம் ஆண்டு சிதம்பரத்தில் தங்கியிருந்ததை உரைக்கின்றது.

செந்தமிழ் இதழ் ஆய்வுக்கட்டுரையில் பண்டாரத்தார் அவர்கள் இராஜேந்திர சோழன் சிதம்பரத்தில் தங்கியிருந்ததாகக் கூறப்படும் எட்டாண்டு காலம் மிக முக்கியத்துவம் வாய்ந்ததாகும். கி.பி. 1014ஆம் ஆண்டு இராஜராஜன் இறந்தப்பிறகு இராஜேந்திரன் சோழப்பேரரசின் மாமன்னனாக அரியணையேறியது, இந்துமகா சமுத்திரம் முழுமையும் தனது கடலாளுமையின்கீழ் கொண்டுவரப்பட வேண்டும் என்ற நோக்கில் கி.பி.1017ஆம் ஆண்டின் இலங்கை வெற்றி, கி.பி.1018 ஆம் ஆண்டு சேரநாடு மற்றும் அந்நாட்டிற்கு உட்பட்ட துறைமுகங்களை

வென்றது, அதே ஆண்டு அரபிக்கடல் பகுதியில் இருந்த பழந்தீவான பன்னீராயிரம் வெல்லப்பட்டது, கி.பி.1019ஆம் ஆண்டு சாந்திமாத்தீவு கைப்பற்றப்பட்டது, இடைத்துறைநாடு, வனவாசி, கொள்ளிப்பாக்கை, இரட்டப்பாடி, மண்ணைக்கடாகம், பாண்டியநாடு போன்றவை கி.பி.1022ஆம் ஆண்டிற்குள்ளாகவே வெற்றிகொள்ளப்பட்டது ஆகிய இப்படையெடுப்புக்களுக்கான அனைத்துத் திட்டங்களும் சிதம்பரம் மாளிகையிலிருந்தே தீட்டப்பட்டுள்ளதாகக் கருத இடமுள்ளது. கி.பி.1023ஆம் ஆண்டு இறுதிக்குள் வடபுலப் படையெடுப்பை முடித்துக் கங்கை நீரால் புனிதப்படுத்திப் புதிய தலைநகரில் இராஜேந்திர சோழன் குடி புகுந்தான் (கி.பி.1024) என்று பண்டாரத்தார் குறிப்பிடுகிறார். இதிலிருந்து கி.பி.1014 முதல் கி.பி.1022ஆம் ஆண்டு வரைச் சிதம்பரம் மாளிகையைச் சோழப்பேரரசின் அரசியல் தலைமையிடமாக இராஜேந்திரன் கொண்டிருந்ததாகக் கருதப்படுவதற்கு நிலவியல் ரீதியாக அனைத்துச் சூழலும் இங்கு சாதகமாக இருந்ததும் முக்கியக்காரணம். பண்டாரத்தார் அவர்களின் கூற்றினை நோக்கும்போது இராஜேந்திர சோழன் தமது கங்கைப்படையெடுப்பைத் தில்லையிலிருந்தே தொடங்கியிருக்க வேண்டும் என்பதையும் அறியமுடிகிறது.

சோழப் பேரரசின் இராஜ்ஜிய விவகாரங்கள் சிதம்பரம் மாளிகையிலிருந்தே தீர்மானிக்கப்பட்டதாகக் கொள்வதற்கு இன்னும் இரு காரணங்களை இங்கு குறிப்பிடலாம். அதாவது வெள்ளாறு மற்றும் கொள்ளிடம் ஆறுகள் கடலுடன் கலக்கும் இடைப்பட்ட பகுதியிலுள்ள கடல் நீரோட்டமானது கப்பல்களைச் செலுத்தும் கடலோடிகளுக்கேற்ற சூழலில் அமைந்திருந்தது. இக்கடற்பகுதியில் பன்னெடுங்காலமாகவே 20 நாட்டிக்கல் வேகத்தில் கடல் நீரோட்டம் இருந்து வருவது குறிப்பிடத்தக்கதாகும். இது கருத்தில் கொள்ளப்பட வேண்டிய முக்கிய விடயமாகும். இரண்டாவது காரணம் கொள்ளிடம் ஆறு கடலுடன் கலக்கும் பகுதியில் உள்ள பழையாறு மற்றும் தேவிக்கோட்டை பகுதியின் கடல்பகுதி மரக்கலன்களைச் செலுத்துவதற்குத் தோதான ஆழம் மிகுந்த பகுதியாகும். குறிப்பாகத் தேவிக்கோட்டையில் மேற்கொள்ளப்பட்ட களஆய்வில் கி.பி.10 முதல் கி.பி.13ஆம் நூற்றாண்டு வரை இப்பகுதி துறைமுகமாக விளங்கியதற்கான அனைத்துத் தரவுகளும் கண்டறியப்பட்டுள்ளன. இப்புகழ்பெற்ற தேவிக்கோட்டை சிதம்பரத்தின் அருகே அமைந்திருந்தது. சோழர் காலத்தில்

ஜெ.ஆர்.சிவராமகிருஷ்ணன்

நாகைப்பட்டினம் மிகச்சிறந்த துறைமுகப்பட்டினமாக விளங்கியதைச் செப்பேடு மற்றும் கல்வெட்டுக்கள் சுட்டுகின்றன. இதேபோன்று கொள்ளிடம் ஆற்றின் வடகரையில் இயற்கையாகவே தீவுபோன்று அமையப்பெற்ற தீவுக்கோட்டை என்ற தேவிக்கோட்டையானது இராஜேந்திர சோழன் காலத்தில் கப்பற்படைத் தளமாக செயல்பட்டிருக்க வேண்டும். எனவே மேற்கூறிய இரு காரணங்களையும் சீர்தூக்கிப் பார்க்கும்பொழுது கப்பற்படைகளை நகர்த்துவதற்கான பாதுகாக்கப்பட்ட கடற்படைத்தளமாக இக்கடற்பரப்பு விளங்கியிருப்பதற்கான சூழல் அதிகமிருப்பதை நாம் கவனத்தில்கொண்டால் இராஜேந்திர சோழன் கொள்ளிடம் ஆற்றின் வடபகுதியில் தலைநகர் உருவாக்கம் பெறுவதற்கான நிலப்பகுதியைத் தேர்ந்தெடுதற்கான நிலவியல் காரணங்களைத் தெளிவாக உணரமுடியும்.

தேவிக்கோட்டை

நாகை மாவட்டம், சீர்காழி வட்டத்தில் (E:11.37.2317-N:79.80.63.19) தேவிக்கோட்டை அமைந்துள்ளது. சிதம்பரத்தில் இருந்து 10 கி.மீ தூரத்தில் கொள்ளிடம் ஆறு கடலுடன் கலக்கும் கழிமுகப்பகுதியில் ஆற்றின் வடக்குகரையில் அமைந்துள்ளது. சுமார் 200 ஏக்கர் பரப்பளவினைக் கொண்ட இப்பகுதியானது நான்கு பக்கமும் கொள்ளிடம் ஆற்றினால் சூழப்பட்ட பகுதியாகும். இங்கு ஒருமைல் சுற்றளவில் கோட்டை ஒன்று இருந்ததாக ஆங்கிலேய ஆவணங்கள் குறிப்பிடுகின்றன. இப் பெருவெளியில் நடத்தப்பட்ட களஆய்வில் மட்கல ஓடுகள், ட வடிவக் கூரை ஓடுகளின் உடைந்த பாகங்கள், 5x13x24, 6x13x25 செ.மீ அளவுகளைக்கொண்ட செங்கற்கள், பச்சை, சிவப்பு நிறக் கண்ணாடி மணிகள், முதலாம் இராஜராஜ சோழனின் செப்பு நாணயங்கள், நான்கடி அகலம் கொண்ட செங்கற்சுவர், அதனை ஒட்டியவாறு தரைத்தளப்பகுதி போன்றவை கண்டுபிடிக்கப்பட்டுள்ளன. தேவிக்கோட்டையின் வடக்குப் பகுதியில் கொள்ளிடம் ஆற்றின் கரையை ஒட்டி கிழக்கு மேற்காக நடத்தப்பட்ட நிலஆய்வில் சேகரிக்கப்பட்ட தொல் சான்றுகள் அனைத்தும் கி.பி. 10 மற்றும் கி.பி.13ஆம் நூற்றாண்டைச் சார்ந்தவையாகும். கொள்ளிடம் ஆற்றின் வடக்குக் கரையிலிருந்து 40 அடி தூரத்தில் சுமார் 10அடி ஆழத்தில் 4 அடி அகலம் கொண்ட செங்கற்சுவர் ஒன்று கிழக்கு மேற்காகச் செல்வதும் கண்டுபிடிக்கப்பட்டது. இதற்குப் பயன்படுத்தப்பட்டுள்ள செங்கற்கள் 5x13x21 செ.

மீ அளவுள்ளவையாகும். இக்கட்டுமானம் இடைக்காலத்தில் படகுகளை நிறுத்துவதற்காகப் பயன்படுத்தப்பட்டவையாக இருக்கலாம். மேலும் கிருஷ்ணசாமி ஐய்யங்கார் அவர்கள் எழுதிய *South Indian And Her Muhammadan Invaders* என்ற நூலில் கங்கைகொண்டசோழபுரத்தில் கிடைத்த செங்கற்கள் தேவிக்கோட்டையில் கிடைத்த செங்கற்களின் அளவோடு ஒத்துள்ளதாகச் சுட்டுகிறார். *(There is one other place that is to be settled, and that is Jalkotta. It is not possible to offer as satisfactory an identification of this place as there is nothing further to lead us to an identification except the name. If Jalkotta means anything at all, it must be water — fortress; and I take it, it apparently refers to an island protected by deep waters round it. The only place in the vicinity that I could think of is the famous Devikotta of the early British Campaigns at the mouth of the Coleroon. There are the remains of huge bricks walls, of brichs of the same kind and size as those found in Gangaikonda solapuram. One of the walls in the island at the mouth showed three parts — two brick walls of 2 to 2.1/2 feet thick with an intervening mud wall about 6 feet. Another bit could be seen about five to six miles up the river and the present bed of the coleroon seems to occupy the place of the rest of it... S.Krishnaswami Aiyanar-South Indian And Her Muham madan Invaders Page no -111)*

தேவாரப்பதிவுகள்

தேவிக்கோட்டை அமைந்துள்ள பகுதியிலிருந்து நேர் தெற்கே, கொள்ளிடம் ஆற்றின் தெற்குக்கரையில் மகேந்திரப்பள்ளி என்ற வரலாற்றுச் சிறப்புமிக்க ஊர் அமைந்துள்ளது. கி.பி. 7ஆம் நூற்றாண்டைச் சார்ந்த திருஞானசம்பந்தர் மகேந்திரப்பள்ளிக்கு வருகைபுரிந்து அங்குள்ள திருமேனியழகரைப் புகழ்ந்து பாடிய பாடல்கள் மூன்றாம் திருமுறையில் இடம்பெற்றுள்ளன. அப்பாடல்களில் மகேந்திரப்பள்ளி கி.பி.7ஆம் நூற்றாண்டில் வங்கக்கடலை ஒட்டி அமைந்திருந்ததையும், கடல்சார் வணிகர்களின் மையமாக இவ்வூர் இருந்துள்ளத்தையும் சம்பந்தர் மிக நுட்பமாகப் பதிவுசெய்துள்ளார்.

வங்கமார் சேணுயர் வருகுறி யான்மிகு
சங்கமார் றொலியகில் தருபுகை கமழ்தரு
மங்கையோர் பங்கினன் மயேந்திரப் பள்ளியுள்
எங்கணா யகன்றன திணையடி பணிமினே

(மூன்றாம் திருமுறை: 3132)

அதாவது வணிகத்தின் பொருட்டு நெடுந்தூரம் சென்ற கப்பல்கள் திரும்பிவரும் குறிப்பினை ஊரிலுள்ளவர்களுக்கு உணர்த்த ஊதப்படும் சங்கின் ஒலியும், அகிற்கட்டைகளால் தூபம் இடுகின்றபோது உண்டாகும் நறுமணம் கமழும் புகையை யுடைய மகேந்திரப்பள்ளியுள் உமாதேவியைத் தன் திருமேனியின் ஒரு பாகமாகக் கொண்டு வீற்றிருந்தருளும் எங்கள் தலைவனான சிவபெருமானின் திருவடிகளை வணங்குவீர்களாக என்ற பாடல் வரிகளில் மகேந்திரப்பள்ளி பல்லவர் காலத்தில் வணிகத்தளமாக இருந்துள்ளதற்கு இப்பாடலையே நாம் நேரடி சாட்சியமாகக் கொள்ளலாம். மேலும்

நித்திலத் தொகைபல நிரைதரு மலரெனச்
சித்திரப் புணரிசேர்ந் திடத்திகழ்ந் திருந்தவன்
மைத்திகழ் கண்டனன் மயேந்திரப்பள்ளியுட்
கைத்தல மழுவனைக் கண்டடி பணிமினே.

(மூன்றாம் திருமுறை: 3133)

என்ற பாடலில் இறைவனை வழிபடுவதற்கு மலர்களைக் கையால் ஏந்தி வருதல் போலப் பல முத்துக் குவியல்களை அழகிய கடலானது அலைகளால் கொண்டு வந்து சேர்க்கும் சிறப்பினை உடைய மகேந்திரப்பள்ளியுள் வீற்றிருந்தருளும் இறைவனும் மை போன்று கருநிறம் கொண்ட கழுத்தையுடையவனும் கையில் மழு என்னும் ஆயுதத்தை ஏந்தியவனுமான சிவபெருமானைத் தரிசித்து அவன் திருவடிகளை வணங்குவீர்களாக எனப் பொருள் விளக்கம் தரப்படுகின்ற நிலையில் மகேந்திரப்பள்ளியின் கடற்பகுதி அலைகளுடன் காணப்பட்ட பதிவினையும் காணமுடிகிறது. எனவே சோழர் காலத்திற்கு முன்பாகவே பல்லவர் காலத்தில் மகேந்திரப்பள்ளி துறைமுகப் பகுதியாகத் திகழ்ந்திருந்ததற்கு இப்பாடல்களே தக்க சான்றுகளாகும். ஆனால் இன்று மகேந்திரப்பள்ளியில் இருந்து கடல் 3 கி.மீ தூரம் பின்னோக்கிச் சென்றுவிட்டது. எனவே தேவிக்கோட்டைப் பகுதியும் இதே காலகட்டத்தில் கடற்கரையை ஒட்டி அமைந்திருந்ததாகக் கருதலாம். குறிப்பாக இப்புவிசார் அமைப்பின்படி தேவிக்கோட்டையின்

கிழக்குப்பகுதியில் அலைகளையுடைய கடற்பரப்பும், தெற்குப்பகுதியில் அலைகளற்ற கொள்ளிடம் ஆறும் இருந்துள்ளன. இதே போன்று மகேந்திரப்பள்ளியும் கி.பி. 7ஆம் நூற்றாண்டில் கிழக்கே கடற்பரப்பையும், வடக்கே கொள்ளிடம் ஆற்றையும் அரணாகப் பெற்றிருந்தது. இந்த நிலவியல் அமைப்பு கி.பி. ஏழாம் நூற்றாண்டைச் சார்ந்த கடலோடிகளுக்குச் சாதகமாக இருந்ததாலேயே இப்பகுதி கடல்சார் வணிகர்களின் முக்கியக் கேந்திரமாக இருந்திருக்கிறது. இதனையே திருஞானசம்பந்தர் தம் பாடலில் பதிவுசெய்துள்ளார். மேலும் மகேந்திரப்பள்ளியில் கடந்த பத்தாண்டுகளுக்கு முன்பாகச் சிதைவுற்ற நிலையில் சமணத் தீர்த்தங்கரர் சிலை ஒன்று கிடைத்துள்ளது. அச்சிலையை அரசு அதிகாரிகள் நாகப்பட்டினம் கொண்டுச்சென்று விட்டதாக இவ்வூரைச் சார்ந்த முத்து அவர்கள் தெரிவித்துள்ளார். சமணம் வணிகர்களோடு தொடர்புடைய சமயமாகும் என்பதை இங்கு நாம் கருத்தில் கொள்ளப்பட வேண்டிய விடயமாகும்.

இதேபோன்று மகேந்திரப்பள்ளியில் இருந்து வடக்கே கொள்ளிடம் ஆற்றின் வடகரையில் திருக்கழிப்பாலை பால்வண்ணநாதர் சிவன் கோயில் அமைந்துள்ளது. கி.பி. 7ஆம் நூற்றாண்டில் இக்கோயிலானது கொள்ளிடம் ஆற்றின் வடக்குக்கரையில் உள்ள கரைமேடுப் பகுதியில் அமைந்திருந்தது. கொள்ளிடம் ஆற்றின் வெள்ளத்தால் இக்கோயில் அழிவுற்றதால் முன்னூறு ஆண்டுகளுக்கு முன்பு இறையன்பர் ஒருவர் அவ்விடிபாடுகள் மற்றும் சிலைகளைக் கொண்டுவந்து சிவபுரிக்கு அருகில் பால்வண்ணநாதருக்கு மீண்டும் கோயில் அமைத்தார். திருஞானசம்பந்தர் கரைமேடுப் (இதுதான் பழைய திருக்கழிப்பாலை) பகுதியில் இருந்த பால்வண்ணநாதரைத் தரிசித்துப் பாமாலை சூட்டியுள்ளார். அப்பாடல் ஒன்றில்...

வானிலங்க விளங்கும் இளம்பிறை
தானலங்கல் உகந்த தலைவனார்
கானிலங்க வரும் கழிப்பாலையார்
மானலம் மடநோக்கு உடையாளொடே

(மூன்றாம் திருமுறை: 3267)

ஏனம் பிரகாசிக்க விளங்கும் இளம் பிறைச்சந்திரனை மாலைபோல் விரும்பி அணிந்த தலைவரான சிவபெருமான், கடற்கரைச் சோலையாக விளங்கும் திருக்கழிப்பாலையில் மான் போன்ற பார்வையுடைய உமாதேவியாரோடு வீற்றிருந்தருளுகிறார் எனக் குறிப்பிடுகிறார். அதாவது கி.பி. 7ஆம் நூற்றாண்டில் திருக்கழிப்

பாலை என்ற ஊர் கடற்கரைச் சோலையாகத் திகழ்ந்துள்ளதைப் பதிவுசெய்கிறார். இவ்வூர் தேவிக்கோட்டையிலிருந்து மேற்கே 2 கி.மீ. தூரத்தில் அமைந்துள்ளது. எனவே தேவிக்கோட்டையை அடுத்து இருந்த பசுமைவெளியைத்தான் சம்பந்தர் கடற்கரைச் சோலை எனச் சுட்டுகிறார். எனவே கி.பி. 7ஆம் நூற்றாண்டில் மகேந்திரப்பள்ளி கடலோடி வணிகர்களின் துறைமுகப்பகுதியாக இருந்துள்ளது என்பதை மறுப்பதற்கில்லை. இந்நிலைப்பாடு சோழர்கள் காலம் வரை நீடித்திருக்கவேண்டும். எனவேதான் இச்சிறப்பு மிக்க பகுதியில் வலிமைமிக்க கப்பற்படைத் தளத்தை உருவாக்கி வங்கக்கடல் பகுதியைத் தமது கடலாளுமையின்கீழ் வைத்திருக்க எண்ணிய இராஜேந்திரன் தேவிக்கோட்டைப் பகுதியைப் பயன்படுத்தியிருக்க வேண்டும்.

மேலும் இவனது கங்கைப் படையெடுப்பை வெறும் நிலவழி மார்க்கமான படையெடுப்பு என்றே வரலாற்று அறிஞர்கள் சுட்டுகின்றனர். இராஜேந்திரனால் துவங்கப்பட்ட இந்த வடபுலப் படையெடுப்பைக் கடல் மற்றும் நிலமார்க்கமான படையெடுப்பாகப் பார்க்க வேண்டும். நிலவழியாக உத்தரலாடம், வங்கதேசம் வரைப் படைகளை நகர்த்திச் செல்வது என்றால் ஏகப்பட்ட காலவிரையம், மனித ஆற்றலிழப்பு போன்றவற்றைத் தவிர்க்க எண்ணியே இராஜேந்திர சோழன் கடல் மற்றும் நிலமார்க்கமாகவே தமது படைநகர்வுகளை முன்னெடுத்துச் சென்றிருக்க வேண்டும். கங்கைப் படையெடுப்பின்போது வெல்லப்பட்ட சக்கரக்கோட்டம், மதுரை மண்டலம், நாமனைக்கோனை, பஞ்சப்பள்ளி, மாஸுனிதேசம், யயாதிநகர், ஒட்டதேசம், தென்கோசலம், தண்டபுத்தி, தக்கணலாடம், உத்தரலாடம், வங்காளதேசம் போன்ற நாடுகளில் பெரும்பான்மை நாடுகள் வங்கக்கடலை ஒட்டியிருந்த நாடுகளேயாகும்.

தென்கோசலத்தின் தலைநகரான யயாதிநகர் அருகே இருந்த ஒட்டதேசம் வரைப் படை நடத்திச் சென்ற இராஜேந்திரன் ஒடிசா பரூவா துறைமுகத்திலிருந்து சுமார் 20 கி.மீ. தூரத்தில் அமைந்துள்ள மகேந்திரகிரி மலையில் ஜெயஸ்தம்பம் நாட்டு விழாவின்போது ஒட்டதேச வெற்றிக்குத் தோள்கொடுத்த தனது தளபதிக்கு வீர அங்குசத்தையும் விட்டிவாரணமல்லன் என்ற விருதையும் வழங்கிவிட்டுப் பிறகு, தமது கங்கைப் படையெடுப்பின் பொறுப்பினைத் தனது படைத் தளபதிகளிடமே ஒப்படைத்து விட்டு ராஜமுந்திரியின் தென்கிழக்கேயுள்ள கோதாவரி ஆற்றுப் பகுதியில் வந்து தங்கினான். மகேந்திரகிரி மலைக்கு அருகே

ஒட்டதேசத்தின் புகழ்பெற்ற பருவா துறைமுகத்தை அடைந்து கடல்மார்க்கமாகவே இராஜேந்திர சோழன் கோதாவரியை அடைந்திருக்க வேண்டும். கங்கை நதிக்கரையைப் பிடிக்கச் சோழப் படையினர் சோழந்தியா (*Colandia*) என்ற கப்பல்களைப் பயன்படுத்தியுள்ளனர். இதன் மூலம் சோழநாட்டைச் சார்ந்த கடலோடிகள் உள்ளூர்ப் பயணங்களுக்குச் சிறிய ரகக் கரை சார்ந்த கப்பல்களைப் பயன்படுத்தியுள்ளனர் என்பதை அறிகின்றோம். மலாயா, சுமத்ரா போன்ற நாடுகளை அடைய நீண்ட கடற்பயணத்தால் சமுத்திரத்தைக் கடக்கக் கூடிய வலிமைமிக்க பெரிய கப்பல்களையும் பயன்படுத்தியுள்ளனர் என்று வரலாற்று ஆய்வாளர் ஹேமாதேவரே சுட்டுவது மேற்கண்ட கூற்றுக்கு மேலும் வலுச்சேர்ப்பதாகவே உள்ளது.

திருக்கழிப்பாலை பால்வண்ணநாதர் கோயிலில் நான்கு சோழர்கால கல்வெட்டுக்கள் உள்ளன. இதில் முதலாம் இராஜராஜ சோழனின் 26ஆவது ஆட்சியாண்டைச் சார்ந்த கல்வெட்டில் மஹாதேவன் என்பவன் நந்தா விளக்கு எரிப்பதற்காகப் பத்து காசுகளைத் தானமாக வழங்கியுள்ளதைக் குறிப்பிடுகிறது. இராஜேந்திரசோழனின் காலத்தில் வெளியிடப்பட்டுள்ள சிதைந்த கல்வெட்டு ஒன்றில் கங்கைகொண்ட சோழபுரத்திலிருந்த திரிபுவனமாதேவிப் பேரங்காடியைச் சார்ந்த கூத்தன் அடிகள் என்ற வணிகன் பொன் வழங்கியுள்ளதையும் இவன் பெருநல்லூர் என்ற ஊரினைப் பூர்விகமாகக் கொண்டவன் என்ற தகவலையும் கூறுகிறது. இம்மன்னரது மற்றொரு சிதைந்த கல்வெட்டில் பூர்வதேசம், கங்கை, கடாரம் கொண்ட போன்ற சொற்களும், கங்கைகொண்டசோழபுரம் மாளிகையின் குளியல் அறைப் பணிப்பெண்ணாக பணியாற்றிய ஒருவர் இக்கோயிலுக்குத் தானங்களை வழங்கியுள்ள தகவலையும் சுட்டுகிறது. விக்கிரமசோழ பிரம்ம மாராயன் என்பவன் திருக்கழிப்பாலை பால்வண்ணநாதருக்கு நாள்தோறும் ஒரு நாழி தும்பைப்பூ வழங்குவதற்காக தானம் வழங்கியுள்ளதை மற்றொரு துண்டுக் கல்வெட்டின் வாயிலாக அறியலாகிறது.

எனவே இராஜேந்திர சோழன் காலத்தில் கொள்ளிடம் ஆற்றின் வழியாக தலைநகர் கங்கைகொண்டசோழபுரத்திற்குச் செல்லும் நீர்வழிப்பாதையின் அருகில் இக்கோயில் கட்டப்பட்டிருந்ததாலேயே கங்கைகொண்டசோழபுரம் பேரங்காடியைச் சார்ந்த வணிகரும், மன்னரின் மேலாண்மையைப் பெற்றிருந்த பணிப்பெண்ணும் இக்கோயிலுக்குத் தானங்களை வழங்கிச்

சிறப்பித்துள்ளதை நோக்கும்போது தேவிக் கோட்டைக்கும், கங்கைகொண்டசோழபுரத்திற்கும் இடையே நிச்சயமாகக் கொள்ளிடத்தின் வழியாக நீர்வழிப்பாதை இருந்திருக்கவேண்டும். மேற்கண்ட வணிகனின் ஊரான பெருநல்லூர் என்ற ஊர் இன்று நல்லூர் என்ற பெயருடன் மகேந்திரப்பள்ளியின் தெற்குப்பகுதியில் அமையப்பெற்றுள்ளது.

ஜெயங்கொண்டப்பட்டினம்

தேவிக்கோட்டையின் முந்தையப்பெயர் ஜெயங்கொண்டப்பட்டினம் என எஸ். கிருஷ்ணசுவாமி ஐயங்கார் அவர்கள் எழுதிய *South India And Her Muhammadan Invaders* என்ற நூலின் மூலம் அறியமுடிகிறது. "*A little way to the north of it was Naga patam; Kaveripatam at the mouth Kaveri; Jayangondapattanam near the mouth of the Coleroon and so on*" *...(page no 65)* எனக் குறிப்பிடுகிறார். எனவே ஐயங்கார் அவர்கள் சுட்டுவதிலிருந்து கொள்ளிடம் ஆற்றின் கழிமுகப்பகுதியில் வங்கக்கடலை ஒட்டியவாறு ஜெயங்கொண்டப்பட்டினம் என்ற துறைமுகநகரம் இருந்துள்ளதாகக் கருத இடமுள்ளது. இன்று தேவிக்கோட்டை என்று அழைக்கப்படும் பகுதியே அக்காலத்தில் ஜெயங்கொண்டப்பட்டினமாக இருந்திருக்கிறது. முதலாம் இராஜராஜசோழனின் விருது பெயர்களுள் ஒன்று ஜெயங்கொண்டான் என்பதாகும். அதன் நினைவாகவே இத்துறைமுகப் பட்டினத்திற்கு அப்பெயர் சூட்டப்பட்டிருக்க வேண்டும். இருப்பினும் இராஜேந்திர சோழனின் மகனான முதலாம் இராஜாதிராஜனுக்கும் ஜெயங்கொண்ட சோழன் என்ற பட்டப்பெயர் உண்டு. இவனது காலத்தில் உருவாக்கப்பட்ட ஊரே கங்கைகொண்டசோழபுரத்திற்கு அருகேயுள்ள ஜெயங்கொண்டப்பட்டினமாகும்.

பழைய திருக்கழிப்பாலைக்கு மேற்கே கொள்ளிடம் ஆற்றின் வடகரையில் ஜெயங்கொண்டப்பட்டினம் என்ற ஊர் அமைந்துள்ளது. இவ்வூர் தற்போது தேவிக்கோட்டையிலிருந்து சுமார் 3 கி.மீ. தூரத்தில் உள்ளது. ஆனால் 1906ஆம் ஆண்டு நிலப் பைசல் ஆவணத்தில் தேவிக்கோட்டைப்பகுதி ஜெயங்கொண்டப் பட்டினத்தின் உட்கிடைப்பகுதியாக இருந்ததைச் சுட்டுகின்றன. திருக்கழிப்பாலை பால்வண்ணநாதர் கோயிலைக் கற்றளியாக மாற்றிய பெருமை முதலாம் பராந்தகச் சோழனையே சாரும். இக்கோயிலிலுள்ள சிற்பங்களான துவாரபாலகர்கள், கொற்றவை,

லிங்கோத்பவர், இந்திரன், பிரம்மா, விஷ்ணு, நந்தி போன்ற சிலைகளில் பராந்தகனின் கலைப்பாணியின் தாக்கம் அதிகம் காணப்படுவதால் இக்கோயில் இவனது காலத்தில் கற்றளியாக கட்டப்பட்டதாகக் கருதலாம். எனவே திருஞானசம்பந்தரின் பாடல்கள், களஆய்வில் சேகரிக்கப்பட்ட தொல்சான்றுகள், பிற்கால நிலப்பரிவர்த்தனை ஆவணம், எஸ்.கிருஷ்ணசுவாமி ஐயங்கார் அவர்களின் *South India And Her Muhammadan Invaders* என்றநூல் போன்றவற்றின் வாயிலாக, சுமார் 1600 ஆண்டுகளுக்கு முன்பிருந்தே கொள்ளிடம் ஆற்றின் கழிமுகப்பகுதி துறைமுகப்பட்டினமாகத் திகழ்ந்துள்ளதை அறியமுடிகிறது. இந்த ஆவணங்களை முன்னோக்காகக் கொண்டு எதிர்வரும் காலத்தில் இப்பகுதியில் விரிவான அகழாய்வுப் பணியினை அரசு மேற்கொள்ளுமேயானால் அப்பொழுதுதான் இப்பகுதியின் வரலாறு முழுமையாக வெளியுலகிற்குத் தெரிய வருவதோடு இராஜேந்திர சோழன் தஞ்சையிலிருந்து கங்கைகொண்ட சோழபுரத்திற்குத் தலைநகரை மாற்றியதற்கான நிலவியல் காரணத்திற்கான அறிவியல் பூர்வமான விடையும் கிடைக்கப்பெறும்.

3

பண்டைய நகரங்களும் அதன் நிலவியல் வரலாறும்

உலகில் தோன்றிய எண்ணற்ற நகரங்களின் தோற்றவியலில் அவர்கள் எப்படிப்பட்ட நிலவியல் சார்ந்த இடங்களைத் தேர்வு செய்து வாழ்ந்தனர் என்பதைப் பற்றிய ஆவணங்கள் இன்றுவரையில் முழுமையாகக் கிடைக்கப்பெறவில்லை. தொல்லியல் அகழாய்வு, காந்தவிசைப் பகுப்பாய்வு, மரபணு சோதனைகள் போன்ற தரவுகளின் வழியாக ஓரளவு அறியமுடிகிறது. எனவேதான் கிடைக்கப்பட்ட சான்றுகளைக்கொண்டு பண்டைக்கால நகர மக்கள் அவர்களுக்கு ஏற்பட்ட சவால்களை எவ்வாறு ஏற்று அதனைச் சமாளித்து வாழ்ந்தனர் என்பது நிலவியல் நோக்கில் இங்கு ஆராயப்படுகிறது. வடமேற்கு இந்தியப்பகுதியில் தோற்றம் பெற்றிருந்த சிந்து சமவெளி நாகரிகம் சரியான நிலப்பரப்பில் தோன்றியிருந்தாலும் நிலம், காற்று, நெருப்பு, நீர் போன்றவற்றால் எந்தவித இடர்ப்பாடும் அங்கு ஏற்படவில்லை அதனால்தான் ஹரப்பா, மொகஞ்சதாரோ போன்ற பெருநகரங்கள் அழிவுற்றதற்கான காரணங்கள் பலவாகப் பேசப்பட்டாலும் அங்கு நிலவிய தாறுமாறான சீதோஷ்ண நிலையும் கொள்ளைநோய்களின் தொடர்த் தாக்குதல்களாலும் அந்நகரங்கள் அழிவுற்றதாகச் சமகால ஆய்வறிஞர்கள் கூறுகின்றனர். இவ்வாறு உலகில் உள்ள புகழ் பெற்ற நகரங்களின் தோற்றம், வளர்ச்சி, இடர்ப்பாடுகள், வீழ்ச்சி இவைகளுக்கு நிலவியல் எந்த அளவிற்குக் காரணமாக இருந்துள்ளது என்பதை வரலாற்றுப் பதிவுகளின் அடிப்படையில் காண்போம்.

ஸ்பார்ட்டாவும் - ஏதென்சு நகரமும்

ஒரு நாகரிகத்தின் நீடித்த ஆயுளைத் தீர்மானிக்கும் காரணிகளில் பிரதான காரணியாக விளங்குவது அதன் நில அமைவியலேயாகும்.

இக்கருதுகோள் ஒருநாடு அல்லது ஒரு அரசின் உருவாக்கத்திற்கும் பொருந்தும். பண்டைக்காலத்தில் புதிதாக உருவாக்கப்பட்ட நகரங்கள், ஊர்கள் போன்றவற்றின் உருவாக்கப் பின்னணியில் நிலம்சார் அளவீடுகள் முறையாகப் பின்பற்றப்பட்டதால்தான் அவை இன்றுவரை நீடித்த ஆயுளுடன் விளங்கிவருகின்றன. இருப்பினும் நில அமைவியலில் ஏற்பட்ட குறைபாடுகளின் இடர்ப்பாட்டினால் அழிவுற்ற நாடுகள், அரசுகள், நகரங்கள், ஊர்கள் போன்றவற்றின் சுவடுகள் வரலாற்றின் பக்கங்களில் நிரம்ப இடம்பெற்றிருப்பதையும் காணமுடிகிறது. பன்னெடுங்காலமாக நிலம்சார் அமைவியல்தான் ஒரு நாட்டில் எந்த வகையான ஆட்சியியல் சித்தாந்தம் தோற்றம் பெறவேண்டும் என்பதைத் தீர்மானித்துள்ளது. இக்கருத்துருவாக்கத்திற்குச் சிறந்த எடுத்துக்காட்டுகளாகத் திகழ்பவை ஸ்பார்ட்டாவும் ஏதென்சுமாகும்.

இந்த இரு நகர அரசுகளும் இன்றைய ரஷ்யா, அமெரிக்கா போன்று இரு வேறுபட்ட அரசியல் சித்தாந்தங்களைத் தன்னகத்தே கொண்டவற்றிற்கு ஒப்பானதாகும். குறிப்பாக ஸ்பார்ட்டாவின் மக்கள் ஒவ்வொருவரும் ஸ்பார்ட்டா நாடே தெய்வமென்றும், நாட்டுக்காகவே ஒவ்வொரு குடிமகனும் வாழவேண்டுமென்ற தீவிர அரசியல் கோட்பாட்டினைத் தன்னகத்தே கொண்டிருந்தனர். ஆனால் ஏதென்ஸிலோ தனிமனிதனுக்காகவே நாடு இருக்கிறதே ஒழிய நாட்டுக்காக மக்கள் அல்லர் என்ற மாண்புநெறி ஒவ்வொரு குடிமக்களின் உள்ளத்திலும் ஆழமாக விதைக்கப்பட்டிருந்தது. மேலும் இங்கு தனிமனித சுதந்திரம் போற்றப்பட்டதன் விளைவாக மக்களாட்சி என்ற சுவாசக் காற்றினை இம்மக்கள் சுவாசித்துவந்தனர். அதனால்தான் ஸ்பார்ட்டாவில் இராணுவ ஆட்சி எழுச்சி பெற்று செல்வச் சிறுகுடியாட்சி (OLIGARCHY) ஏற்பட்டது. இதன் விளைவாக அங்கு பொதுவுடைமை (COLLECTIVISM) பெரிதும் போற்றப்பட்டது. ஆனால் ஏதென்ஸிலோ தனியுடைமை (PRIVATE PROPERTY) என்ற மாண்பமைக் கோட்பாடு பெரிதும் போற்றப்பட்டதோடு கிரேக்கக் கலைகளின் தாயகமாகவும் இந்நகர் விளங்கிற்று.

ஏனைய நகர அரசுகளைப் போலன்றி ஸ்பார்ட்டாவானது, தனக்கேயுரிய தனிப்பட்ட முறையில் வளர்ந்தது. மேலும் கிரேக்க நகர அரசுகளில் பின்பற்றப்பட்ட மக்களாட்சி என்ற அரசியல் சித்தாந்தம் இங்கு ஏற்படாமல் போனதோடு மட்டுமல்லாமல் சர்வாதிகாரமிக்க ஒற்றையாட்சியே அங்கு ஏற்பட்டது. கலை,

பண்பாட்டுத்துறையிலும் அங்கு மாபெரும் தேக்க நிலையே நிலைபெற்றிருந்தது. இதற்கெல்லாம் முக்கியக் காரணம் அதன் நிலம் சார் அமைப்பேயாகும். லேக்கோனியா எனும் பள்ளத்தாக்கின் கடைக்கோடியில் ஸ்பார்ட்டா அமைந்திருந்தது.

வடகிழக்கிலும் வட மேற்கிலும் மலைகளால் அது சூழப்பட்டிருந்தது. அம்மலைகளிலிருந்து பாய்ந்து வரும் யூரோட்டஸ் எனும் நதிப்படுகையே லேக்கோனியச் சமவெளியாகும். இச்சமவெளிக்குத் துறைமுகங்கள் எதுவும் கிடையாது. தெற்கேயுள்ள விரிகுடாவின் மூலமாகவே ஸ்பார்ட்டர்கள் கடலுக்குச் செல்லமுடியும். இந்நிலம்சார் குறைபாடே ஸ்பார்ட்டர்களை அயலக நாட்டினருடனான வர்த்தக ரீதியாகவோ அல்லது கலை மற்றும் பண்பாட்டு ரீதியாகவோ அவர்களால் தொடர்பு கொள்ளவும் அவற்றின் துணைகொண்டு தமது நிலையில் முன்னேற்றமடையவும் அவர்களுக்கு வாய்ப்பே இல்லாமல் போனது. இதனால்தான் நிலப்பிரபுக்களுக்குப் போட்டியாக ஒரு நடுத்தர வர்க்கம் ஸ்பார்ட்டாவில் தோன்றாமலேயே போய்விட்டது. ஸ்பார்ட்டாவில் மக்களாட்சி என்ற மலர் மலராமல் போனதோடு அல்லாமல், தொடர்ப்போரினால் அதிக உயிரிழப்பு ஏற்பட்டு மனித ஆற்றல் பற்றாக்குறையால் ஸ்பார்ட்டா மீள் எழுச்சி பெற முடியாத அளவிற்கு விழ்ச்சியுற்றது. இதன் மூலம் ஒருநாட்டில் எப்படிப்பட்ட அரசியல் கோட்பாடுகள் எழுச்சிபெறுவதைக்கூட அம்மண்டலத்தின் நிலம்சார் அமைப்பு தீர்மானித்துள்ளதை ஸ்பார்ட்டா நகர வரலாற்றில் காணமுடிகிறது.

மெசபொடேமிய நகரங்கள்

நைல் நதிப் பள்ளத்தாக்கில் எகிப்திய நாகரிகம் தோன்றியது போலவே யூப்ரடிஸ், டைகிரிஸ் என்னும் இரு நதிகள் பாயும் சமவெளியில் பல நாகரிகங்கள் தோன்றின. இந்த இரு நதிகளும் வடக்கே உள்ள ஆர்மீனிய மலைகளில் உற்பத்தியாகித் தெற்கு நோக்கி ஓடிப் பாரசீக வளைகுடாவில் கலக்கின்றன. பண்டைக்காலத்தில் ஒன்றுக்கொன்று இணையாக ஓடிக் கடலில் கலந்த இந்நதிகளுக்கிடையே சுமார் 170 மைல் நீளமும், 40 மைல் அகலமும் கொண்ட ஒரு வளமான சமவெளி அமைந்திருந்தது. அச்சமவெளியே மெசபொடேமியா என்று அழைக்கப்பட்டது. மெசபொடேமியா என்ற கிரேக்கச் சொல்லுக்கு இருநதிகளுக்கிடையே உள்ள நாடு என்று பொருள். ஆண்டுதோறும் இந்நதிகளில் வரும்

அதிக வெள்ளப்பெருக்கின் மூலமாக எழுபத்திரண்டடி அளவிற்கு வண்டல்மண் இச்சமவெளியில் வந்து படிகின்றன. அதனால்தான் பாரசீக வளைகுடாவின் விளிம்பானது நாளுக்குநாள் உள்நோக்கிப் போய்க் கொண்டேயிருக்கிறது. இந்த இருநதிகளும் கடலோடு கலக்கின்ற இடத்தில்தான் எரிடு *(Eridu)*, ஊர் *(Ur)* என்ற இரு புகழ்பெற்ற நகரங்கள் அமையப்பெற்றிருந்தன. பண்டைக்காலத்தில் வளைகுடாவின் கரையில் அமைந்திருந்த இந்நகரங்கள் இன்று உள்நாட்டில் 125 மைல்கள் தள்ளிக் காணப்படுகின்றன. மற்ற இடங்களில் இருப்பதைப் போன்று இங்குள்ள மண் அடிக்கடி பயிர் செய்யப்படுவதால் தனது செழுமையை இழப்பதேயில்லை. காரணம் ஆண்டுதோறும் புதிய வண்டல்மண் இப்பெருவெளியில் வந்து சேர்ந்து கொண்டே இருக்கிறது. முப்போகம் விளைவிக்கத்தக்க வகையில் முழுமையான செழிப்புடன் இச்சமவெளிப் பகுதியானது திகழ்ந்து வருகிறது. இதன் விளைவாகவே மெசபொடேமியா வேளாண் உற்பத்தியில் எகிப்திற்கு இணையாகத் திகழ்ந்ததால் இவ்விருநாடுகளையும் பண்டைக்காலத்தில் உலகின் தானியக் களஞ்சியங்கள் என அழைக்கப்பட்டது.

விவிலிய நூலில் விவரிக்கப்படும் பாலும் தேனும் ஓடுகின்ற பாபிலோன் நகரம் இங்குதான் தோற்றம் பெற்றிருந்தது. எகிப்தில் நிறைய கற்கள் கிடைப்பதுபோல சுமேரியாவில் கிடைப்பதில்லை. வெறும் வண்டல்மண் மட்டுமே எங்கு பார்த்தாலும் காணப்பட்டன. எனவேதான் இந்நாகரிகத்தைச் சார்ந்த மக்களின் வீடுகள் அனைத்தும் களிமண்ணாலேயே கட்டப்பட்டிருந்தன. சுமேரிய நாகரிகத்தின் நிலம் சார் அமைப்பானது மென்மைத் தன்மைக் கொண்ட களிமண் பரப்பின் மீது எழுப்பப்பட்ட நாகரிகமென மேனாட்டு நிலம்சார் ஆய்வாளர்கள் சுட்டுகின்றனர். எனவேதான் சுமேரிய மக்கள் தங்களின் நிலப்பரிவர்த்தனை, வீடுகளின் கட்டுமான வரைபடங்கள், அரசின் ஆணைகள், தனிமனித வணிகப் பரிவர்த்தனை ஆவணங்கள் போன்றவற்றைக் களிமண் பலகையில் எழுதி அதனைப் பாதுகாத்து வைத்திருந்தனர். குறிப்பாக ஈரக் களிமண்ணில் எழுதப்பட்ட ஆவணங்கள் தீயினால் சுடப்பட்டும் வெயிலில் உலர்த்தப்பட்டும் தங்களின் பாதுகாப்பில் பத்திரப்படுத்தி வைத்திருந்தனர். இதன் மூலம் சுமேரிய மக்களின் கல்வி மேம்பாட்டினை அறியமுடிகிறது.

மேலும் சுமேரிய மக்கள் தம்மொழிக்கென தனித்துவமிக்க எழுத்துருக்கள், வரிவடிவங்கள் போன்றவற்றில் தன்னிறைவைப் பெற்று அறிவுசார் மக்களாக உயர்வு பெற்றதற்கு அம்மண்டலத்தின்

நிலம்சார் அமைப்பே முக்கியப் பங்காற்றியுள்ளது எனலாம்.

இந்தியாவில் வலிமைமிக்க பாறைகளைக் கொண்ட மலைகள் இருந்ததால் அம்மலைகளில் இருந்து பெறப்பட்ட பாறைகளைப் பண்டைக்கால மக்கள் எழுதுபொருளாக பயன்படுத்தியதால்தான் இன்று ஒரு லட்சத்திற்கும் மேற்பட்ட கல்வெட்டுக்கள் கிடைத்துள்ளன. அழியாப் பொருளாகிய கற்பாறைகள், செப்புத் தகடுகளை எழுது பொருட்களாக இந்தியர்கள் பயன்படுத்தியதற்கு முக்கியக் காரணம் இந்தியாவின் நிலவியல் அமைப்பேயாகும். எனவே ஒரு மண்டலத்தில் வசிக்கும் மக்களின் மொழியாளுமை, கல்வித்தரம், எழுதுபொருட்களின் தன்மை மற்றும் ஆயுள் போன்றவற்றை அம்மண்டலத்தின் நிலம்சார் அமைப்பே தீர்மானிக்கும் சக்தியாக இருந்துள்ளதைச் சுமேரிய மற்றும் இந்திய மக்களின் மாறுபட்ட எழுதுபொருட்களின் தன்மையின் வழியாக அறியமுடிகிறது. மேலும் நாவிற்கினியதும் உயிர்ச்சத்து நிறைந்ததுமான பேரீச்சம் பழங்களையும், கோதுமையையும் யூப்ரடிஸ், டைகிரிஸ் ஆற்றின் களிமண் சமவெளியே ஆண்டு முழுவதும் விளைவித்துத் தந்தது. எனவேதான் சுமேரிய நாகரிகத்தைக் களிமண் மீது எழுப்பப்பட்ட நாகரிகம் என்று நிலவியல் அறிஞர்கள் சுட்டுகின்றனர்.

ரோம் நகரம்

இன்றைய உலகில் பெருஞ்சிறப்புடன் திகழும் ஐரோப்பிய நாகரிகம் எனும் கட்டடத்தின் இருபெரும் தூண்களெனக் கருதத்தக்கவை கிரேக்க, ரோமானிய நாகரிகங்களாகும். ரோமானிய நாகரிகம், கிரேக்க நாகரிகத்தின் அடிச்சுவட்டைப் பின்பற்றி எழுச்சி பெற்றதாகும். கிரேக்க நாகரிகம் எனும் தாய்க்குப் பிறந்த குழந்தையே ரோமானிய நாகரிகம் என்பார் அர்னால்டு டாயன்பீ. கிரேக்க நாகரிகத்தின் சிறப்பு மங்க ஆரம்பிப்பதற்கு நெடுநாட்களுக்கு முன்பே இத்தாலியில் உள்ள டைபர் நதிக்கரையில் ரோமானிய நாகரிகம் தோன்றிவிட்டது. கிரேக்க நாகரிகம் நாளடைவில் பொலிவிழந்து இருக்குமிடம் தெரியாமல் மறைந்துவிட்டபோது ரோமானிய நாகரிகம் நன்கு வளர்ச்சியடைந்திருந்தது. எனினும் அறிவுத்துறையிலும், கலைத்துறையிலும் ரோமானியர்கள், கிரேக்கர்களைப் போன்று அவ்வளவாக முன்னேற முடியவில்லை. அதற்கு முக்கியக் காரணம் அந்நாட்டின் நிலவியல் குறைபாடுகளேயாகும்.

குறிப்பாக கிரேக்க நாட்டுக்கடற்கரையைப் போன்று

இத்தாலியின் கடற்கரை நன்கு உடைபட்டுப் பல துறைமுகங்களுக்குத் தாயகமாக விளங்கவில்லை. டெரன்டம், நேபிள்ஸ் என்ற இருபெரும் துறைமுகங்களைத் தவிர வேறு நல்ல துறைமுகங்களே அங்கு இல்லை எனலாம். எனவே பிற நாடுகளோடு வாணிபம் செய்யவும், பிற நாகரிகங்களோடு தொடர்புகொண்டு அவற்றின் சிறப்பியல்புகளை உட்கொள்ளவும், கிரேக்கத்தைப் போன்று இத்தாலிக்கு வாய்ப்பில்லாமல் போய்விட்டது. குறிப்பாகக் கிரேக்கதில் இருந்ததைவிட அதிகமான பரப்பளவுள்ள செழிப்பான நிலங்கள் இத்தாலியில் இருந்தது. போ *(PO)* நதி போன்ற ஆறுகளால் நீர்வளமும் நிலவளமும் ஒருங்கே பெற்ற சமவெளிகள் இத்தாலியில் ஏராளமாக இருந்ததால் அம்மக்கள் வேளாண்மையிலேயே பெரிதும் நாட்டமுடையோராய் விளங்கினர். அதனால்தான் அயலக வியாபாரத்தில் அவர்கள் அதிகக் கவனம் செலுத்தவேயில்லை. கிரேக்கத்தைப் போலல்லாது இத்தாலி, அயல்நாடுகளின் தாக்குதல்களுக்கு எளிதில் ஆளாகும் நிலவியல் அமைப்பு கொண்டது. காட்டுமிராண்டி இனக்குழுக்களினால் ஏற்பட்ட திடீர்த் தாக்குதல்களைச் சமாளிக்க முடியாமல் ரோமப்பேரரசு பல நேரங்களில் திணறிற்று.

வடக்கே ஆல்ப்ஸ் மலை இருந்தாலும் அது நம் இமயமலையைப் போன்று வானளாவ உயர்ந்து விளங்கவில்லை. எனவேதான் வடக்கேயிருந்த பல ஐரோப்பிய இனக்குழுவினர் எளிதில் அதனைக் கடந்து இத்தாலியின் மீது அடிக்கடி படையெடுத்த வண்ணம் இருந்தனர். மேலும் இத்தாலி ஒரு தீபகற்ப நாடு என்பதால் கடலின் மூலமாகவும் எதிரிகள் அதனைத் தாக்க எளிதாக இருந்தது. எனவே இத்தாலியர்கள், அந்நியப் படையெடுப்புகளில் இருந்து தங்களைக் காத்துக் கொள்ள வேண்டிச் சதா இராணுவ முயற்சிகளிலேயே ஈடுபட்டுக் கொண்டிருக்க வேண்டிய கட்டாயம் ஏற்பட்டது. இந்த நிலவியல் குறைபாடுதான் கலை, கட்டடக்கலை, இலக்கியம், ஓவியக்கலை போன்றவற்றில் அவர்களால் கருத்தைச் செலுத்தி அவற்றில் தேர்ச்சி பெற அம்மக்களுக்கு ஒய்வே இல்லாமல் போய்விட்டது. எனவேதான் ரோமானியர்கள் ஆக்கத்திறன் செறிந்த கலைகளைத் தாமே உண்டாக்குவதற்குப் பதிலாகப் பிறரிடம் கடன் வாங்கி அவற்றைத் தம்வயமாக்கிக் கொள்ளலாயினர். இது ஒரு வகையான நிலவியல் குறைபாடே எனலாம். ஆனால் கிரேக்கக் கலையை உள்வாங்கிக் கொண்ட வடக் இந்திய கட்டடக்கலை அதனை காந்தாரக் கலையாக வளர்த்ததைப் போன்று தென்னிந்தியாவில்

கோலோச்சிய அரசுகள் பிற நாகரிகக் குழுக்களிடமிருந்து எதனையும் கடன்பெறாமல் தனக்கென தனித்துவமான கலப்பிடமில்லாத ஒரு கலைப்பாணியை உருவாக்கிகொண்டதற்கும் காரணம் தென்னிந்திய நிலவியல் சூழலேயாகும். எனவேதான் நிலவியல் அமைப்பு சாதகமில்லாப் பகுதியில் தோன்றிய எத்தனையோ நாகரிகங்களின் தனித்துவமில்லா நுண்கலைகள் பல இன்று தடம் காணமுடியாத அளவிற்கு அழிவுற்றதற்குக் காரணம் நிலவியல் குறைபாடேயாகும். அதனால்தான் பிறநாடுகளில் இருந்து கடன் வாங்கப்பட்ட கலைநுட்பங்கள் இன்று ஏடுகளில் இடம்பிடித்த அளவிற்குச் சமகால மக்களின் மனங்களில் இடம் பிடிக்க முடியாமல் போயிற்று. ஆனால் தமிழர்களின் பாரம்பரியம் மிக்க கலைகள் அத்தனையுமே கவின்மிகு கலைகளாக இன்று வரை மக்களின் மனங்களில் வாழ்ந்து வருவதற்குக் காரணம் அவை தனித்துவம் மிக்க கூறுபாட்டினைப் பெற்றிருப்பதாலேயாகும்.

இத்தாலியின் நடுவே அதன் முதுகெலும்பு போன்று அபெனைன் மலைத்தொடர் செல்கிறது. அதன் கிளைகளுக்கிடையே பல பள்ளத்தாக்குகள், மத்தியிலும் தெற்கிலும் உள்ளன. ஆனால் வடக்கே உள்ள சமவெளி போன்று அவை அவ்வளவு செழிப்பானவையல்ல. தெற்கேயுள்ள பல பிரதேசங்கள் வெறும் பொட்டல் காடுகளாகும். அங்கு வேளாண்மை செய்தல் என்பது இயலாத காரியமாகும். முக்கியத் துறைமுகங்களும் வாணிபத் தளங்களும் இத்தாலியின் மேற்குப்பகுதியிலேயே அமையப்பெற்றிருந்தன. கிரீஸில் அவை கீழைப்பகுதியில் அமைந்திருந்தன. அதனால்தான் கிரீஸ் கிழக்கு நோக்கியும், ரோமாபுரி மேற்கு நோக்கியும் அதிகமாகத் தமது ஏகாதிபத்திய நடவடிக்கைகளில் ஈடுபடக் காரணமாக அமைந்திருந்தன. தெற்கேயுள்ள நதிகளில் முக்கியமானது டைபர் (TIBER) நதியாகும். இதன் கரையில்தான் ரோம் நகர் அமைந்துள்ளது. நாட்டின் பெரும்பாலான பகுதிகள் நல்ல மழையைப் பெறுகின்றன. காலநிலை ஆண்டு முழுவதும் மிதமாக இருப்பதால் மக்கள் எப்பொழுதுமே சுறுசுறுப்புடன் செயல்படுகிறார்கள். ஏறக்குறைய ஐரோப்பாவின் நடுநாயகமாக இத்தாலி திகழ்வதால் நான்கு திசைகளிலிருந்தும் பல்வேறு பண்பாடுகளைக் கொண்ட மக்கள் கூட்டம் அங்கு வரவும் நாகரிகங்கள் ஒன்றோடொன்று கலக்கவும், இத்தாலியப்பண்பாடு அதன் மூலம் நல்ல ஊட்டம் பெறவும் வழி ஏற்பட்டது.

ஒரு ஊரைப் புதியதாக உருவாக்குவது என்பதோ அல்லது ஒரு நகரை உருவாக்குவது என்பதோ அக்காலத்தில் எளிதான விடயமாக இருந்துள்ளதை வரலாற்றின் பக்கங்களில் காணமுடிகிறது. ஆனால் புதியதாக ஒரு பேரரசிற்குத் தேவையான தலைநகரை உருவாக்க வேண்டும் என்றால் அது சாதாரணமான முயற்சியாகக் கருத முடியாது. மனித உடலுக்கு இதயம் போன்றது ஒரு நாட்டின் தலைநகரம். எனவேதான் தலைநகர் உருவாக்கம் என்பது தனிமனிதனின் எண்ணங்களின் அடிப்படையில் தோற்றம் பெறுவதல்ல. மாறாக அது நிலவியல் அடிப்படையிலான கருத்துருவாக்கக் கோட்பாட்டினை உள்ளடக்கியதாக இருக்கவேண்டும். அதோடு மட்டுமன்றி தாம் பிறந்த மண்ணோடு தொடர்புடையது மானுடத்தின் எண்ண உணர்வுகள். அதனால்தான் பிறந்த மண்ணை விடுத்து மனிதர்களை வேறு இடத்தில் புலம்பெயர வைக்கவேண்டும் என்ற மன்னர்களின் கருத்துருவாக்கக் கோட்பாடுகள் பல இடங்களின் தோல்வியுற்றுள்ளதை வரலாற்றில் காண்கிறோம். சற்றேறக் குறைய 255 ஆண்டு காலம் சோழப்பேரரசின் தலைநகரமாக விளங்கிய கங்கை கொண்டசோழபுரத்தின் அழிவிற்கு நிலவியல் குறைபாடோ, வல்லரசுகளின் எழுச்சியோ அல்லது குறுநில மன்னர்களின் புரட்சியோ காரணமல்ல, அது சோழப் பேரரசின் வீழ்ச்சியோடு தொடர்புடையதாகக் கொள்ளவேண்டும்.

கங்கைகொண்ட சோழபுரம் அமையப்பெற்றுள்ள நிலப்பரப்பானது நீண்ட நெடிய சமநிலைக்கொண்ட மிகப் பெரிய நிலவெளிப்பகுதியாகும். இப்பெருவெளியின் நடுநாயகமாகத்தான் சோழப் பேரரசின் தலைநகர் அமையப்பெற்றிருந்தது. இந்த நிலவியல் அமைப்புதான் கங்கைகொண்டசோழபுரத்தின் நீடித்த ஆயுளுக்கும் காரணமாக அமைந்தது. உலகில் பல நகரங்களை இயற்கையே தொடர்ந்து கபளீகரம் செய்துள்ளதைக் காணமுடிகிறது. ஆனால் கங்கைகொண்டசோழபுரம் இக்கோட்பாட்டிலிருந்து சற்று விலகி நிற்பதற்குக் காரணம் அதன் நிலவியல் அமைப்பேயாகும். மன்னரின் மாடமாளிகைகள் வேண்டுமானால் அழிந்திருக்கலாம். ஆனால் தலைநகர் உருவாக்கத்தின் முதல் கட்டுமானமாகிய கங்கைகொண்டசோழபுரம் சோழீஸ்வரர் கோயில் ஆயிரம் ஆண்டுகளைக் கடந்து இன்றுவரை கம்பீரத்துடன் நிற்பதற்குச் சோழநாட்டு நிலவியல் ஆய்வாளர்களின் இடத்தேர்வு மதிநுட்பமே காரணமாகும். தமிழர் மண்ணை ஆள்வதை மட்டுமே அறமாகக் கருதாமல் மண்ணைப் பற்றிய அறிவியலிலும் திறம் மிக்கப்

பண்பாளர்களாக விளங்கியுள்ளனர். அதனால்தான் கடல்சார்ந்த அழிவில் பெற்ற படிப்பினையை நிலம் சார்ந்த விடயத்தில் அவர்களால் எளிதில் வெற்றி கொள்ள முடிந்தது. உலகை தமது வாளினால் வெற்றி பெறவேண்டும் என்று துடித்த பேரறிவாளன் அலெக்ஸாண்டரால் கூடத் தாம் பிறந்த (மாசிடோனியாவில் இருந்த அழகு மிக்க நகரம் பெல்லா) பெல்லா நகரத்தை நிலநடுக்கத்தின் கோரப்பிடியில் இருந்து காப்பாற்ற முடியாமல் போனது. உலகையே வென்ற மாமன்னனாக வரலாற்றின் ஏடுகளில் புகழப்படும் அலெக்ஸாண்டர் நிலம் சார்ந்த நுட்பவியலில் தோல்வியே தழுவியுள்ளார். உலகில் பல நகரங்கள் சரியான நிலம்சார் அமைவியலின்படி உருவாக்கப் பட்டிருந்தாலும் அம்மண்டலத்தில் நிலவிய தாருமாரற்ற நிலவியல் குறைபாட்டுச் சவால்களைச் சமாளிக்க முடியாமல் அழிவுற்ற நகரங்களில் முன்னிலை பெற்றிருப்பதை இத்தாலிய நாட்டு வரலாற்றின் ஏடுகளில் காணமுடிகிறது. இரண்டாயிரம் ஆண்டுகளுக்கு முன்பு இத்தாலியின் திலகமாகத் திகழ்ந்த பொம்பேயி *(POMPEII)* என்ற நகரம் இன்று சாம்பல் மேடாகக் காட்சியளிப்பதற்கு முக்கியக்காரணம் நிலவியல் குறைபாடேயாகும்.

பொம்பேயி நகரம்

இந்நகரம் இத்தாலியின் தென்பகுதியில் நேபிள்ஸ் வளைகுடாவின் அருகே அமைந்த சிறப்புமிகு நகரமாகும் கி.பி.79ஆம் ஆண்டு புகழின் உச்சத்தில் இருந்தது. ஆனால் கி.பி. 79ஆம் ஆண்டு ஆகஸ்ட் 24ஆம் தேதி காலை 8.00 மணியளவில் இந்நகரின் வடக்கே 10 கி.மீ தூரத்திலிருந்த வெசுவியஸ் எரிமலை வெடிக்கத் தொடங்கியது. கந்தக-டை-ஆக்சைடோடு அதிக சாம்பலைக் கக்கியதால் மனிதர்கள் சுவாசிக்க முடியாதவாறு காற்று மாசடைந்தது. இதன் விளைவாக நகர மக்கள் மயங்கி விழுந்தனர். இதற்கிடையே புவி அதிர்வினால் பொம்பேயி *(Pompii)* நகரக் கட்டடங்கள் இடிந்து விழுந்தன. சரியாக மாலை 5.00 மணியளவில் எரிமலைக் குழம்பால் இந்நகர் முழுவதும் தீக்கரையாக்கப்பட்டுவிட்டது. சுமார் பன்னிரண்டு மணிநேரத்திற்குள் பொம்பேயி நகரம் முழுவதும் சுமார் 20 அடி உயரத்திற்கு எரிமலைச் சாம்பலால் மூடப்பட்டு விட்டது. இயற்கை மட்டும் சாதகமாக இருந்திருக்குமேயானால் இந் நகரின் ஆயுட்காலம் நீடித்திருந்திருக்கும். மேலும் மக்கள் அமைதியான வாழ்க்கை வாழ்ந்திருப்பார்கள். ஆனால் நொடிப்பொழுதில் பொம்பேயி நகர மக்களின் எதிர்காலக் கனவுகளைச் சிதைத்து

விட்டது வெசுவியஸ் எரிமலை. இந்நகரில் வாழ்ந்த 70 விழுக்காடு மக்கள் இக்கோர விபத்தால் இறந்து விட்டனர். பொம்பேயி நகரம் சுமார் 100 ஆண்டுகள் மட்டுமே நிலைபெற்றிருந்தது. இந் நகரமக்கள் அயலக மற்றும் உள்நாட்டு வாணிபம், வேளாண்மை போன்றவற்றால் பொருளாதார வளர்ச்சியில் தன்னிறைவைப் பெற்றிருந்தனர். நகரின் பெருவெளியானது மக்களின் வாழ்க்கைக்கு உகந்ததாகவும், காற்றில் மிதமான ஈரப்பதமும் இருந்ததால் மக்கள் அமைதியான ஆரோக்கிய வாழ்வினைப் பெற்றிருந்தனர். ஆனால் பல ஆண்டுகாலமாக அமைதியோடுத் திகழ்ந்த வெசுவியஸ் எரிமலையின் திடீர்ச் சீற்றம் இந்நிலப்பரப்பின் அமைவியலைச் சிதைத்து விட்டதாகவே கருதமுடிகிறது. இத்தாலியின் முதல் பொலியுரு நகரம் என்ற பெருமையும் இந்நகருக்குண்டு.

மைலிடஸ் நகரம்

கி.மு.12ஆம் நூற்றாண்டில் ஆசியா மைனர் பகுதிகளில் தங்களது குடியேற்றங்களைக் கிரேக்கர்கள் விரிவுபடுத்தினர். இவை அனைத்தும் ஈஜியன் கடலை ஒட்டியே இருந்தது. இக்குடியேற்றங்களில் சிறப்புப் பெற்ற நகரமாக விளங்கியது மைலிடஸ் *(MILETUS)* என்ற நகரமாகும். இந்நகரமானது மீண்டர் நதி கடலுடன் கலக்கும் கழிமுகப்பகுதியில் அமையப் பெற்றிருந்தது. அனட்டோலியச் சமவெளியை வளமைப்படுத்தி வந்த மீண்டர் நதியின் வளமையில் இம்மண்டலமே வேளாண் உற்பத்தியில் தன்னிறைவைப்பெற்று மிகை உற்பத்தியில் திளைத்திருந்தது. எனவேதான் மைலிடஸ் நகரமானது செல்வச்செழுப்பின் உச்சத்தில் தனிப் பெரும்நகர அரசாக அது விளங்கிற்று. மக்கள் அமைதியான வாழ்வியல் சூழலோடு வேளாண்மை மற்றும் கடலக வர்த்தகத்தில் ஈடுபட்டுவந்தனர். வளமை இம்மக்களுக்கு கலைகளின்பால் நாட்டமுறவைத்தது. அதனால்தான் இம்மக்களின் நகர அமைப்பு, வீடுகளின் கட்டுமானங்கள், கடைத்தெருக்களின் அமைப்புகள், சாலைகள் போன்றவை சரியான திட்டமிடலுடன் அமைக்கப்பட்டிருந்தன.

நகரின் வடக்குப் பகுதியில் சுமார் 1000 பேர் அமரக்கூடிய அளவில் மிகப்பெரிய கொலோசியமொன்று அமையப்பெற்றிருந்தது. இது மக்களின் பொழுதுபோக்கு மையமாகத் திகழ்ந்தது. மேலும் கிரேக்க மக்களுக்கு முதல் தத்துவ அறிஞரைக் கொடுத்த பெருமையும் இந்த அறிவு நகருக்குண்டு. காரணம் கி.மு. ஆறாம்

நூற்றாண்டில் கிரேக்கத்தில் தோன்றிய ஏழு அறிஞர்களில் முதன்மையான தத்துவ அறிஞராகக் கருதப்படும் தலேஸ்(*THALES*) என்ற பெருமகனார் பிறந்த நகரம் இதுவேயாகும். எனவே கிரேக்கத்திற்கு முதல் தத்துவ மேதையைக் கொடுத்த பெருமைமிகு நகரான மைலிடஸ் கி.மு.12 ஆம் நூற்றாண்டு முதல் கி.பி. 6ஆம் நூற்றாண்டுவரைச் சிறுசிறு நில அதிர்வுகளையும் சந்தித்து வந்தது. ஆனால் பிறகு ஏற்பட்ட பெரு நிலநடுக்கத்தின் சவாலைச் சமாளிக்க முடியாமல் மைலிடஸ் நகரம் முற்றிலும் அழிவுற்றது. பிறகு மீண்டெழுந்தாலும் தனது பழைய நிலையை எட்ட முடியாமல் தள்ளாடியது. இம்மக்களிடமிருந்த அதீத செல்வத்தைக் கவர்ந்து கொள்வதற்காக இச்சூழலைத் தமக்குச் சாதகமாக்கிக் கொண்ட பிறநாட்டினர் இந்நகரைத் தொடர்ந்து தாக்கியதால் முற்றிலுமாக அழிவுற்றது. புகழ்பெற்ற மைலிடஸ் நகர அரசின் அழிவிற்குக் காரணம் நிலநடுக்கம் என்ற நிலவியல் குறைபாடேயாகும்.

ட்ராய் நகரம்

ட்ராய் என்னும் நகரம் மேற்கு ஆசியா மைனரின் ஒப்பற்ற பட்டினமாக விளங்கியதாகும். ட்ராய் நகரமன்னர்கள், ஏனைய மன்னர்களைக் காட்டிலும் செல்வத்திலும் வலிமையிலும் சிறப்புற்று விளங்கியவர்கள். இந்நகரின் நிலவளமோ, நீர்வளமோ மக்களின் வாழ்வியல் சூழலுக்கு ஏற்ற வகையில் அமைந்திருக்கவில்லை. நல்ல வசதியான துறைமுகம்கூட இந்நகருக்கு இல்லை. ஆனால் கேந்திரமான அதன் இருப்பிடமே அதற்குரிய சிறப்புக்கெல்லாம் பெருங் காரணமாயிருந்தது. யூக்சைன் என்று அக்காலத்தே அழைக்கப்பெற்ற கருங்கடலையும் ஈஜியக் கடலையும் இணைக்கின்ற ஹெல்லஸ் பாண்ட் என்ற (தற்போது டார்டெனெல்ஸ் என்று அழைக்கப்படுகிறது) நீரிணைப்பின் நுழைவாயிலில் அமைந்திருந்ததே அதன் இருப்பிடத்தின் சிறப்பாகும். ஈஜியக் கடலிலிருந்து யூக்சைன் கடலை நோக்கிச் சென்ற கப்பல்கள் பல ஹெல்லஸ் பாண்டின் நுழைவாயிலில் பல நாட்கள் அல்லது பலவாரங்கள் கூடத் தங்கவேண்டியிருக்கும். ஏனெனில் கோடைக் காலத்தே வடக்கே இருந்தும், வடமேற்கு மற்றும் வடகிழக்குத் திசைகளிலிருந்தும் கடுமையான புயற்காற்று வீசிய வண்ணம் இருக்கும். அவற்றை எதிர்த்துச் செல்லக்கூடிய வலிமை அக்கால மரக்கலங்களுக்கு இல்லை. எனவே காற்றின் வேகம் ஓய்கின்ற வரையில் கப்பல்கள் ஹெல்லஸ்பாண்டின் வாயிலில் காத்திருப்பதைத் தவிர வேறு வழியில்லை. அங்ஙனம் காத்திருக்க

வேண்டுமானால் கப்பல்கள் நங்கூரம் பாய்ச்சித் தங்கியிருக்கத் தக்கதோர் இடமும், குடிப்பதற்கேற்ற நல்ல தண்ணீரும் தேவை. அத்தகைய வசதிகள் பெசிகாகுடாவின் *(BASIKA BAY)* மேற்குக் கரையிலும், சீமேண்டர் *(SEAMENDER)* சமவெளியிலும்தான் கிடைக்கப்பெற்றன.

இப்பிரதேசம் முழுவதும் ட்ராய் நகரத்தின் கட்டுப்பாட்டிற்குள் இருந்தது. எனவே இங்கு நாங்கூரமிட்டுத் தங்கிய கப்பல்கள் மீதும் வணிகர்கள் மீதும் ட்ராய் மன்னர்கள் சுங்கவரி *(TOLL)* விதிப்பதை வழக்கமாகக் கொண்டிருந்தனர். வேறுவழியின்றி ஹெல்லஸ் பாண்டின் கடற்கரையில் வந்து தங்கிய வணிகர்கள் அனைவரும் ட்ராய் மன்னருக்கு அவர் விதித்த வரியைச் செலுத்திவந்தனர். ஆனால் யூக்சைன் கடற்கரைப் பகுதிகளில் குடியேற விரும்பிய அக்கீயர்களுக்கு ட்ராய் அரசின் போக்கு பிடிக்கவில்லை. தங்களது முன்னேற்றப் பாதையில் முளைத்திருந்த பெரும் முட்டுக்கட்டையென அவர்கள் ட்ராய் மன்னரை நினைத்தனர். அவரைப் போரில் புறமுதுகு காட்டச்செய்து தமது காரியத்தைச் சாதித்துக் கொள்ள அவர்கள் பெரிதும் எதிர்பார்த்திருந்தனர். அவ்வெதிர்பார்ப்பின் விளைவாக எழுந்ததே ஆர்கோனாட்டுக்களின் படையெடுப்பாகும்.

ஆர்காஸ் *(ARGOS)* என்ற கப்பலில் ஏறிக்கொண்டு அவர்கள் ஹெல்லஸ்பாண்டை நோக்கி விரைந்தனர். கடற்கரையில் கப்பலை நிறுத்திவிட்டு ட்ராய் நகரத்துக்குச் சென்று அதை முற்றுகையிட்டனர். ஹேராக்லிஸ் *(HERAELES)* என்பாரின் தலைமையில் அவர்கள் ட்ராய் நகரைச் சூறையாடி அதன் மன்னரான லௌமென்டன் என்பவரையும் தோற்கடித்தனர். அதன்பின் ஹெல்லெஸ் பாண்ட் நீரிணைப்பின் வழியாக யூக்சைன் கடலுக்குள் செல்ல அவர்களுக்கு அனுமதி கிடைத்தது. யூக்சைன் கடற்கரைப் பிரதேசங்களை ஆராய்ந்து வசதியான இடங்களில் ஆர்கொனாட்டுகள் குடியேறினர். அக்கீயர்களால் அழிக்கப்பட்ட ட்ராய் நகரம் விரைவிலேயே மீண்டும் தனது பழைய பெருமையை எய்தியது. எனவே மீண்டும் அக்கீயர்கள் அதன் மீது பொறாமை கொண்டனர். இதற்கிடையே கி.மு.*1193-1192*ஆம் ஆண்டு கிரேக்கர்கள் ட்ராய் நகரத்தின்மீது போர் தொடுத்தனர். இப்படையெடுப்பை மையமாகக் கொண்டு எழுதப்பட்டதே "இலியட்" என்ற ஹோமரது வீரக்காவியமாகும்.

இப்படையெடுப்பு நிகழ்வதற்கு ஏதுவான காரணங்கள் பல.

ஹோமரின் கூற்றுப்படி ஸ்பார்ட்டா நகரின் மன்னரான மெனிலாஸ் (*MENELAUS*) என்பவருடைய மனைவியான ஹெலன் (*HELEN*) என்ற அழகு செறிந்த மங்கையை ட்ராய் நகர மன்னர் ப்ரையாம் (*PRIAM*) என்பவரின் இளையமகன் பாரிஸ் (*PARIS*) என்பவன் கவர்ந்து வந்ததே இப்படையெடுப்பின் உடனடிக் காரணமாகும். விருந்தினர்களை உபசரித்தல் கிரேக்கர்களின் ஒரு தனித்துவம் மிக்க பண்பாகும். அப்பண்பாட்டிற்கேற்ப ஸ்பார்ட்டா மன்னர் மெலிலாஸ் தன்னுடைய அரண்மனைக்கு விருந்தாளியாக வந்த இளவரசன் பாரிஸை அன்போடு வரவேற்று உபசரித்தார். ஆனால் உண்ட வீட்டுக்கே இரண்டகம் நினைத்தான் பாரிஸ்.

ஸ்பார்ட்டாவிலிருந்து இராணி ஹெலனை இரவோடு இரவாக ட்ராய் நகருக்குக் கடத்தி வந்துவிட்டான். இதனைக் கேள்வியுற்ற மெனிலாஸ் கொதித்தெழுந்தார். நாடெங்கும் உள்ள கிரேக்க அரசர்களுக்கு ஓலை அனுப்பித் தமது மானத்தைக் காப்பாற்ற ட்ராய் நகரத்தை முற்றுகையிடும்படி வேண்டிக்கொண்டார். மானத்தை உயிரினும் பெரிதாய்க் கருதி வந்த கிரேக்க அரசர்கள் அனைவரும் ஒன்று சேர்ந்தனர். மெனிலாஸின் உடன்பிறந்தாரான அகமெம்னான் என்ற பெருந்தலைவரின் கீழ் எல்லா அரசர்களும் ஒன்று திரண்டனர். அகமெம்னான் என்பவர் ஆர்காஸ் மைஸினி என்ற நகங்களின் அரசர். அவர் தமது சகோதரரின் நற்பெயருக்கு ஏற்பட்ட மாசினைத் துடைக்க 1200 வலிமைமிக்க போர்க் கப்பல்கள் அடங்கிய கப்பற்படை ஒன்றை உருவாக்கினார். அக்கப்பல்களில் ஏறிக்கொண்டு ஆயிரக்கணக்கான கிரேக்க வீரர்கள் ட்ராயை நோக்கிப் புறப்பட்டனர். ஈஜியன் கடல் வழியாகச் சென்ற அப்படை ட்ராய் நகரத்தை அடைந்தது.

ட்ராய் நகரில் நடைபெற்ற அப்போரானது பத்தாண்டுகளுக்கு நீடித்தது. கிரேக்கப் படையில் தீரமிக்க வீரனாக விளங்கியவர் தேஸாலி மாநிலத்தைச் சேர்ந்த அக்கிலஸ் (*ACHILLES*) ஆவார். ட்ராய் நகரத்தின் பெருவீரனாக இளவரசர் ஹேக்டர் (*HECTOR*) விளங்கினார். அக்காலத்தில் முதலில் இருநாட்டுத் தளபதிகள் மட்டுமே போர் செய்வர். இவர்களில் ஒருவர் சரணடையும் வரை இருவருக்குமிடையே போர் நடந்தவண்ணம் இருக்கும். இவ்வாறாக ஒன்பது ஆண்டுகள் தொடர்ந்து போர் நடைபெற்று வந்தது. இனிமேல் ட்ராய் நகரப்படைகளை வெற்றிகொள்வது கடினமானதாக இருக்கும் எனக்கருதிய கிரேக்கப்படையினர் தந்திரத்தால் ட்ராய் நகரைக் கைப்பற்ற நினைத்தனர். அதன்படி

இத்தாக்க (*ITHACA*) என்ற நாட்டின் இளவரசனான ஒடிசியஸ் (இவனை யுலிசிஸ் என்றும் அழைப்பர்) என்ற வீரமகனின் ஒரு விந்தையான திட்டத்தின்படி மரங்களைக் கொண்டு மிகப் பெரிய குதிரையொன்று வடிவமைக்கப்பட்டது. அம்மரக் குதிரையின் உடலுக்குள் ஒடிசியஸும் திறமை மிக்க நூற்றுக்கும் அதிகமான அவனது வீரர்களும் பதுங்கிக் கொண்டனர். அதன் பின்னர் அம்மரக்குதிரையை ட்ராய் நகரத்திற்கு அருகே விட்டுவிட்டுத் தங்களுடைய நாட்டுக்குத் திரும்பிப் போவதுபோல் கிரேக்கப் படையினர் நடித்தனர்.

இதற்கிடையே ட்ராய் நகரப் படையினரோ கிரேக்கப் படையினர் தங்களது தாக்குதலைச் சமாளிக்க முடியாமல் திரும்பிச் சென்றுவிட்டனர் என நினைத்துக்கொண்டனர். அதன் பிறகு கடற்கரையின் அருகே கிரேக்கப் படையினரால் விட்டுச்சென்ற மிகப்பெரிய மரக்குதிரையைக் கண்டனர். அதனைக் கேலியாக நினைத்து நகருக்குள் இழுத்துவந்து நிறுத்தி விட்டு மக்கள் அனைவரும் வெற்றிக் களிப்பில் ஆடிப்பாடி மகிழ்ந்திருந்தனர். நள்ளிரவில் அதனுள் மறைந்திருந்த வீரர்கள் வெளியேறி ட்ராய் நகரத்தின் வலிமைமிக்க கோட்டைக் கதவுகளை திறந்து விடுகின்றனர். இதற்கிடையே கடலுக்குள் செல்வது போல் நடித்த கிரேக்க வீரர்கள் திரும்பிவந்தனர். திறக்கப்பட்டிருந்த கோட்டை வாயில்களின் மூலம் நகருக்குள் புகுந்த வீரர்கள் இரவோடு இரவாக நகரைச் சூரையாடி, தீவைத்து எரித்து இனிமேல் ட்ராய் நகரம் மீண்டும் மீள் உருவாக்கம் செய்ய முடியாத அளவிற்கு இடித்துத் தரைமட்டமாக்கினர். இங்ஙனம் ஹெலன் என்ற பேரழகிக்காக இப்போர் நடை பெற்றதாக கிரேக்க காவியம் சுட்டினாலும் அழகிய ட்ராய் நகர அழிவிற்குக் காரணம் பிறன்மனை நோக்குதலால் ஏற்பட்ட அழிவாகவே கருதமுடிகிறது.

வல்லமை மற்றும் வஞ்சகப் போர்களால் அழிவுற்ற நாடுகளையும் வரலாற்றுச் சுவடுகளில் காணமுடிவதோடு ஒருநாட்டின் அழிவைத் தனிமனித ஆற்றலே தீர்மானிப்பதையும் உணரமுடிகிறது. பெரும்பாலான படையெடுப்புகள் இனரீதியாகவும், மதரீதியாகவும் நிகழ்த்தப்படும்போது அங்கே மிகப்பெரிய அளவிலான இன அழிப்பையும் பார்க்கமுடிகிறது. சிலஇடங்களில் ஒருநாட்டின் அதீத செல்வச் செழிப்பானது அந்நாட்டின் மீது பிற இனக்குழுக்களைப் படையெடுக்கத் தூண்டப்பட்டதையும் நோக்கமுடிகிறது. போருக்கான காரணம் எதுவாக இருப்பினும்

அழிவைச் சந்திப்பது மானுடமாகத்தான் இருந்துள்ளது. இயற்கை சார்ந்த தாக்குதலைவிட மானுடம் சார்ந்த தாக்குதல் வீரியம் மிக்கதாகவும் அது நீண்டு தொடர்ந்த வண்ணமிருப்பதையும் வரலாற்றுத் தரவுகளின்வழி பார்க்கமுடிகிறது. இந்தத் தொடர் தாக்குதளால் அழிவுற்ற பல பேரரசுகள் தடம்காணா அளவிற்கு புதைக்கப்பட்டதையும் பார்க்கமுடிகிறது. இவ்வாறாக அமைதியை விரும்பும் மக்களின் கனவுகள் முன்னறிவிப்பின்றி சிதைக்கப்பட்டு விடுகின்றன. ஆனால் ஒரு மன்னனின் திறமிக்க ஆட்சி நடைபெறும் நாட்டிற்குட்பட்ட மக்கள் நீடித்த அமைதியான வாழ்க்கையை எய்துவதையும் காலத் தச்சனின் கண்ணாடிகளின் ஊடாக நோக்க முடிகிறது. எனவே அரசின் எந்திரம் விழிப்புடன் இருக்கும் பட்சத்தில் அங்கு மக்கள் தெள்ளிய வாழ்வை வாழ்கின்றனர்.

இக்கோட்பாட்டின் ஆணிவேரினைச் சோழ சாம்ராஜியத்தில் ஸ்திரத்தன்மையாக்கப் பட்டிருந்ததாலேயே சோழவள நாட்டில் மக்கள் அமைதியான வாழ்க்கையை வாழ்ந்துள்ளனர் என்பதை அவர்களின் நகர மற்றும் ஊராக்கக் கட்டமைப்புகளில் தெள்ளிடை நீராகக் காண்கிறோம். எனவே ஒரு நாட்டின் மீது பிறநாட்டினரால் நிகழ்த்தப்படும் தாக்குதல் என்பது மனிதம் சார்ந்த அழிவாகவே கருதமுடிகிறது. இந்த அழிவைத் தீர்மானிப்பது ஒரு நாட்டின் வல்லமையேயாகும். இந்த வல்லமையை அதீத வல்லமையால் மட்டுமே வெல்லமுடியும் என்ற அரசியல் நெறியை நன்குணர்ந்தவர்கள் சோழ வேந்தர்கள். அதனால்தான் எதிரிகளால் எளிதில் எட்ட முடியாத இடத்தில் கங்கைகொண்டசோழபுரம் உருவாக்கப்பட்டிருந்தது. மேலும் இவர்களிடம் ஒன்பது லட்சம் நிலப்படை வீரர்களும் இருந்துள்ளனர்.

பாபிலோனிய நகரம்

சுமேரியப் பேரரசு டுங்கி (*DUNGI*) என்ற அரசருக்குப்பின் பல முரட்டு வகுப்பினரின் தாக்குதலுக்கு உட்பட்டு அல்லோலப்பட்டது. கி.மு.21ஆம் நூற்றாண்டில் அது ஈழ மைட்டுகள் என்ற காட்டுமிராண்டிகளின் அதிகாரத்தின்கீழ் வந்தது. கி.மு.1800ஆம் ஆண்டில் செமிடிக் வகுப்பைச் சேர்ந்த ஆமொரைட்டுகள் என்ற கூட்டத்தினர் அரேபியப் பாலைவனத்தின் எல்லைப் புறங்களிலிருந்து மெசபொடேமியாவின் மீது படையெடுத்து வென்றனர் என்பது ஆரம்பகாலத் தரவுகள் பகர்கின்றன. பாபிலோன் என்னும் நகரைத் தங்கள் தலைநகராகக் கொண்டதால் அவர்களை பாபிலோனியர்கள்

என அழைக்கப்பட்டதாக அறிகிறோம். இவர்களுக்குப் பின்னால் வந்த சாலடியர்களிடமிருந்து வேறுபடுத்திக் காட்டிக் கொள்வதற்காக தங்களைப் பழைய பாபிலோனியர்கள் எனவும் சாலடியர்களைப் புதிய பாபிலோனியர்கள் என்றும் அழைத்துக்கொண்டனர். இச்சிறப்பு வாய்ந்த பழைய பாபிலோனியப் பரம்பரையில் வந்தவரே புகழ்பெற்ற மன்னர் ஹம்முராபி (HAMMURABI) ஆவார். இவர் கி.மு. 2123 முதல் கி.மு. 2081 வரை பாபிலோனிய அரசின் தன்னிகரற்ற மன்னராகத் திகழ்ந்தார். இவருடைய ஆட்சிக்காலத்தில் பாபிலோனிய அரசின் எல்லையானது சிரியா வரைப் பரவியிருந்தது. பல சிறிய அரசுகள் பாபிலோனிய அரசின் ஆளுகையின்கீழ் கொண்டு வரப்பட்டன. நாடெங்கும் ஒரே சட்டம், ஒரே ஆட்சி, ஒரே தலைவன் என்ற அரசியல் கோட்பாடு பேரரசில் ஸ்திரத்தன்மையாக்கப்பட்டிருந்தது.

பாபிலோனிய மன்னர் ஹமுராபி திறமைமிக்க மன்னர் மட்டுமன்று அவர் சிறந்த வீரராகவும், நல்ல அரசியல் மேதையாகவும் திகழ்ந்தவர். மேலும் பாபிலோனியாவை வளம் கொழிக்கும் நாடாக மாற்றவேண்டும் என்பதற்காக யூப்ரடீஸ் நதியிலிருந்து மிகப்பெரிய கால்வாய் ஒன்றை வெட்டினார். இதன் மூலம் சுமேர், அகேட் ஆகிய பகுதிகள் வேளாண் உற்பத்தியின் முக்கியக் கேந்திரங்களாக மாற்றப்பட்டன. வேளாண் உற்பத்தியில் தன்னிறைவைப் பெற்ற இப்பகுதிகள் பாபிலோனியப் பேரரசின் தானியக் களஞ்சியமாகத் திகழ்ந்தன. இதன் மூலம் ஒட்டுமொத்த பாபிலோனிய மக்களின் உணவுத் தேவையைப் பூர்த்தி செய்ததோடு மட்டுமல்லாமல் அம்மக்களை மிகை உற்பத்தியாளர்களாகவும் மாற்றியது. இதனால் பண்டைய ஐரோப்பியக் கண்டத்தின் சிறப்புப் பொருளாதார மண்டலமாகப் பாபிலோனிய நகரம் திகழலாயிற்று. சுமேர், அகேட் ஆகிய நாடுகளில் தானியங்கள் குவியல் குவியலாகக் குவியும்படி செய்தவனும் ஆண்டு முழுவதும் வற்றாத நீரை அளிக்கத்தக்க பெரிய கால்வாயை வெட்டியவனும் நானே என்று ஹம்முராபி அழைத்துக் கொண்டதை இவரது ஆவணம் சுட்டுவது மேற்கண்ட கூற்றினை மெய்ப்பிக்கும் வகையில் உள்ளது.

தமது தலைநகரை அவர் அழகிய அரண்மனைகள், கோயில்கள் ஆகியவற்றைக் கொண்டு நிரப்பச் செய்தார் என மேற்கண்ட ஆவணம் குறிப்பிடுகிறது. நகரைச் சுற்றி வலிமை மிக்க மதிற் சுவரையும் கட்டினார். நகர மக்களின் எதிர்காலத் தேவைக்கென தானியங்களைச் சேமித்து வைத்துக் கொள்வதற்காகப் பெரிய

தானியக் களஞ்சியங்களை அமைத்திருந்தார். யூப்ரடீஸ் நதியின் குறுக்கே அணை ஒன்றைக் கட்டி நீரைத்தேக்கி அதைக் கால்வாய்கள் மூலம் கொண்டு சென்று நாட்டின் கடைக்கோடிப் பகுதியையும் வளம் கொழிக்கச் செய்திருந்தார். இதன் மூலம் வேளாண்மையே நாட்டுப் பொருளாதரத்தின் முதுகெலும்பாக்கப்பட்டது. மாடுகளைக் கொண்டு ஏர் உழுது நிலங்களில் பயிர் விளைவிப்பதில் மக்கள் தனித்திறம் பெற்று விளங்கினர். நீரை ஏரிகளில் சேமித்து வைத்துக் கால்வாய்கள் வழியாகக் கொண்டு சென்று வயல்களுக்குப் பாய்ச்சினர். ஹம்முராபிக்குப் பின்வந்த நெபுகத்நேசரும் வேளாண் உற்பத்திக்காக 140 மைல் சுற்றளவு கொண்ட மிகப்பெரிய நீர்த்தேக்கம் ஒன்றை ஏற்படுத்தினார். இங்ஙனம் ஹம்முராபி தமது தொலைநோக்குத் திட்டங்களால் தம்தேசத்தை வளமிகு நாடாக மாற்றியிருந்தார் என்பதை இவரது கால எழுத்தாவணங்கள் உரக்கச் சொல்கின்றன.

ஹம்முராபியின் பெயர் இன்றைக்கும் வரலாற்றின் ஏடுகளில் மாறாப் பசுமையுடன் விளங்குவதற்குக் காரணம் அவர் கட்டிய கோயில்களும் வெட்டிய கால்வாய்களும் மட்டுமல்ல. அவர் தொகுத்தளித்த சட்டங்களும் அவரது புகழை இன்றளவும் பறைசாற்றி நிற்கின்றன. 1902ஆம் ஆண்டு அச்சட்டத் தொகுதியானது சூசா நகரில் கிடைக்கப்பட்ட கருங்கற்பலகைக் கல்வெட்டிலிருந்து உலகிற்குத் தெரியவந்தது. ஈடும் எடுப்புமற்ற நாகரிகத்தவர்களாகிய எகிப்தியர்கள் நல்லதொரு சட்ட முறையை அறிந்திருப்பார்கள் என்பதில் ஐயமில்லை. ஆனால் அவை அழிந்திருக்கலாம். காலதேவனின் கரங்களின்றும் காப்பற்றப்பட்டு அன்றைய நிலையிலேயே இன்றைக்கும் காணப்படுகிற சட்டத்தொகுதி மாமன்னர் ஹம்முராபியின் சட்டத்தொகுப்பேயன்றி வேறல்ல. இச்சட்டத் தொகுப்பின் முகவுரையில் நல்லோரைக் காக்கவும், தீயோரை அழிக்கவும், எளியோரை வலியாரிடமிருந்து மீட்கவும், நாட்டுமக்களின் நன்மையைப் பெருக்கவுமே இறைவன் இச்சட்டங்களை அருள்பாலித்தான் என்று குறிக்கப்பட்டுள்ளது. இதில் மொத்தம் 250 சட்டங்கள் அடங்கியுள்ளன.

ஒரு நாட்டின் இறையாண்மையைப் பாதுகாக்கும் அலகுகளில் முக்கியமான அலகு அந்நாட்டின் அரசியலமைப்பாகும் என்பது நவீனக் காலத்தைய அரசியல் சித்தாந்திகளின் கூற்றாகும். ஆனால் இக்கோட்பாடானது பன்னெடுங்காலமாக நடைமுறையிலிருந்த ஒன்று என்பதற்கு முத்தாய்ப்பாகத் திகழ்வது ஹம்முராபியின்

சட்டத்தொகுப்பைப் போன்று சோழமன்னன் முதலாம் பராந்தகன் தொகுத்தளித்திருந்த உள்ளாட்சித் தேர்தலுக்கான சட்டத்தொகுப்பு என்று இங்கு நாம் குறிப்பிடலாம். இந்த இரு சட்டத் தொகுப்புகளைக் காணும்போது அக்கால மன்னர்களின் புனிதத்துவம் மிக்க மக்களாட்சியின் மாண்பினை அறியமுடிகிறது.

இவ்வளவு சிறப்பு வாய்ந்த பாபிலோனிய நகரம் வீழ்த்தப்பட்டதன் இரகசியத்தை வரலாற்றின் தந்தை ஹிராடடஸ் தமது குறிப்பில் சுட்டுவதைக் காண்போம். ஹர்பகஸ் மேற்கு ஆசியாவையும் அதன் தென் பகுதியையும் தலைகீழாக்கி விட்டார். அதேபொழுது அரசர் சைரஸ் வடக்கு, கிழக்கு ஆசியப்பகுதிகளுடன் போரிட்டு அங்குள்ள அனைத்து நாடுகளையும் வென்று அடக்கி அடிமைப்படுத்திவிட்டார். அவர்களின் சிறிய வெற்றிகளைப் பற்றிக் குறிப்பிடப்போவதில்லை. ஆயினும் அவற்றுள் ஒன்றே ஒன்றை மட்டும் குறிப்பிட எண்ணுகிறேன். அந்நாடே அவருக்குப் பலத்த எதிர்ப்பைக் கொடுத்ததாகும். ஆசியாவின் மிகுதியான பகுதிகளை வென்று அவற்றை அடக்கிய பிறகு, அவர் அஸ்ஸீரியாவுக்குத் தம் கருத்தினைச் செல்லவிட்டார்.

அஸ்ஸீரியா தன்னுள் அடங்கப்பெற்றிருக்கும் மாபெரும் நகரங்களுக்குப் பெரும் புகழ் பெற்றிருந்தது. அவற்றுள் மிகவும் ஆற்றல் படைத்ததும், புகழோங்கிய நகரமாகத் திகழ்ந்தது பாபிலோன் நகரமாகும். அஸ்ஸீரியாவின் பழைய தலைநகரம் நினேவா வீழ்ந்த பிறகு பாபிலோன் என்ற புதியநகரம் நிர்மானிக்கப்பட்டது. அது சதுர வடிவத்தை ஒத்த அமைப்பை உடையது. ஒவ்வொரு பக்கமும் 14 மைல் நீளம் உடையது. அதன் சுற்றளவு 56 மைல்கள். அது தன் பேரெல்லையுடன் உலகில் உள்ள எல்லா நகரங்களையும்விட முதன்மையான நிலையில் இருக்கிறது. அதைச்சுற்றி ஒரு பெறும் அகன்ற ஆழம் மிக்க அகழி இருக்கிறது. அவ்வகழியில் நிறைய தண்ணீர் உள்ளது. அதன் நடுவில் நீண்ட சுவர் ஒன்று காணப்படுகிறது. அதன் அகலம் 50 முழ அளவும், உயரம் 250 முழ அளவும் கொண்டதாய்க் காணப்பட்டது. அவ்வகழியை அகழ்ந்து, அதனால் கிடைத்த மண் என்ன செய்யப்பட்டது என்றும், அச்சுவர் எப்படிக் கட்டப்பட்ட தென்பதையும் இனி நான் கூறுவேன். அகழ, அகழக் கிடைக்கப்பட்ட மண்ணால் நகருக்குத் தேவையான செங்கற்கள் தயாரிக்கப்பட்டு மக்கள் தேவைக்காகக் குவித்து வைக்கப்பட்டிருந்தது. கட்டுமானத்திற்குச் சுண்ணாம்பிற்குப் பதில் மிகச் சூடான கொதிநிலையில் உள்ள நிலக்கீல் *(HOT*

ஜெ.ஆர்.சிவராமகிருஷ்ணன்

BITU MEN) பயன்படுத்தப்பட்டது. பக்கத்தில் படிகள் கட்டி அதன் பின்னர் சுவர்களை எழுப்பினர். ஒவ்வொரு முப்பது செங்கல் உயரத்தினிடையேயும் கோரைப்பாய்கள் இடப்பட்டன. அச்சுவரின் உச்சிமீது ஓர் அறை கொண்ட வரிசை கட்டப்பட்டது. அவை உள்பக்கம் நோக்கி இருந்தன. அவற்றில் நான்கு குதிரைகள் பூட்டப்பட்ட தேர் மிக எளிதாக ஓடக் கூடியதாக இருந்தது. அந்தச் சுவர்களுக்கிடையில் நூறு வாயில்கள் இருந்தன. அவ்வாயிற் கதவுகள் யாவும் வெண்கலத்தால் செய்யப்பட்டிருந்தன.

பாபிலோனிலிருந்து எட்டு நாட்கள் பயண அளவில் இஸ் (IS) எனும் நகரம் இருக்கிறது. அந்நகரம் அதே பெயர் கொண்ட ஆற்றின் கரையில் நிர்மானிக்கப்பட்டது. இந்த ஆறு யூப்ரடீஸ் நதியின் ஒரு கிளை ஆறு ஆகும். இங்கிருந்துதான் பாபிலோன் நகரக் கட்டுமானத்திற்குத் தேவையான நிலக்கீல் அதிக அளவில் எடுத்துச் செல்லப்பட்டது. யூப்ரடீஸ் எனும் ஆறு மிக வேகமாக ஓடும் நீரைக் கொண்டுள்ளது. ஆறும் மிக ஆழமானது. அது ஆர்மீனியாவில் புறப்பட்டுப் பாரசீக வளைகுடாவில் கலக்கிறது. இந்த ஆறு பாபிலோன் நகரின் நடுவில் பாய்ந்து அந்நகரை இரண்டாகப் பிரிக்கிறது. பாபிலோனின் சுவர்கள் ஆற்றின் இரு கரைகளையும் ஒட்டிக் கட்டப்பட்டிருந்தன. இந்த ஆற்றின் வழியாகப் பாய்ந்துவரும் தண்ணீரானது அந்நகரின் அகழியின் வழியாகப் பாய்ந்து ஓடுகின்றது. அதனால்தான் அகழியில் உள்ள தண்ணீர் ஆண்டு முழுவதும் வற்றாமல் இருந்தது. அந்நகரத்தினுள் பெரும்பான்மையான கட்டிடங்கள் மூன்றடுக்கு மாடிகளையும், நான்கடுக்கு மாடிகளையும் கொண்டிருந்தன. ஆற்றைப் பார்த்து நிற்கும் தெருக்கள் சரியான நேர்க்கோட்டில் அமைந்தவையாகும். அத்தெருக்கள் கூடும் முனையில் வெண்கலக்கதவு ஒன்று உண்டு. அதைத்திறந்தால் ஆற்றை அடையலாம். அதாவது ஆற்றுக்குச் செல்ல அவ்வெண்கலக் கதவைத் திறந்து கொண்டுதான் போகவேண்டும். அவ்வாறே ஆற்றிலிருந்து நகரத் தெருவிற்குள் நுழைய வேண்டுமெனில் அவ்வெண்கல வாயிலைத் திறந்து கொண்டுதான் உள்ளே நுழையமுடியும்.

மேற்கூறப்பட்ட அப்பெரிய மதில்சுவர்தான் அந்நாட்டிற்குப் பாதுகாப்பு அரண் ஆகும். அந்நகரத்தினுள்ளே மற்றொரு சுவரும் உள்ளது. ஆனால் முன்கூறப்பட்ட சுவர் போன்று அத்துணை கடினமானதன்று. வலிமையிலும் குறைந்து காணப்பட்டது. நகரின் ஒவ்வொரு பாதியிலும் கோட்டை ஒன்று

கட்டப்பட்டுள்ளது. அவற்றில் ஒன்றனுள் அரசரின் அரண்மனை உள்ளது. அரண்மனையைச் சுற்றிலும் கனமான உறுதியான சுவர் கட்டப்பட்டுள்ளது. மற்ற பாதியில் அதாவது இரண்டாவதனுள் பெல் கோயில் கட்டப்பட்டிருந்தது. பெல் கடவுளே பாபிலோனின் ஜியுஸ் கடவுள் ஆவார். அக்கோயில் சதுரமான அளவினைக் கொண்டது. ஒவ்வொரு பக்கத்தின் நீளமும் இரண்டு பர்லாங் அளவுடையதாகும். இக்கோயிலுக்கும் வெண்கலக் கதவுகளே உள்ளன. கோயிலின் மையத்தில் சதுரமான மையக் கோபுரம் உள்ளது. அது ஒன்றன்மீது ஒன்றாகக் கட்டப்பட்டிருந்தது. அதில் எட்டு அடுக்குகள் உள்ளன. அதில் ஏறிச் செல்பவர்களுக்குச் சிறிது ஓய்வெடுத்துக்கொள்ள இருக்கைகள் ஏற்படுத்தப்பட்டிருந்தன. அந்த எட்டு மாடங்களையும் முன் பக்கமாகக் கட்டப்பட்டுள்ள சுழல் கோபுரம் (SPIRAL TOWER) வழியாகவும் அடையலாம். மேல் மாடத்தில் ஒரு சாய்வுக் கட்டில் காணப்படுகிறது. அதனருகில் பொன்னால் செய்யப்பட்ட மேசை ஒன்றும் போடப்பட்டுள்ளது. அந்தக்கோயிலில் எவ்வகை உருவமும் கிடையாது. அங்கு படுக்கை கொள்வது கடவுளால் தேர்ந்தெடுக்கப்பட்ட ஓர் அஸ்ஸீரிய நாட்டு மங்கையே (இது பெல் ஆலயத்தின் குருமார்களாகிய கால்டியர்களின் கூற்று என்று நம்புவோமாயின் அதை ஒப்புக் கொள்ளலாம்). அந்தப்படுக்கையில் கடவுள் இரவில் வந்து படுக்கிறார் என்பதை நான் நம்பத் தயாராக இல்லை.

இதே போன்ற கதை ஒன்று எகிப்தியர்களால் தீபே கோயிலைப் பற்றிக் கூறப்பட்டு வருவது யாவரும் அறிந்ததே. அங்கும் அக்கோயிலில் இரவு முழுவதும் ஒரு மங்கை தனித்துத் துயில் கொள்வதாகவும், பாபிலோனின் கோயிலில் படுக்கை கொள்ளும் மங்கையைப் போன்று அவள் எந்த ஆடவனுடனும் திருமண உறவு வைத்துக் கொள்ளக்கூடாது என்பதாகவும் கூறப்படுகிறது. இப்பெண்டிரைச் சோழநாட்டுக் கோயில்களில் இருந்த தேவரடியார்களுக்கு ஒப்பானவர்களாகக் கருதலாம். பாபிலோன் கோயிலின் அடித்தளத்தில் இரண்டாவது மூலஸ்தானம் உள்ளது. அதில் பொன் அரியாசனத்தின் மீது அமர்ந்த நிலையில் உள்ள பொன்னாலான பெல் கடவுளின் திருவுருவம் காணப்படுகிறது. அதன் அருகில் பொன்மேசை ஒன்று உள்ளது. அவற்றைச் செய்வதற்கு மொத்தம் 22டன் எடை கொண்ட பொன் பயன்படுத்தப்பட்டது என்று கால்டியர்கள் எனக்குக் கூறினர். அக்கோயிலுக்கு வெளியே பலிபீடம் ஒன்று உள்ளது. அதுவும்

பொன்னால் செய்யப்பட்டதாகும். இதன் அருகே செம்மறி ஆடுகள் பலி கொடுக்கப்படுகின்றன. மேலும் பெல் கடவுளுக்கான திருவிழாவின் போது இப்பெரிய பலிபீடத்தில் கால்டியர்கள் ஒவ்வொரு ஆண்டும் வாசனைக்காக 21/2 டன் நிறையுள்ள சாம்பிராணியைக் கொட்டுகிறார்கள் எனவும் ஹிராடடஸ் தாம் எழுதிய வரலாறுகள் என்ற நூலில் கூறிச் செல்கிறார். ஹிராடடஸ் குறிப்பிடும் பாபிலோனியாவின் பெல் கோயிலானது இராஜராஜ சோழன் தஞ்சையில் கட்டிய பெரியகோயிலைப் போன்றும், மாமன்னன் இராஜேந்திர சோழன் கங்கைகொண்ட சோழபுரத்தில் கட்டிய கங்கைகொண்ட சோழீஸ்வரர் கோயிலைப் போன்றும் நகரவளாகத்திலேயே கட்டப்பட்டிருந்தது என்பது இதன் கூடுதல் சிறப்பாகும். பொதுவாகக் கோயில்கள் என்பவை அம்மண்டலத்தில் வாழும் மக்களை இறை நம்பிக்கையின் வழியாகப் பண்பட்ட மனிதர்களாக உயர்த்தும் மையமாகவே இக்கோயில்கள் விளங்கின. குறிப்பாகத் தமிழ்நாட்டில் தடையின்றி நடத்தப்பட்ட வாழ்வியல் சார்ந்த கதைகள், இதிகாசக்கதைகள், இறைவனின் திருவிளையாடல்கள், மன்னரின் சாதனைகள் போன்றவற்றை மையமாக வைத்து நடத்தப்பட்ட மாலைநேர நாடகங்கள் மக்களை நல்வழிப்படுத்தும் ஊடக மையமாகவே கோயில் மண்டபங்கள் செயல்பட்டுள்ளதைக் கல்வெட்டுக்களில் காணமுடிகிறது. மேலும் கோயில்களில் நடைபெறும் திருவிழாக்கள் மக்களிடமிருந்து உயர்ந்தவன் தாழ்ந்தவன் என்ற பிரிவினைப் பாகுபாட்டினை அறவே அகற்றி உலக ஒற்றுமையை ஏற்படுத்தும் ஆணிவேராகத் திகழ்ந்துள்ளன. எனவேதான் பண்டைக்கால மன்னர்கள் நகர மற்றும் ஊர் உருவாக்கத்தின்போது கடைப்பிடிக்கப்பட்ட அலகுகளில் முதன்மை அலகாகக் கோயில்கள் இருந்துள்ளன என்ற உலகளாவியக் கோட்பாட்டின் சான்றாகப் பாபிலோனிய நகரில் கட்டப்பட்டிருந்த பெல் கோயிலைக் குறிப்பிடலாம்.

அகமானியப் பேரரசை நிறுவிய சைரஸ் பாபிலோன் மீது படையெடுக்கத் தொடங்கினார். சைரஸ் அந்நகரத்தினருகில் வந்ததும் அவரைப் பாபிலோனிய மக்கள் எதிர்த்துப் போரிட்டனர். இருப்பினும் அவர்களால் அப்படையெடுப்பின் வலிமையைத் தடுத்து நிறுத்த முடியவில்லை. அதன் காரணமாகத் தோல்வியை ஒப்புக்கொண்டு யாவரும் அந்நகரத்தின் மையத்திலுள்ள கோட்டைக்குள் புகுந்து கொண்டனர். பெரும் படையுடன் முற்றுகையிட்டிருந்த சைரஸ் பாபிலோன் நகரை எப்படியாவது

நிலவியல் நோக்கில் கங்கைகொண்ட சோழபுரம் வரலாறு

கைப்பற்றிவிட வேண்டும் என்ற எண்ணத்தில் காத்துக்கிடந்தான். அம்முற்றுகையானது பல மாதங்கள் நீடித்தது. ஆனால் நகருக்குள் நிலைமை வேறாக இருந்தது. பாபிலோன் நகரத்தின் கோட்டைக்குள் பல ஆண்டுகளுக்குத் தேவையான உணவு தானியங்கள் சேமிக்கப்பட்டிருந்ததால் மக்கள் உண்டு களித்து மகிழ்ந்திருந்தனர். கோட்டையின் வெளியே முற்றுகையிட்டிருந்த சைரஸின் படைவீரர்களோ உணவுப் பற்றாக்குறையால் அல்லலுற்றனர். மிகவும் அலுத்துப் போயிருந்த சைரஸ் திரும்பி விடலாமென்று முடிவெடுத்திருந்தபோது ஒற்றனொருவன் உபாயம் ஒன்றை எடுத்துரைத்தான். அதன்படி சைரஸ் தம் சேனையின் ஒரு பகுதியை யூப்ரடிஸ் ஆறு நகரத்தின் உள்ளே நுழைந்து பாயும் இடத்திலும் மற்றொரு பகுதியை அது வெளியே செல்லும் இடத்திலும் நிறுத்தி வைத்தார். ஆற்றில் செல்லும் நீரின் வேகம் குறையும் பொழுது படை வீரர்களை முன்னோக்கிச் செல்லுமாறு பணித்தார். சில முரட்டுப் பணியாளர்களை அழைத்து ஆற்றின் கரையை உடைத்து நீரைப் பக்கத்தில் இருந்த ஏரிகளுக்குத் திருப்பிவிடுமாறு கட்டளையிட்டார். இதன் காரணமாக ஆற்றின் ஆழம் மிகவும் குறைந்து நீர் முழங்கால் அளவிற்கும் கீழே வந்துவிட்டது. உடனே தம் படைவீரர்களை அந்நகரத்திற்குள் நுழையுமாறு கட்டளையிட்டார். சைரஸ் என்ன செய்தார் என்பது பாபிலோனிய மக்களுக்குத் தெரியாது. தெரிந்திருந்தால் அவர்கள் சைரஸின் படைவீரர்களை உள்ளே நுழைய விட்டு எல்லா வாயில்களையும் மூடியிருப்பார்களேயானால் அவர்கள் வெளியே போக முடியாமல் திணறிப் பாபிலோனிய மக்களால் கொல்லப்பட்டிருப்பர். ஆனால் சைரஸ் உள்ளே நுழைந்தது பாபிலோனிய மக்களுக்கு வியப்பூட்டுவதாக இருந்தது. சைரஸ் வெளியே முற்றுகையிட்டு உள்ளே நுழையும்பொழுதுகூட நகரத்தில் இருந்த மக்கள் அனைவரும் கவலையின்றிக் கோட்டையினுள் திருவிழாக் கேளிக்கைகளில் காலத்தைக் கடத்திக் கொண்டிருந்ததைக் கண்ட சைரஸ் பிரமித்துப் போனான். படைவீரர்கள் உள்ளே நுழைந்து தாக்கிய பொழுதுதான் அவர்கள் தங்களின் உண்மை நிலையை உணர்ந்தனர். பாபிலோனிய மக்கள் கோட்டைக்குள் உணவு தானியங்களைக் குவியல் குவியலாகக் குவித்து வைத்திருந்த காரணத்தால் அவர்கள் ஆண்டு முழுவதும் உண்டு களித்து வாழ்ந்திருந்ததின் பயனாகவே வெளியிலிருந்த பேராபத்தைச் சிறிதும் அறிந்திருக்கவில்லை. உணவு உண்டு களித்து வாழ்வதிலேயே காலம் கழிப்பவர்களுக்கு மந்தபுத்தி ஏற்படுவதால்

அவர்கள் எதையும் பொறுப்புணர்வுடன் கவனிக்க மாட்டார்கள். இவ்வுளவியல் நெறியின் அடிநாதமே பாபிலோனிய நகரத்தின் வீழ்ச்சிக்கு முக்கியக் காரணமாகும். அதனால்தான் “கூழாட்பட்டு நின்றீர்களை எங்கள் குழுவினில் புகுத லொட்டோம்” எனச் சுட்டுகிறது திவ்வியப் பிரபந்தம். அதனால்தான் “வீணில் உண்டு களித்திருப்போரை நிந்தனை செய்வோம்” என்கிறார் பாரதியார். இங்கு அதீத உணவு உற்பத்தியானது மக்களை எப்படிச் சோம்பேறிகளாக மாற்றியிருகிறது என்பதைக் காணமுடிகிறது. பாபிலோனிய நாட்டின் வளமையே அந்நகரின் வீழ்ச்சிக்கு அடித்தளமிட்டுள்ளதை சைரஸின் சளைக்காத தொடர் போர் யுக்தி நடவடிக்கைகள் நமக்கு உணர்த்துவதாக உள்ளன.

ஹெலிக்ஸ் நகரம்

பண்டைய கிரேக்கத்தின் ஆகச்சிறந்த நகரங்களில் ஹெலிக்ஸ் நகரமும் ஒன்று. அச்சேயர்களின் டோடெக்கா பொலிஸின் பன்னிரண்டு நகரங்களின் கூட்டமைப்பின் தலைநகராகவும் இந்நகர் விளங்கிற்று. இந்நகர மக்கள் ட்ரோஜன் போர்களில் பங்கேற்றதாக ஹோமர் தமது காவியமான இலியட்டில் குறிப்பிடுகிறார். ஹெலிக்ஸ் நகரமானது கொரிந்தியன் வளைகுடாவின் கடற்கரையிலிருந்து இரண்டு கிலோ மீட்டர் தூரத்தில் அமையப் பெற்றதாகும். செலினௌண்டஸ் மற்றும் கொய்நிடிஸ் என்ற இரு ஆறுகளுக்கும் இடைப்பட்ட வளமையான வண்டல்மண் பிரதேசத்தில் கழிமுகத்தெதிர் நிலப்பகுதியில் இந்நகர் அமைந்திருந்ததால் ஆண்டு முழுவதும் இம்மக்கள் வேளாண் உற்பத்தியில் ஈடுபட்டு வந்தனர். நிலவியல் அமைப்பினால் இரு நதிகளுக்கு இடைப்பட்டும், நீண்ட அலைகளற்ற வளைகுடாவினைக் கொண்ட கடலும், வளமையான நதிகளும், விவசாயத்திற்கேற்ற பருவநிலையும், வண்டல் மண் நிலப்பகுதியும் இயற்கையாகவே இவர்களுக்குச் சாதகமாக இருந்ததால் விவசாயம், கடல்வணிகம் போன்றவற்றால் ஹெலிக்ஸ் நகர மக்கள் ஒவ்வொருவரும் செல்வச் செழிப்பில் திளைத்திருந்தனர். இதனால் ஒய்வு நேரங்களில் நகர மக்கள் கலைகளின் மீது அதிகக் கவனம் செலுத்தினர். அதனால்தான் ஹெலிக்ஸ் நகரம் கொரிந்தியன் வளைகுடாவில் நவீனத்துவம் மிக்க நகரங்களின் தாயகமாக விளங்கியதாகக் கிரேக்க ஆவணங்கள் பெருமையாகச் சுட்டுகின்றன. கவலையற்று வாழ்ந்து வந்த இம்மக்களின் எதிர்காலக் கனவுகள் நொடிப்பொழுதில் சிதைக்கப் பட்டது என்பது அதிர்ச்சியளிக்கும் நிகழ்வாகும். கி.மு.373ஆம்

ஆண்டு குளிர்காலத்தின் நடு இரவில் ஏற்பட்ட திடீர் நிலநடுக்கம், நிலச்சரிவு மற்றும் சுனாமி ஆகிய இயற்கையின் தொடர்த் தாக்குதல்களால் இந்நகர் முழுவதும் மண்ணில் புதையுண்டது. இந்நிகழ்வு நடப்பதற்கு ஐந்து நாட்களுக்கு முன்பாகவே நகரிலிருந்த பூச்சிகள், எறும்புகள், விலங்குகள், பறவைகள், பாம்புகள் அனைத்தும் கெரினியா என்ற கிராமப்பகுதிக்குச் சென்றுவிட்டன என்று இந்நிகழ்வோடு தொடர்புடைய செவிவழிக் கதை ஒன்றும் கூறப்படுகிறது. கெரினியா என்ற ஊர் கொரிந்தியன் வளைகுடாவில் இருந்து ஐந்து கிலோமீட்டர் தொலைவில் அக்கேயா, போரா என்ற இருநகரங்களின் அருகே அமைந்திருந்தது. பஞ்சபூதங்களின் கூட்டுச் சேர்க்கையால் உருவானதே புவி என்னும் பிரபஞ்சம். அதனால்தான் மானுடம் சார்ந்த அழிவினைச் சமாளிக்க முடிந்த மனிதர்களால் ஆகாயம், நீர், நெருப்பு, காற்று, நிலம் போன்றவற்றால் முன்னறிவிப்பின்றித் தொடுக்கப்படும் இடர்ப்பாட்டுச் சவால்களைச் சமாளிக்க முடியாமல் அழியப்பெற்ற நகரங்கள் பலவாகும். ஹெலிக்ஸ் மக்களுக்குப் பிரபஞ்சப் பகுப்பான பஞ்ச பூதங்களைப் பற்றி நன்கு தெரியும். ஆனால் அவற்றைப் பற்றிய முறையான படிப்பினையை அவர்களிடமிருந்த மிகுதியான செல்வச் செழிப்பு மழுங்கடித்துவிட்டது. வாழ்வதற்கேற்ற நிலப்பரப்பைத் தேர்வு செய்யத் தெரிந்த அவர்களுக்கு அந்நிலத்தால் ஏற்பட்ட சவால்களைச் சமாளிக்க முடியாமல் போனது சோகத்தின் உச்சமெனலாம். சுமார் 250 ஆண்டுகள் புகழின் உச்சத்திலிருந்த ஹெலிக்ஸ் நகரத்தில் கி.மு.373ஆம் ஆண்டின் பிற்பகுதியில் குளிர்காலத்தின் போது நகரமக்கள் அனைவரும் வீடுகளில் முடங்கியிருந்த இரவுநேரத்தில் 6.7 என்ற அளவிற்கு மிகப்பெரிய நிலநடுக்கம் ஏற்பட்டது. இதனால் உண்டான நிலச்சரிவால் இந்நகரம் முழுவதும் மண்ணால் நொடிப்பொழுதில் மூடப்பட்டது. பிறகு நிலநடுக்கத்தால் கொரிந்தியன் வளைகுடாவில் ஏற்பட்ட சுனாமிப் பேரலையால் ஹெலிக்ஸ் நகர் முழுவதும் கடல் நீராலும் மூழ்கடிக்கப்பட்டது. நகரினைத் தாக்கியதாகக் கூறப்படும் அலைகளின் உயரம் ஆறு மீட்டராகும் என்று நவீன காலப் புவியியல் வல்லுநர்கள் கூறுகின்றனர். இந்நகரினை மூடிய நிலச்சரிவின் நீளம் 1200 மீட்டர், அகலம் 600 மீட்டராகும். இந்தக் கோர அழிவினை ஹெலிக்ஸ் நகரமக்கள் கனவிலும் நினைத்திருக்க மாட்டார்கள். இந்நகரின் செல்வங்களைக் கவர்வதற்காகப் பல இனக்குழுக்களின் கொடூரத் தாக்குதல்களை முறியடிக்கத் தெரிந்த இவர்களால் நிலம் சார்ந்த அழிவிலிருந்து தப்ப முடியவில்லை. சாதகமான நிலவியல்

என்பது மனித இனத்தை அறிவுப்பாதைக்கு இட்டுச்செல்கிறது. ஆனால் தாறுமாறான நிலவியல் அமைப்பென்பது மக்களினத்தை அழிவுப்பாதைக்கு மட்டுமே இட்டுச்செல்வதை வரலாற்றின் பக்கங்களில் நிரம்பக் காண்கிறோம். இந்நிகழ்வுகளிலிருந்து பெற்ற படிப்பினையைக் கொண்டு மீள்வுருவாக்கம் பெற்ற அரசுகளையும் வரலாற்றின்கண் பார்க்க முடிகிறது. அந்த வகையில் பாண்டியர்கள் கபாடபுர அழிவிலிருந்து பெற்ற படிப்பினையின் விளைவாக நிலையான அரசமைத்த இடம் மதுரையாகும். இந்நகரம் கடலலைகளால் தொடவே முடியாத தூரத்தில் அமைந்திருப்பது நாம் கருத்தில் கொள்ளப்பட்ட வேண்டிய விடயமாகும். அதே போன்று காவிரிப்பூம்பட்டின அழிவிலிருந்து மீள் உருவாக்கம் பெற்ற சோழர்கள் பழையாரிலிருந்து எழுச்சி பெற்றதையும் நாம் மறுக்கமுடியாது. எனவே நீர் சார்ந்த அழிவிலிருந்து இரண்டு பேரரசுகளும் பெற்ற அனுபவப்படிப்பின் அடையாளமாகத் திகழ்பவை மதுரையும் தஞ்சையுமாகும். தமிழர்கள் நிலங்களைப் பகுப்பாய்வு செய்வதிலும் அவற்றை வேறுபடுத்திக் காட்டும் அறிவாற்றலிலும் சாலச் சிறந்தவர்கள் என்பதைப் பெருமையாக ஏற்போம்.

மேற்கண்ட நகரங்களின் தோற்றம் மற்றும் வீழ்ச்சிக்கான காரணத்தைத் தீர்மானிப்பதில் மனிதனைவிட இயற்கை சார்ந் தகாரணிகளே முன்னிலை பெற்றிருப்பதைக் காணமுடிகிறது. குறிஞ்சி, முல்லை, மருதம், நெய்தல் போன்ற புவிசார் நிலவியலில் மனித நாகரிகம் நிலைபெற்று நீடித்த ஆயுளுடன் எழுச்சி பெற்றிருப்பது என்பது எளிதான ஒன்றாகும். ஆனால் பாலை சார்ந்த நிலமென்பது சுரமும் சுரம் சார்ந்த பகுதியாகும். இந்த வினோத புவிசார் மண்டலத்தில் உயிரினங்கள் மண்ணின் உட்புறத்திலோ, வெளிப்புறத்திலோ தோற்றம் பெறலாமென்பது மிகச் சவாலான விடயமாகும். மேலும் எந்த உயிரினமும் நீடித்த ஆயுளுடன் வாழ்வதற்குத் தகுதியற்ற நிலப்பரப்பே இந்த பாலை நிலமென்பதை இராயிரம் ஆண்டுகளுக்கு முன்பாகவே தமிழர்கள் அறிந்திருந்தனர். தென்அமெரிக்காவின் பசிபிக்கடலை ஒட்டிய மேற்குப் பகுதியில் மிகப்பெரிய மணற்காடு உள்ளது. இதனை நாஸ்கா பாலைவனம் என்று அழைக்கின்றனர். உயிரினங்கள் வாழத் தகுதியற்ற இப்பாலை நிலத்தையே சோலைவனமாக்கி உணவு உற்பத்தியில் தன்னிறைவை எட்டி சுமார் 1600 ஆண்டு காலம் வளமான வாழ்வியல் மண்டலமாக அப்பாலை நிலம் மனித

ஆற்றலால் மாற்றப்பட்டுள்ளதை நினைக்கும்போது பிரமிப்பாக உள்ளது.

நாஸ்கா மக்கள்

தென் அமெரிக்காவில் உள்ள பெருநாட்டின் தலைநகரான லிமாவில் இருந்து சுமார் 450 கி.மீ. தூரத்தில் நாஸ்கா பாலைவனம் அமைந்துள்ளது. கி.மு. 100 முதல் கி.பி. 800 வரையில் இப்பகுதியில் புகழின் உச்சத்தில் திளைத்திருந்த நாஸ்கா மக்களின் நாகரிகம் பிறகு வந்த சிறு சிறு இனக்குழுக்களின் தொடர்த் தாக்குதலினால் தடம் காணமுடியாத அளவிற்கு வீழ்ச்சி கண்டது. இப்புவிமண்டலத்தில் முதன் முதலில் கோடுகளை வரைந்து அதன்மூலம் சூரியனின் உதயமாகும் திசைகளில் ஏற்படும் மாற்ற வேறுபாடுகளைக் கொண்டு தாங்கள் சார்ந்த மண்டலத்தின் பருவகால மாற்றங்களைச் சரியாகக் கணக்கிட்டு வேளாண்மை, நீர் சேமிப்பு மேலாண்மை, வர்த்தகம் போன்றவற்றில் எழுச்சியைப் பெற்று உயர்ந்திருந்தவர்கள் நாஸ்கா மக்களாவர். அவ்வாறு இவர்களால் வரையப்பட்டிருந்த கோடுகள் 10 முதல் 20 கி.மீ வரை நீண்டுச்செல்கின்றன. இவற்றில் பறவை, குரங்கு, சிலந்தி போன்ற உருவங்களைக் கொண்ட கோட்டுருவங்களும் மிகப்பெரிய அளவில் இப்பண்பாட்டுப் பகுதியில் வரையப்பட்டிருந்தன. நாஸ்கா நாகரிகத்திற்கு முன்பு இம்மண்டலத்தில் பராக்காஸ் (PARACAS) மக்களின் நாகரிகம் சிறப்புற்றிருந்தது. இந்நாகரிகமானது கி.மு. 800ஆம் ஆண்டிலிருந்து கி.மு. 100 வரையில் உயிர்த்திருந்தது. பராக்காஸ் மக்கள் நீர்மேலாண்மை, விவசாயம், நெசவுத் தொழில், கடலாளுமை மிக்கவர்களாகவும் விளங்கியவர்கள். இவர்கள் நாஸ்கா மக்களுக்கு முன்பாகவே இப்பாலை நிலத்தைச் சோலைவனமாக்கி வைத்திருந்தனர். யாரும் வாழத் தகுதியற்ற இப்பெருவெளியில் வளமையோடு இவர்கள் வாழ்ந்ததற்குக் காரணம் இப்பாலைநிலத்தில் ஏற்பட்ட சவால்களைத் தமது கூர்மையான மதி நுட்பத்தால் சமாளித்ததில்தான் இப்பண்பாட்டின் ஆயுளே நீடித்திருந்தது. சுமார் 10,000 மக்கள் தொகையோடு பராக்காஸ் மக்கள் அமைதியான வாழ்க்கையை வாழ்ந்துள்ளதாக ஆய்வாளர் டோரிபியோமெ ஜியாஜெஸ்பே மற்றும் பெருநாட்டைச் சேர்ந்த ஆய்வாளர் ஜூலியோடெல்லா போன்றோர் பெருமையாகச் சுட்டுகின்றனர். பாலைவனச் சவால்களைச் சமாளிக்கும் தொழில் நுட்பத்தை நாஸ்கா மக்கள் இவர்களிடமிருந்தே பெற்றனர் என்பது குறிப்பிடத்தக்க ஒன்றாகும். இவர்களின் மிகப்பெரிய இடுகாடு (NE-

ROPOLIS) நகரின் வடக்குப்பகுதியில் கண்டுபிடிக்கப்பட்டுள்ளது. இறந்தவர்களைப் புதைக்கும்போது அவர்களுக்குப் பிடித்தமான உணவுப்பொருட்கள், ஆடைகள், ஆபரணங்கள் போன்றவற்றையும் பதப்படுத்தப்பட்ட இறந்தவரின் உடலின் அருகே வைத்துப் புதைத்துள்ளனர். தமிழர்களைப் போன்றே பராக்கா, நாஸ்கா மக்களும் இறந்தவர்களின் உடலுடன் அவர்களுக்குப் பிடித்தமான உணவுப்பொருட்களையும் வைத்துப் புதைத்துள்ளனர். இதற்குக் காரணம் இறந்தவர்களின் ஆன்மா இவ்வுணவுப் பண்டங்களை உண்டு வாழும் என்ற நம்பிக்கையேயாகும். எனவே மனித உடல் அழியக்கூடியது. ஆனால் மனிதனின் ஆன்மாவிற்கு என்றுமே அழிவில்லை என்பதன் உலகளாவிய ஒருமித்த சிந்தனை ஓட்டத்தின் சுவடுகளைப் பராக்காஸ், நாஸ்கா மக்களிடமும் இருந்துள்ளதைக் காணமுடிகிறது.

பொதுவாகவே நாஸ்கா மக்கள் போர்த்திறன் மிக்கவர்கள். வாணிபத்தில் கைத்தேர்ந்தவர்கள், சிறந்த விவசாயிகள், திறன்மிக்க நெசவாளர்கள், நிபுணத்துவம் பெற்ற கட்டடக் கலைஞர்கள், நுட்பமான வானியல் ஆய்வாளர்கள் போன்ற பெருமைமிகு திறமைக்குச் சொந்தக்காரர்களாக விளங்கியவர்கள். நாஸ்கா பாலைவனத்தில் ஆண்டிற்கு வெறும் 4.00 மில்லி மீட்டருக்கும் குறைவான அளவே மழை பொழியும். இந்தக் குறைந்த அளவிலான தண்ணீரைக் கூட வேளாண் உற்பத்திக்குப் பயன்படுத்துவதில் நாஸ்கா மக்கள் மாஸ்டர்களாக விளங்கினர். மேலும் பூமிக்குள் செல்லும் தரையடி நீர்வழிப் பாதைகளைக் கண்டுபிடித்து அவை செல்லும் திசைகளைக் குறிக்கப் புவியின் மேற்பரப்பில் அழியாக்கோடுகளை வரைந்து பதிவு செய்து வைத்திருந்தனர். காரணம் எதிர்வரும் தம் தலைமுறையைச் சேர்ந்தவர்கள் தண்ணீருக்காக இப்பாலைவனப்பகுதியில் இடர்ப்பட்டுவிடக் கூடாது என்பதாலேயே புவிக்குள் செல்லும் நீர் வழிப்பாதைகளைச் சரியாகக் கண்டறிந்து அத்தடங்களைக் குறிக்கப் புவியின் மேற்பரப்பிலே கோடுகளை வரைந்து ஆவணப்படுத்தியிருந்தனர். புவியைத் தமது சுயநலத்தால் பாழ்படுத்திவரும் தற்கால மானுடம் நாஸ்கா மக்களின் தன்னலமற்ற நிலம்சார் பதிவுகளின் முக்கியத்துவத்தைக் கற்பது அவசியமான ஒன்றாகும். குறிப்பாகத் தங்களுக்குப் பிறகும் இப்புவி வாழும், மானுடமும் வாழும் என்பதால் தாங்கள் வாழ்ந்த இப்பிரபஞ்ச மண்டலத்தில் நிகழ்ந்த மாற்றங்களான காலநிலை மாற்றம், சூரிய உதய

மாற்றங்கள் போன்றவற்றின் மூலமாகத் தாம் வாழ்ந்த வாழ்வியல் கூறுகளை எதிர்கால மக்களுக்கும் தெரியப்படுத்த வேண்டும் என்பதற்காகப் புவியின் மேற்பரப்பில் கோடுகளாக வரைந்து அவற்றை ஆவணப்படுத்திவிட்டுச் சென்றுள்ளனர். மேலும் இக்கோடுகளின் போக்குகள் தற்கால மக்களையும் ஏமாற்றவில்லை. குறிப்பாகச் சமகாலத்திலும் இக்கோடுகள் செல்லும் பாதைகளில் தோண்டினால் தரையடி நீர்வழித் தடங்களைக் காணமுடிவது நாஸ்கா மக்களின் நிலம் சார்ந்த அறிவியலின் மாண்பை உணர முடிவதாக ஜெர்மன் நாட்டைச் சார்ந்த தொல்பொருள் ஆய்வாளர் மரியா ரீச் குறிப்பிடுவது போற்றத்தக்க ஒன்றாகும். நாஸ்கா மக்களின் நிலம்சார் புதிரான இக்கோடுகளை இனம் கண்டு உலகிற்கு உணர்திய பெருமைக்குரியவரும் இவரேயாவர்.

நாஸ்கா மக்கள் இப்புதிர்க்கோடுகள் செல்லும் வழித்தடங்களில் எல்லாம் தொடர்ச்சியாகக் கிணறுகளைத் தோண்டினர். பிறகு பாலைநில மணலால் அக்கிணறுகள் பாழ்பட்டு விடாமல் இருக்க வட்ட வடிவில் கற்பாறைகளை அடுக்கிக் கிணறுகளைச் செம்மைப்படுத்தி வைத்திருந்தனர். இதன் மூலம் கிணற்றுப் பாசனம் வேளாண்மைக்குச் சாதகமாக்கப்பட்டதன் விளைவாக இம்மண்டலத்தில் உணவுப்பஞ்சம் என்ற பேச்சுக்கே இடமில்லாமல் போனது. நாஸ்கா மக்களின் புகழ்பெற்ற நகரம் கஹீவாச்சியாகும். இதனைப் பாலை நிலத்தில் உருவாக்கப்பட்ட தென் அமெரிக்காவின் முதல் பொலிவுறு நகரமாகவும் கொள்ளலாம். இந்நகரிலிருந்த ஒவ்வொரு வீடும் நன்கு திட்டமிடப்பட்டுக் கட்டப்பட்டவையாகும். இந்நகர அமைப்பைப் பார்க்கும்போது சிந்து சமவெளி மக்களின் நகர அமைவியலைப் பிரதிபலிப்பதாகவே உள்ளது. நகரின் மையப்பகுதியில் எகிப்து பிரமிடைப் போன்ற பிரமிடு ஒன்று அமைக்கப்பட்டிருந்தது. இப்பிரமிடு 28 மீட்டர் உயரமும் 100 மீட்டர் அகலமும் கொண்டதாகும். இதனை ஆய்வு செய்த பெருநாட்டைச் சார்ந்த தொல்லியல் அறிஞர்கள் இது நாஸ்கா மக்களின் பொது வழிபாட்டிடமாகவும், சமய விழாக்களின் மையமாகவும் திகழ்ந்தததாகக் கூறுகின்றனர். இந்நகர்ப் பகுதியில் மட்டும் 10000 பேர் வாழ்ந்துள்ளதாக ஆய்வறிக்கைகள் கூறுகின்றன. மேலும் சுமார் ஒரு லட்சம் நாஸ்கா மக்கள் இப்பாலைநிலத்தில் வளமையோடு வாழ்ந்துள்ளனர் எனவும் ஆய்வாளர்கள் சுட்டுகின்றனர். தமிழர்களின் நகர அமைவியலில் கோயில்கள் என்ற சமத்துவ வழிபாட்டிடம் எவ்வளவு முக்கியத்துவம் பெற்றிருந்ததோ

அதேபோன்று நாஸ்கா மக்களின் நகர அமைவியலில் பிரமிடு என்ற வழிபாட்டிடம் பெற்றிருப்பதின் நீட்சியைக் காணமுடிவது ஆய்விற்குரிய ஒன்றாகும். நாஸ்கா மக்களிடம் வெள்ளி, தங்கம் போன்ற மதிப்புறு உலோகங்கள் அதிக அளவில் கையிருப்பில் இருந்தன. தங்கம், வெள்ளியால் செய்யப்பட்ட ஆபரணங்களை அளவுக்கு அதிகமாக இம்மக்கள் பயன்படுத்தி வந்தனர். நாஸ்கா மக்களிடம் சேமிப்பில் இருந்த உணவுப்பொருட்கள் மற்றும் தங்கம், வெள்ளி போன்ற மதிப்புறு உலோகப் பொருட்களைக் கைப்பற்றுவதில் நடைபெற்ற இனக்குழுக்களின் தொடர்த் தாக்குதல்களால் நாஸ்கா மக்களினம் தடங்கான முடியாத அளவிற்கு அழிக்கப்பட்டுவிட்டது. நாஸ்கா மக்களின் வீழ்ச்சிக்கு காரணங்கள் பல இருப்பினும் அவர்களிடமிருந்த அதீத செல்வச் செழிப்பு அவர்களைச் சுயப்பாதுகாப்புக் கட்டமைப்புகளை உருவாக்கிக் கொள்வதற்கான பொதுச்சிந்தனையை ஏற்படுத்திக் கொள்வதற்குத் தடையாக இருந்துள்ளது. அதனால்தான் இவர்கள் மீது நிகழ்த்தப்பட்ட இனக்குழுக்களின் திடீர்த் தாக்குதல்களை எதிர்த்து இவர்களால் சமாளிக்க முடியாமல் போனது. இந்த இயலாமையே நாஸ்கா மக்களின் அழிவிற்கு முக்கியக் காரணமாக அமைந்ததாக வரலாற்றறிஞர் டாயன்பீ அவர்கள் குறிப்பிடுகிறார். நாஸ்கா மக்களிடம் அதிகப்படியான செல்வங்கள் இருந்தன. ஆனால் அவர்களிடம் போர்த்திறமை இல்லை. இந்தப் பலவீனமே இவர்களின் அழிவிற்குக் காரணமாக இருந்துள்ளது. எனவே ஒரு நாட்டின் அதீத வளமை அம்மக்களின் வீழ்ச்சிக்குக் காரணமாக அமைந்துள்ளதைப் பாபிலோனிய மக்களைப் போன்று நாஸ்கா மக்களின் வாழ்வியல் வரலாறு நமக்கு உணர்த்துவதாக உள்ளது. இதனைக் கருத்தில் கொண்டுதான் தமிழர்கள் தங்களது வாழ்வியலை அகவாழ்க்கை, புறவாழ்க்கை என இரண்டாகப் பகுத்துக் கொண்டனர். புறவாழ்க்கையின் தலையாய அறமான சுயப்பாதுகாப்பு என்ற அடிப்படை அலகினைப் புறத்திணையோடு இக்கியப் படுத்திக் கொண்டு தங்களுக்கான பொதுப்பாதுகாப்பினை உருவாக்கிக் கொண்டு வாழ்ந்ததாலேயே தமிழினம் 3600 ஆண்டுகள் கடந்தும் அழிவுபடாமல் நிலைபெற்றிருக்கிறது. இந்தத் தொடர்நிலைப் பாதுகாப்புக் கட்டமைப்பின் பாரம்பரியத்தைக் கங்கைகொண்டசோழபுரம் நகர உருவாக்கத்திலும் காணமுடிவது மதிப்புமிக்க ஒன்றாகும்.

மகததேசம்

கி.மு. 700 ஆண்டுகளுக்கு முன்பு வட இந்திய அரசியல் வானில் மின்னிய நட்சத்திரங்களுக்கிடையே துருவ நட்சத்திரமாகத் திகழ்ந்த நாடு மகத தேசமாகும். இது தற்காலப் பாட்னா மற்றும் கயாவை உள்ளடக்கியப் பகுதியாகும். கரடு முரடான நிலவியல் அமைப்பினைக் கொண்ட கிரேக்கத்தின் அறிவுக்கருவுலமாகவும், வீரத்தின் பாசறையாகவும் விளங்கிய பெருமை ஏதென்சுக்கும், ஸ்பார்ட்டாவுக்கும் உண்டு. இதே போன்று ஆசியக்கண்டத்தின் ஏதென்சு நகரம் என்றால் அது பாடலிபுத்திரமாகும். காரணம் நந்தர்கள் காலத்தில் சரஸ்வதியும், லக்ஷ்மியும் ஒருங்கே பாடலிபுத்திரத்தில் வசித்ததாகப் பிருகத்கதா எனும் நூல் குறிப்பிடுகிறது. இந்நகரில் நந்த மன்னர்கள் பல அறிவுசார் மக்களால் நிரம்பச் செய்திருந்தனர். உதாரணமாக வர்ஷா, உபவர்ஷா, பாணினி, காத்யாயனா, வரருசி, லியாதி போன்ற அறிவார்ந்த மக்கள் இந்நகரில் வாழ்ந்த பெருமையுண்டு. குறிப்பாகப் பாணினியின் இலக்கணம் இவற்றுள் தலைச்சிறந்தது. கிரேக்கரின் செல்வாக்கு அதில் தொனிக்கிறது. யவன எழுத்து பற்றிய குறிப்பும் அவ்விலக்கணத்தில் காணப்படுவது மதிப்பிற்குரிய ஒன்றாகும். இந்நகர் கங்கை, சோன் என்ற இரண்டு பெரும் நதிகள் சங்கமம் ஆகுமிடத்தில் அமைந்திருந்தது. எதிரிகளால் எளிதில் கைப்பற்ற இயலாத நிலவியல் அமைப்போடு இந்நகர் திகழ்ந்திருந்தது. அதனால்தான் பாடலிபுத்திரத்தைத் தலைநகராகக் கொண்டிருந்த மன்னர்கள் எளிதில் பேரரசர்களாக மாறமுடிந்தது. இந்தியாவின் ஸ்பார்ட்டா என்று ராஜ கிருகத்தை அழைக்கலாம். மகதம் கங்கைச் சமவெளியில் முக்கியக் கேந்திரமான இடத்தில் (Strategic) அதாவது கங்கைநதிப் பள்ளத்தாக்கின் மேற்பகுதிக்கும், கீழ்ப்பகுதிக்கும் இடையில் அமைந்திருந்தது. நல்ல நீர்வளமும் நிலவளமும் ஒருங்கே கொண்டிருந்ததால் மக்களும் வேளாண் தொழிலிலும், வாணிபத்திலும் ஈடுபட்டு வந்தனர். இதனால் மகத தேசத்து மக்கள் பெரும் செல்வந்தர்களாகச் செல்வச் செழிப்பில் திளைத்திருந்தனர். அதோடு மட்டுமன்றி மன்னர்களும் பெருநிதிக் கிழவனாய் திகழ்ந்தார்கள். இதனால்தான் மகததேசம் பதினாறு மகாஜனபத அரசுகளில் விரைவாக எழுச்சியுற்ற அரசு என்ற பெருமையை எளிதில் எட்டமுடிந்தது. மேலும் வலிமையான காடுகளால் நாடு சூழப்பட்டிருந்ததால் அதிக அளவில் திடமிக்க யானைகள் மன்னனுக்குக் கிடைத்துவந்தன. இதனால்தான் கிரேக்க நாட்டினரையே மிரள வைக்கும் அளவிற்கு மிகப்பெரிய யானைப் படையை அவர்களால் உருவாக்க முடிந்தது.

இதனை மகதத்தின் மிகப்பெரிய பலம் எனலாம். இத்தகைய புறச்சாதனங்களோடு மக்களின் உற்சாகம், மனத்திண்மை போன்ற அகச்சாதனங்களும் சேர்ந்து கொண்டதால் மகதத்தில் ஆரியப் பண்பாடும், ஆரியர் அல்லாதாரின் கலாச்சாரமும் வேறுபாடுகளின்றி ஐக்கியப்படுத்தப்பட்டிருந்தன. எனவே கங்கைநதிப் பள்ளத்தாக்கின் மேற்பகுதியில் காணப்பட்ட சாதி வெறியும், வைதீகமும் மகததேசத்தில் அண்டமுடியாமல் போனது. மக்கள் தாராள மனப்பான்மை உடையவர்களாயிருந்ததால் சாதிக் கலப்பு, ஒரு சாதியிலிருந்து மற்றொரு சாதிக்கு மாறுவதும் எளிதாக நடைபெற்றன. ஆரிய, ஷத்திரிய வகுப்பைச் சார்ந்தவர்களுக்கு மட்டுமே அரசப்பதவி என்று இருந்த நிலையை மாற்றி சமுதாயத்தின் அடித்தளத்தில் இருந்த சூத்திரனும் அரசப்பதவியை எளிதில் அடையலாம் என்ற உயரிய சித்தாந்தம் மகதத்தில் விதைக்கப்பட்டிருந்ததையும் காணமுடிகிறது. குறிப்பாகக் கி.மு.385 ஆம் ஆண்டு அரச குலத்தில் நடைபெற்ற முதல் ஜாதிய மறுப்புத் திருமணம், நாவிதன் ஒருவனின் வாரிசான மகாபத்ம நந்தர் என்ற ஒரு சூத்திரன் மகதத்தின் மன்னரானது போன்ற நிகழ்வுகளை இதற்குச் சாட்சியமாகக் கொள்ளலாம். கிரேக்கத்தில் தோன்றிய பிளேட்டோ, சாக்ரடீஸ் போன்று மகாவீரர், புத்தர் போன்ற பகுத்தறிவுத் தத்துவவாதிகளின் சித்தாந்தங்கள் மகதத்திற்குள் புகுந்ததால் மக்களும், அரசர்களும் மானுடச் சீலர்களாக மாறுவதற்குக் காரணமாக அமைந்தது. அதோடு மட்டுமன்றி இந்து சமயத்திற்கு விரோதமாக இவர்களால் தோற்றுவிக்கப்பட்ட சமணம், பௌத்தம் போன்ற புதிய சமயங்களின் பரவலால் மக்களிடையே இருந்த ஏற்றத்தாழ்வுகள் வேரறுக்கப்பட்டன. அந்த அளவிற்கு இவர்களின் சித்தாந்தங்கள் மக்களிடயே பெரும் தாக்கத்தை ஏற்படுத்தியிருந்தன. மேலும் மகத மன்னர்களால் சமணம், பௌத்த சமயங்கள் அரச சமயங்களாக்கப் பட்டதால் இச்சமயங்கள் தூரதேச மக்களிடையேயும் நல்ல வரவேற்பினைப் பெற்றன. இதனால் கலப்படமற்ற ஆன்மீகத்தோடு உலகியலும் போட்டிபோட்டுக் கொண்டு வளர்ந்தது. எனவே ஒரு மண்டலத்தில் எப்படிப்பட்ட சமயங்கள் தோற்றம் பெற வேண்டும் என்பதைக் கூட நிலவியலே தீர்மானிக்கிறது என்பதை மகதப் பேரரசின் நிலம் சார் வரலாற்றில் காண்கிறோம். மகதப் பேரரசின் தலைநகரை ராஜகிருகத்திலிருந்து இரு நதிகள் சங்கமிக்கும் இடத்திலிருந்த பாடலிபுத்திரத்திற்கு மாற்றிக் கொண்டதைப் போன்று இராஜேந்திர சோழனும் தஞ்சையிலிருந்து சோழநாட்டின்

தலைநகரைக் கொள்ளிடம், வெள்ளாறு ஆகிய நதிகள் பாயும் இடத்தில் கங்கைகொண்டசோழபுரம் என்ற புதிய தலைநகரை உருவாக்கிக்கொண்டான். மகதத்தின் எழுச்சி நாயகனாகப் பிம்பிசாரர் திகழ்வதைப் போன்று சோழப் பேரரசின் எழுச்சி நாயகனாக இராஜேந்திர சோழன் திகழ்கிறார். இந்திய வரலாறு வடக்கு, தெற்கு என்று மானுடத்தால் பிரித்தறியப் பட்டாலும், பண்டைக்கால இந்திய மன்னர்கள் நிலம்சார் வரலாற்றில் ஒருமித்த கருத்தோடு பயணப்பட்டுள்ளதை மகத மற்றும் சோழதேச வரலாற்றில் காண்பது பெருமைப்படவேண்டிய விடயமாகும்.

மண்வளம் இழப்புக் கொள்கை

இக்காலத்திய நிலம்சார் ஆய்வாளர்கள் பேரரசுகள் பல இவ்வுலகத்தே மறைந்து விட்டமைக்குக் காரணம் அப்பேரரசுகளில் மண்வளம் நாளுக்கு நாள் அருகி மறைந்து விட்டதேயாகும் என்று கருதுகின்றனர். மனிதன் இயற்கையை அழிப்பதன் மூலம் தன்னையே அழித்துக்கொள்கிறான் என்பது அவர்களுடைய கூற்றாக உள்ளது. எங்கெங்கெல்லாம் நிலவளமும் நீர்வளமும் நன்கு பாதுகாக்கப்படுகின்றனவோ அங்கெல்லாம் உயர்ந்த நாகரிக வாழ்க்கையில் திளைத்துள்ள மக்களைச் சமகாலத்திலும் காணமுடிகிறது. ஆனால் பல இடங்களில் மனிதன் பயிர் உற்பத்திக்காகவும், கால்நடை மேய்ச்சலுக்காகவும் நிலவளங்களை அளவுக்கு மீறிப் பயன்படுத்தியதன் விளைவாக அவற்றின் வளமையை வற்றச் செய்துவிட்டான். எனவே சோலைவனங்களாக இருந்த பலவிடங்கள் பாலைவனங்களாய் இன்று மாறிவிட்டதைப் பார்க்க முடிகிறது. செழிப்பு குன்றக்குன்ற மக்களுக்கு இன்றியமையாத உணவுப்பொருட்கள் கூட விளையவில்லை. இங்ஙனம் மனிதனின் முறைகெட்ட செயல்களால் ஏற்பட்ட பஞ்சத்தின் விளைவாகவே உலகில் பல நாகரிகங்கள் சிதைந்தன. இதன் விளைவாகவே மக்கள் மண்வளம் மங்கிய இடங்களை விட்டுவிட்டு வளம்நிறைந்த மண்டலத்திற்குள் அவர்கள் குடிபெயர்ந்து சென்றனர். அடர்ந்த காடுகளை அழித்து அவற்றைச் சாகுபடிக்கேற்ற நிலங்களாக மாற்றியதாலும் மனித நாகரிகம் அழிவைத் தேடிக்கொண்டதையும் வரலாற்றில் காணமுடிகிறது. நீண்ட நெடிய உற்பத்திப் பாதையினைக் கொண்ட காவிரி ஆறு ஆண்டுதோறும் கொண்டு வந்து சேர்க்கும் வளமிகு வண்டல்மண் பிரதேசத்தில்தான் தங்களது தலைநகரங்களையும் புதிய மக்கள் குடியேற்றப் பகுதிகளையும் அதிகமாகச் சோழ மன்னர்கள்

உருவாக்கினர். உதாரணமாகக் கொள்ளிடம் ஆற்றிலிருந்து வீணாகக் கடலில் வீழ்ந்த தண்ணீரை வடவாறு மூலம் கொண்டு சென்று வீரநாராயணப் பேரேரியில் சேர்க்கப்பட்டதன் விளைவாக இராஜேந்திர சோழரின் காலத்தில் ஏற்படுத்தப்பட்ட புதிய தலைநகருக்குத் தேவையான ஒட்டுமொத்த உணவுத் தேவையையும் வீரநாராயணப் பேரேரியின் பாசன மண்டலம் பூர்த்தி செய்துள்ளது. வீரநாராயண ஏரியானது வெறும் தண்ணீரைச் சேமித்து வைக்கும் இடமன்று. குறிப்பாகக் காவிரி ஆற்றின் மூலம் கொள்ளிடம் ஆறு வழியாகத் தண்ணீரோடு அடித்துவரப்படும் வளமான வண்டல் மண்ணையும் சேமிக்கின்ற நிலையமாக இவ்வேரியானது திகழ்ந்துள்ளது. இவ்வாறு சேமிக்கப்படும் வண்டல் மண்ணானது ஏரியில் அமைக்கப்பட்டிருந்த குமிழியின் சேறோடித்துளைகளின் மூலம் பாசனத்திற்குத் திறக்கப்பட்ட தண்ணீரோடு கலந்துசென்று விளைநிலங்களை வளப்படுத்தியது. இத்தொழில்நுட்பத்தின் மூலம் மண்வள இழப்பு என்பது அறவே தடுக்கப்பட்டது எனலாம். இத்தொழில்நுட்பப் பரிணாமத்தின் தொடரினைச் சோழகங்கம் ஏரியின் உருவாக்கத்திலும் காணமுடிகிறது. எனவே மண்வளமே ஒருநாட்டின் உயிர்வளம் என்ற கருதுகோளினைச் சோழவேந்தர்கள் பாதுகாக்கக் கையாண்ட தொழில் நுட்பம் அளப்பரிய ஒன்றாகும். தங்களுக்குள் பகையிருப்பினும் இயற்கையைச் சிதைக்கக்கூடாது என்பதில் தமிழர்கள் ஒருமித்த கருத்தோடு வாழ்ந்தவர்கள். எனவேதான் பகை என்பது தவிர்க்க இயலாத ஒன்று, அது மனித முயற்சிக்கு அப்பாற்பட்டது, மேலும் மனிதப்பிறப்போடு தொடர்புடையது என்கிறார் வரலாற்றறிஞர்கள் அர்னால்டு டாயன்பீ. கூர்தலறக் கோட்பாட்டாளரான டார்வின் அவர்கள் தன்னை நிலை நிறுத்திக்கொள்ளும் உணர்வே போரின் அடிநாதம் என்கிறார். பகை, போர் என்பது மனித வாழ்வியலோடு தொடர்புடையது. எனவே இருதிறத்தாருக்குள் போர் மூளும்பட்சத்தில் இது மனிதம் சார்ந்ததாகவே இருக்க வேண்டும். எக்காரணம் கொண்டும் அது இயற்கையைப் பாழ்படுத்திவிடக்கூடாது என்பதில் பொறுப்புணர்வுடன் இருந்து நிலம்சார் வளங்களைப் பாதுகாத்துள்ளனர் என்பதைப் பற்றுக்களில் குளங்களும் கரைகளில் நிற்கும் மரங்களும் வயல்களில் கிணறுகளும் மலைகளில் கிணறுகளும் இவற்றில் மரங்களுக்கும் எங்களில் பகை கொண்டு ஏசுபட்டுகெட்டும் போனோமாகிலும் இவற்றுக்கு ஒரு அழிவும்செய்ய கடவொ மல்லா தோமாகவும் என்ற கல்வெட்டு வரிகளின் வழியாக இயற்கை

சார்ந்த உலகப்பொதுவியல் தடங்களை அழிக்கவோ, அவைகளுக்குக் குந்தகம் விளைவிக்கவோ கூடாது என்ற அறக்கோட்பாட்டினை ஒவ்வொரு தமிழனும் பின்பற்றியுள்ளதை இதுபோன்ற அழிவற்ற ஆவணங்கள் ஓங்கி உரைப்பதையும் காணமுடிகிறது. இதனால்தான் மனித ஆற்றலினால் உருவாக்கப்பட்ட மண்வளச் சுழற்சி மற்றும் மண்வளப்பாதுகாப்பின் பிரதான அலகுகளான இந்த ஏரிகளைப் பாதுகாப்பவர்களின் திருப்பாதங்களைத் தமது முடிமீது வைத்துத் தாங்குவேன் என்று நம் மன்னவர்கள் விடும் அறைகூவல் வணங்கத்தக்க ஒன்றாகும்.

4
நகர உருவாக்கமும் அதன் நிலவியல் விதிகளும்

இந்தியாவில் அமைக்கப்பட்ட முதல் பொலிவுறுநகரம் என்ற (Smart city) பெருமை சிந்துசமவெளி மக்களால் ஏற்படுத்தப்பட்ட ஹரப்பா மற்றும் மொகஞ்சதாரோ ஆகிய இருபெரு நகரங்களாகும். அகன்ற வீதிகள், காற்றோட்டமிக்க வீடு, ஒருங்கிணைந்த பாதாளச்சாக்கடைத் திட்டம், அனைத்து வீடுகளிலும் குளியலறை, தூய்மையான குடிநீர், மழைநீர் சேகரிப்பு, நவீனப்படுத்தப்பட்ட பொதுக்குளியல் குளம், வணிகம், பாதுகாப்பான நகரமைப்பு, சுகாதாரமான சுற்றுப்புறம் போன்ற மக்களுக்குத் தேவையான அனைத்து வசதிகளும் அந்நகர்க் கட்டுமானத்தில் இடம் பெற்றிருந்தன. இதேபோன்று சங்ககாலத் தமிழர்களின் நகர நிர்மானத்திற்குச் சிறந்த எடுத்துக்காட்டாக விளங்குவது மதுரை நகரமைப்பாகும். இந்நகரின் வடிவமானது தாமரை மலரின் வடிவத்தை ஒத்தது. இப்பெருநகரில் மலையை ஒத்த பெரிய அளவிலான வீடுகளில் மக்கள் வாழ்ந்தனர் என்பதைப் பரிபாடல் சுட்டுகிறது. அத்தகைய மனைகளில் நிலா முற்றங்களும், காற்றும் வெளிச்சமும் நன்கு வரத்தக்க பெரிய சாளரங்களும் அமைக்கப்பட்டிருந்தன. மதுரையின் புறச்சேரியில் சமண, பௌத்த பள்ளிகள் முறைப்படிக் கட்டப்பட்டிருந்தன. நகரத் தெருக்கள் ஆறுபோல நீண்டும், அகன்றும் அமைக்கப்பட்டிருந்தன. இதனை ஆறுகிடந்தன்ன அகல் நெடுந்தெரு எனவும் பூவின் இதழகத்தனைய தெரு என்றும் சங்க இலக்கியங்கள் குறிப்பிடுகின்றன. மேலும் சில் காற்றிசைக்கும் பல்புழை நல்லில் அதாவது வீடுகள் அனைத்தும் காற்றோட்டமிக்கதாக வடிவமைக்கப்பட்டிருந்தன. அதோடு மட்டுமன்றி பண்டைக்கால மதுரை நகரானது பல முக்கியப் பெருவழிகள் மூலமாக இணைக்கப்பட்டிருந்தன் விளைவாகப் பாதுகாப்பான வணிகம்,

தடையில்லாப் போக்குவரத்து வசதிகளை அக்காலப் பாண்டிய மன்னர்கள் ஏற்படுத்தியதன் விளைவாகக் கிழக்குக் கடற்கரைத் துறைமுகங்களுக்கு வந்திறங்கிய கிரேக்கர் மற்றும் ரோமாபுரி வணிகர்கள் நேரடியாக மதுரை நகர வணிகர்களோடு வர்த்தகம் செய்வதற்கு ஏதுவாக அமைந்தது. வடஇந்திய வணிகர்களும் தங்களது வணிக நடவடிக்கைகளை மதுரையுடன் மேற்கொள்வதற்கு அக்காலப் பெருவழிகள் சாதகமாக இருந்துள்ளன. மதுரைநகரின் வளர்ச்சிக்கு முக்கியக் காரணமே அதன் பெருவழிகள் என்று கி.பி.13 ஆம் நூற்றாண்டில் தமிழகம் வந்த இத்தாலி நாட்டைச் சேர்ந்த வழிப்போக்கர் மார்க்கோபோலோவின் குறிப்புகளின் ஊடாக அறியமுடிகிறது. அன்றையப் பெருவழிகள் இன்றைய தேசிய நெடுஞ்சாலைகளுக்கு ஒப்பானதாகும். குறிப்பாகச் சங்ககாலத் தமிழகத்தின் மிகப்பெரிய சுமார்ட் சிட்டியாக விளங்கிய மதுரை தற்கால சுமார்ட் சிட்டிகளுக்குப் பின்பற்றப்படும் அனைத்து அலகுகளும் முறையாக நகர நிர்மானத்தில் பின்பற்றப் பட்டிருந்ததைப் பண்டைய எழுத்தாவணங்கள் மூலம் அறிகிறோம்.

சமீபத்தில் மதுரைக்கு அருகே இந்தியத் தொல்லியல் துறையினரால் கீழடியில் மேற்கொள்ளப்பட்ட அகழாய்வில் கண்டுபிடிக்கப்பட்ட கட்டிட அமைப்புகள் மற்றும் கழிவுநீர் வடிகால்கள் இதற்கு அதிக வலுச்சேர்க்கும் வகையில் உள்ளன. குறிப்பாகச் சோழர்காலத்தில் ஊர் அமைவியல் குறித்த ஆய்வுகளை மேற்கொண்ட அறிஞர்கள் இரண்டு சதுர மைல்களுக்கு ஓர் ஊர் என்ற விகிதத்தில் ஊர்கள் அமையப் பெற்றிருந்ததாகக் கணக்கிட்டுள்ளனர். மேலும் அப்பகுதியில் கிடைக்கக்கூடிய நீர்ப் பாசன வசதியைப் பொறுத்து ஊர்கள் நெருங்கியும் குறைந்தும் இருந்துள்ளன. நீர்வளம் மிக்க பகுதிகளில் நெருக்கமாகவும், வளம் குன்றிய பகுதிகளில் குறைவாகவும் மக்கள் வாழ்ந்துள்ளனர். பொதுவாகப் பிற்காலச் சோழர் காலத்தில் ஊர் என்பது மக்களின் வாழ்விடம், கோயில் மற்றும் பொழுதுபோக்கு மண்டபங்கள், குடிநீர்ப் பாசனக் குளங்கள், விளைநிலங்கள், பாசன அலகுகள், கருவி தயாரிப்போர், கூலவணிகப்பெருமக்கள், சாலைவசதி, சுடுகாடுகள் என்ற அலகுகளை உள்ளடக்கியதாகவே இருந்தன. ஆனால் ஊர் உருவாக்கத்தில் இருந்து நகர உருவாக்கம் என்பது முற்றிலும் வேறுபட்ட அமைவியல் கோட்பாட்டினை உள்ளடக்கியதாகவே இருந்துள்ளது. ஊர் என்பதில் நில உடைமையாளர்களான வேளாளர் வர்க்கமே தலையாய

வர்க்கமாக நிரம்பி இருந்தது. இவர்களைச் சார்ந்து உழுகுடிகளான உழைக்கும் வர்க்கத்தார் இருந்தனர். நகரங்களில் வணிகர்களின் நிர்வாக அமைப்பு நகரம் என்ற பெயரிலேயே இயங்கியது. எனவேதான் கங்கைகொண்டசோழபுரம் நகரில் வணிகர்களுக்கு அதிக முன்னுரிமை வழங்கப்பட்டதாகக் கருத இடமுள்ளது.

கிரேக்கர்களின் நகரமைப்பு

அஸ்திவாரம் அமைத்து எழுப்பப்பட்ட கான்கிரிட் கட்டுமானங்கள் அனைத்தும் சுட்ட செங்கற்களைக் கொண்டு நேர்த்தியான நுட்பத்தில் கட்டப்பட்டிருந்தன. அடுக்குமாடிக் கட்டடங்களில் அரசர்களும், செல்வந்தர்களும் வாழ்ந்தனர். குறிப்பாகக் கிரேக்க நாடு பூகோளரீதியில் ஒரு தீபகற்பப் பகுதியாகும். மூன்று பக்கமும் அலைகள் இன்றி மரக்கலன்களை இயக்குவதற்கு ஏற்றவகையில் கடற்பரப்பு இருந்ததாலேயே இவர்களால் கண்டம் விட்டுக் கண்டம் சென்று வணிக நடவடிக்கையில் ஈடுபட முடிந்தது. மேலும் வடக்கு, மேற்குப்பகுதிகள் உயர்ந்த மலைப் பகுதியால் சூழப்பட்டிருந்ததால் கிரேக்கர்கள் தங்களது நகரங்களை மலை மீதுள்ள சமப்பகுதியில் நிர்மாணிக்க வேண்டிய சூழல் ஏற்பட்டது. காரணம் சமவெளிப் பகுதியைக் காட்டிலும் மலைப்பகுதி பாதுகாப்பானதாக இருந்ததால் குடியிருப்புக்களை மலைகளின் மீது அமைப்பதையே விரும்பினர். இதனால் கிரேக்கத்தில் தோன்றிய பெரும்பாலான நகர அரசுகளனைத்தும் மலைகளின் மீதே அமையப்பெற்றிருந்தன. சிலநகரங்கள் கடற்கரை சார்ந்ததாகவும் இருந்தன. இத்தகைய நிலவியல் குறைபாடுதான் ஒவ்வொரு நகர அரசையும் பிரித்து மக்கள் மத்தியில் பிளவு மனப்பான்மையை வளர்க்க முக்கியக் காரணமாக அமைந்தது. இந்த நிலவியல் குளறுபடிதான் கிரேக்க நாகரிகம் வீழ்ச்சியடையவும் காரணமாக அமைந்தது. ஆனால் சமவெளிப் பகுதியோ மக்கள் வாழ்வதற்கு உகந்ததாகக் காணப்பப்படவில்லை. மேலும் நதிகள் போக்குவரத்திற்கும் வேளாண் உற்பத்திக்கும் ஏற்ற சூழலில் அதன் போக்கும் அமையப் பெறவில்லை. இதனால்தான் வேளாண் உற்பத்தி என்பது மிகப்பெரிய சவாலாக கிரேக்கர்களுக்கு இருந்ததாலேயே தங்களுக்குத் தேவையான உணவுத் தானியங்களுக்காகக் கூட மற்ற நாடுகளின் மிகை உற்பத்தியை நம்பியிருக்க வேண்டிய சூழலுக்குத் தள்ளப்பட்டிருந்தனர்.

இந்நிலைபாடுதான் கிரேக்கர்களைக் கடலோடிகளாக

மாற்றியிருந்தது. இதனால்தான் கிரேக்கர்கள் மரக்கலன்களைப் பயன்படுத்தி அண்டை நாடுகளுடன் வர்த்தகத் தொடர்பை ஏற்படுத்திக் கொள்ள முடிந்தது. இந்நகர்வுதான் காலப்போக்கில் கிரேக்கக் கலாசாரம் உலக முழுவதும் பரவுவதற்குக் காரணமாகவும் அமைந்தது. பொதுவாகப் பண்டைக்கால கிரேக்க மக்கள் இருபெரும் பிரிவினர்களாகக் காணப்பட்டனர். குறிப்பாக ஏதென்சு நகரமானது பகுத்தறிவுவாதிகளாலும் உழைக்கும் வர்கத்தினர்களாலும் நிரம்பியிருந்தது. மாறாக ஸ்பார்ட்டாவில் வாழ்ந்தவர்கள் போர்த்திறன் மிக்கவர்களாகக் காணப்பட்டனர். ஏதென்சில் வாழ்ந்த வணிகர்களில் பெரும்பாலானோர் கடலோடிகளாக விளங்கினர். இவர்கள் வர்த்தகத்தின் மூலம் பிற நாடுகளிலிருந்து கொண்டுவந்த மதிப்புறு பண்டங்கள், நீண்டநாட்களுக்குத் தேவையான உணவுப்பொருட்கள் போன்றவற்றை இருப்பு வைத்திருந்தனர். இதைக் கவர்வதிலேயே ஸ்பார்ட்டர்கள் அதிக கவனம் செலுத்தினர் என்ற மறைமுக சுயநலப் போக்கினையும் காணமுடிகிறது. அதனால்தான் ஏதென்சுக்கும், ஸ்பார்ட்டாவிற்கும் இடையேயான போர் தவிர்க்க முடியாததாக அமைந்திருந்தது. இந்தத் தொடர் இடர்ப்பாடுகள்தான் கிரேக்க நாகரிகத்தின் ஆணிவேரையே வீழ்த்தி, அங்கு உயர்வு பெற்றிருந்த உன்னதமான நகர அரசுகள் அனைத்தையும் அழிவுப் பாதைக்கு இட்டுச்சென்ற பெருமை கிரேக்க தீபகற்பத்தின் சமநிலையற்ற புவிசார் அமைவியலேயாகும். எனவே ஒருநாட்டின் நிலம்சார் அமைப்பு சரியானதாக இருக்கவேண்டும். அப்பொழுதுதான் அம்மண்டலத்தில் குடியேறிய மக்கள் அமைதியான சமநிலை வாழ்வினை எட்ட முடியும் என்பதை நன்குணர்ந்தவர்கள் தமிழர்கள்.

மயன் கூறும் நகர அமைவியலும் நிலவியல் நுட்பங்களும்

பண்டைக்காலத் தமிழகத்தில் உருவாக்கப்பட்ட பெருநகரங்கள், மனைகள், மண்டபங்கள், அரண்மனை வளாகம், போன்றவை அழகிய வேலைப்பாட்டுடன் கட்டப்பட்டிருந்தன. இவைகள் அனைத்தும் கட்டுவதற்குரிய மனைமரபுடன் அவைகள் அமைக்கப்பட்டிருந்தன என்பதை .....

"பொன்னினும் மணியினும் புனைந்தன ஆயினும்
நுண்வினைக் கம்மியர் காணா மரபின்
துயர் நீங்கு சிறப்பினவர் தொல்லோர் உதவிக்கு
மயன் விதித்துக் கொடுத்த மரபின இவைதாம்
ஒருங்குடன் புணர்ந்தாங்கு உயர்ந்தோர் ஏத்தும்

அரும் பெறன் மரபின்...... (சிலம்பு 5:105 -110)

என்று சங்ககாலச் சோழர்களின் வர்த்தகத் தலைநகரமாகத் திகழ்ந்த புகார் நகரானது மயன் வகுத்தளித்துள்ள நில அறிவியலின்படிக் கட்டமைக்கப்பட்டிருந்ததைச் சிலப்பதிகாரம் எடுத்தியம்புகிறது. மயனின் நிலவியல் மற்றும் கட்டுமானக் கோட்பாட்டினைத் தமிழர்களின் கோட்பாடாகவே சமகாலக் கட்டடக்கலை வல்லுநர்கள் குறிப்பிடுகின்றனர். மயன் வகுத்தளித்தக் கட்டடக் கலையின் சாஸ்த்திர நுணுக்கங்களின் தழுவலைப் பன்னெடுங் காலமாகத் தமிழ் கூறும் நல்லுலகம் பின்பற்றி வந்துள்ளதையும் வரலாற்றின் பக்கங்களில் காணமுடிகிறது. கட்டடக்கலை சாஸ்த்திர வல்லுநரான மயன் சுட்டியுள்ள நகரக் கட்டுமான நுட்பங்கள் அனைத்தும் இம்மியளவும் மாற்றமில்லாமல் கங்கை கொண்டசோழபுரம் நகர நிர்மாணத்தில் பின்பற்றப்பட்டிருப்பதைக் காணமுடிகிறது.

இந்த இயலில் மயன் கூறும் நகர அமைவியலையும் நிலவியல் நுட்பங்களையும் பற்றிக் காண்போம். குறிப்பாக ஒரு நகரம் அமையவுள்ள இடத்தின் பரப்பளவினை 78 விதமாகப் பிரித்துக் கணக்கிட வேண்டும். மிகக் குறைந்த அளவுடைய நகரமைப்பின் பரப்பளவு 300 தனுஸ் அளவாகும். 300 தனுஸ் அளவில் தொடங்கி 100 தனுஸ் அளவினைக் கூட்டிக் கணக்கிட்டு வரவேண்டும். அவ்வாறு வருகின்ற தனுஸ் எண்ணிக்கையானது 8000 வரை உள்ள அளவுகள் குறிப்பிடப்பட்டுள்ளது. அந்த 8000 தனுஸ் அளவுடைய நகர அமைப்பானது 78 விதங்களாகப் பிரித்தறியப்படுகின்றது. சிறு நகரங்களின் பரப்பளவு 100 தண்டம் அளவில் தொடங்கப் பெறுகின்றது. அந்த அளவானது 300 தண்டம் வரை பத்துத்தண்டம் அளவுகளாகப் பிரித்துக் கொண்டு கூட்டி கணக்கிட்டு அவைகளை 21 வகையெனப் பிரிக்கலாம். இந்த 21 வகையான குரு நகரமைப்புகளைப் பற்றியே மயன்மரபு பெருமையாகப் பேசுகிறது.

உத்தமபுரம் என்றழைக்கப்படும் நகரமைப்பின் பரப்பளவு இராஜதண்டத்தின் அளவில் 16,000 கோல் அளவில் அமையப்பெறுவதாகும். இந்த 16,000 கோல் அளவில் 500 தண்டம் அளவு பரப்பளவுவீதம் குறைந்து கொண்டு வரும் அளவு முறையில் 4000 தண்டம் வரையில் குறைந்து வரும் கணக்குப்படியுள்ள சுற்றளவுகளை 25 வகையுடையனவாகக் குறிக்கப்படுகின்றது. கேடயங்களாகிய நகர அமைப்பின் பரப்பளவு 300 கோல் முதல் 400 கோல் வரையில் 20 கோல்கள் என்ற அளவினைக் கூடுதலாக்கிக் கொண்டுவர அவை 6 வகையான அளவுகளைக்

கொண்ட கேடயங்களாக அமைகின்றன. அவை சிரேஷ்டம், மத்திமம், அதமம் என்னும் மூன்று பரப்பளவுகளைக் கொண்ட நகரமாக அமைகின்றன. துரோணமுகத்தின் அளவுகள் ஐந்து வகைகளாக உள்ளன. அவை 400 கோல் அளவுகளைக் கொண்டு பின்னர் 24 கோல் அளவுகளைக் கூட்டிக் கணக்கிட்டுவர 496 கோல் அளவுவரை வரும் அளவு துரோணமாகும். கர்வடம் என்பது நகரிய அளவில் கூறப்படும் ஐந்து வகையான பரப்பளவுடைய நகரமாகும். இது200 கோல் அளவு முதல் கணக்கிடத்தொடங்கி 50 கோல் அளவுகளைக் கூடுதலாக்கிக் கொண்டுவர 400 வரும் அளவிற்குரிய நகரமைப்பே கர்வடமாகும்.

நிகமத்தின் பரப்பளவுகளைக் கொண்டு 15 வகைகளாகப் பிரித்துக் கூறப்பட்டுள்ளன. தொடக்கத்தில் இதன் அளவு 200 கோல்கள் என்றும் அந்த அளவுடன் பத்து கோல் அளவினைக் கூட்டிக் கணக்கிட்டு 340 வரையுள்ள பரப்பளவு குறிப்பிடப்படுகின்றன. கோத்துமகோலகம் என்ற நகரமைப்பு முறையில் 100 தண்டம் முதல் 500 தண்டம் வரை தண்டத்தின் எண்ணிக்கையை 100 ஆகக் கூட்டிக் கணக்கிட்டால் வரும் பரப் பளவிற்குரிய நகரியம் கோத்தும கோலகமாகும். விடம்பம் என்பது நகரமைப்பில் இடம் பெறும் மற்றொரு வகையாகும். நகரமைப்பிப்பில் புரம் என்பது ஒருவகை. புரத்திற்குரிய தனுஸ் அளவினைக் கொண்டு 200 தனுஸ் முதல் 500 தனுஸ் வரை யிலும் 50 தனுஸ் எண்ணிக்கை வீதம் கூடுதலாகி வரவேண்டும். அவ்வாறு அமைந்துள்ள பரப்பளவிற்குரிய இடங்களை ஏழு வகைகளாகப் பிரித்தறியப்படு கின்றன. நகரமைப்பில் முன் பகுதியாகிய நுழைவுக்குரிய பகுதியின் நீளமானது நகரத்தின் பரப்பளவைப் போல் 2 அல்லது 3/4, 1/2 அல்லது 1/4 பரப்பளவுகளுடைய வடிவத்தைப் பெற்றிருக்க வேண்டும். அல்லது நகர முகப்பின் பரப்பளவில் அதன் அகலத்தின் அளவில் 1/6 அல்லது 1/8 அளவுகளில் அமைய வேண்டும்.

கோட்டை

மன்னர்களின் தலைநகரில் அமைக்கப்படும் கோட்டையின் வடிவமைப்புகளை ஐந்து வகைகளாக வகைப்படுத்துகிறது மயன். அவை....

1. சமசதுரம்
2. நீள்சதுரம்
3. வட்டம்

4. நீள்வட்டம்

5. கோளவடிவினை ஒத்த வட்டம்

என்ற வடிவங்களில் ஒன்றினை நிலவியல் தகவமைப்பிற்கு ஏற்றார்போல் கோட்டைகள் வடிவமைக்கப்படுவதற்கான விதிமுறைகளை மயன் விதிகளில் காணமுடிகிறது. இந்தியாவில் இருந்த புராணகாலக் கோட்டைகள், வடஇந்தியாவில் இருந்த பண்டைக்காலக் கோட்டைகள், தமிழகத்தில் இருந்த சங்ககாலக் கோட்டைகள், பல்லவர், சோழர் காலம் முதல் விஜயநகர நாயக்க மன்னர்கள் காலம் வரையில் தமிழகத்தில் கட்டப்பட்டிருந்த அத்தனை கோட்டைகளும் மேற்கண்ட வடிவமைப்பில் இருந்துள்ளதைக் களஆய்வின் மூலம் உணர்கிறோம். கோட்டைச்சுவற்றின் அளவும் எல்லையும் கோட்டைச் சுவற்றின் நீளத்தில் 1/10, 1/8,1/7, 1/5, என்ற அளவுக்குரிய முறையில் 7/10, 6/8, 5/7, 4/5, பாகங்களுக்குரிய அளவில் கோட்டையின் எல்லையாகிய அளவுகளாக அமைதல் வேண்டும். கோட்டைச்சுவரின் அகலமானது 2,3 அல்லது நான்கு முழங்கள் அளவுடையனவாக இருந்தால் வேண்டும். சுவரின் உயரமானது 17,11 முழங்கள் அல்லது 17,9 அல்லது 11 முழமாகும் அல்லது சுவரின் மொத்த உயரத்தில் 1/3 பாகம் குறைந்துவரும் அளவுகளாகவும் அமைய வேண்டும்.

கோட்டையின் வெளிப்பக்கத்தில் கோட்டை மதிலின் அருகே சுற்றிலும் அகழியானது வெட்டப்பட்டிருக்க வேண்டும். கோட்டையின் உட்பகுதியில் கோயில் கட்டப்பட்டிருக்க வேண்டும். போசக பாகம் முதல் ஆசன பாகம் வரையில் அமைகின்ற இடப்பகுதியைச் சண்டி பதம் அல்லது சண்டித பதம் என்றும் அழைப்பர். கோட்டையின் பிரதான வழியானது கிழக்குப் பார்த்ததாகவும் அல்லது வடக்கு நோக்கியதாகவும் இருக்கலாம். பொதுவாகக் கோட்டையின் வாயில்கள் கிழக்கு நோக்கியதாகவோ, வடக்குப் பார்த்ததாகவோ இருக்கலாம். கோட்டையின் வடிவங்களைக் கட்டட நெறிப்படியும், மரபுப்படியும் கட்டிக் கொள்ளலாம். கோட்டையின் வீதிகளின் அளவுமுறையானது 1 கோல் அளவு முதல் 7 கோல் அளவுகள் வரையிலும் இருக்க வேண்டும். நகரத்தின் அமைவிடமானது நல்லோர் வாழ்கின்ற பகுதியாகவும், நதிக்கரையின் அருகேயும், அரண்மனைக் கட்டடங்களுடன் கூடியதாகவும் அமைத்தல் சாலச் சிறந்ததாகும். இது இராஜதானியாகிய அரசரின் அரண்மனையுடன் அமைவதாகும். கங்கைகொண்டசோழபுரம் கோட்டையானது கிழக்கு நோக்கிய பிரதானவாயிலையும், கொள்ளிடம் ஆற்றின்

வடகரையிலும் அமையப்பெற்றதோடு சமசதுர வடிவில் நிர்மாணிக்கப்பட்டதாகும்.

நகரம்

கோட்டைச் சுவருடன் இணைந்தும் கோட்டையின் நான்கு திசைகளிலும் நான்கு கோபுரங்களை அமைத்தும், வணிகர்களுக்கான இடங்கள் அதன் அருகேயுள்ளவாறும், அனைத்துத் தரப்பு மக்களும் வாழ்வதற்குரிய வீடுகள் நிறைந்தும் அனைத்துக் கோயில்களுடன் திகழ்கின்ற ஒரு இடமானது நகரம் என்றழைக்கப்படுகிறது.

இராஜதானி

சுற்றிலும் சுவருடன் அமைந்திருக்கும் கோட்டையும் அதன் மேற்கு, வடக்குத்திசையில் வழிகளில்லாதவாறும் கோட்டைகளைச் சுற்றிலும் அகழியும், அதனை அடுத்துப் படைகளுக்குரிய தங்குமிடங்களும், கிழக்கிலும் தெற்கிலும் அபிமுகமாக இருப்பதும், பாதுகாப்புக்குரிய இடமாகவும், கோபுரங்களைக் கொண்டதும், வரிசையாக அமைந்த வீடுகளைக்கொண்ட மக்கள் வாழ்கின்ற இடமாகவும், கோயில்கள் கட்டப்பட்டும், தேவரடியார்கள் வசிக்கும் பகுதியுடையதாகவும், யானை, குதிரை, தேர், காலாட்படைகள் எனப் பல்வேறு பாதுகாப்பு வீரர்களுடனும், பெரிய முதன்மை வாயில் மற்றும் சிறிய வாயில்களையும் பெரிய, சிறிய வீதிகளையும், சந்துகளையும், அரசனது வாழ்விடமாகவும் சபையாகவும் அமைந்துள்ள அரண்மனையும் ஒருசேர அனைத்தும் நிறைவுடன் அமைந்திருக்கும் இடமானது இராஜதானி அதாவது அரசருக்குரிய இடமென அழைக்கப்படுகிறது.

புரம்

காடு, தோப்பு நிறைந்த இடங்களாகவும் அனைத்து மக்களும் வாழ்கின்ற வீடுகள் நிறைந்த இடமாகவும், அனைத்து வணிகர்குடிகளும் வணிகம் செய்வதற்குரிய இடமாகவும் அமையப்பெற்ற இடமே புரம் என்பதாகும். புரம் என்பதற்கு நகரம் என்ற பெயருமுண்டு. இந்த நிலவியல் விதியின் அடிப்படையில் உருவாக்கப்பட்டதே கங்கைகொண்ட சோழபுரமாகும். இந்நகரின் பின்னொட்டில் புரம் என்று இருப்பது மேற்கண்ட நிலவிதிக்கு வலுச்சேர்க்கும் வகையில் உள்ளதாகக் கருதலாம்.

கேடம்

இயற்கையான நதிகள் நிறைந்தும் மலைகள் சூழ்ந்தும் அமைந்துள்ள மக்கள் வாழ்கின்ற இடமே கேடம் என அழைக்கப்படுகிறது.

கர்வடம்

நான்கு பக்கங்களிலும் இயற்கையான மலைகளால் சூழப்பட்டிருக்கும் அமைவிடமாகவும் அனைத்துவகை மக்களும் வாழ்கின்ற இடமாகவும் உள்ள பூமியானது கர்வடம் என அழைக்கப்படுகின்றது.

குப்ஜம்

கேடம், கர்வடம் ஆகிய இரண்டு வகையான அமைப்புகளுக்கும் இடையே மக்கள் வசிப்பதற்குரிய இடமாக இருப்பதற்கு ஜன ஸ்தான குப்ஜம் என்று பெயர்.

பட்டணம்

துணிவகைகள், விலையுயர்ந்த ரத்தினங்கள், பிற மதிப்புறு பண்டங்கள் போன்றவற்றை விற்பனை செய்கின்ற பெருவணிகர்கள் வருமிடமாகவும் கடற்கரை சார்ந்த இடமாகவும், வணிகர்கள், நுகர்வோர் என அனைவரும் கூடும் பகுதியே பட்டணம் என அழைக்கப்படுகிறது.

சிபிரம்

சத்ரு இராஜாக்கள் ஆளுகின்ற நாட்டின் எல்லையாகவோ அல்லது இதர இராஜாக்களின் நாட்டு எல்லைக்கு அருகில் யுத்தத்திற்குரிய ஏற்பாடுகளுடனும், படைகளும், தளபதிகளும் கூடுகின்ற எல்லைப்பகுதிக்குச் சிபிரம் என்று பெயர்.

சேநாமுகம்

அனைத்து மக்கள் வாழ்கின்ற இடமாகவும் அரசனுடைய அரண்மனைக் கட்டடங்களுடனும் பல்வேறு வகையான காவல்கள் நிறைந்த பகுதிக்குச் சேநாமுகம் என்று பெயர்.

ஸ்தானீயம்

நான்கு பக்கங்களிலும் மலைசூழ்ந்த பகுதியாகவும் நதிகளும், காவல்கள் நிறைந்ததும் அரணுடைய அரண்மனைக் கட்டடங்கள் உள்ள இடமாகவும், அரசனுக்குரிய இடமாகவும் உள்ள பகுதி

ஸ்தானீயம் என்று அழைக்கப்படுகிறது.

துரோணமுகம்

நகரின் தெற்குப் பக்கத்தில் அமையும் சிற்பக் கலைஞர்களின் இடமாகவும் கடலின் வட பக்கத்திற்குரிய இடமாகவும், வணிகர்கள் கூடும் இடமாகவும், அனைத்துப் பிரிவு மக்களும் வாழ்கின்ற பகுதியாகவும் அமைகின்ற இடத்திற்கு துரோணமுகம் என்று பெயர்.

விடம்பம்

நாட்டுப்புற மக்கள் வாழ்கின்ற கிராமத்தின் அருகே மக்கள் வாழ்வதற்குரிய இடமாகக் குறிப்பிடப்பட்டால் அதற்கு விடம்பம் என்று பெயர்.

கோத்ம கோலகம்

வனமாகிய மரம் நிறைந்த மையப்பகுதியில் மக்கள் வாழ்ந்து வருகின்ற இடமாக இருப்பதற்குக் கோத்ம கோலகம் என்று பெயர்.

நிகமம்

நான்கு வகை மக்கள் வாழ்வதற்குரியதும் அனைத்துப் பிரிவு மக்களும் தொழில் செய்பவர்களும் வாழ்கின்ற வீடுகள் நிறைந்த பகுதியே நிகமம் எனப்படும்.

ஸ்கந்தவாரம்

காடு, மலை, ஆறு நிறைந்த பகுதியாகவும் அரசர்க்குரிய அரண்மனையுடன் அனைத்து மக்களும் வாழ்கின்ற இடமாகவும் அதன் அருகே சேரியும் அமைந்திருக்கும் பகுதிக்கு ஸ்கந்தவாரம் என்று பெயர்.

அரண்களின் அமைப்பும் வகைகளும்

ஏழு வகையான கோட்டைகள் மயனால் கூறப்படுகின்றன. அவை அமைகின்ற இடத் தொடர்பிலும் பெயர்கள் குறிப்பிடப்படுகின்றன.

1. மலையரண் கோட்டை - கிரி துர்கம்
2. வன அரண் - வன துர்கம்
3. நீர் அரண் - ஜல துர்கம்
4. சேறு அரண் - பங்க துர்கம்

5. வெட்டவெளி அரண் - இரண துர்கம்
6. இயற்கை அரண் - தைவத துர்கம்
7. கூட்டாக் அரண் - மிச்ர துர்கம்

நிலம்சார் அமைவியல் அடிப்படையில் ஏழு வகையான அரண்களைப் பற்றி மயன் சுட்டுகிறது.

1. மலையரணானது கிரிமத்யம், கிரிபார்சுவம், கிரிசிகரம் என மேலும் மூன்று வகையினதாகக் கூறப்படுகின்றது.

2. நீரில்லாததும் அடர்த்தியான மரங்களால் சூழ்ந்த இடமானதும் துஷ்பிரவேசமாகக் கூறப்பட்டுள்ள பகுதிக்கு வன அரண் என்று பெயர்.

3. மலையும் வனமும் நிறைந்தும் இணைந்தும் உள்ளது மிச்ரம் என்று பெயர்.

4. இயற்கையிலேயே அரணாக அமைந்திருப்பது தைவததுர்கம் என்னும் இயற்கை அரணாகும்.

5. நகரத்தின் நான்கு பக்கங்களும் முழுமையாகச் சேற்றினால் சூழப்பட்டிருக்குமேயானால் அவ்விடம் சேறு அரண் என்றழைக்கப்படுகிறது.

6. நீரால் அல்லது கடலால் சூழப்பட்டிருக்கும் அரணானது நீர் அரண் எனச் சுட்டப்படுகிறது.

7. நீர்நிலைகள், மரங்கள் நிறைந்த காடுகள் இல்லாமல் ஒரே வகையான பாலையாகக் காணப்படும் பகுதியானது இரணதுர்கமாகும்.

நகரங்களின் அமைப்பானது ஏழுவகையான அரண்களால் சூழ்ந்திருந்தாலும் அது கோட்டை கொத்தளங்களுடன் அனைத்துவிதமான காவல் கட்டமைப்புகளால் நிரம்பப் பெற்றிருக்க வேண்டும். நகரமானது வன அரண் இல்லாமல் இருப்பின் அந்நகரக் கோட்டையின் வெளிப்புறத்தே அகழியுள்ளதாகவும், மறைக்கப்பட்ட வழிகளை அமைத்துக் கொண்டும் எதிர்ப்போர் எளிதில் நுழைந்து வர இயலாத கட்டுமான நுட்பத்துடன் வடிவமைக்கப்பட வேண்டும். கோபுரங்களும் மண்டபங்களும் உள்ளதாக அமைத்தாலும் அவை மறைவுடைய கட்டுமானங்களாக இல்லாத நிலையில் படிகளால் மறைக்கப்பட்டிருக்குமாறு கட்டப்பட்டிருத்தல் வேண்டும். கதவுகள், பரிகம் என்னும் ஆயுதங்களான தாழ்ப்பாள்கள், ஒருமுழம்

அளவுள்ள இந்திர நீலம் என்ற தாழ்ப்பாள்களாலும், தூண்களுடன் கூடிய மத்திய மாலயத்துடனும் இட்டகத்தாலானதும் ரகசியமாகப் படிகளால் வழி கொண்டமையும் தொழில்நுட்பம் நிறைந்த வழிகளையும் கொண்ட கட்டுமானத் தொழில் திறனுடையதாக நகரமைப்பும், கோட்டையும் அமைக்கப்படுதல் வேண்டுமென்பதை மயன் வலியுறுத்துகிறார்.

கோட்டை வாயில்கள்

கொட்டையுடன் கூடிய அரணின் வாயில்கள் மண்டபம், சபை, சாலை என்னும் வடிவங்களுக்குரியதாக வடிவமைக்க வேண்டும்.

கோட்டைச் சுவரமைப்பு

கோட்டையின் சுவரானது 12 முழத்திற்குக் குறைவிலாத உயரமுடைய செங்கற்களால் கட்டப்படவேண்டும். சுவரின் அகலமானது அச்சுவரின் உயரத்தில் பாதியளவுடையதாகவும் அதன் அடித்தளத்திலுள்ள பகுதியின் சுவரமைப்பானது மனிதர்கள் நடமாட்டத்திற்குரியனவாகவும் திட்டமிட்ட கட்டுமான நுட்பத்துடன் அமைக்கப்படுதல் வேண்டும்.

அலங்கம்

கோட்டையின் சுவர்களாகிய கொத்தளங்களுக்கு உட்பக்கத்தில் மண்ணால் கட்டப்பெற்ற தளங்களும் அவற்றில் இயந்திரங்களாகிய யுத்தக் கருவிகளையும் வைக்கும் வண்ணம் இருத்தல் வேண்டும். மண் கட்டுமானத்திற்குரிய பகுதியில் அகழிக்கும் கோட்டை கொத்தளச் சுவருக்கும் இடையே குறுக்கு வழியாகிய சந்து இருக்கவேண்டும். இந்தச்சந்தின் வழியாகப் படை வீரர்கள் கொத்தளத்திற்கு வருவதற்கு ஏற்ற வகையில் அப்பாதை இருக்கவேண்டும். இவ்வாறு அமைந்துள்ள பகுதிக்கு அலங்கம் என்றுபெயர். கோட்டையைச் சுற்றிலும் ஆயுதங்களும் காவலர்களாகிய சேனாபதிகளும் தங்கியிருந்து பாதுகாக்கும் வண்ணம் சிபிரம் (கொத்தளம்) பகுதியை அமைக்க வேண்டும். கோட்டையின் உட்பகுதியில் மக்கள் வாழ்வதற்குரிய வீடுகளும், அரண்மனைக் கட்டடங்களும் யானை, குதிரைப்படைகளுக்குரிய இடங்களும் தேர், சிவிகை, பல்லக்கு போன்றவை வைப்பதற்குரிய இடவசதிகளையும் பெற்றிருக்க வேண்டும்.

தானியக் களஞ்சியங்கள், எண்ணெய்க் கிடங்குகள், சாரங்கள், லவணம் என்னும் உப்புக்கிடங்குகள், மருந்துப் பண்டங்கள்,

கந்தகம், விஷம், உலோகமாகிய இரும்பு, கெரி, நரம்புகள், கொம்புகள் (விஷாணம்), மூங்கில், எரிபொருளாகிய மரம், கால்நடைகளுக்குரிய வைக்கோல், புல் முதலியனவும், தோல்வேலை செய்யும் தொழிலாளர்கள், மரயுரி அல்லது வல்லூரம் (வல்கலம்), சாரங்களுக்குரிய மரங்கள் போன்ற அனைத்து வகைப் பொருட்களையும் வைத்திருக்கக்கூடிய அரணானது பகைவர்களால் கோட்டையைக் கடக்கவோ, அகழியை நீந்திச்செல்லவோ, உட்புகுந்து செல்லவோ இயலாது என மயன் குறிப்பிடுகிறார். பாதுகாப்பிற்காகவும் பகைவர்களை வெற்றி கொள்வதற்காகவும், பகைவர்களால் உட்புகுந்திட இயலாத அளவில் கோட்டையின் பாதுகாப்புக் கட்டமைப்புகள் வலிமையுடன் இருக்கவேண்டும். கோட்டையின் உட்புறத்தே கீழ்க்காணும் தெய்வங்களுக்குரிய கோயில்களை அமைத்துப் படைவீரர்கள் வழிபாடு செய்வதற்குரிய வாய்ப்புகளை ஏற்படுத்திக் கொடுக்கவேண்டும்.

- இந்திரன்
- வாசுதேவன்
- குகன்
- ஜயந்தன்
- வைச்ரவணன் (குபேரன்)
- அசுவினிதேவர்கள்
- ஸ்ரீதேவி
- மந்திரதேவி
- சிவன்
- துர்க்கை
- சரசுவதி

கோட்டையின் அமைப்பு முறைகளும் வழித்தடங்களும்

கோட்டையாகிய நகரத்தின் வழிகளும், தெருக்களும், கோட்டையின் அமைப்பினைப் பாகமாகவும் அதன் பதமாகவும் பிரித்துக்கொள்ளவேண்டும் என்று மயன் குறிப்பிட்டுள்ளார். நகரங்களில் அமையும் தெற்கு-மேற்கு வழியானது 12, 10, 8, 6, 4, அல்லது 2 என்று இரட்டைப்படையாக அமைந்தும், அவ்வாறே தெற்கு-வடக்கு வழிகள் இரட்டைப்படையில் அமைந்திருக்கக் கூடியதாகவும் 11, 9, 7, 5, 3 அல்லது 1 என ஒற்றைப்படையிலான

வழித்தடங்களைக் கொண்ட அமைப்பாக இருப்பினும் யுக்மபதம், அயுக்மபதத்தில் பிரம்ம அம்சத்தில் 1, 2, 3 அம்சங்களைக் கொண்டதாக அமைந்திருப்பதும் முறையாகும் எனக்கோட்டை நகரத்தின் வழித்தடங்களின் அமைவியலைப்பற்றி மயன் சுட்டுகிறார்.

தண்டகம்

நகரத்தின் மையத்தில் தண்டகாரமாக ஒரே வழி அமைந்திருப்பின் அவ்வழித்தடமானது தண்டகம் என்று அழைக்கப்படும். இதன் நடுவில் வடக்குமுகமாக மற்றொரு வழி அமைக்கப்பட்டிருந்தால் அதற்குக் கர்தரி தண்டகம் என்று பெயர்.

பாஹுதண்டகம்

மையத்தில் கிழக்கு மேற்கில் இரண்டு குருவழிவுத்தமங்கள் கற்களால் அமைக்கப்பட்டிருந்தால் அதற்கு பாஹுதண்டகம் என்று பெயர்.

குடிகாமுக தண்டகம்

நான்கு திசைகளிலும் நான்கு வழித்தடங்கள் அமையப் பெற்றதாகவும் வீதிகளில் மையப்பகுதிகளில் இருபுறங்களில் குறுந்தெருக்களாகிய பாதைகளையும் கொண்டுள்ளதாகவும் பிற தண்டகத்தில் வடிவமைப்புகளையும் பொருத்தியிருப்பின் அக்கோட்டை நகரமானது குடிகாமுக தண்டம் என அழைக்கப்படுகிறது.

கலகாபந்த தண்டகம்

கிழக்கு திசை நோக்கிச் செல்லும் மூன்று வழித்தடங்களும் வடக்கு திசைநோக்கி மூன்று வழித்தடங்களும் உள்ள அமைப்பானது கலகாபந்த தண்டகம் என்று மயன் குறிப்பிடுகிறார்.

வேதிபத்திரம்

கிழக்கு மேற்காகச் செல்லும் மூன்று வழிகளையும் தெற்கு வடக்காகச் செல்லும் மூன்று வழித்தடங்களையும் அவ்வழித்தடங்கள் ஒன்றுடன் ஒன்று குறுக்காகக் கல்லால் இணைக்கப்பட்டிருப்பின் அவ்வடிவமைப்புக்கு வேதிபத்திரம் என்று பெயர். இவ்வகை அமைப்பே நகரமைப்பில் சிறந்ததெனச் சுட்டப்படுகின்றது.

சுவஸ்திகம்

கிராமத்திற்கும் நகரத்திற்கும் உரிய சுவஸ்திகமாக அமையும் வழித்தடங்களைக் கொண்ட அமைப்பும் பெறப்படுவதாகும். கிழக்குமுகமாக ஆறு வழிகளும் வடக்கு முகமாக ஆறு வழிகளும் அமைக்கப்பட்டும் சுவஸ்திக வடிவமைப்பில் வழித்தடங்கள் கூறப்பட்டுள்ளதைப் போலவே அமைந்திருந்தால் அது சுவஸ்திகம் என்றழைக்கப்படும்.

பத்திரம்

கிழக்கு மேற்கில் நான்கு தெருக்களும் தெற்கு வடக்கில் நான்கு வீதிகள் அமைக்கப்பட்டும் மையப் பகுதியாகிய பிரம்ம பாதத்தினைச் சுற்றிலும் ஒரு வீதி அமைந்திருப்பின் அந்நகரமைப்பினைப் பத்திரம் என்று மயன் குறிக்கிறார்.

பத்திரமுகம்

கிழக்கு நோக்கிய நிலையில் ஐந்து வீதிகளுடனும் வடக்குத்திசை நோக்கிச் செல்லும் ஐந்து வீதிகளும், குறுந்தெருக்களால் இணைக்கப்பட்டிருக்கும் வடிவமைப்புடைய ஐந்து வீதிகளின் வடிவமைப்பில் அமைவது பத்திரமுகமாகும்.

பத்திர கல்யாணம்

கிழக்கு மேற்கில் ஆறுவீதிகளும் தெற்கு வடக்கில் ஆறு வழிகளும் அவற்றிடையே குறுந்தெருக்கள் பல உள்ளவாறு அமைக்கப்பட்டிருப்பின் அந்நகரத்திற்குப் பத்திர கல்யாணம் என்று பெயர்.

மகாபத்திரம்

ஏழு வீதிகள் கொண்ட கிழக்கு, மேற்கு மற்றும் தெற்கு, வடக்குப் பாதையும் உள்ள வடிவமைப்பில் நகரமும் அமைந்திருந்தால் அதற்கு மகாபத்திரம் என்று பெயர்.

சூபத்திரம்

எட்டுவீதிகள் கிழக்கு மேற்காகவும் தெற்கு வடக்காகவும் வடிவமைக்கப்பட்டு இருந்தும் அதில் 12 வழிகள் குறுந்தெருக்களுடன் அமைந்திருப்பின் அந்நகரமைப்பு சூபத்திரம் என்று அழைக்கப்படும்.

ஜயாங்கம்

ஒன்பது வழிகள் வீதம் கிழக்கு மேற்காகவும் தெற்கு

வடக்காகவும் அமைந்திருந்தும் அவ்வீதிகள் சந்துகளுடனும் அச்சந்துகள் குறுஞ்சந்துகளுடனும் அரண்மனைக் கட்டடங்களுடன் இருப்பது ஐயாங்கம் என்று மயனால் பெயரிடப்பட்டுள்ளது.

விஜயம்

பத்துத் தெருக்கள் கிழக்கு மேற்கிலும் தெற்கு வடக்கிலும் அமைக்கப்பெற்றும் அரண்மனைக் கட்டடங்களுடனும் குறுந்தெருக்களாகிய சந்துக்களும் அமைந்திருக்கும் நகர வடிவமைப்பிற்கு விஜயம் என்று மயன் சுட்டுகிறது.

சர்வதோபத்திரம்

பதினொன்று வீதிகள் வீதம் கிழக்கு மேற்காகவும் தெற்கு வடக்காகவும் வீதிகளின் அமைப்பு அமைதல் வேண்டும். பிரம்மபாதம் தவிர்த்த நிலையில் அதனருகே அரண்மனையின் அமைவிடம் இருத்தல் வேண்டும். அரசரின் அரண்மனைக்கு முன் பாகபெரிய அளவுடையதும் அங்ஙணம் கொண்ட கட்டுமான இடமாகவும் இருத்தல் வேண்டும். அரண்மனைக்குக் கிழக்குப் புறத்திலிருந்து செல்லும் வீதியானது இராஜ வீதி என்றும் அந்த இராஜவீதியின் இரண்டு பக்கங்களிலும் செல்வந்தர்களின் வீடுகளும் வணிகர்களின் வீடுகளும் தென் இராஜ வீதியில் சேணியன்களின் வசிப்பிடமும் இருத்தல் அவசியமாகும். வடக்கு திசையில் குயவர்களும் அந்தந்த இனத்தவர்களின் அணுகுமுறைப்படி அமைக்கவேண்டும். அவ்வாறு அமையும் அமைப்புக்கு சர்வதோபத்திரம் என்று பெயர்.

மேலே கூறப்பட்டுள்ள பதினாறுவகையான நகரமைப்பும் வீதிகளும் நெறிமுறைகளின்படி பழங்கால முனிவர்காளால் கூறப்பட்டது என்று சொல்லப்படுகிறது. பதங்களில் வீதிகளுக்குரிய மரபினை மீறுவது தவறாகும். கூறப்படாத இடங்களில் குறுந் தெருக்களாகிய சந்தும் இடம் பெறக்கூடாது. நகரமைப்பு முறையை அறிந்த வர்கள் அரசனுடைய ஒப்புதலுடன் இந்த இயலில் கூறப்படாத பிறமுறைகளையும் அமைக்கலாம் என மயன் வலியுறுத்துகின்றார்.

வணிகத்தெருக்கள்

சிறிய, நடுத்தர, சாதாரண பெரிய நகரங்களில் குடியிருப்புகளில் வரிசைகளாகத் தெருக்களையும் அவற்றுடன் இணைந்து வரும் வணிகத்திற்குரிய இடங்களையும் கீழ்வரும் பகுதியானது விளக்கிக்கூறுகின்றது. நகரத்தைச் சுற்றிலும் அமைகின்ற

தேர் வீதிகளின் மையப்பகுதியில் வணிகர்களின் வீடுகள் கட்டப்பட்டிருக்கவேண்டும். அத்தெருவின் தென்பகுதியானது சேணியர்களுடைய குடியிருப்புகளைக் கொண்டிருக்கவேண்டும். தேர்வீதியின் வடதிசைப்பாகத்தில் குயவர்களின் குடியிருப்புகள் கட்டப்பட்டிருக்க வேண்டும். பொதுவாகத் தேர்வீதியின் அனைத்துத் திசைகளிலும் தொழிலாளர்களின் வீடுகள் கட்டப்பட்டிருக்க வேண்டும். நகரின் மையமாகிய பிரம்ம பாதத்தினைச் சுற்றிலும் தெருக்கள் இருக்க வேண்டும். அத்தெருவினூடே வணிகர்களுடைய கடைகள் கட்டப்படவேண்டும். அங்கு பழவகைகள், தாம்பூலாதிகள், ஸாரவத்தான திரவியங்கள் போன்றவை விற்பனைக்கு வைத்திருக்க வேண்டும். ஈசானபதம் முதல் மகேந்திரபதம் வரையிலும் அந்தராபணங்களாகிய உட்கடைகள் அமைக்கப்பட்டு அங்கு உயர்தரமான இறைச்சி, காய்கறிகள் விற்பனைக்கு இருக்க வேண்டும் என்று மயனின் குறிப்புகள் பகர்கின்றன.

மகேந்திர பதம் முதல் அகினிபதம் வரையில் (பக்ஷியபோஜ்யங்கள்) விற்கவும், அகினிபதம் முதல் ராட்சச பதம் வரையில் மட்பாண்டங்கள் விற்கவும், நிருருதிபதம் பகுதி வரை கிண்ணம், நீர்பாத்திரங்கள் போன்றவை விற்கவும், புஷ்பதந்த பதம் முதல் வாயுபதம் வரையிலும் உள்ள இடங்களில் உணவிற்குரிய தானியங்கள், அரிசி, பாய் போன்றவைகளும் விற்பனை செய்யுமிடமாகவும் வாயுபதம் முதல் பல்லாடபதம் வரையிலும் ஆடைகள் விற்பனையும், இதே பதத்தில் உப்பு, எண்ணெய் போன்றவைகளும், அதனை அடுத்துள்ள பதங்களில் வாசனைப் பொருட்களும், பூக்களும் விற்பனை செய்கின்ற வணிகத்திற்குரிய இடங்களாக அமைகின்றன. நகரத்தின் மையமாகிய பிரம்மபதத்தைச் சுற்றிலும் அமைந்திருக்கக்கூடிய வழிகளில் ஈசானப்பதம் முதல் முறையே வலமாக ஈசானப்பதம் வரையிலான பகுதியாக அமையும் சுற்றுப்பகுதியில் ஒன்பது வகையான பொருட்களை விற்பனை செய்வதற்குரிய இடங்களாக நகரத் தெருவமைப்பில் குறிப்பிடப்பட்டுள்ளன. அதன் மையப் பகுதியில் குறுக்காகச் செல்லும் குறுந்தெருக்களில் இரத்தினங்கள், தங்கம், நெய்யப்பட்ட துணிகள், அணியும் ஆடைகள், மஞ்ஜிட்டை, மிளகு, திப்பிலி, மஞ்சள், தேன், நெய், தைலம் போன்றவையும் உயர்ந்தவகைக் கல்மணிகளும், பொன்னும், வாசனைப் பொருட்களும் உடைகளும் விற்பனை செய்வதற்குரிய இடமாகும். ஆர்யபதம், விவஸ்வத்பதம், மிதரபதம், பூதரபதம் ஆகிய இடங்களில் ஐயனார், துர்க்கை, விநாயகர், லட்சுமி போன்ற தெய்வங்களை

வைத்து வணங்குவதற்குரிய கோயில்களை அமைக்க வேண்டும். அப்பகுதிக்குரிய நான்கு திசைகளுக்கும் உரிய தெய்வங்களையும் அமைக்க வேண்டும். அதனைத் தொடர்ந்து வருகின்ற பதங்களில் அனைத்து வகையான மக்களும் வாழ்வதற்குரிய இடங்களையும், வீடுகளையும் அமைத்துக்கொள்ள வேண்டும்.

நகரத்திற்கு வெளியில் 200 கோல் அளவு தூரத்திற்கப்பால் கிழக்குத்திசையில் அல்லது அக்னி திசையிலாவது சண்டாளர்களுடைய குடியிருப்புகளையும் கோலகர்களின் வீடுகளையும் அமைத்திருக்கும் முறையைக் கொண்டிருக்க வேண்டும். மேலே குறிப்பிடப்படாத செய்திகளைக் கிராமிய அமைப்புமுறையில் கூறப்பட்டுள்ளவாறு தேவைக்கேற்ப அமைத்துக்கொள்ளலாம் என மயன் கூறுகின்றார். நகரமானது நேராகச் செல்லுகின்ற வீதிகளைக் கொண்டிருந்தால் அந்நகரத்தில் அந்தரபணம் இருக்கக்கூடாது. பிறவற்றை அவற்றின் தன்மையைக்கொண்டு அறிந்து கொள்ளவேண்டும். இப்பகுதியில் துர்கம் (கோட்டை), புரம், பத்தனம், கோத்மகோலகம், துரோணமுகம், நிகமம், கேடம், கிராமம், கர்வடம் போன்ற இடங்களுக்குரிய கட்டுமானம், திட்டமிடுதல் ஆகிய நிலைகளில் அமைகின்ற நகரமைப்பு முறைகளும் கூறப்பட்டுள்ளன. இறுதியாக நகர நிர்மாணத்தில் ஈடுபட்ட ஸ்தபதிகளுக்குப் பரம்பரையாக அவர்கள் வசித்து வருவதற்கான வீடுகள் கட்டிக்கொடுக்கப்பட வேண்டும் என்று மயன் சுட்டியுள்ளார். மயன் வகுத்த நகராக்கத்தின் அலகுகளை அப்படியே உள்வாங்கிக்கொண்டு கங்கைகொண்டசோழபுரம் நகர அமைவியலோடு ஒப்பிட்டுப் பார்த்தால் அப்படியே பொருந்திச் செல்வதாகவே தோன்றுகிறது. எனவே தமிழரின் பாரம்பரியமிக்க நகர உருவாக்கத்திற்கான நிலவியல் விதிகளின் அடிப்படையிலேயே இந்நகர் உருவாக்கப்பட்டிருந்தது.

5
நிலவியல் நோக்கில் கங்கைகொண்ட சோழபுரம் வரலாறு

பொதுவாக நகரம் என்பது வணிகர்களை முன்னிலைப் படுத்தியதும் செல்வச்செழிப்பில் திளைத்திருந்த பகுதியையும் குறிப்பிடும். தமிழ்நாட்டிலிருந்த பண்டைக்கால நகரங்கள் அனைத்துமே அந்நாட்டிற்குத் தேவையான அந்நியச் செலாவணியை ஈட்டித்தரும் மையமாகத் திகழ்ந்ததோடு ஒவ்வொன்றும் சிறப்புப் பொருளாதார மண்டலம் என்ற பெருமைமிகு அந்தஸ்தோடு விளங்கியிருந்தன. பழந்தமிழகத்தில் மக்களுக்கான புதியகுடியேற்றப் பகுதிகளை ஏற்படுத்தும்போது எவ்வகையான அலகுகள் பின்பற்றப்பட்டன என்பதன் நேரடி சாட்சியமாக முதலாம் பரமேஸ்வரவர்மனின் கூரம் செப்பேடு திகழ்கிறது. பல்லவர் காலத்தில் புதியமக்கள் குடியேற்றங்களை உருவாக்கும்போது பின்பற்றப்பட்ட மொத்த அலகுகளைப் பற்றி இச்செப்பேட்டின் வழியாக மிகத்தெளிவாக அறிகிறோம்.

- விவசாய உற்பத்திக்கு ஏற்ற தரமான மண்வளம்
- 21 ஏக்கர் பரப்பளவில் குடியிருப்புப் பகுதி
- நிரந்தர நீர்மேலாண்மைத் திட்டம்
- தண்ணீர்ப் பகிர்மான அலகுகள் மற்றும் மழைநீர் சேகரிப்பு
- கட்டுமானத்திற்கு ஏற்ற தரமான மண்வளம்
- சமூகவியல் மையமான கோயில் மற்றும் மண்டபங்கள்
- அறச் செயல்களுக்கான நிரந்தர வைப்பாக வழங்கப்பட்ட தானங்கள்
- கருவி தயாரிப்போர்

- வணிகப் பெருமக்கள்
- பொது இடுகாடு

போன்ற பத்து அலகுகள் பற்றியும் அவை புதிய ஊர்கள் உருவாக்கத்தின் பொழுது பின்பற்றப்பட்டது பற்றியும் அது நடைமுறைப்படுத்தப்பட்டது பற்றியும் விளக்கமுற இயம்புகிறது.

தரமான மண்வளம்

பல்லவ மன்னன் பரமேஸ்வரவர்மன் (கி.பி.670-680) காலத்தில் உருவாக்கப்பட்ட கூரம் என்ற ஊர் தொண்டை நாட்டில் காஞ்சிபுரத்திற்கு அருகே அமையப்பெற்றது. புதியதாகத் தோற்றம் பெறவுள்ள ஊருக்காக 6300 குழி அதாவது (மக்கள் வாழ்விடப் பகுதிக்காக மட்டும்) 21 ஏக்கர் நிலப்பரப்பு தேர்வு செய்யப்பட்டது. மக்கள் வாழ்வதற்கான திறம்வாய்ந்த இப்பெரு நிலப்பரப்பு ஆய்வை முன்னின்று நடத்திய பெருமை அரசு அலுவலரான ஆணத்தி என்ற உத்தர காரணீகனான மகாசேனதத்தன் என்பவரையே சாரும். இடத்தேர்வில் கட்டுமானத்திற்கு ஏற்ற நிலமாக இருந்தால் போதும் என்ற அலகு மட்டும் பின்பற்றப்படவில்லை. மாறாக வேளாண்மைக்கேற்றச் சாதகமான மூலவளங்களைக் கொண்ட நீடித்த தரமான மண்வளமிக்க நிலப்பகுதியாக இருக்கவேண்டும் என்ற கருத்துருவாக்கத்தையும் இந்த இடத்தேர்வில் பின்பற்றப்பட்டதையும் காணமுடிகிறது. வரையறுக்கப்பட்ட ஒரு பொது நிலப்பரப்பில் குடியேற்றப்படும் மக்கள் அங்கு தமக்குத் தெரிந்த தொழிலினை மேற்கொண்டு சிறந்த உற்பத்தியாளர்களாக உயரவேண்டும். வெறும் உற்பத்தியாளர்களாகவே அப்பெருவெளியில் வாழும் மக்கள் இருப்பார்களேயானால் அவர்கள் பற்றாக்குறை உற்பத்தியாளர்கலாகவும் மாற்றப்பட வாய்ப்புள்ளது. இப்பற்றாக்குறை உற்பத்தியை ஈடுசெய்ய அப்பகுதி மக்கள் கடுமையாகப் போராட வேண்டியிருக்கும். இப்போராட்டத்தின் அடுத்த பரிணாமம் அரசுக்கு எதிராகவும் இருக்கலாம் அல்லது அம்மண்டலத்தின் அமைதியின்மைக்கும் வழி வகுக்கலாம்.

எனவேதான் மக்கள் அமைதியாக வாழ்வதற்கான வாழ்வியல் சூழலில் பற்றாக்குறை ஏற்பட்டுவிடாமல் அவர்களின் நலனைத் தொடர்ந்து கவனித்து அவர்களை நீடித்த நிலையான மிகை உற்பத்தியாளர்களாகவே வைப்பதற்கான அனைத்து மக்கள் நல நடவடிக்கைகளையும் அக்கால அரசுகள் தொடர்ந்து எடுத்துவந்தன. இத்தொடர்க் கண்காணிப்பில்தான் அவ்வரசின்

ஆயுளின் நீடித்த தன்மையும் அமையப்பட்டிருந்தது. எனவேதான் கூரத்தில் குடியேறப்போகும் மக்கள் உணவு உற்பத்தியில் தன்னிறைவைப் பெற்று மிகை உற்பத்தியாளர்களாக விளங்க வேண்டும் என்பதற்கான அனைத்துக் கட்டமைப்புகளையும் சரியாக வடிவமைத்த பெருமை உத்தரகாரணீகனான மகாசேனதத்தனையே சாரும். எனவே பல்லவர் காலத்தில் புதிய மக்கள் குடியேற்றங்களை உருவாக்கும் போது குறைந்தபட்டசம் 21 ஏக்கர் நிலப்பகுதியானது மக்களின் வாழ்விடப்பகுதிக்காக ஒதுக்கப்பட்டுள்ளது. ஆனால் தலைநகர் உருவாக்கம் என்பது இதுபோன்று பன்மடங்கு இடம் ஒதுக்கப்பட்டிருக்கவேண்டும். பல்லவ மன்னர்களைப் போன்று சோழமன்னர்களும் புதிய ஊர்கள் மற்றும் நகர நிர்மாணங்களில் பல்லவர் காலத்தில் நடைமுறையில் இருந்த அத்தனை அலகிடுகளையும் அப்படியே கடைப்பிடித்துள்ளனர். பல்லவர் காலத்தில் உருவாக்கப்பட்ட ஊருக்கு 21 ஏக்கர் மக்கள் வாழ்விடப்பகுதிக்காக ஒதுக்கப்பட்டுள்ளது. மற்ற ஆவணங்களில் இதன் அளவு கூடுதலாகக் கூட இருக்கலாம். இதேபோன்று கங்கைகொண்ட சோழபுரத்தைச் சுற்றிப் புதியதாக உருவாக்கப்பட்ட ஊர்களுக்காக நிலங்கள் ஒதுக்கப்பட்டுள்ள தகவலை கங்கைகொண்டசோழபுரம் கல்வெட்டுக்கள் கூறுகின்றன. அதில் கருப்பூர், வயலூர், கொண்டல், பவித்திர மாணிக்க நல்லூர், உலகளந்த நல்லூர், கேரளாந்தக நல்லூர், இருமுடிச்சோழ நல்லூர் போன்ற ஊர்களில் மக்கள் வாழ்விடப்பகுதிக்காக ஒதுக்கப்பட்டிருந்த நிலப்பரப்பினைப் பற்றித் தெளிவாகச் சுட்டப்பட்டுள்ளது. அவற்றில் அதிகப்படியாகக் கருப்பூர் என்ற ஊரில் மக்கள் வாழ்விடப் பகுதிக்கென 1,546. 97325 ஏக்கர் நிலம் ஒதுக்கப்பட்டுள்ளது.

புதியதாக ஊர்களை உருவாக்கும் போது எதிர்காலத்தில் இடநெருக்கடியால் மக்கள் அவதியுறக்கூடாது என்பதாலேயே அதிகப்படியான நிலங்கள் ஒதுக்கப்படுவதைச் சோழர் காலத்தில் காணமுடிகிறது. இந்த விடயத்தில் பல்லவர்களைக் காட்டிலும் சோழமன்னர்கள் திறமைமிக்கவர்களே. பல்லவர் காலத்தில் எப்படிக் கோவில்களை முன்னிலைப்படுத்தி நகரங்கள், ஊர்கள், சதுர்வேதி மங்கலங்கள் உருவாக்கப்பட்டனவோ அதேகோட்பாட்டின் அடிப்படையில் சோழமன்னர்களும் தங்கள் காலத்தில் உருவாக்கப்பட்ட புதிய மக்கள் வாழ்விடப்பகுதிகளின் உருவாக்கத்திலும் அப்படியே பின்பற்றியுள்ளனர். குறிப்பாக கங்கைகொண்ட சோழபுரம் நகரமானது கங்கைகொண்ட

சோழீஸ்வரர் கோயிலை முதன்மையாக வைத்து சுமார் ஆறு மைல் சுற்றளவில் உருவாக்கப்பட்டிருந்தது.

கங்கைகொண்டசோழபுரம் கல்வெட்டில் இடம்பெற்றுள்ள ஊர்கள் மற்றும் மக்கள் வாழ்விடப்பகுதிக்காக ஒதுக்கப்பட்டிருந்த நிலங்களின் விவரம்.

வ.எண்	ஊர் பெயர்	ஊர் நிலப்பரப்பு வேலி	ஏக்கர்
1	கழனிவாய்	*119.404736.72268*	
2	கொண்டல்	*53.5*	*330.095*
3	ஊர்ப் பெயர் அழிந்துள்ளது	*44.413*	*274.02821*
4	கருப்பூர்	*250.7251,*	*546.97325*
5	வயலூர்	*201.9621,246.10554*	
6	பவித்திரமாணிக்க நல்லூர்	*53.788*	*331.87196*
7	உலகளந்தசோழ நல்லூர்	*23.870*	*147.2779*
8	கேரளாந்தக நல்லூர்	*36.867*	*227.46939*
9	மா.......சரிநல்லூர்	*47.124*	*290.75508*
10	இருமுடிச்சோழ நல்லூர்	*67.207*	*414.66719*

நிரந்தர நீர் மேலாண்மைத் திட்டம்

முதலில் கூரம் ஊர் அமையவுள்ள பகுதியில் பரமேஸ்வரத் தடாகம் என்ற ஏரி வெட்டப்பட்டது. அந்த ஏரியில் நிரந்தரமாகத் தண்ணீர் இருப்பு இருக்க வேண்டும் என்பதற்காகப் பாலாற்றிலிருந்து பெரும்பிடுகு என்ற வாய்க்கால் வெட்டப்பட்டு அதை பரமேஸ்வரத் தடாகத்துடன் இணைக்கப்பட்டது. இதன் மூலம் ஏரியின் நீர்பிடிப்பானது நிரந்தரமாக்கப்பட்டதோடு நிலத்தடி நீர்மட்டமும் பாதுகாக்கப்பட்டது. இதனால் வாய்க்கால் மூலம் பெறப்படும் தண்ணீர் கடைமடைப் பகுதியை எட்டாமல் போகும் பட்சத்தில் அந்நிலப்பகுதியில் கிணற்றுப் பாசனம் வேளாண் உற்பத்திக்குச் சாதகமாக்கப்பட்டது. ஊர்பகுதி மக்களுக்குத் தூய்மையான குடிநீர் தோண்டப்பட்ட கிணறுகள் மூலம் தடையின்றி கிடைக்கவும். இந்தத் தடாகமே முக்கியக் காரணமாக அமைந்தது. பரமேஸ்வரத் தடாகம்

என்ற பேரேரியானது கூரத்து மக்களின் தண்ணீர்த் தேவையைப் பூர்த்தி செய்ததோ அதே போன்று கங்கைகொண்டசோழபுரத்தில் குடியேற்றப்பட்ட மக்களின் ஒட்டுமொத்த தண்ணீர்த் தேவையையும் இராஜேந்திர சோழனால் வெட்டப்பட்ட சோழகங்கம் என்ற பேரேரி நிவர்த்தி செய்துள்ளது.

முதலாம் பரமேஸ்வரவர்ம பல்லவனைப் போன்றே முதலாம் இராஜேந்திர சோழனும் தம்மால் உருவாக்கப்பட்ட பன்னோக்கு நகரமான கங்கைகொண்ட சோழபுரத்தில் குடியேறப்போகும் மக்களின் நீடித்த தண்ணீர்த் தேவைக்காக நகரின் மேற்குப் பகுதியில் ஏரியை வெட்டினான். அப்பேரேரியில் கங்கையில் இருந்து கொண்டுவரப்பட்ட புனிதநீர் கலக்கப்பட்டு புனிதமாக்கப்பட்டது. இப்பெருமைமிகு ஏரியினை இராஜேந்திர சோழனின் கங்கை படையெடுப்பின் நினைவாக ஏற்படுத்தப்பட்ட ஜலஸ்தம்பம் என்று எழுத்து ஆவணங்கள் குறிப்பிடுகின்றன. சோழகங்கம் என அழைக்கப்பட்ட இந்த ஏரியானது 16 மைல் நீளமும், இரண்டு மைல் அகலமும் கொண்டதாகும். மழைக் காலங்களில் மட்டுமே இவ்வேரியில் தண்ணீர் இருக்கும். பிற காலங்களில் நகரமக்களின் தண்ணீர்த் தேவையை இந்த ஏரியால் பூர்த்தி செய்யமுடியாமல் போகலாம் என்பதனைக் கருத்தில் கொண்ட சோழர்கால நகர நிர்மாண பொறிஞர்கள் சோழகங்கம் ஏரியினைக் கொள்ளிடம் மற்றும் வெள்ளாற்றுடன் இணைத்தனர். இதன் ஊடாக நகரமக்களின் குடிநீர் மற்றும் வேளாண் உற்பத்திக்குத் தேவையான தண்ணீர் தடையின்றி ஆண்டு முழுவதும் கிடைக்க வழிவகை செய்யப்பட்டது.

குறிப்பாகச் சோழகங்கம் ஏரியின் தென்மேற்கு மூலையில் சுமார் 60 மைல் தொலைவில் கொள்ளிடம் ஆற்றிலிருந்து பிரியும் ஒரு கால்வாயும், வடமேற்கு மூலையில் வெள்ளாற்றிலிருந்து பிரியும் ஒரு கால்வாயுடன் சோழர் காலத்தில் சோழகங்கம் ஏரி இணைக்கப்பட்டிருந்தது. இந்த இரு ஆறுகளின் இணைப்பினால்தான் சோழகங்கம் நகரமக்களுக்கு ஆண்டு முழுவதும் தண்ணீரை வழங்கியது. மேலும் நிலத்தடி நீர்மட்டம் உயர்ந்ததால் கிணற்று பயன்பாட்டினால் நகரமக்களுக்குத் தடையின்றித் தண்ணீர் கிடைத்தது. இராஜேந்திரன் காலத்தில் சோழகங்கம் ஏரியினை இணைக்க வெட்டப்பட்ட இந்த இரு கால்வாய்களும் கி.பி.1875 ஆம் ஆண்டுக்கு முன்பே அழிவுற்றநிலையில் இருந்ததாக *THE INDIAN ANTI QUARY* என்ற நூலின் நான்காம் பகுதியில்

M.J.WALHOU SE என்ற அறிஞர் எழுதிய கட்டுரையில் பின்வருமாறு குறிப்பிட்டுகிறார்.

THE INDIAN ANTIQUARY

As archaeological interest and archaeological eyes are more frequent now, and indications of localities may be of uses it may not be out of place to append an extract from Pharao's Gazetteer of Southern Indian, Madras, 1855,PP.838-9, respecting a spot in Udiarpalayam, the most easterey taluka of Trichirapalli, Which I was never able to visit myself.The tank referred to must be remarkable as rivaling in extent the great lake - like reservoirs once existing in Ceylon; and, with - reference to the comment at the end, it is satisfactory to reflect that such high - handed Vandalism would probably not be countenanced by officials or Government to-day. It may also be mentioned that in the Udiarpalayam taluka there is an embankment 16 miles long, running north and south, provided with several substantial sluices and of great strength, which in former times must have formed one of the largest reservoirs in India. This large tank or lake was filled partly by a channel from the Kolerun river, upwards of 60 miles in length, which entered it at its southern end, and partly by a smaller channel from the velar, which entered it on the north. Traces of both these channels still remain. The tank has been ruined and useless for very many years, and its bed is now almost wholly overgrown with high and thick jungle. It is said traditionally that its ruin was willful, and the act of an inva ding army. Near the southern extremity of the bund there is a village, now surrounded by jungle, called Gangakondapauram. Immediately in its vicinity is a pagoda of very large size and costly workmanship; and closeby surrounded by jungle, are some remains of ancient buildings, now much resembling the mounds or heaps which indicate the site of ancient Babylon, but in which the village elders point out the various parts of an extensive and magnificent palace. When this palace was in existence Gangakondapuram was the wealthy and flourishing capital of a monarchy, and the great tank spread fertility over miles and miles of what is now track less forest. It has often been projected to restore that magnificent work, but the scheme has remained in abeyance for want of engineer officers. At some future time it may be successfully prosecuted, but till then this most fertile tract must remain a jungle and the few inhabitants will still point with pride to the ancient band as a monument of the grand and gigantic enterprise of their ancient sovereigns, and compare it contemptuously with the undertakings of their present rulers. Speaking of the noble temple of Gangakondapuram, it must not be omitted that when the lower Kolerum anikat was built, the structure was dismantled of a large part of the splendid granite sculptures which adorned it, and the enclosing wall was almost wholly destroyed in order to obtain materials for the work. The poor people did their utmost to prevent this destruction and spoitation of a venerated edifice, by the servants of a government that could show no title to it; but of course without success; they were only punished for contempt. A promise was made indeed, that a wall that of brick should be built in place of the stone wall that was pulled down; but unhappily it must be recorded that this promise has never been redeemed. The lower Kolerun anikat was built, in 1836. According to the scheme and advice of Colonel Cottan. I know nothing of the present condition of the temple and remains, but could imagine a great deal of historical and antiquarian value and interest would be discovered by a competent explorer.

மேற்காணும் இந்தியன் ஆண்டிகுயரியின் குறிப்பின் அடிப்படையில் குடவாயில் பாலசுப்ரமணியம் அவர்கள் சோழகங்கம் ஏரி பற்றியும் அதன் நீர்வரத்துக் கால்வாய்கள் குறித்தும் களஆய்வு மேற்கொண்டபோது திருச்சி சமயபுரத்திற்குக் கிழக்காகவுள்ள மருதூர் கைலாசநாதர் கோயில் கருவறையில் உள்ள குலோத்துங்க சோழனின் 13ஆம் ஆட்சியாண்டு கல்வெட்டில் அக்கோயிலுக்குரிய நிலங்கள் அவ்வூரின் கங்கைகொண்ட சோழப்பேராற்றின் கரையில் திகழ்ந்தமை பற்றிய செய்தி அறியப்பெற்றது. அதன் அடிப்படையில் நோக்குங்கால் கொல்லி மலை, துறையூர் பகுதிகளில் உற்பத்தியாகும் பல சிற்றாறுகள் ஒன்றிணைந்து கங்கைகொண்ட சோழப் பேராறாக ஓடிக் கொள்ளிடம் நதியில் இணைந்து மீண்டும் அந்த இடத்திலிருந்து ஒரு ஆறு வெட்டப்பட்டு அது கங்கைகொண்ட சோழபுரம் ஏரிவரை ஓடிய தடம் கண்டுபிடிக்கப்பட்டதாகக் கூறுகிறார். தற்போது மருதூர் வழி ஓடும் ஆறு உப்பாறு என்றும் அது கொள்ளிடத்துடன் இணையும் பகுதியில் கூழையாறு என்றும் அது கொள்ளிடத்தில் இணைந்து மீண்டும் கொள்ளிட நீரோடு பிரியும் கால்வாய் நந்தியாறு கால்வாய் என்றும் அழைக்கப்பெறுகிறது. கொள்ளிடத்திலிருந்து பிரியும் கால்வாய் கீழப்பழுவூருக்குக் கிழக்கே வடகிழக்காக பாய்ந்து இறுதியில் சோழகங்கத்துடன் இணைகிறது. தற்போது இக்கால்வாய் பல இடங்களில் அழிந்துபட்ட தடங்களைக் காணமுடிகிறது. இண்டியன் ஆண்டிகுயரி குறிப்பு இந்த கால்வாயானது அறுபது மைல் நீளத்திற்கு பாய்ந்து வந்து சோழ கங்கத்தின் தென்மேற்குப் பகுதியில் இணைக்கப்பட்டுள்ளதாகக் குறிப்பிடுகிறது. அது போல வடவெள்ளாற்றில் இருந்து பிரிந்த ஒரு கால்வாய் சோழ கங்கத்தின் வட மேற்கே இணைந்தமைக்கான தடங்களும் தற்பொழுது கண்டுபிடிக்கப்பட்டுள்ளது.

சோழகங்கம் ஏரியில் காணப்பெறும் பொதுப் பணித்துறையினரின் தகவல் பலகையில் குறிப்பிட்டுள்ளபடி நீர்த் தேக்கத்தின் உயரம் 17 அடி என்றும் கொள்ளளவு 114.46 மில்லியன் கனஅடி என்றும் இதனால் பாசனம் பெறும் ஊர்களாகக் கங்கைகொண்ட சோழபுரம், பிச்சனூர், குருவாலப்பர்கோயில், இளையபெருமாள் நல்லூர், உட்கோட்டை, ஆயுதக்களம் ஆகியவை என்றும் பாசனம் பெறும் பரப்பு 1347 ஏக்கர் என்றும் அறியலாகிறது. இந்த ஏரியின் மதகிலிருந்து காணப்பெறும் கால்வாய் கங்கைகொண்ட சோழபுரத்துப் பழைய மதிலரணை ஒட்டியிருந்த அகழியுடன்

இணைக்கப்பட்டிருந்ததாகும் (குடவாயில் பாலசுப்ரமணியம், இராஜேந்திரசோழன் - பக்கம்: 230). ஹரிஹரராயருக்கு அடுத்து அதிகாரத்திற்கு வந்த இவரது மகன் அஜராயர் விஜயநகரத்தில் பல அரண்களையும் கோபுரங்களையும் ஏற்படுத்தி புதிய மதில்களை நகரைச் சுற்றிலும் எழுப்பினார். நகரிலுள்ள தோட்டங்களையும், பழத்தோட்டங்களையும் பராமரித்திட நகுமுண்டியின் தண்ணீரைத் தவிர்த்து வேறெந்த நீர்வசதியும் இல்லாததால் நகரம் பயனின்றிக் கிடந்தது. நகுமுண்டியின் நீர் எதனையும் விளைவிக்காத அளவுக்குக் காய்ந்து போனது. தலைநகரினை உலகின் மிகச்சிறந்த ஒன்றாக ஆக்குவதென்று தீர்மானித்த மன்னர் ஐந்துகாதம் தொலைவிலிருந்த நதியின் நீரைக் கொண்டு வருவதென்று முடிவுசெய்தார். மன்னரின் விருப்பத்தை நிறைவேற்றும் வகையில் ஆற்றின் குறுக்கே பாறைகளைக் கொண்டு தடுப்பு ஏற்படுத்தப்பட்டது. இதற்கான பணியில் தலைநகரில் இருந்த யானைகள் பயன்படுத்தப்பட்டன. இப்படியாகக் கொண்டுவரப்பட்ட தண்ணீரைக் கொண்டு நகரில் தான் விரும்பிய இடங்களில் கிடைக்கும்படி செய்தார். நகரின் வருவாயினை 3,50,000 பகோடாக்களுக்கும் அதிகமானதாக ஆக்குவதில் இந்த நீர் முக்கியப் பங்காற்றியது. இந்த நீரின் உதவியால் நகரைச் சுற்றிலும் ஏராளமான பூங்காக்களையும் பழத் தோட்டங்களையும் தோப்புகளையும் ஏற்படுத்தினார். நகரின் முக்கிய இடங்களில் கொடிமுந்திரி, எலுமிச்சை, ஆரஞ்சு, ரோஜா தோட்டங்களை உருவாக்கியிருந்தார். ஐந்து காதம் துரத்திலிருந்த துங்கபத்திரை நதியிலிருந்து கால்வாய் மூலம் கொண்டு வரப்பட்ட தண்ணீரானது நகரின் ஒட்டுமொத்தத் தேவையையும் பூர்த்தி செய்தது. எனவே தலைநகருக்கென்று நிரந்தர நீர்மேலாண்மைத் திட்டங்களை வகுத்துக் கொள்ளும் நடைமுறையானது விஜயநகர மன்னர்கள் காலத்திலும் தொடர்வதைப் போர்ச்சுகீசிய நாட்டைச் சேர்ந்த பெர்னாவோ நூனிஸின் வரலாற்றுப்பதிவுகளிலும் காண்கிறோம்.

உறைகிணறுகள்

கங்கைகொண்டசோழபுரத்தின் தண்ணீர்ப் பகிர்மான அலகுகளில் முக்கிய இடத்தைப் பெற்றிருப்பவை உறைகிணறுகளாகும். இந்த உறைகிணறுகள் நகரின் புறப்பகுதிகளில் அதிக எண்ணிக்கையில் கிடைத்துள்ளன. பண்டைக்கால தமிழகத்தில் இருவகைகளைக் கொண்ட கேணிகள் மக்களின் பயன்பாட்டில் இருந்துள்ளன. அவை கட்டுமானக் கிணறுகள் மற்றும் உறைகிணறுகளாகும்.

குறிப்பாக கங்கைகொண்ட சோழபுரத்தின் வடக்குப் பகுதியில் 16 இடங்களில் சுடுமண் உறைகிணறுகள் மற்றும் அதன் சிதைவுகள் கண்டுபிடிக்கப்பட்டுள்ளன. எதிர்வரும் காலங்களில் கட்டுமானக் கிணறுகளும் கிடைக்கப்படலாம். பொதுவாக சோழர்கால நிலப்பரிவர்த்தனை சம்பந்தமான கல்வெட்டுக்களில் ''மேல்நோக்கிய மரமும், கீழ்நோக்கிய கிணறும்'' என்ற வாசகங்கள் காணப்படுகின்றன. சில இடங்களில் ''மேல் நோக்கிய மரமும் கீழ்நோக்கியக்கேணியும்'' எனசுட்டப்பட்டுள்ளதையும் காண்கிறோம். இதில் கிணறு என்பது மழைக்காலங்களில் மட்டுமே பயனளிப் பவைகளாகும். ஆனால் கேணிகள் என்பவை ஆண்டு முழுவதும் மக்களுக்குப் பயன் தருவனவாகும். இவைகள் தோண்டத்தோண்ட தண்ணீர் ஊரும் தன்மை கொண்டவைகளாகும். அதனால்தான் இவற்றை ''தொட்டனைத்தூறும் மணற் கேணி'' என்கிறார் திருவள்ளுவர். எனவே சோழர்காலத்தில் விவசாயநிலங்களில் தண்ணீருக்காக நிலத்தைத்தோண்டி அமைக்கப்பட்டிருந்த இந்த அலகுகளை அதன் பயன்பாட்டுத்தன்மைக்கு ஏற்றார் போல் வேறுபடுத்திக்காட்டுவதற்காகவே கல்வட்டுக்களில் கேணி, கிணறு என்று குறிப்பிட்டிருந்தனர். கடந்த 24.04.2022 அன்று கங்கைகொண்டசோழபுரம் சோழீஸ்வரர் கோயிலுக்கு வடக்குப்பகுதியில் உள்ள பாண்டியன் என்பவருக்குச் சொந்தமான நிலத்தில் இரண்டு அடி ஆழத்தில் சுடுமண் உறைகிணறு வெளிப்பட்டிருந்தது. இந்த சுடுமண் உறைகிணறு மொத்தம் 15 உறைகளைக் கொண்டிருந்தது. இக்கிணற்றுக்குப் பயன்படுத்தப்பட்டுள்ள உறைகள் ஒவ்வொன்றும் 20 செ.மீ உயரமும், 100 செ.மீ அகலமும் கொண்டதாகும். இதே பகுதியில் மேலும் இரண்டு இடங்களில் சுடுமண் உறைகிணறுகள் வெளிப் பட்டிருந்தன. சம்போடை, கொசவன் மேடு, கொல்லன்மேடு போன்றப் பகுதிகளில் நடத்தப்பட்ட களஆய்வில் உறைகிணறுகளின் சிதைந்த பாகங்கள் கண்டுபிடிக்கப்பட்டுள்ளன. இவற்றின் காலம் கி.பி. 11-12ஆம் நூற்றாண்டாகும். இதுபோன்று தண்ணீர்த் தேவைக்காகப் புகார் நகரின் புறப்பகுதிகளில் சுடுமண் கிணறுகள் உருவாக்கப்பட்டிருந்த பதிவினைப் பற்றி ''உறைக்கிணற்றுப் புறச்சேரி'' என்ற பட்டினப்பாலைப் பாடலால் அறிகிறோம். இதே போன்று கங்கைகொண்டசோழபுரம் நகரின் புறப்பகுதிகளிலும் உறைகிணறுகள் இருந்துள்ளதாகக் கருதமுடிகிறது.

தமிழர்களைப் போன்று நெடிய வரலாற்றுப் பின்புலத்தினைக்

கொண்ட மக்களிடத்திலும் நீர்மேலாண்மை நீட்சியின் ஒற்றுமையைக் காணமுடிகிறது. குறிப்பாக நீர் மேலாண்மையில் எந்த நாகரிக மக்கள் தன்னிறைவைப் பெற்றுத் திகழ்ந்தனரோ அவர்கள் மட்டுமே உயர்வு பெற்று வாழ்ந்துள்ளனர். நிலம்சார் அமைப்பிலிருந்த இடர்ப்பாட்டினைக்கூட தங்களின் கூர்மதியால் அக்கால மக்கள் வென்றெடுத்துத் தண்ணீர் மேலாண்மையில் தன்னிறைவைப் பெற்று வேளாண் உற்பத்தியில் உயர்வு பெற்றுத் திகழ்ந்துள்ளனர். நீர்மேலாண்மை என்ற ஒருமித்த பண்பாட்டு நீட்சியினை இவ்வுலகில் வாழ்ந்த பண்டைய மக்கள் எவ்வாறு பின்பற்றியுள்ளனர் என்பதை ஆராய்ந்தால்தான் தமிழரின் நீர்மேலாண்மை நுட்பத்தின் உயர்வினை அறியமுடியும். கி.மு. 6ஆம் நூற்றாண்டு வாக்கில் தற்போதுள்ள ஜோர்டானின் தென்மேற்குப் பகுதியில் இருந்த பெட்ரா நகரில் குடியேறிய நபாட்டன் என்ற நாடோடிக் கூட்டத்தினர் அந்நகரினை தங்கள் வசமாக்கிக்கொண்டனர்.கி.மு.3 நூற்றாண்டு முதல் பெட்ரா நகரம் நபாட்டன்களின் தலைநகர் என்ற அந்தஸ்தை பெற்றது. இந்நகர் கடல் மட்டத்தில் இருந்து சுமார் 810 மீட்டர் உயரத்தில் அமையப் பெற்றதாகும். பெட்ரா நகரமானது கிழக்கே சீனாவையும், மேற்கில் ரோமாபுரியையும் இணைக்கும் வர்த்தக மையமாக 250 ஆண்டுகாலம் நீடித்து இருந்தது. இக்காலகட்டத்தில் பெட்ரா நகரம் செல்வவளத்தில் திளைத்திருந்தது. மேற்காசியப் பகுதியில் மழைநீர் சேமிப்பு தொழில்நுட்பத்தை முதன் முதலில் அறிமுகப்படுத்திய பெருமை ஜோர்டனில் வாழ்ந்த நபாட்டன்களையே சாரும். இந்நாகரிகம் அரேபிய தீபகற்பப் பகுதியில் உள்ள ஜோர்டனின் ஹர்மலைப் பிரதேசத்தில் தோன்றியதாகும். இம்மலைப் பகுதி முழுவதும் ரோஜா இதழின் நிறத்தைக் கொண்டது. இந்நகரியம் முழுவதும் இளஞ்சிவப்பு நிறத்தில் காட்சியளிக்கும். இங்கு வாழ்ந்த நபாட்டன்கள் ஹர்மலையைக் குடைந்து தங்களுக்குத் தேவையான பாதுகாப்பு மிக்க வாழ்விடங்களை உருவாக்கிக் கொண்டனர். இவைகளைக் குடைவரை இல்லங்கள் என அழைக்கப்பட்டன. கி.மு.312 முதல் கி.பி.106 வரை செழித்தோங்கியிருந்த இந்நாகரிகம் கி.பி.363 மற்றும் கி.பி.700 ஆகிய ஆண்டுகளில் ஏற்பட்ட கடுமையான நிலநடுக்கத்தால் முற்றிலும் அழிந்தது.

நபாட்டன்களின் நீர் மேலாண்மை நுட்பம்

இங்கு நடத்தப்பட்ட அகழாய்வின் மூலம் வெளிக்கொண்டு வரப்பட்ட இவர்களின் நேர்த்திமிகு நீர்மேலாண்மை நுட்பங்கள்

உலக மானிடத்தையே திரும்பிப் பார்க்கவைத்தது. காரணம் பெட்ரா மற்றும் ஜோர்டனை ஒட்டியுள்ள பகுதிகளில் நடத்தப்பட்ட அகழாய்வில் ஏராளமான குடிநீர்க் குழாய்களின் தொடர்கள் கண்டறியப்பட்டன. இக்குழாய்கள் அனைத்தும் மலையைக் குடைந்து உருவாக்கப்பட்டிருந்த தண்ணீர் சேமிக்கும் தொட்டிகளோடு இணைக்கப்பட்டிருந்தன. பெட்ரா நகரில் மட்டும் சுமார் இருபதாயிரம் பேர் வாழ்ந்துள்ளனர். ஆண்டில் சில குறிப்பிட்ட நாட்களில் மட்டும் பொழியும் மழைநீரை எந்தவிதச் சேதாரமின்றி அவைகளை பூமிக்கடியில் சூரிய ஒளி படாவண்ணம் தோண்டப்பட்ட நிலவறைத் தொட்டிகளில் சேமித்துக் கொண்டனர். ஹர்மலை மீது விழும் மழைநீரை மலைகளின் கீழ் அடிப்பகுதியில் வெட்டப்பட்ட சிறுசிறு கால்வாய்கள் மூலம் கொண்டு செல்லப்பட்டு அதை நிலவறையில் அமைக்கப்பட்டிருந்த மிகப்பெரிய தொட்டிகளில் சேமித்தனர். இது போன்ற இணைப்புக் கால்வாய் மற்றும் நிலவறைத் தொட்டிகள் ஹர்மலை முழுவதும் அமைக்கப்பட்டிருந்தன. இதன் வாயிலாகத் தாங்கள் வாழும் பாலைவனப் பிரதேசத்தைச் சோலைவனமாக்கிய இவர்களின் நீர்மேலாண்மைத் திட்டம் இன்றளவும் போற்றத்தக்க ஒன்றாக உள்ளது. மேலும் சமவெளிப் பகுதியில் விழும் மழை நீரின் போக்குகளைக் கண்டறிந்து அவ்வழித்தடங்களில் சிறுசிறு தடுப்பணைகளை அமைத்துச் சேமித்தனர். அத்தண்ணீரை விவசாயத்திற்குப் பயன்படுத்தி உணவு உற்பத்தியில் தன்னிறைவைப் பெற்றனர். இவர்களின் நுட்பமான மழைநீர் சேமிப்பின் விளைவாக 20,000 பேர்களைக் கொண்ட பெட்ரா நகரில் மட்டும் ஒரு லட்சம் மக்கள் பயன்படுத்தும் அளவிற்கு மழைநீர் சேமிக்கப்பட்டிருந்தது. அதாவது ஒருதுளி மழைநீரையும் வீணாக்கக் கூடாது என்பதே நபாட்டன்களின் நீர்மேலாண்மைத் திட்டத்தின் தலையாய நெறியாகும்.

இன்கா மக்களின் நீர் மேலாண்மை

இன்கா நாகரிகம் உலகின் சிறந்த நாகரிகங்களில் ஒன்று. இது தென்அமெரிக்காவில் உள்ள பெரு நாட்டில் தோன்றியதாகும். இன்கா மக்களின் புகழ்பெற்ற நகரம் மேச்சு பிச்சி. இந்நகர் கடல்மட்டத்திலிருந்து சுமார் 2400 மீட்டர் உயரத்தில் ஆண்டிஸ் மலைத்தொடர் மீது அமைந்திருந்தது. கி.பி.1450 ஆம் ஆண்டுகளில் சிறப்புற்றிருந்த இந்நாகரிகம் கி.பி.1572 ஆம் ஆண்டு ஸ்பானியர்களின் படையெடுப்பால் முற்றிலும் அழிக்கப்பட்டது.

கடுமையான மலைத்தொடர்மீது வாழ்ந்த இன்கா மக்கள் தங்களுக்குத் தேவையான தண்ணீரைப் பெறுவது மிகச்சவாலாக இருந்தது. காரணம் மலைமீது வாழ்ந்த மக்கள் கிணறுகளைத் தோண்டவோ அணைகள் கட்டித் தண்ணீரைச் சேமிக்கவோ முடியாது. மேலும் இம்மலைத்தொடர் அடிக்கடி நிலச்சரிவு ஏற்படும் தன்மை கொண்டது. இதனை நன்குணர்ந்த இன்கா மக்கள் விவசாயம் மற்றும் குடிநீர்த் தேவைக்காகத் தண்ணீரைப் பயன்படுத்த இவர்கள் கையாண்ட உயர்தொழில்நுட்பம் சிறப்பு வாய்ந்த ஒன்றாகும். தண்ணீரை நிலையாக ஓரிடத்தில் தேக்கினால் ஆபத்து என்பதால் மலைகளின் மீது இயற்கையாக உள்ள சுனைகளைக் கண்டறிந்து அத்தண்ணீரைக் கருங்கற்களால் உருவாக்கப்பட்ட சிறுசிறு கால்வாய்கள் மூலம் கொண்டு வரப்பட்டு அதைக் குடிநீருக்குப் பயன்படுத்திக் கொண்டனர். மீதியை மலைச்சரிவிற்குக் கொண்டுச் சென்று அப்படியே விவசாயத்திற்கு பயன்படுத்தி உணவு உற்பத்தியில் உயர்வு பெற்றனர். நபாட்டன் நாகரிகம் மழை குறைந்த பாலைவனப்பகுதியில் தோன்றியது. இன்கா மக்களின் நாகரிகமோ மலை உச்சியில் நிலைபெற்றிருந்தது. தமிழர் நாகரிகமோ சமவெளியில் உயர்வு பெற்றிருந்தது. ஆனால் இந்த மூன்று நாகரிக மக்களின் அத்தியாவசியத்தேவை தண்ணீர். அதனால்தான் இவர்கள் வாழ்ந்த இடங்களைப் பற்றி கவலைப்படாமல் அம்மண்டலத்தில் கிடைக்கும் தண்ணீரைக் கொண்டு நாட்டை வளப்படுத்தி பொருளாதாரத்தில் உயர்வு பெற்றனர்.

தண்ணீர்ப் பகிர்மான அலகுகள்

கூரத்தில் தண்ணீரைப் பயன்படுத்தும் பகிர்மானங்கள் அனைத்தும் பொதுவில் வைக்கப்பட்டிருந்தன எனலாம். குறிப்பாக பரமேசுவர தடாகத்துக்கு பாலாற்று நின்றும் தொண்டின பெரும்பிடுகு காலின் புழுதிப்பாடும் நீர்த்த வழி யாலே தலை வாயும் தலைப்பேழையும் ஊற்றுக்காலும் என்ற செப்பேட்டு வரிகளில் குறிப்பிடப்படும் தலைவாய் என்ற முதன்மையான வாய்க்கால், புழுதிப்பாடு என்ற புழுதித் தன்மையுள்ள நிலங்கள், ஊற்றுக்கால் என்ற பெரிய வாய்க்காலில் இருந்து அமைக்கப்படும் சிறு வாய்க்கால்கள், பாசனத்திற்குறிய நீரோடும் வாய்க்கால்கள், ஏரி என்ற தடாகம், ஏரியில் இருந்து பாசனத்திற்குத் திறக்கப்படும் மதகுகள் போன்றவைகளின் மீதான முழு உரிமையும் உற்பத்தியாளர்களான விவசாயிகளிடமே இருந்தது.

இதனால் மக்களிடையே தண்ணீரால் உண்டாகும் பிணக்குகள் தவிர்க்கப்பட்டன. பல்லவர் காலத்தில் பின்பற்றப்பட்ட தண்ணீர்ப் பகிர்மான அலகுகள் அனைத்தும் இராஜேந்திர சோழர் காலத்திலும் தொடர்வதைக் காணமுடிகிறது. இது ஆய்விற்குரிய ஒன்றாகும். குறிப்பாகக் கங்கைகொண்டசோழப் பேராறு (உப்பாறு), வட வெள்ளாறு ஆகிய நதிகள் வழியாக ஆண்டு முழுவதும் சோழகங்கம் நீரைப்பெற்றது. மேலும் சோழகங்கத்திலிருந்து வெளியேற்றப்படும் மிகு நீர் கங்கைகொண்ட சோழீஸ்வரத்திற்கு தென்மேற்காக ஓடும் கால்வாய் (கருடுவாறு) வழியாக வடவாற்றுடன் இணைந்து வீரநாராயணப் பேரேரியில் கலந்தது. இந்த ஏரியின் மிகுநீர் மீண்டும் வட வெள்ளாற்றுடன் இணைந்து கடலில் வடிந்துள்ளது. இத்தகைய ஒப்பற்ற நீர் மேலாண்மைத் திட்டம் மாமன்னன் இராஜேந்திர சோழனால் சாத்தியமாக்கப் பெற்றது என்பது வியப்புக்குரிய ஒன்றாகும். சோழகங்கம் பேரேரி தவிர ரெட்டமடஏரி, விசலூர் ஏரி, கீரங்குடி ஏரி, நங்கைக் குளம், பாப்பாக் குளம், மாடக்குளம், தீர்த்தக் குளம் போன்ற நீர் சேமிப்பு அலகுகளும், மதுராந்தகன் வடவாறு, அதிகை நாயகன் வாய்க்கால், ஆனைவெட்டுவான்கால், நீரோடும் கால்கள், வைத்திப்பள்ளம் (இன்று வயுத்திப்பள்ளம் என்று அழைக்கப்படுகிறது), கண்ணன் திருவோடை என அக்காலத்திலிருந்த தண்ணீர் பகிர்மானத்தின் அலகுகள் குறித்துவிரிவாகக் கங்கைகொண்ட சோழீஸ்வரத்துக் கல்வெட்டுக்களின் மூலம் அறியப்படுகிறது.

கட்டுமானத்திற்கு ஏற்ற தரமான மண்வளம்

கூரம் ஊர் உருவாக்கத்தினை முன்னின்று நடத்திய உத்தர காரணிகனான மகாசேனதத்தன் வீடுகள் கட்டுவதற்கான செங்கற்களைத் தயாரித்துக் கொள்வதற்காக சூளை மேட்டுப்பட்டி என்ற நிலப்பகுதியை ஒதுக்கியுள்ளார். இப்பகுதியிலிருந்து கோயில் மற்றும் வீடுகள் கட்டுவதற்குத் தேவையான செங்கற்களை அனைத்து தரப்பு மக்களும் தயாரித்து சூளைகளில் வைத்துச் சுட்டுக் கொள்வதற்காக இப்பெருவெளி ஒதுக்கப்பட்டுள்ளது. கூரத்தைப் போன்றே கங்கைகொண்ட சோழபுரத்திலும் சூளைமேட்டுப் பகுதி ஒன்று ஒதுக்கப்பட்டிருந்ததை களஆய்வில் கண்டறியப்பட்டுள்ளது. அப்பகுதியை இன்று கொசவன்மேடு என அப்பகுதிமக்கள் அழைக்கின்றனர். கொசவன்மேடு கங்கை கொண்ட சோழபுரத்திலிருந்து சுமார் 2000 மீட்டர் தூரத்தில் நகரின் வடகிழக்குப் பகுதியில் அமைந்துள்ளது. இது சுமார் பத்து ஏக்கர்

பரப்பளவினைக் கொண்டது. இங்கு மட்பாண்டம் செய்வதற்கேற்ற தரமான களிமண் கிடைக்கிறது. இப்பகுதியினைச் சுற்றி மூன்று குளங்கள் உள்ளன. குறிப்பாகக் கொசவன்மேட்டின் மேற்கேயுள்ள ரெட்டமடை ஏரிப்பகுதியில் செங்கற்கள் தயாரிப்பதற்கான தரமான களிமண் பெருமளவில் கிடைக்கின்றது. எனவேதான் இந்தப் பெரு வெளியைச் சோழர்கால நிலவியலாளர்கள் சரியாகத் தேர்வு செய்து நகருக்குத் தேவையான செங்கற்கள், ட வடிவக் கூரை ஓடுகள், மட்பாண்டங்கள் போன்றவை தயாரித்துக் கொள்வதற்கான முக்கிய அலகாக இந்தக் கொசவன் மேட்டுப்பகுதியை ஒதுக்கியுள்ளதாகக் கருத முடிகிறது. கங்கைகொண்ட சோழபுரத்தின் எல்லைப் பகுதியில் சுண்ணாம்புக் குழி, செங்கல்மேடு போன்ற இடப்பெயர்களை நோக்குங்கால் இங்கிருந்தும் நகருக்குத் தேவையான சுண்ணாம்பு, செங்கற்கள் கிடைக்கப் பெற்றிருக்கலாம். எனவே பல்லவர்களைப் போன்றே சோழர்களும் புதியதாக உருவாக்கப்படும் நகரங்களில் குடியேறப்போகும் மக்களுக்குத் தேவையான கட்டுமானம் மற்றும் அத்தியாவசியப் புழங்கு பொருட்களைத் தயாரித்துக் கொள்வதற்காகவே பொது சூளைமேட்டுப் பகுதிக்கான நிலப்பகுதிகள் ஒதுக்கப்படும் பண்பாட்டு மரபின் நீட்சியை கங்கைகொண்ட சோழபுரத்திலும் காணமுடிவது சிறப்பிற்குரியதாகும்.

மண்டபம்

முதலில் கோயில் உருவாக்கப்பட்டது. பிறகு அரசர்களால் நிரந்தர வைப்பக நிலங்கள் தானமாக வழங்கப்பட்டன. அன்று கோயில்கள் உருவக்கப்பட்டதன் பிரதான நோக்கம் மக்கள் ஆன்மிகத்தின் மூலமாக நல்லோழுக்கத்தைப் பெறவைப்பதற்காகவேயாகும். குறிப்பாகக் கோயில் சார்ந்திருந்த மண்டபங்கள் மக்களிடம் அறநெறிக் கருத்துக்களை விதைக்கும் மையமாக இருந்துள்ளதை எழுத்தாவணங்களில் காணமுடிகிறது. மேலும் கோயில்களில் நடத்தப்படும் திருவிழாக்கள் மக்களிடத்தே வேற்றுமையுணர்வுகள் ஏற்படாமல் தடுத்து வந்ததோடு அவர்களிடத்தே மனிதத்தை வளர்க்கும் பணியினையும் தொய்வில்லாமல் செயலாற்றி வந்தது. எனவேதான் கூரத்தில் கட்டப்பட்டிருந்த வித்யா வினீத பரமேஸ்வர கிருஹ மண்டபத்தில் இரவு நேரங்களில் விளக்கு எரிப்பதற்கு, தண்ணீர் வைப்பதற்கு, பாரதம் வாசிப்பவர்களுக்கென, அனைத்து மக்கள் பணிகளுக்கும் நிரந்தர நிலதானம் வழங்கப்பட்டிருந்தது. இதன் மூலம் எந்நாளும் தடையில்லாமல் மண்டபப்பணிகள்

நடைபெறக் காரணமாக அமைந்தது. குறிப்பாக இந்த பாரதம் வாசிக்கும் மண்டபம் அவ்வூரின் ஊடக மையமாகவே செயல்பட்டது. அரசின் ஆணைகள் மற்றும் சட்ட திட்டங்களை வெளியீடு செய்யும் இடமாகவும், மக்களின் பொழுதுபோக்கு மையமாகவும், மாலை நேரங்களில் மக்களுக்கு நீதிக் கதைகளையும், புராணக் கதை களையும் கூறி அவர்களை ஒழுக்கச் சீலர்களாக மேம்படுத்தும் மையமாக இம் மண்டபங்கள் செயல்பட்டுள்ளதை கூரம்செப்பேடு தெள்ளிடையாக உரைக்கின்றன வென்று சொன்னால் அது மிகையன்று.

நாடகமும் இசையும் முத்தமிழில் அடங்கும் என்பதை நன்குணர்ந்தவர்கள் சோழ மன்னர்கள். குறிப்பாக மக்களின் இன்பப் பொழுது போக்கிற்காகத் தோன்றிய இசை யோடு இணைந்த நாடகக்கலை கிராமங்களிலும், நகரங்களிலும் மக்களிடையே நல்ல வரவேற்பினைப் பெற்றிருந்தது. பல்லவர் காலத்தைப் போன்றே சோழர் காலத்திலும் நாடகங்கள் புராணக் கதைகளைப் பின்னணியாகக் கொண்டே நடத்தப்பட்டுள்ளன. மேலும் மன்னரது வீர வரலாற்றினையும் மக்களிடம் கொண்டு சேர்க்கும் இணைப்பு ஊடகமாக இக்கலையானது விளங்கியுள்ளது. இராஜேந்திரனது ஆட்சிக்காலத்தில் இராஜராஜேஸ்வர நாடகம், சாக்கைக் கூத்துப் போன்றவை கோயில் வளாகம் மற்றும் மண்டபங்களில் நடத்தப்பட்டுள்ளதைக் கல்வெட்டுக்கள் மூலம் அறிய முடிகிறது. மார்கழி, வைகாசி மாதங்களில் திருவாதிரைத் திருநாள்களில் சாக்கைக் கூத்து நிகழ்த்துவதற்குச் சாக்கைமாராயன் விக்கிரம சோழனுக்குக் காமரசவல்லிச் சதுர்வேதிமங்கலத்தார் நிலக்கொடை அளித்துள்ளனர். இராஜேந்திர சோழனது ஆட்சிக் காலத்தில் இராசராச விஜயம் என்னும் நூலினைப் படித்து வருவதற்காக நாராயணன் பட்டாதித்தன் என்ற சவர்ணன் ஒருவன் நிலத்தானம் பெற்றான். எனவே சோழநாட்டில் மன்னர்களால் நாடகக் கலைஞர்கள் ஆதரிக்கப்பட்டு ஊர்தோறும் விழாக்காலங்களில் நாடகங்கள் நடத்தப்பட்டுள்ளன. பல்லவர்களைப் போன்றே சோழ மன்னர்களும் நாடகக் கலையின் வழியாக அறநெறிக் கருத்துக்களை மக்களிடம் விதைத்து அவர்களை நல்வழிப்படுத்தி வந்துள்ளனர்.

வணிகப்பெருமக்கள்

கூரத்தில் குடியேறப் போகும் மக்களின் அத்தியாவசியத் தேவைகளை நிவர்த்திசெய்யும் பொறுப்பும் இங்கு கவனத்தில்

ஜெ.ஆர்.சிவராமகிருஷ்ணன்

கொள்ளப்பட்டுள்ளதைக் காணமுடிகிறது. அதாவது எண்ணெய் வணிகர்கள், சிறுதானியங்களை விற்பனை செய்யும் கூலவாணிகப்பெருமக்கள், பெருவணிகர்கள், நெசவுதொழில் செய்வோர், பொற்கொல்லர், மட்பாண்டத் தொழிலாளர், விவசாயிகளுக்குத் தேவையான கருவிகளைச் செய்துதரும் கொல்லர்கள், மருத்துவர் என மக்களின் அன்றாடத் தேவைகளைப் பூர்த்தி செய்யும் அனைத்து அலகுகளும் கருத்தில் கொள்ளப்பட்டிருந்ததைக் கூரம் செப்பேட்டின் ஊடாக அறியமுடிகிறது. மேற்குரியவர்களுக்காக ஊரின் முக்கியப் பகுதிகளில் மனைகள் ஒதுக்கப்பட்டிருந்தன. பல்லவர்களைப் போன்று இராஜேந்திர சோழனும் தாம் உருவாக்கிய தலைநகர் கங்கைகொண்ட சோழபுரத்தில் உள்நாடு மற்றும் அயலக வணிகக் குழுக்களைப் பெருமளவில் குடியேறச் செய்திருக்கிறார். பன்னாட்டு வணிகக்குழுவைச் சார்ந்த நானாதேசிகன் என்ற திசைஆயிரத்து ஐநூற்றுவர் வணிகக்குழுவினர், வளஞ்சியர் ஐநூற்றுவர், நானாதேசிகள் போன்றோரும். அங்காடி, பேரங்காடி, மடிகைகள், பேட்டை, பேட்டைத் தாவளம், வாணிய முதலிகள், வியாபாரி போன்ற வணிகப் பெருமக்களோடு தொடர்புடைய அமைப்புகளும் கங்கைகொண்டசோழபுரத்தில் இருந்துள்ளதைக் கல்வெட்டுத்தரவுகள் பகர்கின்றன. குறிப்பாகத் தலைநகர் தஞ்சையில் இருந்த வணிகக்குழுவினர் பெருமளவில் கங்கைகொண்டசோழபுரத்திற்குக் குடியேறியுள்ளனர். தஞ்சையில் இருந்தபோது பராந்தக சோழனால் வணிகர்களுக்காக வழங்கப்பட்டிருந்த சிறப்புச் சலுகைக்கான ஆணைக் கல்வெட்டையும் அங்கிருந்து குடிபெயர்ந்து வந்த வணிகர்கள் தம்மோடு கங்கை கொண்ட சோழபுரத்திற்குக் கொண்டு வந்துள்ளனர்.

பொது இடுகாடு

புதியமக்கள் குடியேற்றங்களை உருவாக்கும்போது இறப்பவர்களை அடக்கம் செய்வதற்காக பொது இடுகாட்டிற்காக நிலம்கூட ஒதுக்கப்பட்டிருந்தது. இங்கு கவனிக்கப்பட வேண்டிய முக்கியவிடயம் யாதெனில், இன மற்றும் ஜாதி அடிப்படையிலான இடுகாடு ஒதுக்கப்படவில்லை என்பதை கூரம் செப்பேடு வலியுறுத்துவதாக உள்ளது. இது கருத்தில் கொள்ளப்பட வேண்டும். கூரம் என்ற ஊர் பிராமணர்களுக்கான குடியேற்றப் பகுதி மட்டுமன்று. அது அனைத்து தரப்பு மக்களுக்கான சமத்துவ ஊராக உலகிற்குணர்த்தும் முயற்சியின் துவக்கமாக இதை நாம்

பார்க்கலாம். கூரத்து மக்களின் மாண்பை போற்றும் முக்கிய அலகான இடுகாட்டினைப் பொதுவில் வைக்கப்பட்டிருப்பது ஆய்விற்குரிய ஒன்றாகும். கங்கைகொண்ட சோழபுரம் கல்வெட்டில் இந்நகரினைச் சுற்றியிருந்த ஐந்து ஊர்களில் பொது சுடுகாடுகள் இருந்துள்ளதை அறிகின்றோம்.

கருவி தயாரிப்போர்

விவசாயக் குடிகளுக்குத் தேவையான கருவிகளைத் தயாரித்துக் கொடுக்கும் கொல்லர்களுக்கென்று நிரந்தரமாக ஊதுலைகள், உலைக்களம், தங்கும் குடியிருப்புகளை அமைத்துக் கொள்வதற்கென இலவச வீட்டுமனைகள் ஒதுக்கப்பட்டிருந்ததையும் கூரம்செப்பேட்டில் காணமுடிகிறது. இப்புகழ்பெற்ற பரமேஸ்வர மங்கலம் பல்லவர் காலத்தில் ஏற்படுத்தப்பட்ட முதல் பொலிவுறு நகரமாகவே கொள்ளலாம். மேற்கண்ட நிலம்சார் மற்றும் மனிதவள மேம்பாட்டு அலகுகள் அனைத்தும் பல்லவர் காலத்தில் ஊர், நகர உருவாக்கத்தில் பின்பற்றப்பட்டுள்ளதைப் பிரதிபலிக்கும் சான்றாகவே கூரம் செப்பேட்டினைச் சுட்டலாம். மேலும் எதிர்காலங்களில் உருவாக்கப்படும் புதிய ஊர்களிலும் மேற்கண்ட அலகுகள் பின்பற்றப்படவேண்டும் என்ற தொலைநோக்கின் அடிப்படையிலேயே இந்நுட்பங்கள் செப்பேட்டில் பொறிக்கப்பட்டதாகக் கருதலாம். பல்லவர் காலத்தில் கடைப்பிடிக்கப்பட்ட மேற்கண்ட நிலம்சார் அலகுகள் அத்தனையும் கங்கைகொண்டசோழபுரம் உருவாக்கத்தில் இராஜேந்திர சோழரால் பின்பற்றப்பட்டிருப்பதிலிருந்து அக்கால நகர நிர்மானத்தின் பாரம்பரிய உயர்வை அறியமுடிகிறது.

பல்லவர்களைப் போன்றே சோழ மன்னர்களும் புதிதாக உருவாக்கப்படும் ஊர் மற்றும் நகரங்களில் இரும்புக்கருவிகள் தயாரிக்கும் கொல்லர்கள் வாழ்வதற்கான இடம், அவர்களுக்கு நிரந்தர வருமானத்தை அளிக்கக்கூடிய வகையில் நிலதானம் போன்றவை வழங்கப்பட்டு இருந்தன. அதன் தொடர்ச்சியை இராஜேந்திர சோழர் உருவாக்கிய தலைநகர் கங்கைகொண்டசோழபுரத்திலும் காணமுடிகிறது. மேலும் நகரில் உள்ள மக்களுக்குத் தேவையான கருவிகளைத் தயாரித்துக் கொடுப்பதற்காக அவர்கள் குடியேற்றப்பட்டிருந்த இடங்களின் தடயங்களை இன்றும் காணமுடிகிறது. குறிப்பாகக் கங்கைகொண்டசோழபுரத்தில் அமைந்துள்ள கொல்லன் குழி, இரும்புலிக்குறிச்சி, ஆயுதக்களம்

போன்ற இடங்களில் நகர மக்களுக்குத் தேவையான வீட்டு உபயோக இரும்புக் கருவிகள், வேளாண்கருவிகள், கட்டுமானப் பயன்பாட்டுக் கருவிகள், பாதுகாப்பிற்கான போர்க்கருவிகள் போன்றவற்றைத் தயாரித்துக் கொடுப்பதற்கான கொல்லர்கள் அதிகம் குடியேற்றப் பட்டிருந்தனர். பல்லவ மன்னர்களைப் போன்றே கருவி தயாரிப்போர் என்ற அலகினை இராஜேந்திர சோழனும் தாம் உருவாக்கிய புதிய தலைநகரில் நடைமுறைப்படுத்தியுள்ளதைக் காணமுடிகிறது.

☙⊙❧

6
கங்கைகொண்ட சோழபுரம் நகர அமைப்பு

பியாரி பிட்சார்ட் என்ற பிரெஞ்சு கட்டடவியலாளர் கங்கைகொண்டசோழபுரம் நகரின் அமைவில் எல்லைகளின் தடங்களைத் தாமே நேரடியாகக் கண்டு அவற்றை முறையாகப் பதிவு செய்துள்ளார். இந்நகரானது 1900 மீட்டர் நீளமும், 1350 மீட்டர் அகலமும், மொத்தம் 620 ஏக்கர் பரப்பளவினைக் கொண்டிருந்ததாகக் குறிப்பிடுகிறார். இவற்றைச் சுற்றிக் கோட்டை மதில்சுவரும் அகழியும் அமைக்கப்பட்டிருந்ததாகவும் அந்த வளாகத்திற்குள் 630 மீட்டர் நீளமும், 510 மீட்டர் அகலமும் கொண்ட 80 ஏக்கரில் பிரதான அரண்மனையும் அதைச்சுற்றி மற்றொரு கோட்டை மதிலும் அகழியும் அமைக்கப்பட்டு இருந்ததாகவும் பதிவு செய்துள்ளார். அரண்மனை அமைந்திருந்த பகுதி இன்று உட்கோட்டை என்றும் மாளிகைமேடு எனவும் அழைக்கப்படுகிறது. அரண்மனைக்கு வெளியே வடகிழக்கு மூலையில் கங்கைகொண்ட சோழீஸ்வரர் கோயில் அமைக்கப்பட்டுள்ளது. நகரைச் சுற்றி வீரர்கள் தங்கும் பகுதி வீரசோழபுரம், மெய்க்காவலர்கள் தங்கியிருந்த பகுதியான மெய்காவல்புதூர், ஆயுதங்கள் தயாரிக்கப்பட்ட இடமான ஆயுதக்களம், குழுகாவலூர், சத்திரம், சளுக்கை, படைகள் நிலைகொண்டிருந்த இடமான படைநிலை போன்றவை அமையப் பெற்றிருந்த தகவல்களையும் ஆவணங்கள் மூலம் அறியமுடிகிறது.

மதிலரண் பற்றிய இலக்கியப் பதிவுகள்

கங்கைகொண்டசோழபுரம் நகரம் மற்றும் அரண்மனைப் பகுதிகள் எவ்வாறு இருந்திருக்கவேண்டும் என்பதை அறிந்து கொள்ள இலக்கியங்களும், கல்வெட்டுக்களும் துணைபுரிகின்றன. ஒட்டுமொத்த நகரையும் சுற்றி வலிமைமிக்க மதிற்சுவர்கள் இருந்துள்ளதை...

கங்கா புரியின் மதிற் புறத்துக்

கருதார் சிரம்போய் மிக வீழ,

இங்கே தலையின் வேல் பாய்ந்த
இவை மூழைகளாக் கொள்வீரே .

என கலிங்கத்துப்பரணியில் ஜெயங்கொண்டார் சுட்டுகிறார். ஒட்டக்கூத்தர் தாம் யாத்த மூவருலாவில்...

....வாயிலும்,
மாளிகையும் சாலையும், ஆலயமும், மண்டபமும்,
சூளிகையும் எம்மருங்குந் தோரணமும் சாளரமுந்
தேற்றியும் மாடமும், ஆடரங்கும் செய்குன்றும்
சுற்றிய பாங்கரும் தோன்றாமே , எனப் (பாடல்- 158-162) பெருமையாகப் புகழ்கிறார். தலைநகரில் அமையப்பெற்ற அரண்மனை மற்றும் நகரில் இருந்த பிற பகுதிகள் அனைத்தையும் சுற்றி வலிமைமிக்க இரண்டடுக்கு மதிலரண் இருந் துள்ளதை இராஜேந்திர சோழன் மதில் , உள்படை வீட்டு மதில் என்று கல்வெட்டுக்களும் குறிப்பிடுகின்றன. குலோத்துங்க சோழன் திருமதில் என்ற பெயரும் கல்வெட்டில் காணமுடிகிறது.

மாளிகைகள் பற்றிய பதிவுகள்

கங்கைகொண்டசோழபுரத்தில் கட்டப்பட்டிருந்த மாளிகை பற்றிய பதிவினை

வண்புயலைக் கீழ்ப்படுத்து வானத்தரு, அலைந்து
மண் குளிரச் சாயல் வளர்க்குமாந் தண்கவிகை
கொங்கா ரலங்க லனபாயன் கொய்பொழில்சூழ்
கங்கா புரமாளிகை

என்று தண்டியலங்காரப் பாடல் படம்பிடித்துக் காட்டுகிறது. இதே போன்று கல்வெட்டுக்களிலும் அந்நகரின்கண் அமைந்திருந்த மாளிகைகள் குறித்த தகவல்களையும் காண்கிறோம்.

முடிகொண்ட சோழன் திருமாளிகை

முதலாம் இராஜேந்திர சோழனின் 19ஆம் ஆட்சியாண்டில் (கி.பி.1031) வெளியிடப்பட்ட தஞ்சை பெரிய கோயில் கல்வெட்டில் கங்கைகொண்ட சோழபுரத்தில் இருந்த முடிகொண்ட சோழன் திருமாளிகை பற்றிய முதல் குறிப்பைக் காணமுடிகிறது. அக்கல்வெட்டில் முடிகொண்ட சோழன் திருமாளிகையின் வடக்குப்பக்கத்தில் தேவாரத்துச் சுற்றுக் கல்லூரியில் இம்மன்னர்

தானம் செய்ய எழுந்தருளியிருந்த போது தன்னுடைய குரு சர்சிவபண்டித சைவாச்சாரியாருக்கும் அவருடைய சீடர்களுக்கும் ஆச்சாரியபோகமாக ஆண்டுக்கு இரண்டாயிரம் கலம்நெல் தஞ்சை பெரிய கோயில் பண்டாரத்திலிருந்து ஆடவல்லான் என்ற மரக்காலால் அளந்து கொடுக்கும்படி ஆணை பிறப்பிக்கப்பட்டுள்ளது. கங்கைகொண்டசோழபுரத்தில் இருந்த அரண்மனை பற்றிய முதல் குறிப்பு இக்கல்வெட்டில்தான் கிடைக்கிறது. முடிகொண்ட சோழன் என்பது இராஜேந்திர சோழனின் பட்டப்பெயர்களில் ஒன்றாகும். இது பாண்டியகுல மணிமுடி மற்றும் இந்திரன் ஆரம் மற்றும் கேரள அரசன் அரசியர், ஈழத்து அரசர், அரசியரின் மணிமுடிகளை கைப்பற்றியதன் நினைவாகச் சூட்டிக் கொண்ட விருதுப் பெயராகும். இந்த விருதுப் பெயரில் கட்டப்பட்ட அரண்மனை ஒன்று கங்கைகொண்டசோழபுரத்தில் இருந்துள்ளதைத் தஞ்சைக் கல்வெட்டின் வாயிலாக அறிப்படுகிறது. இதேமாளிகையின் தெற்குப் பகுதியிலிருந்த ஆடைமாற்றும் மறைவிடப் பகுதியில் முதலாம் இராஜாதிராஜன் ஆடை அணிந்து கொண்டிருக்கும் போது *130* பிராமணர்களுக்குப் பிரம்மதேயமாகச் சோழகுல நாராயணச் சதுர்வேதிமங்கலம் என்ற ஊரை தன்னுடைய *35* ஆம் ஆண்டில்தானமாக வழங்கி ஆணையிட்டுள்ளதை " கங்கைகொண்டசோழபுரத்தில் நம்வீடு முடிகொண்ட சோழநில் தெற்கில் மறைவிடக் கூடத்தில் நாம் கூறை உடாநிற்க (தி. செ.ப.186)" என்ற செப்பேட்டு வரிகளால் அறியமுடிகிறது.

கங்கைகொண்டசோழன் மாளிகை

கங்கைகொண்டசோழன் மாளிகை என்ற பெயரிலிருந்தே இதை கட்டியது முதலாம் இராஜேந்திர சோழன் என்பது புலனாகிறது. இம்மாளிகை பற்றித் திருவெண்காடு கோயிலில் உள்ள முதலாம் இராஜாதிராஜனின் *29*ஆம் ஆட்சியாண்டைச் (கி.பி.*1047*) சார்ந்த கல்வெட்டில் " கங்கைகொண்டசோழபுரத்து நம் வீட்டிநுள்ளால் கங்கைகொண்டசோழந்மாளிகையில் வடக்கிற் சோபாநத்து எழுந்தருளி இருந்து" (தெ.க.தொ.*V* - *987*) என்ற வரியால் கங்கைகொண்ட சோழன் மாளிகையின் சிறப்பினை உணரமுடிகிறது. இம்மன்னரின் *31*ஆம் ஆட்சியாண்டைச் சார்ந்த திருவீழிமிழலைக் கல்வெட்டில் " கங்கைகொண்ட சோழபுரத்து நம் வீட்டிநுள்ளால் பிரம்மாதிராஜன் என்ற பெயருடைய அரியாசனத்தில் எழுந்தருளியிருக்கும் போது ஜெயங்கொண்டசோழநல்லூர் என்ற பெயரில் ஊரை உருவாக்கி இறையிலியாகத் திருவீழிமிழலைக்

கோயிலுக்கு வழங்குவதற்கான ஆணையிட்டுள்ளதைச் சுட்டுகிறது . ஜெயங்கொண்டான் என்பது முதலாம் இராஜாதிராஜ சோழரின் விருதுப் பெயராகும். தற்போது கங்கைகொண்டசோழபுரம் அருகில் இருக்கும் ஜெயங்கொண்டசோழபுரம் என்ற ஊர் இம்மன்னரது விருதுப்பெயரினில் உருவாக்கப்பட்டதாகும். முதலாம் குலோத்துங்க சோழரின் 49ஆவது ஆட்சியாண்டைச் சார்ந்த கங்கைகொண்டசோழபுரம் பிரகதீஸ்வரர் கோயில் கல்வெட்டில் கங்கைகொண்டசோழபுரத்துக்கோயிலினுள்ளால் கங்கைகொண்ட சோழன் திருமாளிகையிலாதி பூமியிற்கீழைச் சோபானத்து பள்ளிக் கட்டிலில் எழுந்தருளியிருந்து என்ற கல்வெட்டு வரிகளால் கங்கைகொண்டசோழன் மாளிகையில் தரைத்தளப்பகுதி (Ground Floor) ஒன்று இருந்துள்ளது. இங்குதான் முதலாம் குலோத்துங்க சோழனின் படுக்கை அறை இருந்துள்ளது. மேலும் அதிராஜேந்திர சோழரின் மூன்றாம் ஆட்சியாண்டில் வெளியிடப்பட்ட திருபாச்சூர் வாசீஸ்வரர் கோயில் கல்வெட்டில் கங்கைகொண்டசோழன் மாளிகையில் இம்மன்னர் எழுந்தருளியிருந்தபோது காக்களூர் நாட்டுச்சோலை என்ற ஊரை இறையிலி தேவதானமாக திருபாச்சூர்வா சீஸ்வரர் கோயிலுக்கு வழங்கி ஆணை பிறப்பித்தார் என்று கூறுகிறது.

சோழகேரளன் மாளிகை

முதலாம் இராஜேந்திர சோழரின் இரண்டாவது மகனின் பெயர் சோழ கேரளன் (கி.பி. 1018-1021) என்பதாகும். இவருக்கு மனுகுலகேசரி, ஜயமல்லன் எனும் வேறு பெயர்களும் உண்டு. இவர் சாளுக்கிய நாட்டில் கி.பி.1021 ஆம் ஆண்டு கலிதிண்டி என்ற இடத்தில் நடைபெற்ற போரில் வீரமரணம் அடைந்தார். இவருடைய ஆன்மா தாக சாந்தி பெறுவதற்காக (ஸ்ரீமத்தாகத்துக்கு) இவருக்கு முடிகொண்டசோழ சதுர்வேதி மங்கலத்தில் (இன்றைய பெண்ணாடம்) ஜயமல்லீஸ்வரம் என்ற கோயில் கட்டப்பட்டது. இக்கோயில் பூசைவழிபாட்டிற்கு இராஜேந்திர சோழர் மாம்பூண்டி, வடகிளி நல்லூர் (இன்றைய பெரும்பாண்டி, கிளிப்பட்டு) என்ற ஊர்களை இணைத்து சோழகேரளநல்லூர் என்ற பெயரில் இறையிலியாக வழங்கியுள்ளார். மனுகுலகேசரி நல்லூர் என்ற ஊரை முதலாம் இராஜாதிராஜன் கங்கைகொண்ட சோழபுரத்திலிருந்த மடத்திற்கு மடப்புறமாக கி.பி. 1048ஆம் ஆண்டு கொடுத்துள்ளார். இதன் மூலம் கங்கைகொண்டசோழபுரத்தில் செல்வாக்குப்பெற்ற மடங்கள் இருந்துள்ளதையும் அறிகிறோம்.

சோழகேரளன் பெயரில் கங்கைகொண்டசோழபுரத்தில் கட்டப்பெற்ற அரண்மனை சோழகேரளன் மாளிகை என அழைக்கப்பட்டது. இந்த அரண்மனை முதலாம் இராஜேந்திரன் காலத்திலோ அல்லது அவருக்குப் பிறகு வந்த இவருடைய சகோதரர்களான முதலாம் இராஜாதிராஜன், இரண்டாம் இராஜேந்திரன் காலத்திலோ கட்டப்பட்டிருக்கலாம். இரண்டாம் இராஜேந்திரனின் திருவிந்தளூர் செப்பேட்டில் நமக்குயாண்டு நாலாவது நாள் அறுபத்தொன்பதினால் கங்கைகொண்ட சோழ புரத்து நம் வீடு சோழகேரளன் மாளிகையில் நாம் குளிக்கும் இடத்து என்ற வரிகளால் சோழகேரளன் மாளிகை பற்றிய பதிவினைக் காணமுடிகிறது. திருமுக்கூடல் ஊரில் உள்ள வீரராஜேந்திரனின் ஐந்தாம் ஆட்சியாண்டைச் (கி.பி.1066) சார்ந்த கல்வெட்டில் சோழகேரளன் மாளிகையில் இருந்த மாவலி வாணராஜன் என்ற அரியணையில் எழுந்தருளியிருந்தபோது இவ்வூர்க் கோயிலுக்கு நிலங்கள் வழங்கி ஆணை பிறப்பித்ததைச் சுட்டும் இடத்தில் உடையார் ஸ்ரீவீர ராஜேந்த்ர தேவற்க்கு யாண்டு அஞ்சாவது கங்கைகொண்டசோழபுரத்துச் சோழகேரளன் திருமாளிகையில் ராஜேந்த்ரசோழ மாவலிவாணராஜனில் எழுந்தருளியிருந்து என்ற வரிகளில் சோழகேரளன் மாளிகை பற்றிய பதிவினைக் காணமுடிகிறது.

இவ்வாறு கங்கைகொண்டசோழபுரத்தில் இருந்த மூன்று அரண்மனைகள் பற்றிக் கல்வெட்டுக்கள் குறிப்பிடுகின்றன. இந்த அரண்மனைகளின் பெயர்களிலிருந்து அவை முதலாம் இராஜேந்திரன் அவருடைய மகன் சோழகேரளன் ஆகியோரின் பெயர்களில் கட்டப்பட்டிருந்தன என்பது புலனாகிறது. இந்த அரண்மனைகள் பல அடுக்குகளைக்கொண்ட *(Storied Building)* மாளிகைகளாகத் திகழ்ந்தன என்பதையும் அறிகிறோம். இந்த அரண்மனைகளில் உணவு உண்ணும் பகுதி, ஆடை அணியும் பகுதி, திருமஞ்சனச்சாலை (குளிக்குமிடம்), வழிபாடுகள் செய்யும் இடம் (தேவாரத்துச்சுற்றுக் கல்லூரி), வடக்குப்பகுதி, கிழக்குப்பகுதி என்று பல்வேறு பகுதிகள் இருந்துள்ளன. இங்கு முதலாம் இராஜேந்திரன், முதலாம் இராஜாதிராஜன், இரண்டாம் இராஜேந்திரன், வீரராஜேந்திரன், அதிராஜேந்திரன், முதலாம் குலோத்துங்கன் என ஆறு மன்னர்கள் கங்கைகொண்டசோழபுரம் மாளிகையில் வாழ்ந்துள்ளனர் என்பதைக் கல்வெட்டுக்கள் தெரிவிக்கின்றன. முதலாம் குலோத்துங்கனுக்குப் பிறகு

கங்கைகொண்டசோழபுரத்திலிருந்த அரண்மனைகள் பற்றிய குறிப்புகள் எதுவும் கல்வெட்டுக்களில் காணப்படவில்லை.

திருமஞ்சனச்சாலை

திருமஞ்சனச்சாலை என்பது குளியல் அறையாகும். கங்கைகொண்டசோழபுரம் அரண்மனையில் அமைக்கப்பட்டிருந்த குளியல் அறைகள் பற்றிய தகவல்களைக் கல்வெட்டுக்களில் காணமுடிகிறது. அரண்மனையின் ஒரு பகுதியில் அமைந்திருந்த திருமஞ்சனச்சாலையில் விஜய ராஜேந்திரதேவர் (முதலாம் இராஜாதிராஜன்) எழுந்தருளியிருந்தபோது திருவிடந்தை விஷ்ணு கோயிலுக்குத் தன்னுடைய பிறந்த நட்சத்திரமான பூர நட்சத்திரத்தில் மாதம்தோறும் திருவிழா நடத்துவதற்கு நிலம் வழங்கி ஆணை பிறப்பித்துள்ளார். இதனை ஸ்ரீவிஜய ராஜேந்திரதேவர் கங்கைகொண்டசோழபுரத்துக் கோயிலில் உள்ளால் திருமஞ்சனசாலைத் தானஞ் செய்தருள வன்று என்ற வரியில் கங்கைகொண்ட சோழபுரத்தில் இருந்த திருமஞ்சனச் சாலை பற்றிய குறிப்பினை அறிகிறோம். இதேபோன்று திருவலஞ் சுழியில் உள்ள இரண்டாம் இராஜேந்திர சோழனின் ஏழாம் ஆட்சியாண்டுக் கல்வெட்டில் கங்கைகொண்டசோழபுரத்துக் கங்கைகொண்டசோழந் திருமாளிகையில் திருமஞ்சண சாலையில் பள்ளிப்பீடம் காலிங் கராஜநில் எழுந்தருளியிருந்து எனச் சுட்டப்பட்டுள்ளது. கங்கைகொண்டசோழன் திருமாளிகையில் இருந்த திருமஞ்சனச்சாலையில் காலிங்கராஜன் என்ற அரியணையில் இம்மன்னர் எழுந்தருளியிருந்தபோது இக்கோயிலில் தன்னுடைய தந்தை இராஜேந்திர சோழனின் பிறந்த நட்சத்திரமான திருவாதிரை நாளில் நடத்தப்படும் விழாவின்போது ஆண், பெண் தபசியர்கள் திருவிளக்குகளுக்குச் சீலை(திரி) இடுவது பற்றி ஆணை பிறப்பிக்கப்பட்ட தகவலையும் இக்கல்வெட்டு குறிப்பிடுகிறது. திருவிந்தளூர் செப்பேட்டில் இம்மன்னனின் ஒன்பதாம் ஆட்சியாண்டில் கங்கைகொண்டசோழபுரத்துக் கோயிலினுள்ளால் கங்கைகொண்டசோழன் மாளிகைத் திருமஞ்சன சாலைப்பள்ளிப் பீடம் ராஜேந்திர சோழ மாவலிவாண ராஜ நில் எழுந்தருளியிருந்த போது திருவிந்தளூர் நாட்டினர் தளி என்ற ஊரைப் பிரம்மதேயமாக 130 சதுர்வேதிப் பட்டர்களுக்குக் கொடுத்துள்ளார். இரண்டாம் இராஜேந்திரனின் 11ஆம் ஆட்சியாண்டைச் சார்ந்த திருப்பனந்தாள் அருண ஜடேஸ்வரர் கோயில் கல்வெட்டில் கங்கைகொண்டசோழபுரத்து வீட்டினுள்ளால்

குளிமிடத்து எழுந்தருளியிருந்த பொது பனந்தாள் என்ற ஊரைப் பிரம்மதேயம் என்ற வருவாய்த்துறை அந்தஸ்த்திலிருந்து இறக்கி வெள்ளான் வகை வரிசையின் கீழ் தேவதான இறையிலி கிராமமாக மாற்றித் திருப்பனந்தாள் கோயிலுக்கு வழங்கி ஆணைப் பிறப்பித்துள்ளார். எனவே ஹரப்பா, மொகஞ்சதாரோ, கீழடி போன்ற பண்டைக்கால நகரப்பகுதியில் நடத்தப்பட்ட அகழாய்வுகளில் வீட்டினுள் குளியலறைகள் அமைக்கப்பட்டிருந்ததை ஆய்வாளர்கள் வெளிக்கொண்டு வந்துள்ளனர். இதேபோன்று கங்கைகொண்டசோழபுரம் அரண்மனைப் பகுதிகளில் மன்னர்கள் நீராடுவதற்கென்று தனியாகக் குளியலறைகள் கட்டப்பட்டிருந்தன என்பது குறிப்பிடத்தக்க ஒன்றாகும்.

ஆட்டத்துவெளிமேலை மண்டபம்

கங்கைகொண்டசோழபுரம் அரண்மனையில் ஆட்டத்து வெளிமேலை மண்டபம் பற்றிய பதிவினைக் கல்வெட்டில் காணமுடிகிறது. குறிப்பாகப் பெரிய காஞ்சிபுரம் சர்வ தீர்த்தக்குளம் அருகே உள்ள இடிந்து போன சிவாலயச்சுவரில் உள்ள முதலாம் இராஜாதிராஜனின் 35ஆம் ஆட்சியாண்டில் (கி.பி.1053) வெளியிடப்பட்ட கல்வெட்டில் ஸர்வ் வதீர்த்த முடையமாகாதேவர்க்கு வேண்டு நிமந்தங்க ளுக்கு உதகதாரா----- (ராஜாதி ராஜதேவர்) கங்கைகொண்டசோழபுரத்து கோயிலிநுள்ளால் ஆட்டத்து வெளிமேலை மண்டபம் ராஜாயிராஜநில் பல்லவராஜநில்(எழுந் தருளி இருந்து---) எனச் சுட்டப்பட்டுள்ளது. ஆட்டத்து வெளி மேலைமண்டபம் என்பது அரண்மனையில் இருந்த ஒரு பகுதியாகும். இங்கு அரசகுடும்பத்தினர் அமர்ந்து பொழுதுபோககு நிகழ்ச்சிகளைக் கண்டுகளிக்கும் இடமாகும். அம்மண்டபத்தில் இம்மன்னர் இராஜாதிராஜன் பல்லவராஜன் என்ற அரியணையில் அமர்ந்திருந்தபோது மேற்கண்ட சிவன்கோயிலுக்குத் தேவைப்படும் நிவந்தங்களை வழங்கியுள்ளார்.

வேளங்கள்

கங்கைகொண்டசோழபுரம் அரண்மனையில் அரசமகளிர், அரசகுடும்பத்தினர் வாழ்ந்த அந்தப்புரப்பகுதியை வேளங்கள் எனக் கல்வெட்டுக்கள் குறிப்பிடுகின்றன. இப்பகுதியைக் கைக்கோளப் படைவீரர்கள் இரவும் பகலும் காவல் காத்து வந்தனர். இவ்வீரர்கள் அகம்படிக் கைக்கோளர் என்று அழைக்கப்பட்டனர். அரண்மனையின் அகப்பகுதியைக் (உட்பகுதி) காவல் காப்பதற்கு

என அகம்படிக் கைக்கோளர், அகப்பரிவாரத்தார் என்னும் வீரர்கள் மற்றும் அதிகாரிகள் கூட்டம் இருந்துள்ளது. மேலும் இவ்வேளங்கள் அரசன், அரசியர் பெயர்களிலேயே அழைக்கப்பட்டுள்ளன. இங்கு பணியாற்றியவர்கள் அகப்பரிவாரத்தார், கைக்கோளர், பெண்டாட்டி போன்ற பணிநிலைகளில் இருந்தனர் என்பதையும் அறிகிறோம். முதலாம் இராஜேந்திர சோழனின் சிவபுரி உச்சிநாத சுவாமிகோயில் கல்வெட்டில் ¨கங்கை கொண்டசோழபுரத்து (திருமஞ் சனத்தார் வேளத்துப் பெண்டாட்டி நாட்டாள்¨ என்றும், கங்கைகொண்ட சோழீஸ்வரர் கோயிலில் உள்ள அதிராஜேந்திரனின் கல்வெட்டில் ¨தெரிந்த திருமஞ்சனத்தார் வேளத்துப் பெண்டாட்டி மருதன் சிவக் கொழுந்து¨ என்ற கல்வெட்டு வரியாலும் கங்கைகொண்டசோழபுரம் அரண்மனையிலிருந்த வேளம் மற்றும் அங்கு பணியாற்றிய பணியாளர்கள் பற்றிய விவரங்களையும் அறியமுடிகிறது.

உய்யக்கொண்டான் தெரிந்த திருமஞ்சனத்தார் வேளம்

கங்கைகொண்டசோழபுரம் அரண்மனையில் உய்யக்கொண்டான் என்ற பெயரில் வேளம் ஒன்று இருந்துள்ளது. இதனைப்பற்றி இரண்டாம் இராஜேந்திர சோழனின் ஐந்தாம் ஆட்சியாண்டைச் சார்ந்த (கி.பி.1057) திருவெறும்பூர் எறும்பீஸ்வரர் கோயில் கல்வெட்டில் ¨ஸ்ரீகண்டச்சருப்பேதிமங்கலத்து திருவெறும்பூர் மஹா தேவர்க்கு கங்கைகொண்டசோழபுரத்துய்யக் கொண்டான் தெரிந்த திருமஞ் சணத்தார் வேளத்துப்பெண்டாட்டி முத்தன் மாடத்தாள்¨ என்ற வரிகளால் அறியமுடிகிறது. இதன் மூலம் அவ்வேளத்தில் (பெண்டாட்டி என்றால் பணிப்பெண்) முத்தன் மாடத்தாள் என்பவர் பணியாற்றியுள்ளார். இவர் மேற்கண்ட கோயிலுக்கு நந்தா விளக்கு எரிக்க 30 காசுகளைத் தானமாக வழங்கியுள்ளார். அரசர்களுக்கு நிகராகக் கோயில்களுக்குத் தானம் வழங்கும் அதிகாரத்தினை இவர் பெற்றிருப்பதிலிருந்து இவர் எவ்வளவு செல்வாக்கு மிக்கவராக இருந்திருப்பார் என்பதனையும் உணரமுடிகிறது. உய்யக்கொண்டான் என்ற பட்டப்பெயர் முதலாம் இராஜராஜனுக்கும் இருந்தது. இதேபெயரை இரண்டாம் இராஜேந்திரனும் வைத்துக் கொண்டார் என்பதை ¨இரட்டபாடி ஏழரை இலக்கமும் கொண்டு ஆஹவமல்லனை இருமடி மென்கண்ட உலகுய்யக் கொண்டருளின அண்ணர்க்கு யாண்டு¨ (க.க.ப.2.20) எனத் திருப்பனந்தாள் கல்வெட்டு வரியால் அறிகிறோம்.

விக்கிரமசோழன் வேளம்

கங்கைகொண்டசோழபுரம் அரண்மனையிலிருந்த உய்யக்கொண்டான் தெரிந்த திருமஞ்சனத்தார் வேளத்தைப் போன்று விக்கிரமசோழன் வேளம் ஒன்றும் இருந்துள்ளது. இவ்வேளத்தைப் பற்றித் திருவிடைமருதூர் மஹாலிங்கேஸ்வரர் கோயிலில் உள்ள முதலாம் குலோத்துங்க சோழனின் 41ஆவது ஆட்சியாண்டைச் சார்ந்த (கி.பி.1111) கல்வெட்டில் கங்கைகொண்டசோழபுரத்தில் இருந்த விக்கிரமசோழன் வேளம் மற்றும் அவ்வேளத்தில் பணியாற்றிய கைக்கோளன் (இராணு வப்படை வீரன்) சீராளன் நாராயணன் என்பவனைப் பற்றிய பதிவினையும் காணமுடிகிறது. இதனை "கங்கைகொண்டசோழபுரத்து விக்கிரமசோழந் வேளத்து கைக்கோ ளந் சீராளந்நாராயணந்" என்ற கல்வெட்டு வரியினால் அறியமுடிகிறது.

முடிகொண்டசோழன் வேளம்

திருவிடைமருதூரில் உள்ள முதலாம் குலோத்துங்க சோழனின் 41ஆம் ஆண்டுக் கல்வெட்டில்(கி.பி.1111) கங்கைகொண்டசோழபுரத்தில் இருந்த முடிகொண்ட சோழன் வேளம் பற்றிக் கூறுகிறது. இவ்வேளத்தில் பணியாற்றிய கைக்கோளன் அரையன் சோறுடையான் என்பவரைப் பற்றி "கங்கைகொண்டசோழபுரத்து முடிகொண்டசோழன் வேளத்துக் கைக்கோளந் அரயன்சோறுடையான்" என்ற திருவிடைமருதூர் மஹாலிங்கேஸ்வரர் கோயில் கல்வெட்டினால் அறிகிறோம். முடிகொண்ட சோழன் என்ற பெயர் முதலாம் இராஜேந்திர சோழனின் பட்டப்பெயர் என்பதால் இந்தப் பகுதி அம்மன்னர் காலத்திலேயே கட்டப்பட்டிருந்திருக்கலாம். அல்லது குலோத்துங்கன் காலத்தில் உருவாக்கப்பட்டு அதற்கு தனது பாட்டனார் பெயரை வைத்திருக்கலாம் என்றும் கருதலாம்.

பழைய வேளம்

திருவிடைமருதூர் மஹாலிங்கேஸ்வரர் கோயிலிலுள்ள முதலாம் குலோத்துங்க சோழனின் 49ஆம் ஆட்சியாண்டைச் (கி.பி.1119) சார்ந்த கல்வெட்டில் கங்கைகொண்ட சோழபுரம் அரண்மனையில் இருந்த ஒரு வேளத்தின் பெயர் பழையவேளம் என அழைக்கப்பட்டதை "கங்கைகொண்டசோழபுரத்து பழைய வேளத்து கைக்கோளந் பெற்ற திருநள்ளாறந் உடையார்" என்ற

வரியின் மூலம் அறியப்படுகிறது. மேலும் இவ்வேளத்தில் காவல் காக்கும் பணியில் கைக்கோளன் பெற்ற திருநள்ளாரன் என்பவர் ஈடுபட்டிருந்ததையும் காணமுடிகிறது. மேலே சுட்டப்பட்டுள்ள கல்வெட்டுக்களின்படி கங்கைகொண்டசோழபுரம் அரண்மனைப் பகுதியில் இருந்த வேளங்களைப் பற்றியும் அவ்வேளங்களில் கைக்கோள வீரர்கள் பாதுகாப்புப் பணியில் ஈடுபட்டிருந்ததையும் காண்கிறோம். அரசக் குடும்பத்தார் வசிக்கும் வேளங்கள் படை வீரர்களின் பாதுகாப்பின்கீழ் இருந்துள்ளது. வேளம் என்ற சொல் எதைக் குறிக்கிறது என்பதை ஆராயும்போது கலிங்கத்துப்பரணி....

" மீனம் புகு கொடி மீனவர்
வழி அம்புஉக ஓடிக்
கானம் புக வேளம் புகு
மடவீர் கடை திறமின். (கடைத்திறப்பு.பா.எண்: 40)

அதாவது மீன் உருவம் தீட்டப் பெற்ற கொடியை உடையவர் பாண்டியர். குலோத்துங்கனின் படைக்குமுன் நிற்க முடியாமல் அவர்கள் கண்களில் நீர் பெருகும்படியாகத் தங்கள் நாட்டைவிட்டுக் காட்டிற்குள் புகுந்தனர். அவர்களின் உரிமை மகளிரான நும்மை குலோத்துங்க சோழன் கொணர்ந்து தனி மாளிகையிலே (வேளம்) சிறைவைத்தான். இவ்வாறு தனிமாளிகையில் தங்கியுள்ள இளம்பெண்களே உங்கள் வாயிலைத் திறவுங்கள் என்று இப்பாடல் இயம்புகிறது. மேலும் மூன்றாம் குலோத்துங்க சோழனின் மெய்க்கீர்த்தியில் " வீரபாண்டியன் முடித்தலை கொண்டு அமர் முடித்து அவன் மடக் கொடியை வேளமேற்றி " என்று கூறுவதாலும் வேளம் என்பது சோழ மன்னர்களால் வெற்றி பெற்ற பிற நாடுகளில் இருந்து சிறைப்பிடித்து வரப்பெற்ற உயர்குலப் பெண்கள் வசிப்பதற்காக அமைக்கப்பட்ட இடமே வேளம் என்பதை அறியமுடிகிறது. கர்நாடக மாநிலம் தார்வார் மாவட்டம் பங்காபூர் வட்டத்தில் உள்ள ஹொட்டூர் என்னும் ஊரில் மாண்ட வீரனுக்காக எடுக்கப்பட்ட நடுகல் ஒன்றில்..... " ராஜ ராஜ நித்ய வினோத ராஜேந்த்ர வித்யாதர சோளகுலதிலகம், நூர்மடிசோளம் நவ லக்க பலம் பெரஸு பந்து தோனவுரதோல் பிட்டிள்து, தேசவெல்லாம் சூரெ கொண்டு ஸ்த்ரீவதெ பாலவதெ ப்ராஹ்மண வதெகளம் கெய்து, பெண்டிரம் பிடிது ஜாதிநாசம்மாடி சோளன் இரிப்பினம் " அதாவது இங்கு நடைபெற்ற போரில் இராஜேந்திர சோழன் பெண்டிரையும், குழந்தைகளையும், அந்தணர்களையும் கொன்று சூறையாடிப் பெண்களையும் சிறையெடுத்து ஜாதி நாசம் செய்தான்

என்று குறிப்பிடுவது ஆய்விற்குரிய ஒன்றாகும். ஆனால் மேற்கண்ட கல்வெட்டுகளில் சுட்டப்பட்டுள்ள வேளங்களில் பகைவரிடமிருந்து போரில் கைக்கொள்ளப்பெற்று போக மகளிராகப் பெற்றவர்கள் வாழும் தெருவிற்கு உய்யக்கொண்டான் வேளம், விக்கிரம சோழன் வேளம், முடிகொண்ட சோழன் வேளம் என்றெல்லாம் சோழ மன்னர்களின் பெயரைச் சூட்டுவார்களா எனச் சிந்திக்க வேண்டும். குறிப்பாக இக்கல்வெட்டுக்களை அணுகிப் பார்க்கும்போது இவ்வேளங்களில் அகப் பரிவாரத்தார், கைக்கோளர், பெண்டாட்டி, என்னும் இவர்களோடு திருமஞ்சனத்தார்களும் வசித்து வந்தமை உணரப்படுகிறது. பின்னர் குறிக்கப்பெற்றவர் அரண்மனையில் நீராட்டுதல் பணிகளைச் செய்து வந்தவர்கள் என்பது உறுதியாக நம்பப்படுகிறது. எனவே வேளங்கள் என்பவை உயர்குடி சார்ந்த பெண்கள் வசிக்கும் பகுதியே வேளம் என்ற சொல்லாடலால் அழைக்கப்பட்டு வந்ததைக் கங்கைகொண்ட சோழபுரம் கல்வெட்டுக்களிலும் காண்கிறோம்.

மடிகை

மடிகைகள் என்பவை வணிகப்பொருட்களை மொத்தமாகச் சேர்த்து வைக்கப் பயன்படும் பண்டகசாலை என்று பொருள். மடிகை என்ற சொல் குவிதல், குவித்து வைத்தல் என்ற பொருளைத் தருகிறது. மக்களுக்குத் தேவையான அத்தியாவசிய நுகர்பொருட்களை ஒட்டு மொத்தமாகக் கொண்டு வந்து ஓரிடத்தில் ஒன்றாக சேமிக்கப்பட்டு அல்லது மொத்தமாக இருப்பு வைக்கப்பட்டு உள்நாடு மற்றும் அயல்நாட்டு வணிகர்களுக்கு விற்பனை செய்யும் இடத்திற்கும் மடிகை என்று பொருள். எனவே வணிகப்பொருட்களை மொத்தமாகக் கொண்டுவந்து அவற்றை ஒரே இடத்தில் இருப்புவைத்து மொத்த வியாபாரம் *(Wholesale Trade)* செய்கின்ற இடமே மடிகை எனலாம். மடிகை என்ற சொல்லிலிருந்துதான் மளிகை என்ற சொல் உருவாகிற்று. இன்று மளிகைக்கடை என்று அழைக்கப்படும் சொல் மடிகை என்ற சொல்லிலிருந்து தோற்றம் பெற்றதாகும். இத்தகைய மொத்த சேமிப்புக் கிடங்குகள் கங்கைகொண்டசோழபுரத்தில் ஏராளமாக இருந்துள்ளன. இப்பண்டகசாலைகள் இருந்த இடங்களில் வணிகர்களும் தங்கி வாழ்ந்துள்ளனர். இம்மடிகைகளுக்குச் சோழ மன்னர்களின் பெயர்களே சூட்டப்பட்டிருந்ததையும் கல்வெட்டுக்கள் சுட்டுகின்றன. இந்த பண்டகசாலைகள் கங்கைகொண்ட சோழபுரம் நகரின் பொருளாதாரத்தை மேம்படுத்தும் முக்கிய அலகுகளில்

ஒன்றாகத் திகழ்ந்தவைகளாகும். மேலும் இம்மடிகைகள் உள்நாடு, தொலைதூர நாடுகள் மற்றும் கடல்சார் வணிகர்களையும் இணைக்கும் புள்ளியாகயிருந்து அரசுக்கு அந்நியச்செலாவணியை ஈட்டித்தரும் நிறுவனங்களாகவும் இவைகள் செயல்பட்டுள்ளன.

வீரசோழன் மடிகை

திருக்கடையூர் அமிர்தகடேஸ்வரர் கோயில் கருவறையின் வடக்குச்சுவர் பீடத்தில் பொறிக்கப்பட்டுள்ள முதலாம் இராஜேந்திர சோழனின் 15ஆவது ஆட்சியாண்டைச் சார்ந்த கல்வெட்டில் கங்கைகொண்டசோழபுரம் பெருநகரத்திற்கான அந்தஸ்தைப் பெற்றுவிட்ட முதல் குறிப்பினைக் காணமுடிகிறது. கி.பி.1027ஆம் ஆண்டு வெளியிடப்பட்ட அக்கல்வெட்டில் இந்நகரத்திலிருந்த வீரசோழன் மடிகை என்ற பெயரில் இருந்த பண்டகசாலையின் கிடங்கினைப் பற்றி கங்கைகொண்ட சோழபுரத்து வீரசோழன் மடிகை மாணிக்க வாணியன் சந்திரன்-------ற்கனான கிடாரங்கொண்ட சோழ மாயிலட்டி என்று சுட்டுகிறது. வீரசோழன் என்பது முதலாம் இராஜேந்திர சோழரின் பட்டப்பெயர்களில் ஒன்று. எனவே அப்பெயரில் இந்த மடிகை அழைக்கப்பட்டுள்ளது. வீரசோழன் மடிகையின் வணிகரான மாணிக்க வாணியன் சந்திரன் என்பவன் நவரத்தின வியாபாரியாகவும் இருந்துள்ளான் என்பதனை மாணிக்க வாணியன் என்ற சொல்லாடல் உணர்த்துவதாக உள்ளது. இதே போன்று தலைச்சங்காடு நன்மதியப் பெருமாள்கோயில் கல்வெட்டிளிலும் கங்கைகொண்டசோழபுரத்து வீரசோழ மடிகை மாணிக்கவாணியன் முன்னூறன் ஸ்ரீக்ருஷ்ணனிடைக் கொண்டநானூற்று கலஞ்சு கொண்டு இப்பொன் நானூற்றுக் கலஞ்சுக்கும் என்ற கல்வெட்டு வரிகளில் குறிப்பிடப்பட்டுள்ள வீரசோழன் மடிகையைச் சார்ந்த மாணிக்க வாணியன் முன்னூறன் ஸ்ரீகிருஷ்ணன் என்பவர் 400 கலஞ்சுப் பொன்விலை கொடுத்து நிலங்களைவாங்கி இக்கோயிலுக்குக் கொடுத்துள்ளதைக் கூறுகிறது. எனவே உலகின் பிற பகுதிகளில் கிடைக்கின்ற உயர் மதிப்புறு பொருட்களான நவரத்தினங்களைக் கங்கைகொண்டசோழபுர வணிக வளாகத்தில் விற்பனை செய்யப்பட்டுள்ளதை மாணிக்க வாணியன் சந்திரன், மாணிக்க முன்னூறன் ஸ்ரீகிருஷ்ணன் என்ற வணிகர் பெயர்களையே சான்றாகக் கொள்ளலாம்.

முடிகொண்டசோழன் மடிகை

கும்பகோணம் திருநாகேஸ்வரர்கோயில் கருவறை வடக்குச்சுவரில் உள்ள முதலாம் இராஜேந்திர சோழனின் 30 ஆம் ஆட்சியாண்டைச் (கி.பி.1042) சார்ந்த கல்வெட்டில்

"உடையார் ஸ்ரீராஜேந்த்ர சோழதேவற்கு யாண்டு யசா வது கங்கை கொண்டசோழபுரத்து முடிகொண்டசோழ மடிகைவரதன் செட்டியான அபிமா நமேருச் செட்டியான-"

"---உடையார் ஸ்ரீராஜேந்த்ரசோழ தேவர்க்கு யாண்டு ஙய ஆவது கங்கைகொண்டசோழபுரத்து முடிகொண்டசோழ மடிகை அபிமாநமேருச் செட்டி இட்டபட்டம்-" அதாவது கங்கைகொண்டசோழபுரத்தில் மும்முடிச் சோழப்பெருந் தெருவில் வசித்த வியாபாரி பிரம்மக் குட்டன் உலகளந்தான் என்பவர் வண்ணக்கு என்ற அதிகாரியாகவும் பணியாற்றியுள்ளார். இவர் திருநாகேஸ்வரமுடையார் கோயிலில் இறைவனுக்குச் சாத்தப்படும் பல்வேறு ஆபரணங்களைச் சரிபார்க்கும் குழுவில் ஒருவராக இருந்துள்ளார். மேலும் ஜயசிங்ககுலகால விழுப்பரையர் என்ற அரசாங்க அதிகாரியுடன் சேர்ந்து கருவூலக் கணக்குகளைப் பரிசோதிக்கும் பொறுப்பிலும் இடம்பெற்றிருந்தார். அவ்வாறு ஆபரணங்கள் சரிபார்க்கும் போது முதலாம் இராஜேந்திரனின் 16 ஆம் ஆட்சியாண்டில் (கி.பி.1028) கங்கைகொண்டசோழபுரத்து முடிகொண்டசோழன் மடிகையில் இருந்த வரதன் செட்டியான அபிமானமேருசெட்டி என்பவர் இக்கோயில் இறைவனுக்கு கொடையாக வழங்கிய 20 கழஞ்சுப் பொன்பட்டம் மற்றும் பிற ஆபரணங்கள் பற்றியத் தகவல்கள் மேற்கண்ட கல்வெட்டில் குறிக்கப்பட்டுள்ளது. இதன் மூலம் கங்கைகொண்டசோழபுரம் மும்முடிச்சோழப் பெருந்தெருவில் இருந்த முடிகொண்டசோழன் மடிகையைச் சார்ந்த வணிகப் பெருமக்கள் கோயில் கருவூலங்களில் இருந்த ஆபரணங்களைப் பரிசோதிக்கும் வண்ணக்குப் பணியிலும் ஈடுபடுத்தப்பட்டிருந்ததை அறியலாகிறது.

கங்கைகொண்டசோழன் மடிகை

திருவீழிமிழலையில் உள்ள முதலாம் இராஜாதிராஜனின் 36 ஆம் ஆட்சியாண்டு (கி.பி.1054) வெளியிடப்பட்ட கல்வெட்டில் இம்மன்னரின் அணுக்கியார் பல்லவன் பட்டாலி நங்கை என்பவர் இவ்வூர்க் கோயிலுக்குப் பொன்வேய்ந்தது பற்றிக் கூறுகிறது. இப்பணியினை ஏற்றுச் செய்தவர்களில் ஒருவராக கங்கைகொண்ட

சோழன் மடிகையைச் சேர்ந்த வியாபாரி பா ஆசிரிக்கன் என்பவரும் ஒருவராக இருந்துள்ளதை "விஜயராஜேந்திரதேவர் அணுக்கியார் பல்லவன் பட்டாலி நங்கையார்க்காய் பொன்மேய் விக்கிற கங்கைகொண்டசோழபுரத்து கங்கை கொண்டசோழன் மடிகையில் பா ஆசிரிக்கன்னும்" என்ற கல்வெட்டு வரிகளின் மூலமாக அறிய முடிகிறது. மேலும் திருவாரூர் தியாகராஜாசுவாமி கோயில் கருவறை வடக்குச்சுவரில் உள்ள இரண்டாம் இராஜேந்திர சோழனின் 8 ஆம் ஆட்சியாண்டில் (கி.பி.1060) வெளியிடப்பட்ட கல்வெட்டில் "கங்கைகொண்டசோழ புரத்துள்ளால் (உள்ளாலை?) கங்கைகொண்டசோழன் மடிகையில்பெரு மாக்களூருடையான் வேளான் செய்யபாதம் இட்டமாணிக்க ஆரத்தில்" அதாவது கங்கைகொண்டசோழபுரத்தின் உள்ளால் இருந்த கங்கைகொண்ட சோழன் மடிகையைச் சார்ந்த பெருமாக்களூர் உடையான் வேளான் செய்யபாதம் என்பவர் மாணிக்கத்தால் ஆன ஆரம் ஒன்றை இக்கோயிலுக்குக் கொடுத்தார் என்பதைக் கூறுகிறது. இக்கல்வெட்டில் சுட்டப்பட்டுள்ள உள்ளால் என்றசொல் நகரத்தின் உட்பகுதியைக் குறிப்பிடுவதாகும். தஞ்சை பெரிய கோயிலில் உள்ள இராஜராஜனின் கல்வெட்டுக்கள் தஞ்சாவூர் புறம்படி என்றும் தஞ்சாவூர் உள்ளாலை என்றும் இரண்டு பகுதிகளைக் குறிப்பிடுகிறது. இதனை நகரத்தின் வெளிப்பகுதி உள்பகுதி என்று *(Outer Complex, Inner Complex)* அறிஞர்பெரு மக்கள் கருதுகின்றனர். இதேபோன்று தஞ்சை நகரத்தின் உள்ளாலைப் பகுதியில் திரிபுவனமாதவிப் பேரங்காடி என்ற பெரியகடை (ஷாப்பிங் காம்ளக்ஸ்) இருந்துள்ளது. இதைப் போன்று கங்கைகொண்டசோழபுரம் நகரின் உள்ளாலைப் பகுதியில் கங்கைகொண்ட சோழன் மடிகை என்ற பண்டகச்சாலை இருந்துள்ளது. இவை அரசக் குடும்பத்தினர் வாழ்ந்த நகரின் மையப் பகுதியிலிருந்தவை என்றும் கருதலாம்.

அங்காடிகள்

கங்கைகொண்டசோழபுரத்தில் வணிகப்பொருட்களை விற்பனை செய்வதற்காகக் கடை வீதிகள் இருந்துள்ளன. அவ்வீதிகளில் சிறிய அளவிலான கடைகள் முதல் பெரிய அளவிலான கடைகள் வரை இருந்தன. இவற்றை அங்காடி, பேரங்காடிகள் என்ற சொற்களால் கல்வெட்டுக்கள் சுட்டுகின்றன. சங்க காலத்தில் மதுரை, பூம்புகார் ஆகியப் பெருநகரங்களில் அல்லங்காடிகள் (இரவு நேரக்கடைகள்), நாளங்காடிகள் (பகல் நேரக் கடைகள்) என்ற இருவகைக் கடைகள்

இருந்துள்ளன. பிற்காலச் சோழ மன்னர்களின் தலைநகரங்களிலும் அங்காடிகளும், பேரங்காடிகளும் இருந்துள்ளன. குறிப்பாகக் கங்கைகொண்டசோழபுரம் சோழப்பேரரசின் தலைநகரமாக மட்டுமின்றி மிகப்பெரிய வணிகநகரமாகத் திகழ்ந்துள்ளது. முதலாம் இராஜேந்திரனின் காலத்திலேயே நாட்டின் பிற பகுதிகளில் இருந்த வணிகர் மற்றும் பெருவணிகக் குழுக்கள் ஆண்டாண்டு காலமாகப் பெற்று வந்த அதே உரிமைகளோடு கங்கைகொண்டசோழபுரத்தில் மீள்குடியேற்றம் செய்யப் பட்டுள்ளதற்குச் சான்றாகக் கங்கைகொண்டசோழபுரத்தில் கிடைத்துள்ள முதலாம் பராந்தகன் காலக் (கி.பி.929) கல்வெட்டின் மூலம் அறியப்படுகிறது. இக்கல்வெட்டு தஞ்சாவூரில் இருமடிசோழப் பெருந்தெருவில் குடியேறிய வளஞ்சியர் ஐநூற்றுவர் என்ற பன்னாட்டு வணிகக் குழுவினர் இராஜேந்திர சோழன் கங்கைகொண்ட சோழபுரத்திற்குத் தலைநகரத்தை மாற்றிய பிறகு இவ்வூருக்கு அதே உரிமைகளோடு குடிபெயர்ந்து வந்துள்ளனர் என்பதற்குச் சான்றாகத் திகழ்கிறது. அவ்வாறு வந்த அவ்வணிகக் குழுவினர் கங்கைகொண்டசோழபுரத்திலேயே நிரந்தரமாகத் தங்கித் தங்களது வணிக நடவடிக்கைகளில் ஈடுபட்டு வந்துள்ளனர். எனவே இந்நகர் இராஜேந்திரசோழர் காலத்திலேயே சோழ அரசின் சிறப்புப் பொருளாதார மண்டலத்தின் தலைமையிடமாகவே மாறிவிட்டது எனலாம்.

திருபுவனமாதேவிப் பேரங்காடி

பேரங்காடிகள் என்பவை வணிகவளாகமாகும். கங்கைகொண்டசோழபுரம் சோழீஸ்வரர் கோயிலின் துர்க்கை சன்னதி சுவரில் சோழர்காலத்தைச் சார்ந்த ஐந்து துண்டுக் கல்வெட்டுக்கள் உள்ளன. இவை எந்தச் சோழ மன்னரது காலத்தவை என்பதை அறியமுடிவில்லை. கல்வெட்டு *325A* எண்ணுடைய கல்வெட்டில் " அணுக்கியார் சோழச்சக்க திரிபுவநமா தேவிப் பேரங்காடிணை யாக மேற்படி தெருவில் " என்ற கல்வெட்டு வரியில் மன்னரிடம் பணியாற்றிய அணுக்கி திரிபுவனமாதேவி பேரங்காடி பற்றிய குறிப்பு உள்ளன. அடுத்து *325B* எண் கல்வெட்டில் திருமஞ்சனதார் வேளத்துப்பெண்டாட்டி, திரிபுவனமாதேவிப் பேரங்காடி பற்றிய குறிப்பினைக் காணமுடிகிறது. இதே போன்று கல்வெட்டு எண் *325D* யிலும் திரிபுவன மாதேவிப் பேரங்காடி பற்றிய குறிப்புள்ளது. கங்கை கொண்ட சோழபுரம் சோழீஸ்வரர் கோயில் செயல் அலுவலர் அலுவலகச் சுவரில் உள்ள துண்டுக் கல்வெட்டில்

பெண்டாட்டி மருதந்சிவக்கொழுந்து பலிசைக்கட பேரங்காடியில் வியாபாரி கூத்தந் ஆதிவி டணையாக மேல்படிதெரு வியாபாரி தூதுவந் தரண்டுக்கும் என்ற கல்வெட்டு வரிகளில் கங்கைகொண்ட சோழபுரம் அரண்மனை பணிப்பெண், மருதன் சிவக்கொழுந்து, வியாபாரிக் கூத்தன் ஆதி விடங்கன், வியாபாரி தூதுவன் ஆகியோர்பெயர்கள் குறிப்பிடப்பட்டுள்ளது. திருபுவனமாதேவி என்ற பெயர் முதலாம் இராஜேந்திரன் சோழனின் தாய்க்கும் மற்றும் மனைவி ஆகியோருக்கும் இருந்துள்ளது. இவ்விருவரில் ஒருவரின் பெயரால் இப்பேரங்காடி அழைக்கப்பட்டிருக்கலாம்.

குத்தாலம் உத்தரவேதீஸ்வரர் கோயில் கருவறை வடக்குச் சுவரில் உள்ள இரண் டாம் இராஜேந்திர சோழனின் ஐந்தாம் (கி.பி.1057) ஆட்சியாண்டில் வெளியிடப் பட்டக் கல்வெட்டில் கங்கைகொண்ட சோழபுரத்தில் இருந்த பெரிய அங்காடியைப் பற்றிக் குறிப்பிடுகிறது. அக்கல்வெட்டில் கங்கைகொண்டசோழபுரத்து உள்ளாலைப் பெரிய அங்காடி வியாபாரி வெண்காடந் ஆடவல்லாந் கையால்யாங்கள் கொண்டு கடவ அந்றாடு நற்காசு இருபத்தைஞ்சு என்ற வரிகளின் மூலம் கங்கைகொண்டசோழபுரம் நகரத்தில் இருந்த உள்ளாலை *(Inner Complex)* என்ற பகுதியில் பெரிய அங்காடிகள் இருந்துள்ளதை மேற்கண்ட கல்வெட்டு சுட்டுகின்றது. கங்கைகொண்டசோழபுரத்தில் உள்ளாலைப் பகுதியில் பெரிய அங்காடிகள் இருந்ததை போன்று தஞ்சை நகரிலும் பெரிய அங்காடி *(Shopping Mal)* இருந்துள்ளதை முதலாம் இராஜராஜனின் கல்வெட்டுக்களிலும் காணமுடிகிறது.

திருவிடைமருதூர் மஹாலிங்க சுவாமி கோயில் முதற்பிரகாரத்தில் உள்ள விக்கிரம சோழனின் நான்காம் (கி. பி.1122) ஆட்சியாண்டைச் சார்ந்த கல்வெட்டிலும் கங்கைகொண்ட சோழபுரத்தில் இருந்த திரிபுவனமாதேவிப் பேரங்காடி என்ற வணிக வளாகத்தைப் பற்றிய குறிப்பினைக் காணமுடிகிறது. அக்கல்வெட்டில் திரிபுவனமாதேவிப் பேரங்காடியில் இருந்த நாட்டாச்சேரி குடிமகன் சூற்றிகம்பன் என்பவர் திருவிடைமருதுடையார்க்கு திருமஞ்சனக்குடம் (அபிஷேகநீர் கொண்டு வர) வைப்பதற்கு இக்கோயில் பண்டாரத்தில் ஒருகாசு முதலீடாகக் கொடுத்துள்ளார். இத்தகவலைக் கங்கைகொண்டசோழபுரத்து திரிபுநமாதேவிப் பேரங்காடி நாட்டாசேரி குடி மகந்சூற்றிகம்பந் உடையார் திருவிடை மருதூடை யார்க்கு சந்த்ராதித்யவற் பலிசை செகுத்து செல்வதாக வாய்த்த திருமஞ்சனக் குடம் ஒன்று பண்டாரத்து ஒடுக்கின

என்ற கல்வெட்டு வரிகளால் அறிகிறோம். இதேகோயிலில் உள்ள விக்கிரம சோழனின் ஆறாம் ஆட்சியாண்டைச் சார்ந்த (கி.பி.1124) மற்றொரு கல்வெட்டில் திரிபுவனமாதேவிப் பேரங்காடியிலிருந்த நாட்டாச்சேரி குடிமகன் தேவர்கண்டன் சூற்றி என்பவர் திருவிடைமருதுடை யார்க்கு விளக்கெரிக்கத் தானம் கொடுத்ததைக் குறிப்பிடுகிறது. அச்செய்தியை "கங்கைகொண்ட சோழபுரத்து திரிபுவந மாதேவிப் பேரங்காடி நாட்டசெரிக் குடிமகன் தேவர்கண்டன் சூற்றியந் உடையாரிம் புற்றி ருந்த தேவற்கு ஸந்த்ரா தித்யவற் பலிசை ஸந்திவிளக்கு", என அக்கல்வெட்டில் சுட்டப்பட்டுள்ளது.

நம் வீட்டு அங்காடி

துறையூர் வட்டம் கண்ணனூர் சிவன் கோயிலில் உள்ள மூன்றாம் இராஜ ராஜனின் 22 ஆம் ஆட்சியாண்டு (கி.பி.1238) வெளியிடப்பட்ட கல்வெட்டில் "நம் வீட்டு அங்காடி" என்ற பெயரிலான கடையைப் பற்றிய குறிப்பினைக் காணமுடிகிறது. இந்த அங்காடியைச் சேர்ந்த ஏத்தக் கொடையான் என்ற வியாபாரியின் வேண்டுகோளின்படி மன்னர் தன்னுடைய அரண்மனையில் இருந்தபோது கண்ணனூர் விஷ்ணுக் கோயிலுக்கு இறையிலியாக நிலம்வழங்கி ஆணை பிறப்பித்துள்ளார். இந்த அங்காடியின் பெயரிலிருந்தே இம்மன்னர் வாழ்ந்த அரண்மனைப் பகுதியிலேயே இக்கடை இருந்துள்ளது என்பது புலனாகிறது. (ARE141of1935-36) இதில் அரண்மனையைச் சேர்ந்தவர்களுக்குத் தேவையான பயன்பாட்டுப்பொருட்கள் அத்தனையும் விற்பனை செய்யப்பட்டதாகக் கருதலாம். மன்னரின் அரண்மனைப் பகுதியில் இக்கடை அமைந்திருந்ததாலேயே அதனை "நம் வீட்டு அங்காடி" எனக் கல்வெட்டில் குறிப்பிடப்பட்டுள்ளது. மேற்கண்ட கல்வெட்டு சான்றொப்பங்களின்படி கங்கைகொண்ட சோழபுரம் நகரில் பொது மக்களுக்கென்று தனியாக அங்காடிகளும், அரசர் குடும்பத்தைச் சார்ந்தவர்களுக்கென்று தனியாகவும் அங்காடிகள் அமைக்கப்பட்டிருந்ததை உணரமுடிகிறது.

சர்வதேச வணிகக்குழுக்கள்

சோழப் பேரரசின் சிறப்புப் பொருளாதார மண்டலத்தின் தலைமைப் பீடமாகக் கங்கைகொண்ட சோழபுரம் திகழ்ந்துள்ளதைக் கல்வெட்டு மற்றும் தொல்லியல் தரவுகளின் மூலமாக அறியப்படுகிறது. கங்கைகொண்டசோழபுரம் சோழப் பேரரசின்

தலைநகர் என்ற அந்தஸ்தை பெற்றவுடன் தஞ்சையிலிருந்த சர்வதேச வணிகக்குழுக்கள் இந்நகருக்குப் புலம் பெயர்ந்துள்ளதையும் எழுத்தாவணங்களில் காணமுடிகிறது. பிற்காலச் சோழர் ஆட்சியில் அனைத்துத் திசைகளிலுமிருந்த பல்வேறு நாடுகளுடன் வாணிபம் செய்து வந்த வணிகக்குழுக்கள் இருந்தன. அவைகள் நானாதேசி, திசை ஆயிரத்து ஐநூற்றுவர், ஐய்யபொழில் ஐநூற்றுவர், பதினெண் விஷயத்தார் எனப் பல்வேறு பெயர்களில் அழைக்கப்பட்டுள்ளனர். ஐய்யபொழில் என்ற வணிகக்குழு கர்நாடகத்தில் உள்ள ஐகோல் என்ற இடத்தைப் (ஐயபொழில்) பூர்வீகமாகக் கொண்டதாகும். இலங்கையிலிருந்து வளஞ்சியர் ஐநூற்றுவர் என்ற வணிகக்குழு தமிழகத்திற்கு வந்து வணிகம் செய்துள்ளது. அதேபோல் அஞ்சு வண்ணத்தார் என அழைக்கப்பட்ட அரேபிய வணிகக் குழுவினர் தமிழகத்தில் வணிகம் செய்துள்ளனர். இவர்களுடன் மணிக்கிராமத்தார், சேனாமுக்தார், மலைமண்டலதேசி, மலைமண்டல மாதாக்கள் என்று அழைக்கப்பெற்ற கேரளநாட்டு வணிகக்குழுவும் அக்காலத்தில் வணிக நடவடிக்கையில் ஈடுபட்டு வந்துள்ளனர்.

கங்கைகொண்டசோழபுரத்தில் நானாதேசிகள் என்ற திசை ஆயிரத்து ஐநூற்றுவர்களின் வணிகக்குழுவைச் சார்ந்தவர்கள் வாழ்ந்துள்ளனர். இச்செய்தியைத் திருப்பட்டூர் அய்யனார் கோயிலில் உள்ள முதலாம் குலோத்துங்க சோழனின் நான்காம் ஆட்சியாண்டைச் சார்ந்த கல்வெட்டு குறிப்பிடுகிறது. அதில் திருப்புவன முழுதுடை வளநாட்டுத் திருப்பிடவூர் நாட்டுத் தேவதான பிரம்ம தேயம் திருப்பிடவூர் உடைய பிள்ளையார் (அய்யனார்) கோயிலில் ஒரு சந்தி விளக்கு எரிப்பதற்கு நான்கு பசுக்களைக் கொடையாக கங்கைகொண்டசோழபுரத்தைச் சேர்ந்த தட்டான் உடையான் கணபதியான நானாதேசி பெருந்தட்டான் ஆன திருச்சிற்றம்பலப் பெருந்தட்டான் என்பவர் கொடுத்துள்ளார். இதனை "திருப்பிடவூர் உடைய பிள்ளையார்க்கு கங்கைகொண்டசோழபுரத்து மணக்குடிமனைத் தட்டாந் உடையாந் கணவதி நானாதேசிப் பெருந் தாட்டானான திரிச்சிற்றம்பலப் பெருந்தட்டாநேன்யித்தேவற்கு" என்ற கல்வெட்டு வரிகளின் மூலம் அறியமுடிகிறது. பெருந்தட்டான் என்ற சொல் இவர் தட்டார் இனமக்களின் தலைவராக விளங்கியதைக் காட்டுகிறது. நானாதேசிப் பெருந்தட்டான் என்ற பெயர் இவர் நானாதேசி, நான்கு திசை ஆயிரத்து ஐநூற்றுவர் என்ற வணிகக் குழுவிலும்

உறுப்பினராக விளங்கியவர் என்பதைக் காட்டுகிறது. மேலும் இவர் கங்கைகொண்டசோழபுரத்தில் வாழ்ந்துள்ளார் என்பது குறிப்பிடத்தக்க ஒன்றாகும்.

இதேபோன்று முதலாம் பராந்தகன் காலத்தில் (கி.பி.929) தஞ்சாவூரில் இருமடிச் சோழப் பெருந்தெருவில் குடியேறிய வளஞ்சியர் ஐநூற்றுவர் என்ற வணிகக் குழுவினர் இராஜேந்திர சோழன் கங்கைகொண்டசோழபுரத்துக்குத் தலைநகரத்தை மாற்றிக் கொண்ட பிறகு இவ்வூருக்குக் குடிபெயர்ந்து வந்துள்ளனர். அவ்வாறு வந்த இவ்வணிகக்குழுவினர் கங்கைகொண்டசோழபுரத்திலேயே நிரந்தரமாகத் தங்கித் தங்களது வணிக நடவடிக்கைகளில் ஈடுபட்டு வந்துள்ளனர் என்பதை மாளிகைமேடு அகழாய்வில் கிடைக்கப்பட்ட கல்வெட்டால் அறியப்படுகிறது. தலைநகர் மாற்றப்பட்டது என்பதை தெரிவிக்கும் சான்றுகளில் முதன்மைச் சான்றாக வளஞ்சியர் ஐநூற்றுவரின் இக்கல்வெட்டு திகழ்வதாகக் கொள்ளலாம்.

1. ஸ்வஸ்திஸ்ரீ மதிரைகொண்ட கோ
2. ப்பரகேசரிபர்ம்மர்க்கு யாண்டு
3. உயஉ ஆவது மதிணாயகஞ் செ
4. ய்கின்ற நாரணமங்கலமுடை
5. யான் விண்ணப்பத்தினால் மூவே
6. ந்தப் பெருந்தச்சன் வாய்கேழ்
7. வியால் தஞ்சாவூர் இருமடி சோ
8. ழப் பெருந்தெருவில் ஏறினவளஞ்
9. சியர்ஐனூற்றுவர்க்கு அருளிச்
10. செய்த அருளினால் பெற்றபரிசார
11. மாவது வெட்டியும் வேதனை
12. யும் இறையும் எச்சோறும் இ
13. றாததாக நிலைத்தளமும் பேட்டை
14. த்தாவளமும் இவகளேய் பெறு
15. வதாகவும் என்றமரெப்பேர்

பின்பகுதி

16. பட்ட கோவும் புக்கு ந

17. லியாத தாகவும் இப்பரிசு

18. எப்பேற்ப்பட்ட ஸர்வ பரிஹாரமு

19. ம் சந்த்ராதித்யவத் நி(க்)கஅருளிச்

20. செய்ய இ சிலாலேகை எ

21. ழுதிநேந் - - - -ப்ரியனான

22. ன - - - - - - - - -ந்தச்ச

23. - - - - - - - - - பன்னெழு

24. - - - - - - - - - - - - - - - -

இக்கல்வெட்டு இடப்பெயர்வின் மூலமாக இராஜேந்திர சோழரது காலத்திலேயே கங்கைகொண்டசோழபுரம் சர்வதேச வணிக நகரமாகவே மாறிவிட்டதற்கு இக்கல்வெட்டினையே நாம் நேரடி சாட்சியமாகக் கருதலாம்.

கல்வெட்டுத்தகவல்

இக்கல்வெட்டு தஞ்சாவூரில் இருந்த இருமடிச்சோழப் பெருந்தெரு என்ற தெருவில் குடியேறிய வளஞ்சியர் ஐநூற்றுவர் என்ற வணிகர்கள் வெட்டி, வேதினை, இறை, எச்சோறு ஆகிய வரிகளை அரசுக்குச் செலுத்தத் தேவையில்லை எனவும் நிலைத்தளம், பேட்டைதாவளம் ஆகிய வரிகளை இவர்கள் விதித்து வசூலித்துக் கொள்ளலாம் என்று அரசு வருவாய் அலுவலர்கள் யாரும் இவர்கள் வணிகம் செய்யும் பகுதியில் புகுந்து அவர்கள் நலியும் வண்ணம் எவ்வித நடவடிக்கைகளிலும் ஈடுபடமாட்டார்கள் என்றும் இச்சலுகைகள் சந்திரன் சூரியன் உள்ளவரை அவர்கள் அனுபவித்துக் கொள்ளலாம் எனவும் மன்னர் முதலாம் பராந்தகன் ஆணை வழங்கியுள்ளார். இச்சலுகைகளை அவ்வணிகர்களுக்கு வழங்கவேண்டும் என்ற விண்ணப்பத்தை மதிநாயகம் செய்கின்ற நாரண மங்கலமுடையான் என்பவர் மன்னரிடம் வைத்தார். அதனையேற்று மன்னர் மேலே கூறப்பெற்றுள்ள வரிச்சலுகைகளை வழங்கியுள்ளார். மன்னர் பிறப்பித்த ஆணை மூவேந்தப் பெருந்தச்சன் என்ற அதிகாரியின் வாய்கேள்வி மூலம் வணிகக் குழுவிற்கு வழங்கப்பட்டது. இருமடிச் சோழன் என்பது முதலாம் பராந்தகனின் பட்டப் பெயர்களில் ஒன்றாகும். இப்பெயரில்

அமைந்த வணிகப் பெருந்தெரு தஞ்சாவூரில் இருந்தது. இங்கு வந்து குடியேறிய வளஞ்சியர் ஐநூற்றுவர் என்ற பன்னாட்டு வணிகக் குழுவினர்க்கு மன்னன் இந்த வரிச்சலுகைகளை வழங்கி வணிகம் செய்வதை ஊக்குவித்துள்ளார்.

இவ்வாறு முதலாம் பராந்தகனின் ஆட்சியில் கி.பி.929 ஆம் ஆண்டு வழங்கப் பெற்ற ஆணை வணிகக்குழுவால் கல்வெட்டாக எழுதப்பெற்று அவர்கள் வாழ்ந்த இருமடிச் சோழப் பெருந்தெருவில் பரம்பரையாகப் பாதுகாக்கப்பட்டு வந்துள்ளது. தஞ்சாவூரிலிருந்து முதலாம் இராஜேந்திரன் தன்னுடைய தலைநகரத்தை கி.பி.1024 ஆம் ஆண்டு கங்கைகொண்டசோழபுரத்திற்கு மாற்றிக்கொண்டார். இந்நிலையில் தஞ்சாவூரில் வாழ்ந்த வளஞ்சியர் ஐநூற்றுவர் என்ற வணிகக் குழுவினரும் தஞ்சாவூரிலிருந்து கங்கைகொண்ட சோழபுரத்துக்குக் குடி பெயர்ந்தனர். அப்போது தங்களுக்கு ஏற்கனவே பராந்தகன் சோழனால் வரிச்சலுகை வழங்கி வெளியிட்ட ஆணை எழுதப்பட்ட கற்பலகையையும் தங்களுடனே எடுத்துக்கொண்டு கங்கை கொண்டசோழபுரத்தில் தாங்கள் வாழ்ந்த கீழ்மாளிகைப் பகுதியில் வைத்திருந்தனர். அக்கற்பலகையே தற்போது நமக்குக் கிடைத்துள்ளது. இதன் மூலம் தலைநகர் மாற்றத்திற்குப் பிறகு வணிகர்களின் குடிப்பெயர்வும் நடை பெற்றுள்ளதைத் தெளிவாக அறியப்படுகிறது.

பேட்டை என்ற சொல் வணிகர்கள் குடியேறிய இடங்களைச் சுட்டும் பொதுச்சொல்லாடலாகும். முதலாம் பராந்தகனின் கல்வெட்டில் வளஞ்சியர், ஐநூற்றுவர்களுக்கு இம்மன்னர் வழங்கிய வரிச்சலுகையில் பேட்டைத்தாவளம் என்ற வரியை வணிகர்களே வசூலித்துக்கொள்ளலாம் என்ற செய்தியைக் குறிப்பிடுகிறது. சோழர், பாண்டியர் ஆட்சி முடிவுற்ற பிறகு கங்கைகொண்டசோழபுரத்தில் மீண்டும் வணிகர்களை அழைத்துவந்து குடியேற்றிப் பேட்டை உருவாக்கப்பட்டுள்ளதை விஜயநகர மன்னர் இரண்டாம் தேவராயர் காலத்தில் வெளியிடப்பட்ட கல்வெட்டு குறிப்பிடுகிறது. அக்கல்வெட்டில் " கெங்கைகொண்டசோழபுரத்தில் நாம்பேட்டை ஏற்றுவித்த குடியான பதினெண் விஷயத்தாரில் பல பட்டடைகள் கைக்கோளர் உள்ளிட்ட பல கலனையும் " எனச் சுட்டுகிறது. இக்கல்வெட்டுக்குறிப்பின்படி கங்கைகொண்டசோழபுரத்தில் பாக்கு, மிளகு, பல சரக்குகள், முத்து, பவளம், கல்கரடு, அளப்பன, முகப்பன, மடிப்பன, நிறுப்பன போன்ற பல்வகைப் பொருட்கள் விற்பனை செய்யப்பட்டுள்ளன. எனவே விஜயநகர

மன்னர்களின் காலத்தில் இந்நகர் வணிக ரீதியாக மீள் உருவாக்கம் செய்யப்பட்டுள்ளதையும் உணரமுடிகிறது.

மதில் - வாயில் - பெருவழிகள்

கங்கைகொண்டசோழபுரம் நகரத்தைச் சுற்றிலும் பாதுகாப்பு மிக்க மதிற்சுவர்கள் கட்டப்பெற்றிருந்தன. அத்துடன் அரசக் குடும்பத்தவர்கள் வாழ்ந்த மாளிகையைச் சுற்றிலும் வலிமையான மதில்சுவரும், அதனை ஒட்டி அகன்ற அகழியும் அமைக்கப்பட்டிருந்தது. இப்பகுதியில்தான் நாட்டின் மன்னரும், அவருடைய குடும்பம் மற்றும் அரசின் கருவூலம் போன்றவையும், விலைமதிப்புமிக்க பொருட்களைக் கொண்டு வந்து சேமித்துவைத்து வியாபாரம் செய்யும் வணிகரும், அவர்களின் பண்டக சாலைகளும் அதிகம் இருந்ததாலேயே அகழியுடன்கூடிய வலிமைமிக்க மதில்சுவர் கட்டப்பெற்றிருந்தது. இத்தகைய மதில்கள், வாயில்கள் பற்றியும் இவ்வூரைத் தொலைதூர ஊர்களோடு இணைக்கும் வண்ணம் அமைக்கப்பட்டிருந்த பெருவழிச்சாலைகள் பற்றியும் கல்வெட்டுக்கள் குறிப்பிடுகின்றன. மாளிகைமேடு செல்லும் வழியில் குறுவகழி என்ற இடத்தில் அகழியின் தூர்ந்த தடத்தினையும் அதையொட்டிச் சுமார் எட்டடி அகலத்தில் மிகப்பெரிய மதில்சுவர் ஒன்று செல்வதையும் காணமுடிகிறது. கங்கைகொண்டசோழபுரம் சோழீஸ்வரர் கோயில் கருவறையின் தெற்குப்புறச்சுவரில் உள்ள நான்காம் ஜடாவர்மன் சுந்தர பாண்டியரின் இரண்டாம் ஆட்சியாண்டைச் (கி.பி.1305) சார்ந்த கல்வெட்டு திருவாசல் நாராசம், பத்துதெரு, சுத்தமல்லி நாராசம், இராஜேந்திர சோழன் திருமதில், வேம்புக்குடி வாசல், உட்படை வீட்டு மதில் போன்றவற்றைப் பற்றிச் சுட்டுகிறது. நாராசம் என்ற சொல் முக்கியமான வீதியைக் குறிப்பதாகக் கருதலாம். எனவே சோழர் ஆட்சிக்குப் பிறகும் இராஜேந்திர சோழன் திருமதில், வேம்புக்குடி வாசல், உட்படை வீட்டு வாசல் போன்ற கட்டுமானப் பகுதிகள், இந்நகரம் முற்றிலுமாக அழிக்கப்படாமல் நல்ல நிலையில் இருந்துள்ளதை அறிகிறோம். உட்படை வீட்டு மதில் இருந்த பகுதியே இன்றைய உட்கோட்டை ஊர் என அழைக்கப்படுகிறது. வேம்புக்குடிவாசல் இருந்த பகுதி தற்போது வேம்புக்குடி என்ற சிற்றூராக உள்ளது. மேற்கண்ட தகவலைக்

கங்கைகொண்ட சோழபுரத்து உடையார் கங்கைகொண்டசோலீஸ் வரமுடையநாயனார் கோயில்த்தானதார்க்கு இன்னாயனார்க்கு நம்பேரால் கட்டின சுந்தரபாண்டியன் சந்திக்கும் திருநாளைக்கும் அமுதுபடி சாத்துபடி உள்ளிட்ட நித்த நிமந்தங்களுக்கு உடலாக

இவ்வூர்களால் முன்னாள் வரையும் தேவதானமும் திருநாமத்துக் காணிகளும் இறையிலியாய் போதுகிற பெரி (யேரிக்கு) கிழக்கு மேலை - க்கட்டுக்கு கிழக்குதிருவாசல் நாராசத்துக்கு மேற்கு பத்துத் தெருவில் சுத்தமல்லி நாராசத்துக்கு மேற்க்கும் ராஜேந்திரசோழன் திரு மதிளுக்குத் தெற்கும் இம் மதிலில் வேம்புகுடிவாசலுக்கு வடக்கு நடுவுட்பட்ட நன்செயும் புன்செயும்மனை நத்தப் புன்செயும் திருநந்தவனப்புறங்களும் திருவிளக்கு எண்ணெய்புறங்களும்திருத் தோப்புக்களும் திருவோடைப் பற்றுக்களும் உட்படை வீட்டில் மதிளுக்குள் பட்டமனை நத்தப் புன்செயும் நன்செயும் ராஜேந்திர சோழன் திருமதிளு- - - -திருநாமத்துக் காணி" என்ற கல்வெட்டு வரிகள் கங்கைகொண்டசோழபுரத்தில் அமைக்கப்பட்டிருந்த பிரதான ராஜவீதிகள், நகரின் நுழைவாயில்கள், மதில்கள் போன்றவற்றின் பதிவுகளை மிகத் தெளிவாகக் குறிப்பிடுகின்றன.

பெருவழிகள்

பண்டைக்காலத்தில் வணிகப் பெருவழிகள் பல தமிழக நகர்களை இணைத்துள்ளன. குறிப்பாக மேற்குத்தொடர்ச்சி மலையின் பாலக்காட்டுக் கணவாய்வழியாக மேற்குக் கடற்கரையில் தொடங்கும் வணிகப்பெருவழி கோவை, கரூர், திருச்சி நகரங்கள் வழியாகக் கிழக்குக் கடற்கரையின் பூம்புகார் துறைமுகம் வரை நீண்டிருந்தது. இது இராஜகேசரிப் பெருவழி என அழைக்கப்பட்டது. வாணிபம் சார்ந்த தொடர்புகளுக்கு முன்னோடியாக விளங்கியவை இப்பெருவழிகளேயாகும். இப்பெருவழிகள் இன்றைய தேசிய நெடுஞ்சாலைகளுக்கு ஒப்பானவை. வழி, நெறி, பெருவழி, காட்டுவழி, நாட்டுவழி என இடைக்காலக் கல்வெட்டுக்களும். அத்தம், நெறி, வழி, வதை, இட்டுவழி என இலக்கியங்களும் தமிழகத்தில் இருந்த வழிகளைப் பற்றிச் சுட்டுகின்றன. கல்வெட்டுக்கள் குறிப்பிடும் வழிகளை உள்ளூர் வழிகள், பேரூர் போகும் பெருவழிகள் என இருவகைகளாகப் பிரிக்கலாம். இந்தப் பெருவழிகளின் அகலம் பற்றிச் சில கல்வெட்டுக் குறிப்புக்கள் கிடைக்கின்றன. "....2 கோல் அகலம் அருவி வழிக்கு மேற்கு போந்த பெருவழி வடக்கு மேற்கு எல்லையாக பெருமக்குள வழியாக வைத்தநிலம் 2 கோல்...." எனத் திருவாலங்குடிக் கல்வெட்டு குறிப்பிடுகிறது. இக்கல்வெட்டிலிருந்து அருவிவழிச் செல்லும் சாலையானது இரண்டு கோல் அகலம் கொண்டதாகும். பெருமக்குள வழியை உருவாக்க இரண்டு கோல் அகல நிலம் ஒதுக்கப்பட்டதையும் அறியமுடிகிறது. ஒரு கோல் 12 அடி அல்லது 16

அடியாகக் கொள்ளலாம். ஆகவே இப்பெருவழிகள் குறைந்தது 24 அடி அகலம் முதல், அதிகப்படியாக 32 அடி அகலம் கொண்டதாகவும் இருக்க இடமுள்ளது. மேலும் ஒவ்வொரு இனத்தவர்க்கும் எனத் தனித்தனியாகச் சுடுகாடும். அச்சுடுகாட்டிற்குச் செல்லும் தனித்தனி வழிகளும் இருந்துள்ளன. வெள்ளான் சுடுகாடு காட்டுக்குப் போகும் வழியும் , வண்ணார் பினம் போகும் பெருவழி , பிணம் போகும்பெரு வழி எனத் தனிமனித வழிகளும் அக்காலத்தில் இருந்துள்ளன. சிற்றூர்களை இணைக்கும் சிறுவழிகள் வழிகள் என்று அழைக்கப்பட்டன. பெருநகரங்களை இணைக்கும் சாலைகள் பெருவழிகள் என அழைக்கப்பட்டன. இதேபோன்று தலைநகர் கங்கைகொண்டசோழபுரத்திலிருந்து இராஜராஜன் பெருவழி, இராஜேந்திரன் பெருவழி, குலோத்துங்கன் பெருவழி, விளாங்குடையான் பெருவழி, கூழையானை போனப் பெருவழி, மேற்குநோக்கிப்போன பெருவழி போன்ற பெருவழிகளைப் பற்றியக் குறிப்புகள் கங்கைகொண்டசோழபுரம் கல்வெட்டுக்களில் காணப்படுகிறது. இவைகள் வெறும் வணிகப் பரிவர்த்தனைகளுக்காக ஏற்படுத்தப்பட்டபோதிலும், ஒரு பகுதியின்கண் வாழ்கின்ற மக்களை நாட்டின் பிற பகுதிகளில் இருக்கும் மக்களுடன் நிலம் சார்ந்த தொடர்பினை ஏற்படுத்திக் கொள்வதற்கான வழிகளாகவும் இப்பெரும் பாதைகள் இருந்துள்ளன.

கங்கைகொண்டசோழபுரம் சோழீஸ்வரர் கோயில் கருவறையின் தெற்குச் சுவரில் உள்ள இரண்டாம் மாறவர்மன் குலசேகர பாண்டியரின் ஐந்தாம் ஆட்சியாண்டைச் சார்ந்த (கி. பி.1317) கல்வெட்டில் ஆரியப்படை வீடு, குலோத்துங்க சோழன் திரு மதில்பெருவழி என்று பேர் கூறப்பட்ட விளாங்குடையான் பெருவழி, திருவாசல் நாராசத்துக் கூழையானை போனப் பெருவழி போன்றவை பற்றி விரிவாகச் சுட்டப்படுகிறது. இதே பகுதியில் பொறிக்கப்பட்டுள்ள ஐந்தாம் மாறவர்மன் விக்கிரமப் பாண்டியனின் ஆறாம் ஆட்சியாண்டைச் சார்ந்த கல்வெட்டில் இராஜேந்திர சோழநல்லூருக்கு எல்லைகளாக மதுராந்தக வடவாறு, அதிகை நாயகன் வாய்க்கால், கொல்லாபுரம் போன்றப் பதிவுகளின் ஊடே இராஜராஜன் பெருவழி பற்றிய குறிப்பினையும் தருகிறது. இராஜராஜன் பெருவழி என்ற சாலையானது தற்போது கங்கைகொண்டசோழபுரம் அணைக்கரை, கும்பகோணம் செல்லும் சாலையாகவோ அல்லது கங்கைகொண்டசோழபுரத்தில் இருந்து சிதம்பரம் செல்லும் சாலையாகவோ இருக்கலாம்.

குறிப்பாக இக்கல்வெட்டில் வல்லவ நல்லூரில் குறுக்கை உடையான் சிவதாண்டான் என்பவரின் நிலம், காட்டூருடையான் அளகைக்கோன் என்பவரின் நிலம், மேலச்சேரி உடையான் என்பவரின் நிலம், திருமாங்கலமுடையான், சிறுகுடியான் தென்னவராயன், மிழலை நாட்டுவேளான், திருவேம்புடையான், அரசூர் உடையான் வழித்துணையான், கழுக்கோலியரையன் ஆகியோர் தங்கள் நிலங்களை விற்றுள்ளனர். அதேபோல் குலோத்துங்க சோழநல்லூரில் வளவதரையன், வெண்ணையூர் நாட்டுவேளான், அஞ்சு வல்லமுடைச்சு, மணலூர் கிழத்தி ஆகியோரும் ஆரியப் படைவீட்டு வண்ணான்செய் என அழைக்கப்பட்ட நிலமும் விற்கப்பட்டன. இவ்வளவுபேர் தங்களது நிலங்களை விற்றுள்ளதை நோக்கும்போது பாண்டியர் காலத்தில் கங்கைகொண்டசோழபுரம் தனது செல்வாக்கினை இழந்தது விட்டதாகவே கருதமுடிகிறது. மேலும் விசலூருக்கு எல்லையாக குலோத்துங்க சோழன் திருமதில், பெருவழி என்று பேர்கூவப்பட்ட விளாங்குடையான் பெருவழி, பெரிய தோட்டம், திருவாசல் நாராசத்து, கூழையானை போனபெருவழி, பொற்பதிஞ்சநல்லூர், கீரங்குடி போன்ற பதிவுகளும் விரிவாகக் கல்வெட்டில் குறிக்கப்பட்டுள்ளன.

1. ஸ்வஸ்திஸ்ரீ ஸ்ரீமது கீர்த்திக்குமேல் கோமாறபன்மர் திருபுவனச் சக்கரவத் திகள் ஸ்ரீகுலசேகரதேவற்கு யாண்டு ரு வது ஸிங்க நாயற்று

2. பூர்வ பக்ஷித்து த்ரயோதஸியும் திங்கட்க் கிழமையும் பெற்ற பூசத்து நாள் வடகரை விருதராசபயங்கர வளநாட்டு மேற்கா நாட்டு மண்

3. ணைகொண்ட சோழவளநாட்டு கெங்கைகொண்டசோழ புரத்து உடையார் கெங்கைகொண்ட சோளீஸ்வரமுடையார் கோயிலில் ஆதி

4. சண்டேஸ்வர தேவர்கன்மி கோயில் கணக்கு மஹேஸ்வரக் கண்காணி செய்வார்களுக்கு இன்னாட்டு நாட்டவர் ஊரவரோம் இன்னாயனாற்கு இன்நாள்

5. முதல் ஸந்த்ராதித்தவரையும் திருநாமத்துக்காணியாக நாங்கள் விற்றுக் குடுத்த இன்னாட்டு நாங்கள் இறை ஆற்றாமல் பல இடங்களிலும் விற்றுக்குடுத்த

6. வல்லநல்லூர் எல்லை பாய்ந்து மதுராந்தக வடவாற்றுக்கு மேற்க்கும் வடக்கும் புகழாபரணநல்லூர் எல்லைக்கும் கிழக்கு குலோத்துங்க சோழநல்

7. லூர் எல்லைக்கு தெற்கு நடுவு நன்செயும் புன்செயும் ஊர் நத்தமும் மனை களிலும் இன்னாயனாற்கு விற்றுக்குடுத்த குறுக்கை உடையான் சிவ தாண்டாந் கார்மறு நிலம்

8. நாலுமா அரைக்காணி ஒருபூ நிலம் இரண்டு மாக் கீழ் அரைக்காணி மனை களும் காட்டூருடையான் அளகைக் கோந் கார்மறு நிலம் எட்டு மா....லுமா அரைக்காணி ம

9. ணை கோல் பந்நிரண்டும் மேலச்சேரி உடையாந் பெரி...மறு நிலம் இரண்டு மாக்காணி அரைக்காணி ஒரு பூ நிலம் ஒருமா முக்காணி அரைக்காணி மனைகோல் ஆறும் திரும

10. ங்கலமுடையாந் கார் மறுநிலம் ஒரு மா அரை ஒரு பூ நிலம் முக்காணி முன்திரிகை மனைகோல் நாலு சிறுகுடையாந் தென்னவராயன் கார்மறு நிலம் இரண்டு மா முக்காணி அரைக்காணி கீழ்

11. க்கால் ஒரு பூ நிலம் இரண்டு மா முக்காணி முன்திரிகைக் கீழ் முக்கால் மனை கோல் அஞ்சும் மிழலைநாட்டு வேளான் திருவேம்புடையாந் கார்மறு நிலம் இரண்டு மாக்காணி கீழ் முக்கால் ஒரு பூ நிலம்

12. ஒருமா அரைக்காணி மனை கோல் மூன்று அரசூருடையார் வழித்துணைப் பெருமாள் கார்மறு நிலம் மாகாணி அரைக்காணி கீழ் மூந்றுமா ஒரு பூ நிலம் முக்காணி அரைக்காணி முந்திரிகை கீழ் முக்கால் மனை கோல் இரண்

13. டும் கழுக்கோலியரையன் ஒரு பூ நிலம் இருமா அரையே அரைக்காணி முந்தி ரிகைக் கீழ்க்கால் மனைகோல் மூன்றும் இன்னிலங்களும் மனைகளும் இதுக்கு விழுக்

14. காடு வரும் ஏரி கீழ் நன்செய் விளை நிலம் விழுக்காடு பொதுவும் போதா வரிகளும் இவ்வூர்க்கு வடக்கு குலோத்துங்க சோழ நல்லூரில் வளவதரை யன்

கார்மறு நிலம் இரு

15. மா அரையே அரைக்காணி முந்திரிகை கீழ்க் கால் மனை கோல் அஞ்சரை யும் இன்னிலத்துக்கு விழுக்காடு ஒரு பூ நிலமும் வெண்ணையூர் நாட்டு.....ன் கார்

16. மறுநிலம் மாகாணி அரைக்காணி கீழ்க்கால் ஒரு பூ நிலம் அரைமா அரைக் காணி கீழ்க்கால் மனை கோல் இரண்டரையும் மணலூர் கிழத்திடவாசி சிறப் பாக நீர்வார்த்த கார்மறு நிலம் மாகாணியும் மனை கோல் மூன்றும் /// ஆரியப் படைவீட்டு வி(டு)க்கு அமைப்பு ...பை

17. ப் பிடாகை விசலூர் ஏரியும் கழனியும் திருநாமத்துக்காணியாக விற்ற இவ் வூர்க்கெல்லையாவது கீழ்பார்க்கெல்லை குலோத்துங்க சோழன் திருமதிள்ப் பெருவழியென்

18. று பேர் கூறப்பட்ட விளாங்குடையான் பெருவழிக்கும் மேற்க்கும் தென் பார்க் கெல்லை பெரிய தொட்டமென்று பேர் கூறப்பட்ட நிலத்துக்கு வடக்கும் மேல் பார்க்கெல்

19. லை திருவாசல் நாராசத்து கூழையானை போன பெருவழிக்கும் போன் பரப் பின நல்லூர் எல்லைக்கும் கிழக்கும் வடபாற்கெல்லை கீரங்குடி ஏரிக்கு தெற் கும் இன்நான்கெல்லைக்கு நடு

20. வுள்பட்ட நன்செய் தடி பலவினால் வரம்பறை பாழ் உட்பட.....ப்பத்து ஏழுமா வும் இங்கு விட்டு தேர்க்கு ஆரியப்படை வீட்டு வண்ணான் செய்யென்று பேர் கூ

21. றப்பட்ட நன்செய் நிலத்துக்கு எல்லையாவது வடபாற் கெல்லை புன்செய் நிலத்துக் தெற்கும் கீழ்பாற்கெல்லை ஊருக்கு மேற்கும் தென்பாற்கெல்லை சந்தன வாய்க்காலுக்கு வட

22. க்கும் மேல்பாற்கெல்லை புன்செய் நிலத்துக்கும் கிழக்கும் இன்னான்கெல் லைக்கு உள்பட்ட நன்செய் தடி பலவினால் நிலம் மூன்றுமா....*(SII.Vol.4.No.525)*

இக்கல்வெட்டின் மூலம் சோழர் காலத்தில் இவ்வூரிலிருந்து பிற ஊர்களுக்குச் சென்ற இரண்டு பெருவழிகளையும், ஆரியப்படைவீடு என்ற போர்ப்பாசறை - ஆயுதக்கிடங்கு

ஜெ.ஆர்.சிவராமகிருஷ்ணன்

அமைந்திருந்த இடத்தைப் பற்றியும் மிகத்தெளிவாக அறிகிறோம். ஆரியப்படை வீடு என்ற பெயர் காலப்போக்கில் மருவி ஆயிரக்கலவன் என மாறித் தற்போது ஆயுதக்களம் என்ற பெயரில் அழைக்கப்படுகிறது. விளாங்குடையான் பெருவழி என்ற சாலை தற்போது கங்கைகொண்ட சோழபுரத்திலிருந்து விளாங்குடி பொய்யூர், கீழப்பழுவூர், திருமானூர், விளாங்குடி, திருவையாறு வழியாக தஞ்சாவூர் செல்லும் இன்றைய சாலை என்று அடையாளம் காணலாம். கூழையானை போனப் பெருவழி என்பது கங்கைகொண்டசோழபுரத்திலிருந்து சில கால் வழியாக அணைக்கரை செல்லும்சாலை என்று கருதலாம். வல்லவ நல்லூர் என்ற ஊர் வளவானேரி என்ற பெயரிலும், குலோத்துங்கசோழ நல்லூர், குலோத்துங்க நல்லூர் எனவும் அழைக்கப்படுகிறது.

கங்கைகொண்டசோழபுரம் சோழீஸ்வரர் கோயிலில் பொறிக்கப்பட்டுள்ள விஜய நகர மன்னர் வீரவிருப்பண்ண உடையாரின் (கி.பி.1377-1400) கல்வெட்டில் சோழர் கால மதில்களைப் பற்றிய குறிப்பினைக் காணமுடிகிறது. அக்கல்வெட்டில் வடகரை விருதராசபயங்கர வளநாட்டு மேல்கால்நாட்டு கங்கை கொண்டசோழபுரத்து மேல்பற்றில் பறையூர் நாட்டு நாட்டாரும் தந்திரி மாரும் நாயனார் கங்கைகொண்டசோளீஸ்வரமுடைய நயினார் கோயில் தானத்தார்க்கு கல்வெட்டிக் குடுத்தபடி நயினார் கங்கைகொண்ட சோளீஸ் வரமுடைய நயினார் திருநாமத்துக் காணியான பிடா...திருவாசல் நாராசத்துக்கு மேற்கு பொன்னேரிகிழக்கு இராஜேந்திரசோழன் திருமதிலுக்குத் தெற்கு சோழன்மாதேவிமதிளுக்கு வடக்கு நான்கெல்லைக்கு உட்பட்ட ஊர்குடியும் மேற்றிடல் பட்டியை (க.சோ.க-36) என்ற வரிகளில் மதில்கள் பற்றிய பதிவினைக் காண்கிறோம். கி.பி.1397ஆம் ஆண்டு வெளியிடப்பட்ட இக்கல்வெட்டில் கங்கைகொண்டசோழபுரத்து மேல்பற்றுப் பறையூர் நாட்டு நாட்டார்களும் தந்திரிமார்களும் ஒன்று சேர்ந்து இக்கோயில் நிர்வாகிகளுக்கு அனுப்பிய ஆணையாக இக்கல்வெட்டு உள்ளது. இதன்படி அவர்கள் மேற்றிடல்பட்டி என்ற ஊரைப் பல்வேறு வரி வருமானங்களுடன் இக்கோயிலுக்குத் திருநாமத்துக் காணி இறையிலியாக வழங்கியுள்ளனர். இந்த ஊரின் எல்லைகளாகத் திருவாசல் நாராசம், பொன்னேரி, இராஜேந்திர சோழன் திருமதில், சோழன்மாதேவி மதில் ஆகியவை குறிப்பிடப்படுகின்றன. சோழர், பாண்டியர் காலங்களுக்குப் பின்பும் சோழர் காலத்தில் கட்டப்பட்டிருந்த மதிற்சுவர்களின்

பெயர்களும் வழிகளும் நடைமுறையில் இருந்தன என்பதை இக்கல்வெட்டு உணர்த்துகிறது. சோழன்மாதேவி மதில் என்ற மதில் அமைந்திருந்த இடம் தற்போது சோழமாதேவி என்ற ஊராக விளங்குகிறது. சோழகங்கம் என திருவாலங்காட்டுச் செப்பேட்டில் சுட்டப்படும் ஏரி விஜயநகர காலத்தில் பொன்னேரி என அழைக்கப்பட்டுள்ளது. மேற்றிடல்பட்டி என்ற ஊர் தற்போதையப் பெயர் என அறியமுடியவில்லை. இருப்பினும் கங்கை கொண்ட சோழபுரம் அருகே பொன்னேரியை ஒட்டி மேக்கோல்பட்டி என்ற கிராமம் உள்ளது. இது கிறித்துவர்கள் வசிக்கும் ஊரானதால் மைக்கேல்பட்டி என்று அழைக்கப்பட்டு வருகிறது. இதுவே கல்வெட்டு சுட்டும் மேற்றிடல்பட்டி என்ற ஊராக இருக்கலாம்.

பெருந்தெருக்கள்

இந்தியாவின் மூத்த நாகரிகமான சிந்துசமவெளி நாகரிகப் பகுதியிலிருந்த இருபெரும் நகரங்களான ஹரப்பா, மொகஞ்சதாரோவில் அமைக்கப்பட்டிருந்த தெருக்களின் சாலைகள் நேராகவும், அகலமாகவும் வடிவமைக்கப்பட்டிருந்தன. இவை மக்களின் புழங்கும் தன்மைக்கு ஏற்றார் போல் 10 அடி, 20 அடி, 30 அடி அகலங்களைக் கொண்டிருந்தன. ஆனால் பண்டைக்காலத் தமிழகத்தில் தெருக்களின் சாலைகள் 12அடி, 16 அடி, 24 அடி, 32 அடி அகலங்களைக் கொண்டிருந்த போதிலும் சிதம்பரத்தில் விக்கிரமசோழன் அமைத்த சாலையானது 200 அடி அகலம் கொண்டதாகும். சங்ககாலத்தில் நகரத்தெருக்கள் ஆறுபோல நீண்டும், அகன்றும் அமைக்கப்பட்டிருந்ததை "யாறு கிடந்தன்ன அகல் நெடுந்தெருவில்" (ம.காஞ்சி-359) "தூங்கா மாடம் ஒங்கிய மல்லல் மூதூர் ஆறுகிடந்தன்ன அகல்நெடுந்தெருவில்" (நெ.வா-30) என்ற பாடல் வரிகளின் மூலம் அக்காலத்தில் அமைக்கப்பட்டிருந்த தெருக்களின் வடிவமைப்பியல் நுட்பத்தின் பொதுத் தன்மையினை அறிகிறோம். சோழர் காலத்தில் பெருவழிகள், வீதிகள், பெருந்தெருக்கள் என மூன்றுவகையான சாலைகள் இருந்துள்ளன. நகரத்தில் அமைக்கப்பட்டிருந்த நெடிய வீதிகள் பெருந்தெருக்கள் என்று அழைக்கப்பட்டன. இப்பெருந்தெருக்களில் வணிகர்கள் வாழ்ந்த வீதிகள், கடைத்தெருக்கள் இடம் பெற்றிருந்தன. சாதாரணமாக அகலம் மற்றும் நீளம் குறைவானதாக உள்ள வீதிகளைத் தெருக்கள் என்ற பொதுச் சொல்லாடலால் அழைக்கப்பட்டன. இராஜேந்திர சோழன் உருவாக்கிய கங்கைகொண்டசோழபுரம் நகரானது சோழீஸ்வரர் கோயிலைத்

துணையாக வைத்து உருவாக்கப்பட்டதாகும். இந்நகரானது நவீன காலப் பன்னோக்குப் பொலியுறு நகரங்களுக்கு இணையாக வடிவமைக்கப்பட்டிருந்ததாகும். இந்நகரவீதிகள் அனைத்தும் பல தெருக்களால் இணைக்கப்பட்டிருந்ததைக் கல்வெட்டுத் தரவுகள் சுட்டுகின்றன. மேலும் இவ்வீதிகளுக்கு அரசன், அரசியர் பெயர்களே சூட்டப்பட்டிருந்தன. திருவிடைமருதூர் வீதியழகு என்பர். இப்பெருமை சோழ மன்னர்களையே சாரும். அதேபோன்று பெரும்பற்றப்புலியூர் என்ற சிதம்பரத்தின் வீதிகளை மக்களின் நலன் சார்புடன் கட்டமைத்த பெருமை விக்கிரம சோழனுக்குண்டு. இத்தெருக்களின் சாலைகளை நிகழ்கால மற்றும் எதிர்கால மக்களின் புழக்கத்திற்கு ஏற்றாற்போல் வடிவமைத்தவனும் இவனேயாவான். விக்கிரமசோழன் சிதம்பரம் நடராஜர் கோயிலை மையமாக வைத்து அமைக்கப்பட்டிருந்த பழைய தெருக்களின் சாலைகளில் திருவிழாக்காலங்களில் மக்கள் அதிகம் கூடுவதால் இட நெருக்கடி ஏற்பட்டுள்ளது. இதைத் தவிர்க்க எண்ணிய விக்கிரம சோழன் தேரோடும் நான்கு வீதிகளையும் அகலப்படுத்தி இருநூறு அடிச்சாலையாக மாற்றியமைதான். அதனால்தான் காலங்கள் கடந்தும் இச்சாலையில் இடநெருக்கடியின்றி தற்காலத்திலும் மக்கள் புழங்கி வருவது குறிப்பிடத்தக்க ஒன்றாகும். இந்த அகன்ற தெருக்களின் அழகானது அக்காலப் புலவர்களின் கவனத்தையும் கவர்ந்துள்ளதை.....

"பாவக நிரம்புதிரு மாலுமலரோனும்
பரந்தபதி னெண்கணனும் வந்துபர வத்தஞ்
சேவக நிரம்புதிரு வீதிபுலியூற்
செய்த பெருமான்மதலை சிற்றில்சிதை யேலே"

என விக்கிரம சோழனின் அவைக்களப் புலவரான ஒட்டக்கூத்தர் தாம் யாத்த குலோத்துங்கன் பிள்ளைத் தமிழில் அப்படியே பதிவு செய்துள்ளார். மேலும் "விக்கிரம சோழன் தெங்குத் திருவீதி" என்ற வரியின் மூலமும் அப்பெருமை மிகு திருவீதியின் சிறப்பினை உணரமுடிகிறது. அதோடு மட்டுமன்றி இரவு நேரங்களில் கூட இவ்வீதிகளில் மக்கள் அச்சமின்றி நடமாட வேண்டும் என்பதால் இரவைப் பகலாக்கும் வகையில் தெரு விளக்குகள் அமைத்து கொடுத்த பெருமையும் விக்கிரம சோழனையே சாரும். எனவே ஊர் மற்றும் நகர உருவாக்கத்தின் போது அமைக்கப்படும் சாலைகளில் தெரு விளக்குகள் அமைக்கப்பட வேண்டும் என்ற திட்டமானது சோழர் காலத்தில் நடைமுறைப்படுத்தப்பட்டுள்ள பதிவினைச்

சிதம்பரம் நடராஜர் கோயில் கல்வெட்டில் காணமுடிகிறது. கங்கைகொண்ட சோழபுரத்தில் அமைக்கப்பட்டிருந்த தெருக்களிலும் மேற்குறிப்பிட்ட கட்டமைப்புகள் இடம்பெற்றிருக்க வாய்ப்புள்ளது.

இராஜவிச்சாதிரப் பெருந்தெரு

முதலாம் இராஜேந்திர சோழன் வெளியிட்ட எசாலம் (கி.பி.1036) செப்பேட்டில் நம் ஓலை நாயகன் கங்கைகொண்டசோழபுரத்து ராஜவிச்சாதிரப் பெருந்தெருவில் சோனகன் சாவூர் பரஞ்சோதியான ராஜேந்த்ர சோழந்திருவப்பேர் அரயனுங் என்ற வரிகளில் கங்கைகொண்ட சோழபுரத்தில் இருந்த இராஜவிச்சாதிரப் பெருந்தெருவில் வாழ்ந்த வணிகன் சோனகன் சாவூர் பரஞ்சோதியான இராஜேந்திர சோழகந் திருவப் பேரரரையன் என்பவர் அரசருக்கு ஓலைநாயக அதிகாரியாக இருந்ததைப் பற்றிச் சுட்டுகிறது. பொதுவாக சோனகர் என்ற சொல் அரேபிய நாட்டு இஸ்லாமிய வணிகர்களைக் குறிக்கும் சொல்லாடலாகும். யவனர் என்போர் கிரேக்க, ரோமானிய நாட்டு வணிகர்களைச் சுட்டும் சொல்லாகும் என்று வரலாற்று அறிஞர்கள் கருதுகின்றனர். ஜாபர் என்ற பாரசீக மொழிப்பெயரே இங்கு சாவூர் எனத் தமிழ்ப்படுத்தப்பட்டுள்ளதை நோக்கும்போது பரஞ்சோதி இராஜேந்திர சோழகந்திருவப் பேரரரையன் என்பவன் அரேபிய, பாரசீக நாட்டுகளுடன் அயலக வர்த்தகத்தில் ஈடுபட்ட பன்னாட்டுக் கடலோடி வணிகனாக இருந்திருக்கலாம். இவர் கங்கை கொண்ட சோழபுரத்திற்கு வந்து குடியேறிய பிறகு தன்னுடைய வணிகச் செல்வாக்கினால் மன்னரின் மேலாண்மையைப் பெற்று அவருக்கு ஓலைநாயகம் என்னும் அதிகாரியாக உயர்ந்துள்ளார் என்பதை எசாலம் செப்பேடு உணர்த்துவதாகக் கருதலாம். கந்தர்வப் பேரரையன் என்ற பட்டம் இவர் இசைக்கலையில் பாண்டியத்துவம் மிக்கவர் என்பதையும் உணர்த்துகிறது. பரஞ்ஜோதியான இராஜேந்திர சோழன் என்ற பெயர் இவருக்கு மன்னரால் வழங்கப்பட்ட பெயராக இருக்கலாம். மேலும் இவ்வளவு பெருமை பெற்ற இந்த வணிகப்பெருமகனார் தலைநகர் கங்கைகொண்டசோழபுரத்திலிருந்த இராஜவிச்சாதிரப் பெருந்தெருவில் வசித்துள்ளார் என்பது குறிப்பிடத்தக்க ஒன்றாகும். இக்கருத்துருவைக் கூர்நோக்கும் போது இத்தெருவில் வசித்த பெரும்பாலானவர்கள் பன்னாட்டுக் கடல்சார் வணிகர்களாக இருந்திருக்கலாம். எசாலம் செப்பேடு குறிப்பிடும் இராஜவிச்சாதிரப் பெருந்தெரு என்பது செல்வாக்கு மிக்கவர்கள் வாழ்ந்த பகுதியாகக் கருதலாம்.

மும்முடிச்சோழப் பெருந்தெரு

கும்பகோணம் திருநாகேஸ்வரர் கோயில் கருவறையில் பொறிக்கப்பட்டுள்ள முதலாம் இராஜேந்திர சோழனின் 30 ஆம் ஆட்சியாண்டைச் (கி.பி.1042) சார்ந்த கல்வெட்டில் கங்கைகொண்டசோழபுரத்திலிருந்த மும்முடிச்சோழப் பெருந்தெருவைப் பற்றிய பதிவினைக் காணமுடிகிறது. இத்தெருவில் வாழ்ந்த வியாபாரி பிரம்மகுட்டன் உலகளந்தான் என்பவர் திருநாகேஸ்வரம் கோயில் பண்டாரத்தில் இருந்த ஆபரணங்களை எடைபார்த்துச் சோதித்துக் கணக்கிடும் பணியினைச் செய்துள்ளார். இதனை "ஐயசிங்க குலகாலவிழுப்பரையர் கூட்டுவிக்கின்ற தனத்து வண்ணக்கு கங்கைகொண்டசோழபுரத்தில் மும்முடிசோழப் பெருந்தெருவில் வியாபாரிபிரமகுட்டன் உலகளந்தான் நிறை எடுக்கையால் திருக்கொள்கையும் திருக்கோசமும் திருக்கொடுக்கும் செய்ய வாங்கின பொன்னுக்கு" *(SII.VOL.VI.NO.33)* என்ற கல்வெட்டு வரிகளால் உணரலாகிரது. மேலும் மும்முடிச் சோழன் என்ற பெயர் முதலாம் இராஜராஜ சோழனின் பட்டப் பெயர்களில் ஒன்றாகும். எனவே இராஜேந்திர சோழரால் உருவாக்கப்பட்ட புதிய தலைநகரத்தில் தனது தந்தையின் பெயரினைப் போற்றும் வகையில் வணிகப் பெருமக்களுக்காக உருவாக்கப்பட்ட பெருந்தெருவிற்கு மும்முடிச்சோழன் பெருந்தெரு என்று பெயரிட்டுள்ளதை இக்கல்வெட்டு உணர்த்துவதாக உள்ளது.

கங்கைகொண்டசோழப் பெருந்தெரு

திருவாரூர் மாவட்டம், திருவீழிமிழலை வீழிநாதேஸ்வரர் கோயில் உள்ள முதலாம் இராஜாதிராஜனின் 36ஆம் ஆட்சியாண்டில் (கி.பி.1054) வெளியிடப்பட்ட கல்வெட்டில் இவனிடம் அணுக்கியாகப் பணியாற்றிய பல்லவன் பட்டாலி நங்கையார் என்பவர் இக்கோயிலுக்குப் பொன்வேய்ந்துள்ளார். இப்பணியினை அவர் சார்பில் கங்கைகொண்ட சோழபுரத்தில் இருந்த கங்கைகொண்டசோழன் மடிகையைச் சார்ந்த பா ஆசிரிகன் என்பவனும். கங்கைகொண்டசோழப் பெருந்தெருவில் இருந்த வியாபாரி ஆதித்தன் திருச்சிற்றம்பலமுடையானும் முன்னின்று அப்பணியினைத் திறம்பட முடித்துள்ளனர். இத்தகவலை "விஜயராஜேந்திர தேவர் அணுக்கியார் பல்லவன் பட்டாலி நங்கையார்க் காய் பொன்மேய்விக்கிற கங்கைகொண்ட சோழபுரத்து கங்கைகொண்டசோழன் மடிகையில் பாஆசிரிக்கனும்

கங்கை கொண்டசோழப் பெருந் தெருவில் வியாபாரி ஆதித்தன் திருச்சிற்றம்பல முடை யாநா ந சோ---ற்று தீர்த்த நம்பிச் செட்டியும்---- (க.கொ.க.2.14) என்ற கல்வெட்டு வரிகளால் அறிகிறோம். இத்தெருவின் பெயரிலிருந்தே இது இராஜேந்திர சோழர் காலத்தில் ஏற்படுத்தப்பட்டது என்பது புலனாகிறது.

இராஜேந்திரசோழப் பெருந்தெரு

கும்பகோணம் அருகே உள்ள மானபம்பாடி நாகநாதசுவாமி கோயில் கருவறைச் சுவற்றில் உள்ள கல்வெட்டில் கங்கைகொண்டசோழபுரத்திலிருந்த இராஜேந்திர சோழப் பெருந்தெருவினைப் பற்றிய பதிவினைக் காணமுடிகிறது. இக்கல்வெட்டானது முதலாம் குலோத்துங்க சோழனின் 25 ஆம் ஆட்சியாண்டு (கி.பி.1093) வெளியிடப்பட்டதாகும். அதில் கங்கைகொண்டசோழபுரத்து இ(ராஜேந்திர சோழப் பெருந்) தெருவில்வியாபாரி கருப்பூருடையாநும் பிருது வலிசூற்றிக்கு நாங்கள் உபையஞ்செய்ய கடவோமாக இவந்பக்கல் நெல்லு கொண்டு கல்வெட்டிக் குடுத்தபரிசாவது இக்கோயிலில் அபூர்விகள்ளாய் வந்த மஹேஸ் வரர்க்கும்-த்தி ஸந்தியில் அஞ்சு படி சோற்றுக்கும் கறி அமுதும் சட்டியும் உட்பட சட்டி ஒந் றுக்கு அரசி இரு நாழி ஆகசட்டி அஞ்சுக்கு அரிசி பதி நாழியும் கறியமுது இரண்டும் சட்டியும் உட்பட வெண்----து குறைவாகாமே செய்யக் கடவோமாக ஸம்மதித்து கொண்ட முதல் நெல் அஞ்நூற்றுகலம் (க.கொ.க.2.27) என்ற கல்வெட்டு வரிகளின் மூலம் கங்கைகொண்டசோழபுரம் இராஜேந்திரப் பெருந்தெருவில் வாழ்ந்த வியாபாரி கருப்பூர் உடையான் பிருதுவலி சூற்றி என்பவர் மானம்பாடி கைலாசநாதர் கோயிலுக்கு அபூர்விகளாக வந்த மகேஸ்வரர்களுக்குச் சட்டிச்சோறு அமுது படைக்க 500 கலம் நெல் வழங்கியதைக் குறிப்பிடுகிறது. முதலாம் இராஜேந்திர சோழரால் கட்டப்பட்ட இக்கோயிலானது கல்வெட்டுக்களில் கைலாசநாதர்கோயில் என்றே சுட்டப்படுகிறது. மேலும் முதலாம் குலோத்துங்க சோழனுக்கும் இராஜேந்திர சோழன் என்ற பெயர் இருந்துள்ளது. இப்பெயரானது இவருடைய தாத்தாவின் பெயராகக் கூட இருக்கலாம். குறிப்பாக இராஜேந்திர சோழர் பெயரில் இத்தெருப்பெயர் இருப்பதால் இது குலோத்துங்கன் காலத்திலோ அல்லது இராஜேந்திரன் காலத்திலோ உருவாக்கப்பட்டிருக்கலாம். எனவே மும்முடிச்சோழன் பெருந்தெரு, கங்கைகொண்டசோழப் பெருந்தெரு, இராஜேந்திர சோழப் பெருந்தெரு போன்ற இப்பெருந்தெருக்கள் இராஜேந்திர

சோழர் கங்கைகொண்டசோழபுரம் நகரினை உருவாக்கும்போதே இத்தெருக்களும் உருவாக்கப்பட்டிருக்கலாம் என்பதை இத்தெருக்களின் பெயர்களில் இருந்தே அறிகிறோம்.

குலோத்துங்கசோழப் பெருந்தெரு

திருவாரூர் அருகே சேங்காலிபுரம் என்னும் ஊர் அமைந்துள்ளது. இவ்வூரின் முழுப்பெயர் ஜெயசிங்க குலகாலபுரம் என்பதாகும். மேலைச்சாளுக்கிய மன்னன் ஜெயசிங்கனை வென்றதன் நினைவாக முதலாம் இராஜேந்திர சோழன் சூட்டிக் கொண்ட வீர விருதுப்பெயராகும். இப்பெயரில் ஜெயசிங்ககுல வளநாடு என்ற வருவாய்த்துறை நிருவாகப் பிரிவுக்குப் பெயர் சூட்டப்பட்டது. மயிலாடுதுறை அருகே கேசிங்கன் என்ற ஊர் உள்ளது. இவ்வூரின் பெயரும் ஜெயசிங்கபுரம் என்பதாகும் (குடவாயில் பாலசுப்பிரமணியன் கட்டுரை - தினமலர் 23.12.1983). கங்கைகொண்ட சோழபுரத்தில் இருந்த முடிகொண்டசோழப் பெருந்தெருவில் வசித்த சலிகன் (சாலியன் - பட்டுநெசவுசெய்யும் வியாபாரி) கௌதமன் தில்லை வனமுடையான் என்பவனும், இதேபோன்று குலோத்துங்கசோழப் பெருந்தெருவில் வாழ்ந்த சலிகன் பெருமாள் என்பவனும் சேர்ந்து சேங்காலிபுரத்தில் சிவன்கோயில் ஒன்றைக் கட்டியுள்ளனர். இராஜேந்திர சோழீஸ்வரம் என அழைக்கப்பட்ட இக்கோயிலுக்கும் இங்கு இருந்த திருக்காமக்கோட்டமுடைய நாச்சியாருக்கும் குலோத்துங்கசோழப் பெருந்தெரு வில் வாழ்ந்த சலிகனின் மணவாட்டி (மனைவி) ஐடைநாச்சியாரான சிவன் என்ற பெண்மணி பொன் ஆபரணங்களை வழங்கியுள்ளார். இத்தகவலைச் சேங்காலிபுரம் துந்துபீஸ்வரர் கோயில் கருவறையில் பொறிக்கப்பட்டுள்ள மூன்றாம் குலோத்துங்க சோழனின் கல்வெட்டின் மூலம் அறியமுடிகிறது.

கல்வெட்டு

ஸ்வஸ்திஸ்ரீ இத்திருக்கோயில் திருக்கற்றளி திருப்பணி செய்வித்தாந் கங்கை கொண்ட சோழபுரத்து முடிகொண்டசோழப்பெருந்தெருவில் இருக்கும் சலிகன் கௌதமன் தில்லைவனமுடையான்

கங்கைகொண்டசோழபுரத்து குலோத்துங்க சோழப்பெருந்தெருவிலிருக்கும் சலிகன் பெருமை.

சோழர்காலத்தில் பட்டுத்துணி நெசவுத்தொழிலில்

ஈடுபட்டு வந்தவர்கள் சாலியர் என்ற பொதுச்சொல்லாடலில் அழைக்கப்பட்டனர். சாலியர் என்ற சொல்லிலிருந்துதான் சவுளி என்ற சொல் தோன்றியதாகும். இச்சொல்லே பின்னாளில் ஜவுளிக்கடை என்று துணி விற்பனைக் கூடங்களை அழைக்கும் பொதுச் சொல்லானது. பத்ம சாலியர் (பட்டு நூல்காரர்) என்னும் சாதிப்பிரிவினர் தமிழகத்தில் பல ஊர்களில் வாழ்கின்றனர். இவர்கள் மகாராஷ்டிர மாநிலத்திலிருந்து மராட்டியர் ஆட்சிக்காலத்தில் வந்து குடியேறிய நெசவு நெய்யும் பிரிவினர் ஆவர். தஞ்சை, மதுரை ஆகிய ஊர்களில் அதிக எண்ணிக்கையில் இவர்கள் வாழ்கின்றனர். இவர்கள் செளராஷ்டிரர் எனவும் அழைக்கப்படுகின்றனர். கங்கைகொண்ட சோழபுரத்தின் உட்கோட்டைப் பகுதியில் இன்றும் பாரம்பரியமாகப் பட்டுநெசவு செய்பவர்கள் வாழ்ந்து வருகின்றனர். இதேபோன்று கடலூர் மாவட்டம் புவனகிரி, பெருமாத்தூர் போன்ற ஊர்களிலும் பட்டுநெசவு செய்துவரும் செளராஷ்டிரர்கள் வசித்துவருகின்றனர்.

தரணிசிந்தாமணிப் பெருந்தெரு

மன்னார்குடி வட்டம் கோட்டூர் கொழுந்தீஸ்வரர் கோயில் மகாமண்டபத்தின் வடக்குச் சுவரில் உள்ள மூன்றாம் குலோத்துங்க சோழனின் நான்காம் ஆட்சியாண்டைச் சார்ந்த கல்வெட்டில் கங்கைகொண்ட சோழபுரத்தில் இருந்த தரணிச் சிந்தாமணிப் பெருந்தெருவைப் பற்றிய பதிவினைக் காணமுடிகிறது. அக்கல்வெட்டில் கங்கைகொண்டசோழபுரத்துத் தரணிச் சிந்தாமணிப் பெருந்தெருவில் வாழ்ந்த வியாபாரி ஆம்பர் உடையான் அம்பலத்தமுது மூவாயிரத்தொருவன் என்பவர் கோட்டூர் மூலஸ்தான முடையார் கோயில் திருவீதியில் அமைக்கப்பட்டிருந்த தொட்டிக்குச் சிறுகாலை சந்திப்பூஜை நேரத்தில் நீர் இறைப்பதற்கு 30 காசுகள் கொடுத்து ஏற்பாடு செய்துள்ளார். இந்த நீர் இறைக்கும் பணியைக் கோட்டூர் மூலஸ்தானம் உடையார் கோயிலிலும் இவ்வூர் குணவாதீஸ்வரமுடையார் கோயிலிலும் உவச்சனாகப் (பூஜைநேரத்தில் இசைக்கருவிகள் இசைக்கும் கலைஞர்) பணியாற்றிய திருவையாறு செல்கலான மூன்று கோட்டூர் வாச்சியமாராயன் என்பவர் அப்பணியினைச் செய்ய ஒப்புக்கொண்டதோடு அல்லாமல் இதற்காக அவர் கிணறு தோண்டி மூன்று ஏற்றங்கள் (ஏத்தம் இறைத்தல்) அமைத்துத் தொட்டிக்கு நீர் இறைப்பதற்கான பணிகளைத் துவக்கினார். ஏற்றம் இறைக்கும் கருவிகளை அமைத்துக் கொடுக்கும் பொறுப்பையும் அவற்றைப் பராமரிக்கும்

பொறுப்பையும் வியாபாரி அம்பலத்தமுது மூவாயிரத்தொருவன் ஏற்றுக் கொண்டுள்ளார் என்பதை ராஜேந்த்ர சோழவள நாட்டு நெந்மலி நாட்டுக் கோட்டூர் உடையார் ஸ்ரீமூலஸ்தான முடையார் கோயிலும் உடையார் குணவாதீஸ்வரமுடையார் கோயிலுக்கு உகச்சக் காணியுடைய உகச்சந் திருவையாறு செல்காலந மூந்று கோட்டூர் வாச்சியமாராய நேந் கங் கைகொண்டசோழபுரத்து தரணி சிந்தாமணிப் பெருந் தெருவில் வியாபாரி ஆம் பருடையாந் அம்பலத்தமுது மூவாயிரத்தொருவநுக்கு நாந் உபையங் கொண்டு கல்வெட்டிக் குடுத்த பரிசாவது இக்கோயிலில் திருவீதிதொட்டிக்கு சிறுகாலைச் சந்தி நீருதொட்டிக்கு நிரம்ப இறைக்க கடவேநாகவும் இநீர் இறைக்கும் இடத்து கிணறுதோண்டி ஏத்த மூநு அழிவு சோர்ந்து... (க.கொ .க.2.42) என்ற கல்வெட்டு வரிகளால் அறியலாகிறது. இங்கு சுட்டப்படும் வியாபாரி வாழ்ந்த தரணிசிந்தாமணிப் பெருந்தெரு என்ற வணிகர்கள் வீதி தற்போது தனி கிராமமாக மேலைச்சிந்தாமணி, கீழைச்சிந்தாமணி என்ற பெயர்களுடன் T.பழுவூரின் ஒருபகுதியாக விளங்கும் இவ்வூர்களை சிந்தாமணிப்பெருந்தெரு எனச் சில வரலாற்று ஆய்வாளர்கள் சுட்டுகின்றனர். இவை உட்கோட்டையிலிருந்து சுமார் 12 கி.மீ. தூரத்தில் தென்மேற்குப் பகுதியில் உள்ளன. இக்கூற்றினை ஏற்கமுடியாது. அரசக் குடும்பத்தாரின் பெயரில் உருவாக்கப்பட்ட இப்பெருந்தெரு கண்டிப்பாகத் தலைநகர் கங்கைகொண்ட சோழபுரத்தில் அமையப் பெற்றதாகவே கருதவேண்டும். மேலும் இந்தத் தரணிச் சிந்தாமணிப் பெருந்தெருவில் அரசனுக்கு நிகராக அறச்செயல்களில் ஈடுபடும் வணிகப் பெருமக்களும் வாழ்ந்துள்ளனர் என்பது குறிப்பிடத்தக்கதொன்றாகும்.

உத்தமசோழப் பெருந்தெரு

உத்தமசோழன் என்பது முதலாம் இராஜேந்திரன் மற்றும் மூன்றாம் குலோத்துங்க சோழரின் பட்டப்பெயர்களில் ஒன்றாகும். இப்பெயரில் கங்கைகொண்ட சோழபுரத்தில் ஒரு தெரு இருந்துள்ளது. இத்தெருவானது கங்கைகொண்ட சோழன் திருமதில் என்ற பெயருடைய மதில் சுவருக்குள் அதன் வடக்குப்பக்கத்தில் அமையப்பெற்றிருந்தது என்ற சரியான அமைவியலைச் சீர்காழி சட்டநாதர் கோயில் ஞானசம்பந்தர் சன்னதியின் தெற்கு பிரகாரச்சுவரில் உள்ள மூன்றாம் இராஜராஜனின் இரண்டாம் ஆட்சியாண்டில் வெளியிடப்பட்ட கல்வெட்டில் மிகத் துல்லியமாகச் சுட்டப்பட்டுள்ளது. அக்கல்வெட்டில் கங்கைகொண்ட சோழபுரத்து

உத்தம சோழப் பெருந்தெருவில் வாழ்ந்த வியாபாரி மாநிகை உடையான் வேம்பன் வைசியார் மகன் ஆரம் பூண்டான் என்பவர் சீர்காழி கோயிலில் ஆளுடைய பிள்ளையார் திருக்கோயில் (திருஞானசம்பந்தர் சன்னதி)முதல் பிரகாரத்து திருமதில் திருப்பணிக்கு ஆறு கழஞ்சுப் பொன் கொடுத்துள்ளார் என்பதையும் இக்கல்வெட்டு வாசகத்தில் காணமுடிகிறது.

கல்வெட்டு

1. ஸ்வஸ்திஸ்ரீ திரிபுவனச்சக்கரவர்த்திகள்

2. ஸ்ரீஇராஜராஜதேவர்க்கு யாண்டு ல் உ வது

3. ள உளயகூ ல் இராஜாயிராஜ வளநாட்டுத் திருக்கழு ம

4. ல னாட்டுத் திருக்கழுமலத்து ஆளுடையபிள்ளை

5. யார் திருக்கோயில் முதல் ப்ரகாரத்து திருமதிள் திரு

6. ப் பணிக்கு கங்கைகொண்டசோழபுரத்து கங்கை

7. கொண்டசோழன் திருமதி(ள்)க்குள்ள வடகட (திருமதிளுக்குள் வடக் கடை ய)

8. உத்தமசோழப் பெருந்தெருவில்வியாபாரி

9. மா நிகை உடையான்வேம்பன் வைசியார்

10. மகன் ஆரம்பூண்டான் இத்திருப்பணிக்கு----

11. ஞ்சலாகை அச்சு இருநூறு இவன் அகமுடையா

12. ள் ம------கக-----திருப்பணிக்குடலாக கு-----

13. இட்டு மாறி பொன் அறுகலஞ்சும் இவளடி பிரள-----

14. மயை விற்ற எட்டு மாறி பொன் ஆறு கலஞ்சும்

இராஜேந்திரசோழன் திருவீதி

கங்கைகொண்டசோழபுரம் சோழீஸ்வரர் கோயிலில் உள்ள மல்லிகார்ச்சுனராயர் காலத்தைச் சார்ந்த (கி.பி.1463) கல்வெட்டில் கங்கைகொண்ட சோழீஸ்வரமுடையார் கோயிலுக்கு நிர்வாக அதிகாரியாக நியமிக்கப்பட்டிருந்த வைப்பூருடையான் திருவேங்கடமுடையான் ஏகாம்பரநாதக் காங்கேயன் என்பவர் கங்கைகொண்ட சோழபுரத்தில் அவர் வசிப்பதற்காகக் கோயில் அதிகாரிகள் இராஜேந்திர சோழன் திருவீதியில் இரண்டு வீட்டு

மனைகளை வழங்கியுள்ளதைக் கூறுகிறது (க.கொ. க.1.39). சோழப் பேரரசு கி.பி.1279 ஆம் ஆண்டுடன் முடியுற்றது. ஆனால் மல்லி கார்ஜுனராயரின் கல்வெட்டின் மூலம் 184 ஆண்டுகளுக்குப் பிறகும் இராஜேந்திர சோழன் பெயரில் உருவாக்கப்பட்டிருந்த அத்திருவீதியானது மக்களின் பயன்பாட்டில் தொடர்ந்து இருந்துள்ளதை அறியும்போது இராஜேந்திர சோழரின் புகழ் காலத்தைக் கடந்தும் கங்கைகொண்டசோழபுரத்தில் நிலை பெற்றிருந்ததை உணரமுடிகிறது.

மடிகைத்தெரு

நுகர்வோர்களுக்கான பொருட்களை ஒரே இடத்தில் மொத்தமாக வைத்து வியாபாரம் செய்யக்கூடிய பண்டக சாலைக்கு மடிகை என்பது பெயர். இப்பண்டகசாலைகள் இருந்த தெருவே மடிகைத்தெரு என அழைக்கப்பட்டது. கும்பகோணம் சக்கரபாணி சுவாமி கோயிலின் மடப்பள்ளி தூண்களில் பொறிக்கப்பட்டுள்ள முதலாம் இராஜேந்திர சோழனின் கல்வெட்டில், கங்கைகொண்ட சோழபுரத்திலிருந்த மடிகைத் தெருவினைப் பற்றிய பதிவினைக் காணமுடிகிறது. அக்கல்வெட்டில் இராஜேந்திர சோழர் காலத்தில் கங்கைகொண்டசோழபுரம் மடிகைத்தெருவில் வசித்து வந்த வியாபாரி முகுந்தனூருடையான் தாவளன் ஆலையேற்று பெருமாள் என்பவர் பத்து கலம் நெல்லை இக்கோயில் சிவப்பிராமணர்களிடம் முதலீடாகக் கொடுத்து ஐப்பசி அம்மாவாசை நாளில் இறைவனை எழுந்தருளிவித்து பூஜை வழிபாடு நடத்தும்படி ஏற்பாடு செய்துள்ளார். இத்தகவலை ஐப்பசி மாஸ முதல் அமாவசி எழுந்தருள கெங்கைகொண்டசோழபுரத்து மடிகைத் தெருவில் இருக்கும் வியாபாரி முகுந்தநூருடையான் தாவளன் ஆலை ஏற்றுப் பெருமாள்.. (க.கொ. க.2.6) என்ற கல்வெட்டு வரிகளின் மூலம் அறியப்பெறுகிறது.

மூரிப்பூத்தெரு

கங்கைகொண்டசோழபுரத்தில் மூரிப்புத்தெரு என்ற தெருவைப் பற்றிய குறிப்பினைத் திருவாடுதுறை கோமுக்தீசுவரர் கோயிலில் உள்ள விக்கிரம சோழனின் மூன்றாம் ஆட்சியாண்டில் (கி.பி.1121) வெளியிடப்பட்ட கல்வெட்டின் வழியாக அறிய முடிகிறது. அக்கல்வெட்டில் கங்கைகொண்டசோழபுரத்துக் கைகோளர்களுக்கு (இராணுவ வீரர்கள்) வீரபோகமாக விடப்பட்ட குலோத்துங்க சோழ நல்லூரில் உள்ள ஸ்ரீமங்கலீஸ்வரமுடைய

மகாதேவர் கோயிலுக்குப் பூஜை வழிபாட்டுக்கு இறையிலியாக விக்கிரம சோழனின் மனைவி முக்கோக் கிழானடிகளிடம் பெண்டாட்டியாகப் (பணியாளர்) பணிபுரிந்த பவழக்குன்று பெரியாள் என்ற பெண்மணி நிலம் வழங்கியதைக் குறிப்பிடுகிறது. இப்பெண்மணி கங்கைகொண்ட சோழபுரத்து மூரிப்புத் தெருவில் வாழ்ந்துவருபவர் என்றும் இவர் இந்நிலத்தை இத்தெருவில் வசிக்கும் நெற்குன்றது ஸ்ரீவாசுதேவப் பட்டன் என்பவரிடமிருந்து விலைக்கு வாங்கிக்கொடுத்தார் என்ற செய்தியையும் அக்கல்வெட்டுக் கூறுகிறது. மேலும் அந்நிலம் உலகுய்யக் கொண்ட சோழச் சதுர்வேதி மங்கலத்துப் பிடாகையில் இருந்தது. இந்நிலத்தைக் காசு கொள்ளா இறையிலியாக வழங்குவது என உலகுய்யக் கொண்ட சோழச்சதுர் வேதி மங்கலத்து ஊர்சபை முடிவுசெய்தது. அதற்காக அச்சபை இச்சதுர் வேதிமங் கலத்தின் பிடாகையான சளுக்கி குலகால நல்லூரில் இருந்த திருவரைசுடைய மகாதேவர் கோயிலில் கூட்டம்கூடி முடிவுசெய்து இறையிலியாக நிலத்தை வழங்கிய தகவல்களையும் அக்கல்வெட்டில் காணமுடிகிறது.

இங்கு குறிப்பிடப்படும் உலகுய்யக்கொண்ட சோழச்சதுர்வேதி மங்கலம் என்ற ஊர் தற்போது எந்தப்பெயரில் அழைக்கப்படுகிறது என்பதை அறிய இயலவில்லை. ஆனால் கல்வெட்டில் சுட்டப்பட்டுள்ள சளுக்கி குலகால நல்லூர் என்பது தற்போது கங்கைகொண்ட சோழபுரம் அருகே உள்ள சளுப்பை என்ற ஊராக இருக்கலாம். மேலும் இவ்வூரில் சாளுக்கிய நாட்டு அழகிய துர்க்கை சிற்பம் உள்ளதால் இவ்வூர் சாளுக்கிய தேசத்தை வென்றதன் நினைவாக வைக்கப்பட்ட பெயராக இருக்கலாம். குறிப்பாகச் சளுப்பை கிராமத்தில் உள்ள ஐய்யனார் வீரனார் (சளுப்பை அழகர்) கோயில், துர்க்கை கோயில் ஆகியவற்றை இம்மாவட்டத்திலும் அருகில் உள்ள மாவட்டப் பகுதிகளிலும் வசிக்கின்ற நூற்றுக்கணக்கான கைக்கோளர் (செங் குந்த முதலியார்கள்) குடும்பத்தார்கள் தங்களின் குலதெய்வமாக இன்றுவரை வணங்கி வருகின்றனர். சாளுக்கிய நாட்டுப் படையெடுப்புகளில் கலந்துகொண்ட கைக்கோளர்களுக்கு வீர போகமாகக் கொடுக்கப்பட்ட குலோத்துங்க சோழநல்லூர் இன்றும் அதே பெயரில் கங்கைகொண்டசோழபுரம் அருகே அமைந்துள்ளது.

கல்வெட்டு

1. .....ஸ்ரீஉலகுய்யக்கொண்ட சோழச் சருப்பேதி

மங்கலத்துப் பிடாகை சளுக்கி கு

2. லகாலநல்லூரில் திருவரை சுடைய மஹாதேவர் கோயிலிலே இய்யாட்டை மேஷ நாயற்று பூர்வபக்ஷத்து ஷஷ்டியும் சனிக்கிழமையும் பெற்ற திருவா திரை நாள் மஹாஸபை கூட்டக் குறைவறக் கூடியிருந்து பணிப்பணியால் ஸபாவ் யவஸ் தைபடி கங்கை கொண்டசோழபுரத்து கைக்கோளர் வீரபோகம் குலோத்துங்க சோழநல்லூரில் உடையார் ஸ்ரீமங்கலீஸ் வரமுடைய

3. மஹாதேவர்க்கு மூலப்ருத்யரான ஆதிசண் டேஸ்வர தேவற்க்கு நாங்கள் ஸந்த்ரா தித்தவற் சாஸ்வ திகமாக காசு கொள்ள இறையிலி செய்து குடுத்த நிலமாவது இவ்வுலகுய்யக் கொண்டசோழச்சருப்பேதி மங்கலத்துப் பிடாகையில் கங்கை கொண்டசோழபுரத்து நம்பிராட்டியார் முக்கோக் கிழானடிகள் பெண்டாட்டி மூரிப்புத் தெருவிலிருக்கும் பவ

4. மூக்குன்று பெரியாள் நம் மூர் நெற்குன்றத்து ஸ்ரீவாசுதேவபட்டன் பக்கல் விலை கொண்ட நிலம் கண்டர் கண்ட வதிக்கு மேற்கு சோழ குலமாதேவி வாய்க் காலுக்குத் தெற்கு ஏழாங்கண் ணாற்று.... (க.கொ.க.2.35)

நகரப் பாதுகாப்பு

கங்கைகொண்டசோழபுரம் சோழப் பேரரசின் அரசியல் தலைநகரம் என்பதால் பாதுகாப்பிற்கென நிலைப்படைகளைக் கொண்ட முக்கிய இராணுவ கேந்திரமாகவே மாற்றப்பட்டிருந்தது. இவ்வூரில் சோழர் படைப்பிரிவுகள், படைவீரர்கள், தளபதிகள் எனப் பலதரப்பட்ட இராணுவ வீரர்களும் நிரந்தரமாகத் தங்க வைக்கப்பட்டிருந்ததைக் கல்வெட்டுத் தரவுகளில் காணமுடிகிறது. சோழர் காலத்தில் பரிவாரத்தார், அகப்பரிவாரத்தார், கைக்கோளர், நியாயத்தார், சிறுதனம், பெருந்தனம் என்னும் பல நிலைகளில் இராணுவத்தினர் தலைநகர் பாதுகாக்கும் பணியில் ஈடுபட்டிருந்தனர். இராணுவப்படை வீரர்கள் கைக்கோளர் எனவும் தெரிந்த கைக்கோளப்படை எனவும் அழைக்கப்பட்டனர். இவர்களுக்கு வருவாய் ஜீவிதமாகக் காணியாக நிலங்களும், ஊர்களும் வழங்கப்பட்டிருந்தன. அவ்வாறு கொடுக்கப்பட்ட ஊர்கள் வீரபோகம், படைப்பற்று என்ற பெயர்களால் அழைக்கப்பட்டன.

வேளங்களைக்காத்தக் கைக்கோளர்

பழைய வேளத்துக் கைக்கோளன் பெற்ற திருநள்ளாறன், விக்கிரம சோழர் வேளத்துக் கைக்கோளன் சீராளன் நாராயணன், முடிகொண்ட சோழன் வேளத்து கைக்கோளன் அரையன் சோறுடையான் என்னும் பெயர்களிலிருந்து வேளங்களின் பாதுகாப்புப் பணியில் கைக்கோளப் படைவீரர்கள் பணிபுரிந்துள்ளனர் என்பதைக் கல்வெட்டுக்களில் காணமுடிகிறது. முதலாம் குலோத்துங்க சோழரின் *41* ஆம் ஆட்சியாண்டு வெளியிடப்பட்டுள்ள *(கி.பி.1111)* திருவிடைமருதூர் மகாலிங் கேஸ்வரர் கோயில் கல்வெட்டில்.. ¨ கங்கைகொண்டசோழபுரத்து விக்கிரம சோழந் வேளத்து கைக்கோளந் சீராளந் நாராயணந் உடையார் ¨ *...(SI.I.,VOL 23NO:237).* இதே கோயிலில் உள்ள இம் மன்னரின் மற்றொரு கல்வெட்டில்... ¨ கங்கைகொண்ட சோழபுரத்து முடி கொண்ட சோழன் வேளத்துக் கைக்கோளந் அரயன் சோறுடையான் ¨ *..(SI.I.,VOL 23NO:281).* இதே கோயிலில் உள்ள இம்மன்னரின் *49* ஆவது ஆட்சியாண்டைச் சார்ந்த மற்றொரு கல்வெட்டில் ¨ கங்கைகொண்ட சோழபுரத்து பழைய வேளத்து கைக்கோளந் பெற்ற திருநள்ளாறந் ¨ *(SI.I.,VOL23NO:697).* என்ற கல்வெட்டு வரிகளின் மூலமாக முதலாம் குலோத்துங்க சோழரின் ஆட்சிக்காலத்தில் கங்கைகொண்டசோழபுரம் நகரில் இருந்த வேளங்களில் பணியாற்றிய வீரர்களின் பெயரையும் அவர்கள் அரசனுக்கு நிகராகக் கோயில்களுக்குத் தானங்களை வழங்கியுள்ள குறிப்பினையும் காணும்போது இவர்கள் அக்காலத்தில் பெற்றிருந்த செல்வாக்கினை அறியமுடிகிறது.

திருக்கொற்ற வாசல் புறவாயில் சேனாபதி

திருவாவடுதுறை கோமுக்தீஸ்வரர் கோயிலில் எழுதப்பட்டுள்ள விக்கிரம சோழ ரின் மூன்றாம் ஆட்சியாண்டைச் *(கி. பி.1121)* சார்ந்த கல்வெட்டில் ¨ ...கங்கை கொண்டசோழபுரத்து கங்கைகொண்டசோழன் திருக்கொற்ற வாசலில் புறவாயில் ஸேநாபதி இளங்காரி குடையான் சங்கரன் அம்பலங்கோ யில்....(க.சோ.க.பகு தி *2-34).* அதாவது, இந்நகரத்திலிருந்த கங்கைகொண்டசோழன் திருக்கொற்றவாசல் புறவாயில் *(Outer Gate)* காவல் காக்கின்ற பணியினையும், இவ்வாயிலைக் காவல் காத்த சேனாபதி இளங்காரிக் குடையான் சங்கரன் அம்பலம் கோயில் கொண்டான் ஆன அனந்தபாலன் என்பவர்

மேற்கொண்டிருந்தார் என்ற தகவலை அறியமுடிகிறது. கொற்ற வாசல் என்பது மன்னரின் ஆஸ்தான மண்டபம் அல்லது தர்பார் மண்டபம் அமைந்த பகுதியின் வாயிலாக இருக்கலாம். இதன் பெயர் கங்கைகொண்டசோழன் திருக்கொற்றவாசல் என அழைக்கப்பட்டது அல்லது மன்னரின் பிரதான அரண்மனைகளில் ஒன்றாக விளங்கிய கங்கைகொண்டசோழன் மாளிகையில் அமைந்திருந்த பிரதான வாயிலின் பெயர் திருக்கொற்ற வாசல் என அழைக்கப்பட்டதாகவும் இதனைக் கருதலாம். எதுவாக இருப்பினும் இத்தகைய வாயில்கள் காவல் கட்டுகள் மிகுந்த, பாதுகாப்பு ஏந்துகள் நிறைந்த இடமாக விளங்கியதையும் அவை சேனாபதிகளின் தலைமையில் நிருவகிக்கப்பட்டதையும் உணரமுடிகிறது.

படைவீடு

தலைநகர் கங்கைகொண்டசோழபுரத்தில் நிலைப்படைகள் தங்கியிருந்த இடங்கள் படைவீடு என்ற சொல்லாடலால் அழைக்கப்பட்டதைக் கல்வெட்டுக்களில் காணமுடிகிறது. அப்படைக் குழுவினர்களுக்குத் தனித்தனிப் பெயர்களும் கொடுக்கப்பட்டிருந்தன. முதலாம் குலோத்துங்கசோழரின் 42 ஆம் ஆட்சியாண்டு (கி.பி.1112) வெளியிடப்பட்டக் காளகஸ்தி சிவன்கோயில் கல்வெட்டில் ..... சோழமண்டலத்து விருதராஜபயங்கர வளநாட்டு கங்கைகொண்டசோழ புரத்துச் சிறுதனத்து மலையரண் படை வீட்டிலிருக்கும் தெங்கங்குடையான் கூத்தன் வடுகந் ...அதாவது சோழ மண்டலத்து விருதராஜ பயங்கர வளநாட்டுக் கங்கைகொண்டசோழபுரத்தில் இருந்த மலையரண் படைவீடு என்ற பெயரையுடைய படைப்பிரிவினர் தங்க வைக்கப்பட்டிருந்தனர். இப்படைப் பிரிவைச் சார்ந்த சிறுதனத்து அதிகாரியான தெங்கங்குடையான் கூத்தன் வடுகன் என்பவர் காளத்தி கோயிலில் நந்தாவிளக்கு எரிக்க 16 பசுக்களைத் தானமாக கொடுத்துள்ளார். இதன் மூலம் நகரப் பாதுகாப்பிற்காக மலையரண் படைவீடு என்ற இராணுவப் பிரிவு (தற்கால கன்டோன்மெண்ட் என அழைக்கப்படும் படை முகாம்களின் இடப்பெயருக்கு ஒப்பானதாகக் கருதலாம்) ஒன்று நிரந்தரமாகத் தங்க வைக்கப்பட்டிருந்ததை அறிகிறோம். மேலும் கங்கைகொண்ட சோழீஸ்வரர் கோயிலில் உள்ள நான்காம் ஜடாவர்மன் சுந்தர பாண்டியனின் இரண்டாம் ஆட்சியாண்டைச் சேர்ந்த கல்வெட்டில் இவ்வூரில் இருந்த உட்படைவீடு என்ற இராணுவத்தளம் பற்றிய

பதிவினையும் காணமுடிகிறது. இதே கோயிலில் கி.பி.1317ஆம் ஆண்டு வெளியிடப்பட்ட இரண்டாம் மாறவர்மன் குலசேகர பாண்டியரின் கல்வெட்டில் ஆரியப்படைவீடு என்ற படைப்பிரிவினர் பற்றிய தகவலையும் அறியமுடிகிறது. இந்த மூன்று படைவீடுகள் அமைந்திருந்த இடங்களை இன்றும் கங்கைகொண்டசோழபுரத்தைச் சுற்றியுள்ள பகுதியில் அமைந்துள்ள படநிலை (படைநிலை-படை நிலையாகத் தங்கவைக்கப்பட்டிருந்த இடம்), உட்கோட்டை, ஆயிரகலவன் (ஆயுதக்களம்) ஆகிய ஊர்களாகும்.

கைக்கோளர் வீரபோகம்

கங்கைகொண்டசோழபுரத்தில் பணியாற்றிய சிறுதனத்து அகம்படிக் கைக்கோளர்க்கு வீரபோகமாகக் குலோத்துங்க சோழநல்லூர், வல்லவ வல்லநல்லூர் என்னும் இரண்டு ஊர்கள் வழங்கப்பட்டுள்ள தகவலை முதலாம் குலோத்துங்க சோழரின் 47ஆம் ஆட்சியாண்டு வெளியிடப்பட்ட திருவாடுதுறை கோமுக்தீஸ்வரர் கோயில் கல்வெட்டில் காணமுடிகிறது. கைக்கோளர் என்போர் சோழர்கால இராணுவப்படை வீரர்களைக் குறிக்கும் சொல்லாகும். இவர்களுக்கு ஊதியத்துக்குப் பதிலாக ஊர்கள் மற்றும் நிலங்கள் வழங்கப்பட்டுள்ளன. இவையே வீரபோகம் என அக்காலத்தில் அழைக்கப்பட்டன. இத்தகைய வீரர்கள் சிறுதனத்து அகம்படி என்ற பணி நிலையிலும் பணியாற்றியுள்ளனர். சோழர் படைப்பிரிவுகளில் சிறுதனத்து, பெருந்தனத்து தெரிந்த கைக்கோளப் படையினர் என்ற பணிநிலைகள் (Cadre/Category) இருந்ததைத் தஞ்சைப் பெருவுடையார் கோயில் கல்வெட்டுக்களால் அறிகிறோம். அகம்படி, அகம்படி முதலி என்னும் சொற்கள் சோழர் அரண்மனை நிர்வாகம் மற்றும் படைப்பிரிவுகளில் பணியாற்றிய முதன்மை அலுவலர்/அதிகாரிகளைக் (Chief Officers, Commanders) குறிக்க வழங்கப்பட்ட பதவிப் பெயர்களாகும். இத்தகைய பதவிகளில் பணியாற்றிய வீரர்களைப் பற்றிக் கீழ்க்காணும் கல்வெட்டில் காணமுடிகிறது. விருத ராஜபயங்கரவளநாட்டு மேக்காநாட்டுச் சிறுதனத்து அகம்படி கைக் கோளர்க்கு விட்ட வீரபோகம் குலோத்துங்கசோழநல்லூர்க்கும் வல்லவவல்ல நல்லூர் (க. சோ.க.2-29), இதன் மூலம் இரண்டு ஊர்கள் வீரபோகமாக வழங்கப்பட்டுள்ள தகவலையும் இக்கல்வெட்டு கூறுகிறது. இதேபோன்று இக்கோயிலில் உள்ள விக்கிரம சோழன் மூன்றாம் ஆட்சியாண்டில் (கி. பி. 1121) வெளியிடப்பட்ட மற்றொரு கல்வெட்டில் கங்கைகொண்டசோழபுரத்து

கைக்கோளர் வீரபோகம் குலோத்துங்கசோழநல்லூர் (க.சோ. க.2 -35) எனக் குறிப்பிடப்பட்டுள்ளது. இக்கல்வெட்டுக்கள் குறிப்பிடும் குலோத்துங்க நல்லூர் இதே பெயருடன் இன்றும் அழைக்கப்படுகிறது. ஆனால் வல்லவ வல்லநல்லூர் என்ற ஊர்ப்பெயர் காலப்போக்கில் மருவித் தற்பொழுது வளவனேரி என்ற பெயரில் குலோத்துங்க நல்லூர் அருகே உள்ளது. இவ்விரு ஊர்களும் கங்கைகொண்டசோழபுரத்தில் பணியாற்றிய கைக்கோளப் படையினருக்கு வீரபோகமாக வழங்கப்பட்டுள்ளதை மேற்கண்ட கல்வெட்டுக்கள் உணர்த்துகின்றன.

கங்கைகொண்டசோழபுரத்திலிருந்து அரசாண்ட மன்னர்கள்

பூர்வதேசமும் கங்கையும் கடரமுங் கொண்ட கோப்பரகேசரிவர்மன் என்று கல்வெட்டுக்களால் புகழ்ந்து கூறும் இராஜேந்திர சோழன் இராஜராஜ சோழனுக்கும், வானவன்மாதேவி என்று வழங்கும் திரிபுவனமா தேவிக்கும் மகனாகப் பிறந்தவன். அய்யர்பிறந்த அருளின அப்பிகைச்சதைய திருவிழாவரைவுக்கு திருமுளையட்டவும் தீர்த்தத்துக்கு திருச்சுண்ணம் இடிக்கவும் நாம்பிறந்த ஆடித் திருவாதிரை திருநாளால் (இராஜேந்திரசோழன் அரியணையேறிய ஆயிரமாவது ஆண்டுவிழா மலர் ப.24) என்ற கல்வெட்டு வரிகளால் இம்மன்னன் ஆடித்திருவாதிரை நாளன்று பிறந்ததை உறுதியாக அறிகிறோம். கி.பி.1012ஆம் ஆண்டு இராஜ ராஜ சோழனால் இளவரசுப்பட்டம் சூட்டப்பட்டு இராஜேந்திர சோழன் என்ற அபிடேகப்பெயர் வழங்கப்பட்டமையால் இவன் தன் ஆட்சிக்காலம் முழுமையும் அப்பெயருடனேயே விளங்கினான். கி.பி.1014 ஆம் ஆண்டு இராஜராஜ சோழன் இறந்தவுடன் இவனுக்கு முடிசூட்டப்பட்டது. இராஜேந்திரர் காலத்தில் சோழப் பேரரசானது வடமேற்கே மண்ணைக்கடக்கம் முதல் வடகிழக்கே ஒட்டதேசம் என்று அழைக்கப்பட்ட இன்றைய ஒடிசாவின் மகாநதியின் வடகரை வரையில் நிலவியல் எல்லையாக இருந்தது. மண்ணைக்கடக்கம் (இன்றைய மால்கேட்) வெற்றியின் விளைவாக குஜராத் வரையிலான அரபிக்கடல் பகுதியும், கங்கை வெற்றியின் மூலமாக பர்மா வரையிலான வங்கக்கடல் பகுதியும் தமது கப்பற்படை வலிமையால் இலங்கை, பழந்தீவு பன்னிராயிரம், சாந்திமாத்தீவு போன்றவற்றைக் கைப்பற்றியதன் விளைவாக ஒட்டு மொத்த இந்துமகா சமுத்திரத்திரமும் இராஜேந்திர சோழனின் நேரடிக் கட்டுப்பாட்டின் கீழ்வந்தன. இவ்வெற்றிகளின் விளைவாக முக்கடற்பரப்பில் கடற் கொள்ளையர்களின் பயமின்றி அயலக

வணிர்கள் சோழநாட்டோடு வாணிபத்தில் ஈடுபட்டுவந்தனர். ஒட்டுமொத்த வங்கக்கடல் பகுதியும் இராஜேந்திரனின் நேரடிக் கட்டுப்பாட்டில் இருந்ததால் இக்கடற்பரப்பில் சீனா, ஸ்ரீவிஜயம் போன்ற அரசுகள் ஆதிக்கம் செலுத்துவதற்கு நிரந்தரமாக முற்றுப்புள்ளி வைக்கப்பட்டது. இதன் விளைவாக இராஜேந்திரசோழன் காலத்தில் சோழப்பேரரசு பெருமளவில் அந்தியச் செலாவணியை ஈட்டிப் பொருளாதரத்தில் தன்னிறைவைப் பெற்றிருந்தது. இம்மன்னரது பன்னிரண்டாம் ஆட்சியாண்டில் (கி.பி.1024) வெளியிடப்பட்டத் திருக்காளத்தீஸ்வரர் கோயில் கல்வெட்டு இராஜேந்திர சோழனின் வடபுல வெற்றிகளைப் பற்றிப் பெருமையாகக் குறிப்பிடுகிறது. ஆனால் இம்மன்னனின் ஒன்பதாம் ஆட்சியாண்டு வெளியிடப்பட்ட (கி.பி.1021) திருக்கோயிலூர் வீராட்டனேஸ்வரர் கோயில் கல்வெட்டு மேலைச் சாளுக்கிய மன்னன் ஜெயசிங்கனை வென்றதைச் சுட்டுகிறது. எனவே இராஜேந்திர சோழன் வடபுலப்படையெடுப்பு என்பது பதினொன்றாம் ஆட்சியாண்டின் முற்பகுதியில் துவக்கப்பட்டு அவ்வாண்டின் அதாவது கி.பி.1023 ஆம் ஆண்டின் இறுதிக்குள் நிறைவு பெற்றுத் தாம் கொண்டு வந்த கங்கை நீரினால் தமது புதிய தலைநகர் புனிதப்படுத்தப்பட்டு கி.பி.1024ஆம் ஆண்டு முதல் சோழப் பேரரசின் மிகப்பெரிய தலைநகராகக் கங்கைகொண்டசோழபுரம் உயர்வு பெற்றது. மேலும் திருக்கடையூர் அமிர்தகடேஸ்வரர் கோயில் கருவறையின் வடக்குச் சுவர்ப் பீடத்தின் மீது பொறிக்கப்பட்டுள்ள இராஜேந்திர சோழரின் 15 ஆம் ஆட்சியாண்டில் (கி.பி.1027) வெளியிடப்பட்ட கல்வெட்டில் 'கங்கைகொண்டசோழபுரத்து வீரசோழ மடிகை' (SII.Vol — 22NO:20) என சுட்டப்பட்டுள்ளது. இதன் மூலம் கங்கைகொண்ட சோழபுரம் சோழப்பேரரசின் ஆட்சி அதிகாரத்தின் மையமாகத் திகழ்ந்துள்ளதை அறியமுடிகிறது. இராஜேந்திர சோழனுக்குப் பிறகு முதலாம் இராஜாதிராஜன், இரண்டாம் இராஜேந்திரன், வீரராஜேந்திரன், அதிராஜேந்திரன், முதலாம் குலோத்துங்க சோழன், விக்கிரமசோழன், இரண்டாம் குலோத்துங்கசோழன், மூன்றாம் குலோத்துங்கசோழன், மூன்றாம் இராஜராஜன், மூன்றாம் இராஜேந்திரன் காலம் வரையில் சற்றேறக்குறைய 255 ஆண்டுகாலம் சோழப்பேரரசின் தலைநகராக இந்நகர் இருந்துள்ளது.

கங்கைகொண்டசோழபுரத்தில் பணியாற்றிய முக்கிய அரசு அதிகாரிகள்

சோழ நாட்டினை அரசாண்ட மாமன்னர்களுள் பன்முக ஆட்சியாளராகத் திகழ்ந்தவர் பேரரசன் இராஜேந்திரனேயாவார். ஏனெனில் இவரது ஆட்சிக்காலத்தில் சோழப் பெருநாட்டின் எல்லைகள் பரந்துபட்டு விரிந்து கிடந்தன. பொதுவாகச் சோழ மன்னர்கள் அனைவரும் மக்கள் நலன்சார் ஆட்சியாளர்களாக இருந்ததால் மக்கள் அனைத்து வளங்களுடன் அமைதியான வாழ்வினை வாழ்ந்து வந்தனர். விவசாயம், கைத்தொழில், வாணிகம் போன்றவை பெருவளர்ச்சி பெற்றதால் மக்களிடம் வறுமை என்பது இல்லை. அதன் விளைவாகச் சமயம், நாட்டியக்கலை, இசைக்கலை, நாடகக்கலை, கூத்துக்கலை போன்ற கவின்கலைகளும், கட்டடக்கலை, சிற்பக்கலை, ஓவியக்கலை போன்ற பிரம்மாண்டக் கலைகளும் பெரும் வளர்ச்சியினைப் பெற்று ஆயக்கலைகளின் பொற்காலமாகச் சோழர் ஆட்சி விளங்கிற்று. புதிய தலைநகரில் உருவாக்கப்பட்ட பேரரசின் நிர்வாகக் கட்டமைப்பில் திறன்மிக்க அதிகாரிகளைப் பெற்றிருந்ததால்தான் நிர்வாகத் துறைகளிலும், போர்த்துறையிலும், வெளிவிவகாரக் கொள்கைகளிலும் மன்னனுக்கு உற்ற துணையாக இருந்த அலுவலர்களும், போர்ப்படைத் தலைவர்களும், சிற்றரசர்களும் மக்கள் நலனே தன்னலம் எனக் கருதித் திறம்பட உழைத்துள்ளனர் என்பதை நம்மால் மறுக்க இயலாது.

சோழப் பேரரசு மிகப்பெரிய நிலப்படையினையும், வலிமைமிக்க கப்பற் படையையும் கொண்டிருந்தது. மாமன்னர் இராஜராஜன், பேரரசர் இராஜேந்திரன் போன்றவர்களின் ஆட்சிக்காலத்தில் சோழ அரசு ஏகாதிபத்தியக் கொள்கையில் தீவிரம் காட்டியதன் விளைவாகத் தொடர்ப் போர் நடவடிக்கைகளால் பிறநாட்டினை அடிமைப்படுத்தி அந்நாட்டின் ஒட்டுமொத்த வருவாயும் சோழநாட்டின் அரசியல் மையத்திற்குத் திருப்பிவிடப்பட்டன. இதனால் அரசின் கருவூலம் எப்பொழுதும் நிரம்பியே இருந்தது. இப்பெருமைக்கு முக்கியக்காரணம் படைத்தலைவர்களும் அவர்களைச் சார்ந்த வீரர்களுமேயாவர்கள். மாசிடோனிய மன்னன் மாவீரன் அலெக்ஸ்சாண்டரின் தொடர்ப் போர்களின் விளைவாகப் பெரும் புகழீட்டிய படைத்தலைவர்கள் ஏராளம். மாமன்னன் நெப்போலியனின் காலத்தில் பிரெஞ்சுதேசம் உருவாக்கிய படைத்தலைவர்கள் ஏராளம். அதனைப்போன்று

பேரரசன் இராஜேந்திரனது காலத்தில் கடல்தாண்டி, நிலம் கடந்து மாபெரும் படையெடுப்புகளை நிகழ்த்துவதற்கு தோள்கொடுத்த சேனாபதிகளும், அரசு அதிகாரிகளும், ஒற்றர்களும் ஏராளம் எனலாம். இராஜேந்திர சோழரது காலத்தில் பணியாற்றிய அரசு அலுவலர்கள், சிற்றசர்கள், படைத்தலைவர்கள் பற்றி இப்பகுதியில் ஆராயப்படுகிறது. இவர்களில் பெரும் பாலானோர் தலைநகர் தஞ்சையைப் போன்று புதிய தலைநகர் கங்கைகொண்டசோழபுரத்திலும் பணியாற்றி உள்ளனர் என்பது குறிப்பிடத்தக்கது.

வல்லவரையன் வந்தியத்தேவன்

வல்லவரையன் வந்தியத்தேவன் இராஜராஜ சோழனின் அக்கா குந்தவைப் பிராட்டியின் கணவராவார். இராஜேந்திர சோழரும் தனது அத்தையின் கணவரான வந்தியத்தேவனைத் தமது மதிப்பிற்குரிய அரசியல் ஆலோசகராக வைத்திருந்தார். வல்லவரையர் இராஜேந்திரனது ஆட்சிக்காலத்தில் தலைமைப்படைத் தலைவராக (மாதண்ட நாயகன்) விளங்கியவர். பொதுவாக அக்காலத்தில் அரச குடும்பத்தைச் சார்ந்தவர்களே மாதண்டநாயகராக நியமிக்கப்படுதல் வழக்கமாகும். அந்த அடிப்படையில் வல்லவரையன் வந்தியத்தேவன் சோழ அரசில் மாதண்டநாயகர் போன்ற முக்கியப் பொறுப்புகளில் இருந்துள்ளார். இவர் கீழைச்சாளுக்கியக் குலத்தைச் சார்ந்தவனாயினும் அரசியல் காரணத்தால் தன் மனைவியுடன் சோழவள நாட்டிலேயே தங்கிவிட்டார். இவர் பழைய வட ஆற்காடு மாவட்டத்தில் உள்ள பிரம தேசம் என்னும் ஊரைச் சூழ்ந்துள்ள பகுதியின் குறுநிலமன்னராக இருந்து ஆண்டு வந்துள்ளார். சோழப் பெருமன்னனின் சாமார்ந்தர்களுள் வந்தியத்தேவனே முதன்மையானவராக இருந்துள்ளார். இவரது ஆட்சிப்பகுதியானது சேலம் மாவட்டம் வரைப் பரவியிருந்ததாகக் கல்வெட்டுச் சான்றுகள் பகர்கின்றன. சேலம் மாவட்டத்தின் ஒருபகுதி அக்காலத்தில் வல்லவரையர் நாடு என்ற பெயரிலேயே அழைக்கப்பட்டதாகும். இராஜேந்திர சோழர் இவர்பால் பேரன்பும் மதிப்பும் கொண்டவராகவும் விளங்கினார்.

விக்கிரமசோழ சோழியவரையனாகிய அரையன் இராஜராஜன்

இராஜேந்திர சோழரின் படைத்தலைவர்களுள் பெருவீரமும் அஞ்சாநெஞ்சமும் வெற்றிச் சிறப்பும் வாய்க்கப்பெற்றவருள் முதன்மையாளராக வைத்து மதிக்கப்படுபவரும் இவரேயாவார்.

ஜெ.ஆர்.சிவராமகிருஷ்ணன்

பெரும் வீரராகத் திகழ்ந்த விக்கிரம சோழ சோழிய வரையனாகிய அரையன் இராஜராஜன் சோழமண்டலத்தில் திரைமூர் நாட்டிலுள்ள சாத்தமங்கலத்தில் பிறந்தவராவார். மேலைச்சாளுக்கிய நாட்டின் மீது இவர் நிலப் படையினைத் தலைமையேற்று நடத்தி வருவதைக் கேள்விப்பட்ட உடனேயே விஜயாதித்தன் நாட்டைவிட்டே ஓடிவிட்டான். அரையன் இராஜராஜன் மேலைச் சாளுக்கியரோடும், கீழைச்சாளுக்கிய மன்னனான விஜயாதித்தனோடும் புரிந்த போர்களில் பெரும் வெற்றியினைச் சோழ மன்னர்க்கு ஈட்டிக்கொடுத்தவன். குறிப்பாகச் சோழப் பெருமன்னர்களின் தீராப்பகைவர்களான மேலைச் சாளுக்கியர்களை அடக்கி மீளெழுச்சிப் பெறமுடியாத அளவிற்கு ஒடுக்க வேண்டும் என்ற நோக்கில் இராஜேந்திர சோழரால் அனுப்பப்பட்ட ஒப்பற்றப் படைத்தலைவரும் இவரேயாவார். இராஜேந்திரன் மேற்கொண்ட கங்கைப் படையெடுப்பின்போது படைக்குத் தலைமையேற்று பெரும் வெற்றியினை ஈட்டித்தந்த பெருமைக்குரியவன் இவன். எனவேதான் இவனது மறத்தன்மையினைக் கல்வெட்டுக்கள் எதிர்த்தவன் காலன், நால்மடி பீமன், சோழ சக்கரன், ஸாமந்தா பாணன், உபரி நாராயணனன், வீரபூஷணம், வீரவீமன் போன்ற விருதுப்பெயர்களோடு புகழ்வதைக் காணமுடிகிறது. இராஜேந்திர சோழனது பத்தாம் ஆட்சியாண்டினைச் சார்ந்ததாகிய அனந்தபுரம் மாவட்டம் கொத்தசிவரம் என்ற ஊரில் உள்ள ஆஞ்சேநேயர் கோயில் தூணில் பொறிக்கப்பட்டுள்ள கன்னடக் கல்வெட்டில் இவனது வெற்றிகளும் கூறப்பட்டுள்ளன. கொத்த சிவரத்திற்கும் பாத சிவரம் என்ற ஊருக்கும் இடையேயுள்ள சிவன்கோயிலில் உள்ள கீழ்க்கண்ட கல்வெட்டுப்பகுதி இவனது புகழ்பாடுவதைக் காணலாம்.

கலிங்கரையு மொட்டரையுங் கட்டழித்துக் கைவேற்
றேலிங்கரையுஞ் சேண்விசும்பிற் சேர்த்திக் கொலிங்கரையும்
போரழித்து வாய்த்தனவே போர்ச்சோழியவரையன்
கார்முகத்து வாய்த்தகணை
வேயோடு கானதரில் வீழ்செருநர் தோல்பிடித்துப்
பேயோடுபெயுறங்கும் பெற்றித்தே போயோடி
நான்மடிவீ மற்குடைந்த நாமப் படைத்தெலுங்கர்
கான்மடிவீ மட்டுலருங் காடு

இக்கல்வெட்டின் வாயிலாக இராஜேந்திர சோழரது படைத் தலைவர்களுள் ஆற்றலும் தீரமும் மிக்கவராக விக்கிரம சோழ சோழியவரையனாகிய அரையன் இராஜராஜன் விளங்கியுள்ளார்

என்பதற்கு மேற்கண்ட கல்வெட்டே தக்க சான்றாக உள்ளது. இராஜராஜ சோழன் காலம் முதல் சோழர் படைத் தலைவனாகப் பணியாற்றி பிறகு இராஜேந்திர சோழனது ஆட்சியின் தொடக்க காலம் வரைப் படைத்தலைவராகப் பணியாற்றியுள்ளார். வீரத்தின் பிறப்பிடமாய் வெற்றியின் இருப்பிடமாய்த் திகழ்ந்த இவர் இராஜேந்திர சோழரின் பெரும்மதிப்பிற்குரியவாராக விளங்கியவர்.

கிருஷ்ணன் இராமனான மும்முடிச்சோழ பிரம மாராயன்

இவர் இராஜராஜ சோழனின் ஆணைப்படி தஞ்சை பெரியகோயிலில், திருச்சுற்று மாளிகையை எடுப்பித்த பெருமைக்குரியவன். இவர் இராஜேந்திர சோழரின் ஆட்சியிலும் படைத்தலைவராக இருந்துள்ளான். இராஜேந்திர சோழரின் இறுதிக்காலம் வரையில் (கி.பி.1044) கிருஷ்ணன் இராமனான மும்முடிச் சோழ பிரம மாராயன் செல்வாக்கு பெற்ற தளபதியாக இருந்துள்ளதைக் கல்வெட்டுக்களின் வழியாக அறிகிறோம்.

மாராயன் அருண்மொழியான உத்தமசோழ பிரம மாராயன்

இவர் கிருஷ்ணன் இராமனான மும்முடிச்சோழப் பிரம மாராயனின் மகனாவார். தனது தந்தையைப் போல் இவரும் இராஜேந்திர சோழரின் ஆட்சிக்காலத்தில் உயர்வு பெற்ற அரசியல் தலைவராகத் திகழ்ந்த பெருமைக்குரியவர். இராஜேந்திர சோழரின் ஆணைக்கிணங்க கி.பி.1033ஆம் ஆண்டு கங்கபாடி நாட்டிலுள்ள குவலாளபுரத்தில் (இன்றைய கோலார்) பிடாரிக்குக் கோயில் எடுத்த பெருமைக்குரியவர். அருண் மொழி என்பது இவரது இயற்பெயராகும். இவரது தன்னலமற்ற அரசாங்க ஊழியத்தின் உயர்வைக் கண்ட இராஜேந்திர சோழர் உத்தமசோழ மாராயன் என்ற விருதுப் பெயரினை வழங்கிப் பாராட்டியுள்ளார்.

ஈராயிரவன் பல்லவரையனான உத்தம சோழப் பல்லவரையன்

இவர் சோழநாட்டில் பாம்புணிக் கூற்றத்திலுள்ள அரசூரில் பிறந்தவராவார். இராஜேந்திர சோழனுடைய பெருந்தரத்து அதிகாரிகளுள் இவரும் ஒருவர். இராஜராஜ சோழனின் ஆட்சிக்காலத்திலும் உயர்நிலை அரசு அதிகாரியாக விளங்கியவர். ஆனை மங்கலச் செப்பேடுகளில் சுட்டப்பட்டுள்ள அக்கால அரசு அதிகாரிகளுள் ஈராயிரவன் பல்லவரையனான உத்தமசோழப் பல்லவரையன் என்பவரும் ஒருவராவர்.

ஜெ.ஆர்.சிவராமகிருஷ்ணன்

உத்தமசோழ மிலாடுடையான்

இவர் திருக்கோவலூரைத் தலைநகராகக் கொண்டு ஆட்சிசெய்த மலையமாநாட்டின் மன்னராவார். இவரது இயற்பெயர் பராந்தகன் யாதவ வீமன் என்பதாகும். இவர் கங்கைகொண்ட சோழனுடைய மருமகனான இராஜராஜ நரேந்திரனுக்கு உதவிபுரியும் பொருட்டு வேங்கி நாட்டிற்குச் சென்று கலிதிண்டி என்ற ஊரில் மேலைச் சாளுக்கியரோடு நிகழ்த்திய போரில் வீரமரணம் எய்தியவர். இவருடன் சென்ற இராஜராஜ பிரமமாராயன், உத்தமசோழ சோழகோன் என்ற படைத்தளபதிகளும் இப்போரில் வீரமரணத்தைத் தழுவினர். இவர்களின் வீரத்தைப் போற்றும் வகையில் இம்மூவருக்கும் கலிதிண்டியில் மூன்று பள்ளிப்படைக் கோயில்களைக் கட்டிய இராஜராஜ நரேந்திரன் அதற்குப் பல நிவந்தங்களையும் வழங்கிச் சிறப்பித்துள்ளான்.

இராஜேந்திரசோழப் பல்லவரையன்

இவர் இராஜேந்திர சோழரின் கங்கைப் படையெடுப்பைத் தலைமையேற்று நடத்திய தளபதிகளுள் ஒருவராவார். கி.பி.1023 ஆம் ஆண்டு தென் கோசலத்தின் ஆதிக்கத்தின் கீழ் இருந்த கலிங்கதேசம், ஒட்டதேசம், உட்கலதேசம் போன்ற நாடுகளைச் சோழப்படை வெற்றி பெறுவதற்கு இவன் முக்கியக் காரணமாக இருந்துள்ளான். குறிப்பாகத் தென்கோசலத்தின் தலைநகரான யயாதி நகரில் நடைபெற்ற கடும் போரின்போது அந்நாட்டின் மன்னன் இந்திரரதன் மற்றும் இவனது நண்பனும் குலுத நாட்டின் தலைவனுமான விமலாதித்தன் போன்றோர் சோழப்படையினரால் வீழ்த்தப் பெற்றனர். இந்நிகழ்வை அயல்வில் வண்கீர்த்தி ஆதிநகர் அவையில் சந்திரன் தொல்குலத்து இந்திரரதனை விளை அமர்களத்து கிளையொடும் பிடித்து பல தனத்தொடு நிறைகுலத்து தனக்குவையும் என்று திருவாலங்காடுச் செப்பேடு குறிப்பிடுகிறது. இவ்வெற்றியின் மூலம் ஒட்டுமொத்த ஒடிசாப் பகுதியும் இராஜேந்திர சோழனால் வெற்றி கொள்ளப்பட்டது. இவ்வெற்றியின் நினைவாக ஒடிசா மாநிலத்தின் புராணச் சிறப்புமிக்க மலையான மகேந்திரகிரி மலையின் மீது நடைபெற்ற ஜெயஸ்தம்பம் நாட்டு நிகழ்ச்சியின் போது இராஜேந்திர சோழப் பல்லவரையன் எனும் இராஜராஜ மாராயனுக்கு வீர அங்குசத்தையும் விட்டி வாரணமல்லன் என்னும் வீர விருதினையும் இராஜேந்திர சோழர் வழங்கினார்.

இப்பெருமைமிகு மாவீரர் கும்பகோணம் அருகேயுள்ள சாத்தனூர் என்ற ஊரைச் சேர்ந்தவராவார். இவரைப்போன்றே விக்கிரம சோழியவரையனாகிய அரையன் இராஜராஜனும் இராஜேந்திர சோழரின் வடபுலப் படையெடுப்பின்போது தளபதிகளில் ஒருவனாகக் கங்கைவரை சென்றவன்.

இவர்கள் தவிர......

- தண்டநாயகன் அப்பிமையனாகிய இராஜேந்திர சோழப் பிரமமாராயன்
- வீரராஜேந்திர பிரம்மாதிராஜன்
- உத்தமசோழகோன்
- உத்தம சோழப் பல்லவராயன்
- முடிகொண்ட சோழ விழுப்பரையன்
- விக்ரம சோழ சோழியவரையன்
- இராஜராஜ பிரம்மராயன்
- பாண்டி உதய திவாகரன் இராஜராஜ நல்லூருடையான்
- நீலன் வெண்காடன் என்ற இராஜராஜ மூவேந்தவேளான்
- சேனாபதி மதுராந்தகன் பரகேசரி மூவேந்தவேளான்
- கொடும்பாளூர் இராஜேந்திரசோழ இருக்குவேளார்
- சேனாபதிஅரையன் கிடாரங்கொண்டசோழன் இராஜராஜஅணிமூரி நாடாழ்வான்
- இராஜேந்திர சோழ பிரம்மராயர்
- கங்கைகொண்டசோழப்பல்லவரையன்
- வில்லவராஜன்
- இராஜராஜ குமணராஜன்
- இராஜராஜ மூவேந்தவேளான்
- குணநிதி அருமொழி மூவேந்தவேளான்
- விக்ரமசிங்க மூவேந்தவேளான்
- விக்ரமசோழ மூவேந்தவேளான்

- இராஜேந்திர மூவேந்தவேளான்
- வீரராஜேந்திர தமிழதரையர்
- திருநீலகண்டபட்டர்
- கொட்டி அதிராத்ரயாஜி
- காடவராயர்
- வீரராஜேந்திர முனையதராயர்
- ஆதித்த சூளாமணி
- கடாரம்கொண்டசோழ மூவேந்தவேளான்
- இரட்டபாடி கொண்டசோழ மூவேந்தவேளான்
- ஜநநாத மூவேந்தவேளான்
- மதுராந்தக மூவேந்தவேளான்
- இராஜராஜ மூவேந்தவேளான்
- வீரசோழ மூவேந்தவேளான்
- இராஜராஜ விஜயபாலர்
- விக்ரம நாராயண மூவேந்தவேளான்
- வைகுண்டன்
- சோழன் விழுப்பரையன்
- நிருபதிவாகர மூவேந்தவேளான்
- வீரராஜேந்திர கச்சியூர் நாடாழ்வான்
- பார்த்திவேந்திர பிரும்ம மாராயர்
- இராஜமாணிக்க மூவேந்தவேளான்
- மனுகுல சோழ மூவேந்தவேளான்
- இராஜ வித்தியாதர மூவேந்தவேளான்
- வீரராஜேந்திர மலையப்பிச் சோழர்
- உதாரவிடங்க மூவேந்தவேளான்
- மும்முடிச் சோழ விழுப்பரையர்

- ஸ்ரீமாதவ பட்டன்
- சிவதேவ பட்டன்
- இருங்கண்டி வேங்கடப்பட்டன்
- விரிபுரம் நரசிம்ம பட்டன்
- அத்தாமிபுரம் பட்டன்
- தானவிநோத மூவேந்தவேளான்
- பராக்ரம சோழ மூவேந்தவேளான்
- வில்லவன் மூவேந்தவேளான்
- இராமதூத வேளான்
- மாதேவன் பிரும்மமாராயன்
- மாதேவன் வெண்காடன்
- கருணாகரன்
- பருத்தியூர் கிழான் சிங்கன் வெண்காடன்

போன்றோரும் அரசு நிர்வாகத்தில் இடம் பெற்றிருந்தனர். மேலும் அரசின் தலைமைச் சிற்பிகள், கட்டடக்கலை நுட்பவியலாளர்கள் போன்றவர்கள் பற்றிய பதிவினையும் இராஜேந்திர சோழர் கால எழுத்தாவணங்களில் காணமுடிகிறது.

- திருவொற்றியூர் கோயிலைக் கட்டிய இரவி என்னும் வீரசோழப் பெருந்தச்சன்.
- திருவாலங்காடு செப்பேட்டை எழுதிய காஞ்சிமாநகரைச் சேர்ந்த ஓவியக்குலத்துதித்த நாலவர்.
- காஷ்டகாரி ஆராவமுதப் புருஷோத்தமனான இராஜேந்திர சிம்மப் பேராச்சாரியான்.
- காஷ்டகாரி கிருஷ்ணரங்கன் திரிபுவனமகாதேவி பேராச்சாரியான்.

கங்கைகொண்டசோழபுரத்தைச் சுற்றியுள்ள ஊர்கள்

கங்கைகொண்டசோழபுரத்தைச் சுற்றி வரலாற்றிச் சிறப்பு மிக்க பல ஊர்கள் அமையப் பெற்றுள்ளன. இவைகளில் பெரும்பான்மையான ஊர்கள் கங்கைகொண்ட சோழபுரம்

உருவாக்கப்பட்ட பிறகு இங்கிருந்து ஆட்சிசெய்த மன்னர்கள் பெற்ற வெற்றியின் நினைவாகவும், அரசக் குடும்பத்தைச் சார்ந்தவர்களின் பெயரினைப் போற்றும் விதமாகவும், போர்க்களத்தில் தன்னலமற்று வெற்றிக்காகப் பாடுபட்ட தளபதிகளின் நினைவாகவும் உருவாக்கப்பட்டவையாகவே உள்ளன. அதனால்தான் இவ்வூர்ப் பெயர்களின் முன்னொட்டிலோ அல்லது பின்னொட்டிலோ அவற்றின் தாக்கத்தை இன்றுவரை காணமுடிகிறது. குறிப்பாக இவ்வூர்களின் அமைவியலை நோக்கும்போது நகர விரிவாக்கத்தின் புறம்பாடிப் பகுதிகளாக இவற்றினைக் கருதலாம்.

கொல்லாபுரம்

கங்கைகொண்டசோழபுரத்திலிருந்து 4கி.மீ. தொலைவில் இவ்வூர் அமைந்துள்ளது. இரண்டாம் இராஜேந்திர சோழனின் மெய்க்கீர்த்தியில். இரட்டபாடி ஏழரை இலக்கமுங் கொண்டு கொல்லாபுரத்து ஜயஸ்தம்பம் நாட்டி என்று குறிப்பிடப்படுகிறது. சாளுக்கியர்களின் தலைநகரான கொல்லாபுரத்தை வென்றதன் நினைவாக இவ்வூருக்குக் கொல்லாபுரம் என்று பெயரிட்டிருக்கலாம். இங்கு கி.பி.11ஆம் நூற்றாண்டைச் சேர்ந்த அபராதரட்சதர் கோயில் உள்ளது.

குருவாலப்பர் கோயில்

ஜெயங்கொண்டம் சாலையில் 2 கி.மீ. தொலைவில் அமைந்துள்ள இவ்வூரில் வீரநாராயணப் பெருமாள் என்ற பெருமாள் கோயில் உள்ளது. இவ்வூர் குருகைக் காவலப்பர் என்ற முனிவர் யோகம் செய்த இடமும், அடக்கமான இடமும் ஆகும். இவருடைய குருவாகத் திகழ்ந்தவர் நாதமுனிகள். நாத முனிகளும் இவ்வூரில் அடக்கமானதாகக் கூறப்படுகிறது.

மண்மலை

கங்கைகொண்டசோழபுரத்திலிருந்து அணைக்கரை செல்லும் சாலையில் சுமார் 3 கி.மீ. தூரத்தில் மண்மலை என்ற ஊர் அமைந்துள்ளது. இவ்வூரில் சிறிய மண்மேடு என்று இவ்வூர் மக்களால் அழைக்கப்படும் பண்பாட்டு மேடொன்று உள்ளது. இங்கு நடத்தப்பட்ட அகழாய்வில் 3.90 மீட்டர் ஆழத்தில் செங்கற்கள் பாவப்பட்ட அமைப்பிலான கட்டுமானம் ஒன்று கண்டுபிடிக்கப்பட்டது. மற்றொரு குழியில் 2.70 மீட்டர் ஆழத்தில் கட்டடப்பகுதி ஒன்றும் கண்டறியப்பட்டது. இங்கு

வெளிப்பட்டக் கட்டடப் பகுதியின் சுவர்கள் 1.10 மீட்டர் அளவுள்ளவைகளாகும். இது மாளிகை மேடு அகழாய்வில் கிடைத்த கட்டடத்தின் சுவர்ப் பகுதியின் அளவை ஒத்துள்ளது. எனவே மண்மலையில் வெளிக்கொண்டுவரப்பட்ட கட்டடப் பகுதியின் காலம் மாளிகைமேடு அகழாய்வில் கிடைத்த கட்டடத்தின் காலவரையறையோடு ஒத்துள்ளதை ஆய்வறிக்கைச் சுட்டுகின்றது. எனவே தற்போதுள்ள மாளிகைமேட்டில் இருந்து 3 கி.மீ. தூரத்தில் உள்ள மண்மலை வரையில் கங்கைகொண்ட சோழபுரம் நகர் இருந்துள்ளதாக ஆய்வாளர்கள் கூறுகின்றனர்.

அணைக்குடம்

இவ்வூர் ஜெயங்கொண்டத்திலிருந்து தெற்கே 8 கி.மீ.தூரத்தில் அமைந்துள்ளது. சோழ அரசர்கள் இங்கிருந்துதான் ஆணை பிறப்பித்தார்கள். ஆதலால் இவ்வூர் ஆணைக்குடம் என்று வழங்கி தற்போது அணைக்குடம் என்று அழைக்கப்படுகிறது. ஆனால் சோழ மன்னர்களின் நிலப்படையில் பணியாற்றிய யானைகள் பராமரிக்கப்பட்ட இடமே இவ்வூராகும். இப்பகுதியில் தலைநகர் பாதுகாப்பிற்கான யானைப்படை ஒன்று இருந்ததாலேயே இப்பகுதி யானைக்கூடம் எனஅழைக்கப்பட்டு பிறகு ஆணைக்குடமாகத் திரிந்து இன்று அணைக்குடமாக மருவியிருக்கலாம்.

கரடிக்குளம்

இவ்வூர் ஜெயங்கொண்டத்தின் தென்பகுதியில் அமைந்துள்ளது. கரடி என்பது ஒரு வகைச் சிலம்புப் பயிற்சியைக் குறிக்கும் சொல்லாடல் ஆகும். கெரடிக்கூடம் என்பது போர் வீரர்களுக்குச் சிலம்பு பயிற்சி அளித்த இடமே தற்போது கரடிக்குளம் என்று சுட்டப்படுகிறது. இவ்வூரில் படைவீரர்களின் பரம்பரையினராகிய வள வெற்றியாளர்கள் என்போர் இப்பகுதியில் மிகுதியாக (வளவெட்டி) வாழ்ந்து வருகின்றனர். இவர்களின் முன்னோர்கள் சோழர் படையில் பணியாற்றியவர்கள் என்று இவர்கள் தங்களைக் கூறிக் கொள்கின்றனர். வள வெற்றியாளர் பிரிவினரான வாண்டையார், வாணதிரையார், சோழங்கனார் போன்ற மறக்குடியினர் கரடிக்குளத்தில் வாழ்ந்து வருகின்றனர்.

கழுவந்தோண்டி

இவ்வூரும் ஜெயங்கொண்டத்தின் தென்பகுதியில் அமையப்பெற்றதாகும். சோழர் காலத்தில் குற்றம் புரிந்தவர்களைக்

கழுமரத்தில் ஏற்றுதல் போன்ற மரணதண்டனைகள் நிறைவேற்றப்பட்ட இடமே கழுவந்தோண்டி என்று இப்பகுதி மக்கள் கூறுகின்றனர்.

சின்னவளையம்

இவ்வூர் கங்கைகொண்டசோழபுரத்தின் மேற்குப்பகுதியில் அமைந்துள்ளது. சோழப்படைத்தளபதியான சின்னவளவன் என்பவனின் நினைவைப்போற்றும் வகையில் இவ்வூருக்கு சின்னவளவம் என்று பெயர் வந்ததாகவும் பின்னர் சின்னவளையம் என மாற்றமுற்றதாக இப்பகுதிமக்கள் தெரிவித்தனர். சின்னவளையம் அருகே பெரியவளையம் என்ற ஊர் அமைந்துள்ளது. பெரியவளவன் என்ற சோழர் படைத்தளபதி ஒருவனின் நினைவாக இவ்வூருக்குப் பெரியவளவம் என்ற பெயர் வந்ததாகவும் பிறகு பெரியவளையம் என்று மருவியதாக இவ்வூர் மக்கள் தெரிவித்தனர்.

கண்டியங்கொல்லை

இவ்வூர் ஜெயங்கொண்டத்தின் தென்கிழக்குப்பகுதியில் அமைந்துள்ளது. இராஜேந்திர சோழன் அனுராதபுரம், பொலனருவா, கண்டிமாநகர் என்று ஒட்டுமொத்த இலங்கையைக் கைப்பற்றியதன் நினைவாக இவ்வூர் கண்டியங்கொல்லை என்று அழைக்கப்படுகிறது. குறிப்பாக சோழநாட்டுப் படையோடு இலங்கை கண்டிமா நகரத்தில் இருந்துவந்த வன்னியர்குலச் சத்திரியர்கள் அதிகமாகக் கண்டியங்கொல்லை ஊரில் வாழ்ந்து வருகின்றனர். மேலும் இவ்வூரில் வசிக்கும் வன்னியர்கள் தங்களைக் கண்டியன் என்ற பட்டப்பெயரோடும் அழைத்துக் கொள்கின்றனர். இவர்கள் இராஜராஜ சோழன் காலத்தில் கண்டி மாநகரின் பாதுகாப்பிற்காக நிறுத்தப்பட்டிருந்த படைப் பிரிவைச் சார்ந்தவர்கள் என்றும் இவ்வூர் மக்கள் கூறுகின்றனர். இவ்வாறு இலங்கையிலிருந்து வந்தவர்கள் கங்கைகொண்ட சோழபுரத்தைச் சுற்றியுள்ள பகுதிகளிலும் வாழ்ந்துவருகின்றனர்.

கஞ்சிக்குழி

கங்கைகொண்டசோழபுரம் அருகேயுள்ள தொட்டிக்குளம் என்ற இடத்திற்கு வடக் குப் பகுதியில் உள்ள குருக்கள் தெருவிற்கு மேற்கேயுள்ள இடம் கஞ்சிக்குழி என்ற பெயரில் அழைக்கப்பட்டுவருகிறது. சோழர் அரண்மனை வளாகத்தில் இருந்த உணவுச்சாலையில் இருந்து உணவு வடிக்கப்பட்ட கஞ்சித்

தண்ணீர் வந்து சேர்ந்த இடமே தற்போது கஞ்சிக்குழி என்று அழைக்கப்படுவதாகக் கூறப்படுகிறது.

வீரபோகம்

இவ்வூர் கங்கைகொண்டசோழபுரத்தின் வடமேற்குப்பகுதியில் அமைந்துள்ளது. சோழ வீரர்களுக்கு இந்நிலப்பகுதி மானியமாக வழங்கப்பட்டதால் இதற்கு வீரபோகம் என்று பெயர் வந்துள்ளது.

உட்கோட்டை

கங்கைகொண்டசோழபுரத்தின் தென்மேற்கே 4 கி.மீ. தொலைவில் இவ்வூர் அமைந்துள்ளது. இங்குதான் இராஜேந்திர சோழனின் அரண்மனைவளாகம் அமையப்பெற்றிருந்ததாகவும், முடிகொண்ட சோழன் என்ற அரண்மனைப்பகுதி இங்கு இருந்ததாகவும் ஆய்வாளர்கள் கூறுகின்றனர். கங்கைகொண்டசோழ புரத்திற்கும் உட்கோட்டைக்கும் இடையே உள்ள நிலப்பகுதிதான் மாளிகைமேடு என்று அழைக்கப்பட்டு வருகிறது. கோட்டை மதிற் சுவருக்குள் இருந்த பகுதியே உட்கோட்டை என்று அழைக்கப்படுவதாகக் கருதமுடிகிறது.

கடாரம் கொண்டான்

இராஜேந்திர சோழரின் கடார வெற்றியின் நினைவாகப் பெற்ற விருதுப் பெயர்களில் ஒன்றான கடாரம் கொண்டான் என்பதன் நினைவாகப் பெயரிடப்பட்ட ஊரே கடாரம் கொண்டான் என்பதாகும். தற்போது இவ்வூர் உட்கோட்டைக்கு மேற்குப் பகுதியில் அமைந்துள்ளது.

இரும்புலிக்குறிச்சி

சோழர் காலத்தில் ஆயுதங்கள் செய்வதற்கு இங்கு இரும்பு உருக்கப்பட்டதால் இவ்வூருக்கு இரும்புலிக்குறிச்சி என்ற பெயர் வந்ததாகக் கூறப்படுகிறது. இவ்வூரில் நடத்தப்பட்ட களஆய்வில் இரும்பு உருக்கப்பட்டதற்கான கசடுகள் அதிக அளவில் கண்டறியப்பட்டுள்ளன.

ஆயுதக்களம்

உட்கோட்டையிலிருந்து தென்மேற்கே 5 கி.மீ. தொலைவில் ஆயுதக்களம் என்ற ஊர் அமைந்துள்ளது. போர்ப்படைக்குத் தேவையான ஆயுதங்கள் செய்த இடமாக விளங்கியதால்

இப்பகுதிக்கு ஆயுதக்களம் என்றப் பெயர் வந்திருக்கலாம். இவ்வூரில் கச்சேரிபுளி என்ற பகுதியில் நில எரிவாயுவைக் கண்டுபிடிக்கும் ஆய்விற்காகத் தோண்டப்பட்ட பள்ளத்திலிருந்து 95 சே.மீ. நீளம் கொண்ட வாள் ஒன்று சிதைந்த நிலையில் கிடைத்துள்ளது.தலைநகரில் ஆயுதங்கள் தயார் செய்யும் கூடமொன்று இப்பகுதியில் இருந்துள்ளதைச் சுட்டும் வகையில் ஆயுதக் களம் என்ற ஊர் திகழ்கிறது. பொதுவாகப் படைவீரர்கள் தங்கியிருந்த இடத்திற்கு படைவீடு என்று பெயர். ஆரியப்படைவீடு என்ற பகுதியில் போர்ப்பாசறை மற்றும் ஆயுதக்கிடங்கும் அமையப்பெற்றிருந்த இடமாகும். ஆரியப்படைவீடு என்ற பெயர் காலப்போக்கில் மருவி ஆயிரக்கலவன் என்றாகித் தற்போது ஆயுதக்களம் எனத் திரிந்துள்ளது. கங்கைகொண்டசோழபுரம் சோழீஸ்வரர் கோயிலில் உள்ள இரண்டாம் மாறவர்மன் குலசேகரப் பாண்டியனின் ஐந்தாம் ஆட்சியாண்டுக் கல்வெட்டில் ஆரியப்படை வீடு பற்றிய குறிப்பினைக் காணமுடிகிறது.

யுத்தப்பள்ளம்

சோழர் காலத்தில் போர் வீரர்களுக்கு பயிற்சி தரப்பட்ட இடமே யுத்தப்பள்ளமாகும். இது உட்கோட்டையின் அருகே கங்கைகொண்டசோழபுரத்தின் தெற்குப்பகுதியில் அமைந்துள்ளது. இன்றும் அப்பெயரிலேயே இவ்வூர் அழைக்கப்பட்டு வருகிறது.

சுண்ணாம்புக்குழி

கங்கைகொண்டசோழபுரத்தின் அருகே தென்திசையில் அமையப்பெற்ற ஊர் சுண்ணாம்புக்குழியாகும். கங்கைகொண்டசோழபுரம் நகரின் கட்டுமானத்திற்குத் தேவையான சுண்ணாம்புகள் தயாரிக்கப்பட்ட இடமே சுண்ணாம்புக்குழி என அழைக்கப்படுகிறது.

மெய்க்காவல் புத்தூர்

கங்கைகொண்டசோழபுரத்தில் இருந்து 3 கி.மீ.தூரத்தில் நேர் தென்கிழக்குப் பகுதியில் மெய்க்காவல் புத்தூர் கிராமம் அமைந்துள்ளது. கங்கைகொண்ட சோழீஸ்வரம் கோயிலுக்கு மெய்க்காவல் செய்த வீரர்கள் வாழ்ந்த பகுதியே மெய்க்காவல்புத்தூர் ஆகும். மன்னனுக்கு மெய்க்காவல் புரிந்தோரும் இங்குதான் வாழ்ந்துவந்தனர்.

வாணதரையன் குப்பம்

நிலவியல் நோக்கில் கங்கைகொண்ட சோழபுரம் வரலாறு

இவ்வூர் கங்கைகொண்டசோழபுரம் கோயிலுக்குத் தெற்கே அமைந்துள்ளது. இது முதலாம் குலோத்துங்க சோழனின் படைத் தலைவனாகிய வாணகோவரையன் தங்கியிருந்த இடமாகும். மேலும் வானவேடிக்கை நிகழ்த்துவதற்குத் தேவையான வானவெடிகள் உற்பத்தி செய்யும் வானார்கள் வாழ்ந்த இடமாக இருக்கலாம் என்று கூறுகின்றனர் இப்பகுதி மக்கள். இவ்வூர் இன்று வானடுப்பு என்று அழைக்கப்படுகிறது.

வீரரெட்டித்தெரு

இவ்வூர் கங்கைகொண்டசோழபுரத்திற்குத் தெற்கில் அமைந்துள்ளது. இங்குச் சோழ வீரர்கள் தங்கியிருந்ததால் இது வீரரெட்டித்தெரு என அழைக்கப்பட்டது.

செங்கல்மேடு

கங்கைகொண்ட சோழீஸ்வரர் கோயில், அரண்மனை, உட்கோட்டை மற்றும் குடியேறப்போகும் அனைத்துத் தரப்பு மக்களுக்கும் தேவையான செங்கற்களைத் தயாரித்துக் கொள்வதற்கான ஒதுக்கப்பட்ட இடம் செங்கல்மேடு என்று அழைக்கப்பட்டுது. நகருக்குத் தேவையான ஒட்டுமொத்த செங்கற்கள் தேவையை இவ்விடம் பூர்த்தி செய்திருக்கலாம்.

கணக்கு வினாயகர் கோயில்

இதுபற்றிய கர்ணபரம்பரைக் கதையொன்று இப்பகுதி மக்களால் கூறப்படுகின்றது. கங்கைகொண்ட சோழீஸ்வரம் கட்டுவதற்கான வரவு செலவுக் கணக்கினைக் குறித்து வைப்பதற்காக நியமிக்கப்பட்ட கணக்கன், கங்கைகொண்ட சோழீஸ்வரர் மீது பெரும்பக்தி கொண்டு கணக்கெழுதுவதனை மறந்தான். மன்னன் ஒருநாள் கணக்கரை அழைத்துக் கோயில் கட்டுவதற்காகிய செலவுக் கணக்கினைப் படிக்கச் சொன்னார். கணக்கன் விழித்தான். ஆண்டவனிடம் தனக்கு உதவும்படி வேண்டினான். ஆண்டவன் அருள்புரிந்தார். வினாயகரே நேரில் வந்து செலவுக் கணக்கினைப் படித்தார். இவ்வாறு செலவுக் கணக்கினைப் படித்த வினாயகருக்குக் கோயில் கட்டப்பெற்ற இடம் கணக்கு வினாயகர் கோயில் என்று இப்பகுதி மக்களால் அழைக்கப்படுகிறது.

கொசவன்மேடு

நகருக்குத் தேவையான ஒட்டுமொத்த மண்பாண்டங்கள்

தயாரிக்கப்பட்ட இடமே கொசவன்மேடு பகுதியாகும். இப்பகுதி கங்கைகொண்டசோழபுரம் கோயிலில் இருந்து நேர் வடகிழக்கே ரெட்டமடை ஏரியின் கிழக்குப்பகுதியில் அமைந்துள்ளது. இங்கு சுமார் ஐந்து ஏக்கர் பரப்பளவில் மண்ணின் மேற்பரப்பில் மட்பாண்ட ஓடுகள் காணப்படுகின்றன. இப்பண்பாட்டுப் பகுதியைக் கொசவன்மேடு என்று இப்பகுதி மக்கள் அழைக்கின்றனர். இங்கு நடத்தப்பட்ட களஆய்வில் இடைக்காலத்தைச் சார்ந்த பானை ஓடுகள், புகைப்பான்கள், ட வடிவக்கூரை ஓடுகள், கெண்டிப் பகுதிகள் போன்றவை மண்ணின் மேற்பரப்பில் இருந்து சேகரிக்கப்பட்டுள்ளன. இப்பகுதியில் கங்கைகொண்டசோழபுரம் நகருக்குத் தேவையான ஒட்டுமொத்த மட்பாண்டங்கள், ட வடிவ கூரைஓடுகள் போன்றவை தயாரிக்கப்பட்டுள்ளன. மேலும் குயவன்பேட்டை என்ற பகுதியும் கங்கைகொண்டசோழபுரத்தில் உள்ளது. இங்கும் அக்காலத்தில் மட்பாண்டம் வனைவோர் வாழ்ந்துள்ளனர்.

குலோத்துங்கசோழ நல்லூர்

இவ்வூர் கங்கைகொண்டசோழபுரத்தின் கிழக்குப்பகுதியில் அமைந்துள்ளது. இராஜேந்திர சோழனுக்குப் பிறகு அரியணையேறிய குலோத்துங்க சோழன் கங்கை கொண்ட சோழபுரத்திலிருந்து ஆட்சிசெய்து வந்தான். இம்மன்னனின் நினைவாக உருவாக்கப்பட்ட ஊரே குலோத்துங்க சோழநல்லூராகும். மேலும் வீரநாராயண புரம், சோழமாதேவி, சாரப்பள்ளம் போன்ற ஊர்களும் கங்கைகொண்டசோழபுரத்தைச் சுற்றி உள்ள ஊர்களாகும்.

மீன்சுருட்டி

கங்கைகொண்டசோழபுரத்தில் இருந்து வடதென்கிழக்கே சுமார் 5 கி.மீ.தூரத்தில் மீன்சுருட்டி என்ற ஊர் அமைந்துள்ளது. இவ்வூருக்கு இப்பெயர் வருவதற்குக் காரணம் பற்றிய செவிவழிச் செய்தி கூறப்படுகிறது. இராஜேந்திர சோழன் தன்படைகளைக் கங்கை வரையிலான வடபுலப்படையெடுப்பிற்கு அனுப்பியப் பின்பு பாண்டியர்கள் சோழநாட்டின் மீது படையெடுத்துச் சோழபுரம் நோக்கிப் புறப்பட்டன வென்றும் சோழப் படைகள் தயார் நிலையில் விழித்திருக்கவே பாண்டிய வீரர்கள் தங்கள் மீன்கொடிகளைச் சுருட்டிக்கொண்டு ஓடியதால் அவ்விடத்திற்கு மீன்சுருட்டி என்ற பெயர் வந்ததாகக் கூறப்படுகிறது.

வேம்புக் குடிவாசல்

இவ்வூர் கங்கைகொண்டசோழபுரத்தின் தென்கிழக்கு திசையில் கொள்ளிடம் ஆற்றின் வடகரையில் அமைந்துள்ளது. தஞ்சாவூர், பழையாறு பகுதியில் இருந்து கங்கைகொண்டசோழபுரம் நகருக்கு வருவோர் வேம்புக்குடி வாசல் வழியாகவே நகருக்குள் வந்துள்ளனர். மேலும் நகரின் தெற்கு எல்லை வேம்புக்குடி வாசலாகும். சோழ மன்னர்களின் பாண்டியநாட்டு வெற்றியின் நினைவாக நகரின் தெற்கு நுழைவாயிலுக்கு வேம்புக்குடிவாசல் என்று பெயர் சூட்டி இருக்கலாம். இதை வெற்றி வாயிலாகவும் கொள்ளலாம்.

கங்கைகொண்டசோழபுரத்தின் தெற்கு வாயில் வேம்புக்குடியில் இருந்துள்ளது. இந்த வேம்புக்குடி வாசலை நோக்கிச் சென்ற வழியைப்பற்றிக் கல்வெட்டு குறிப்பிடுகிறது. இவ்வாயில் கொள்ளிடத்தின் வடகரையில் அணைக்கரை அருகில் அமையப்பெற்றிருந்தது. இதன் வழியாகத்தான் தென்னக மக்கள் தலைநகர் கங்கை கொண்ட சோழபுரத்திற்குள் நுழைய முடியும். இதை இணைக்கும் பெருவழியே கூழையானை போனப் பெருவழியாகும். கூழை என்பது படைகளோடு தொடர்புடையதாக இருப்பினும் கூழையானை போனவழி என்பது யானைப்படை அல்லது யானைகள் மீது பயணிக்கும் அரசக்குலத்தவர்கள் செல்லும் பாதையாகவோ இருக்கலாம். குறிப்பாக இதனைக் கொள்ளிடக் கரையிலிருந்து வேம்புக் குடிவாசலைக் கடந்து நேராகத் தலைநகரிலிருந்த அரண்மனைப் பகுதியை அடையும் வகையில் அமைக்கப்பட்டிருந்த இராஜப் பாட்டையாகவே நாம் கருதலாம். வேம்புக்குடிவாசல் இராஜேந்திர சோழப் பேராற்று வடகரை ஊராக மட்டுமல்லாது உள்நாட்டுப் படகுத் துறையாகவும் இருந்திருக்கலாம். வீரநாராயணப் பேரேரிக்கு நீரேற்றும் மதுராந்தக வாய்க்கால் எனப்படும் வடவாறு இங்கிருந்துதான் துவங்குகிறது. உள்நாட்டு நீர் வழித்தட மரக்கலன்களின் துறையாகப் பயன்படுத்தும் வகையில் வேம்புக் குடிவாசல் கரைவடி வமைக்கப்பட்டிருந்தது. இந்த இடத்தில் கொள்ளிடம் ஆற்றின் தெற்குத்தடம், வடக்குத்தடம் என இரண்டாகப் பிரிந்து நடுவில் தீவை உருவாக்கி மீண்டும் சிறிது தூரத்தில் ஒன்றாக இணைந்து வங்கக்கடலை நோக்கிப் பாய்கிறது. இத்தீவுப் பகுதியே அணைக்கரை என்று அழைக்கப்படுகிறது. இயற்கையாகவே இவ்விடத்தில் கொள்ளிடம் ஆறு இரண்டாகப் பிரிவதற்கான சாத்தியக்கூறுகள்

இல்லை. இராஜேந்திர சோழனின் ஆட்சிக்காலத்திலேயே கங்கைகொண்ட சோழபுரம் சர்வதேசப் பன்னாட்டு வர்த்தக மையமாக வளர்ச்சி பெற்றதைக் கல்வெட்டுக்களில் காண்கிறோம். எனவே இச்சூழலைக் கருத்தில் கொண்ட இராஜேந்திர சோழர் கொள்ளிடம் ஆற்றினை நீர் வழித்தடமாக மற்றியுள்ளார். அந்த வகையில்தான் வேம்புக் குடிவாசலும் வடிவமைக்கப்பட்டிருந்தது. உள்நாட்டு நீர்வழித்துறையின் மையமாக வேம்புக்குடிவாசல் துறையானது திகழவேண்டும் என்பதாலேயே கொள்ளிடம் ஆற்றில் படகுகளை நிறுத்துவதற்குத் தோதாக நீரின் அதிவேகத்தைக் குறைக்க வேண்டும் என்பதாலேயே கொள்ளிடம் ஆற்றின் தென்புறம் வெட்டப்பட்டுள்ளதாகக் கருதலாம். இராஜேந்திர சோழர் கங்கைவரை வெற்றி பெற்றுக் கங்கை நீரோடு வந்தடைந்த இடம் திருலோக்கியாகும். இதனை இராஜேந்திரச் சோழதேவர் கங்கைகொண்டு எழுந்தருளுகின்ற இடத்து தொழுது என்று திருலோக்கிக் கல்வெட்டு கூருகிறது. எனவே வடபுல வெற்றிக்குப் பிறகு கோதாவரியிலிருந்து கடல் மார்க்கமாகக் கங்கை நீரோடு தேவிக் கோட்டையை அடைந்து, அங்கிருந்து படகுகளின் மூலம் கொள்ளிடம் ஆற்றின் வழியாக இராஜேந்திர சோழன் வந்திறங்கிய இடமே திருலோக்கியாகும். எனவே நீர்வழிப் போக்குவரத்தை மேம்படுத்துவதற்காகவே கொள்ளிடம் ஆற்றின் நிலவியல் போக்கையே மாற்றி அமைத்துள்ளான் இராஜேந்திர சோழன்.

கொல்லன்குழி

கங்கைகொண்டசோழபுரத்திலிருந்து தென்கிழக்கே உள்ள ரெட்டமடை ஏரியின் கிழக்குப் பகுதியில் கொசவன்மேடு என்ற பண்பாட்டுப்பகுதிக்கு நேர் வடக்கே சுமார் ஆறு ஏக்கர் பரப்பளவில் மிகப்பெரிய இரும்பு உருக்கும் தொழிற்சாலை ஒன்று இடைக்காலத்தில் இயங்கி வந்துள்ளதற்கான தடயங்கள் கண்டுபிடிக்கப்பட்டுள்ளன. இப்பண்பாட்டுப் பகுதியில் ஊதுளையின் சிதைந்த பாகங்கள், ஊதுளைக்குக் காற்று செலுத்துவ தற்காகப் பயன்படுத்தப்பட்ட சுடுமண் குழாய்கள், இரும்புக் கசடுகள், தொழிற் கூடத்திற்குத் தண்ணீர் கொண்டு செல்வதற்காகப் பயன்படுத்தப்பட்ட சுடுமண் குழாய்களின் தொடர்கள் போன்றவை இப்பண்பாட்டுப் பகுதியில் கண்டறியப்பட்டுள்ளன. கங்கைகொண்டசோழபுர நகர மக்களுக்குத் தேவையான இரும்புப் பொருட்களை தயாரிப்பதற்கான மூலப்பொருட்கள் அனைத்தும் இப்பகுதியிலிருந்தே சென்றிருக்கவேண்டும்.

அறிவுசார் நகரம்

இராஜேந்திர சோழன் கல்வி, கேள்விகளில் சிறந்த அறிஞனாக விளங்கியவன். அதனால்தான் இவன் கற்றறிந்த அறிஞர்களை அதிகம் பெற்றியிருந்தான். இராஜேந்திரன் தமிழ் மொழியிலும், வடமொழியிலும் நிபுணதத்துவம் பெற்ற மேதையாக விளங்கியவன். இவனது புலமையினைக் கண்ட சான்றோர்கள் இவனைப் பண்டிதச் சோழனென்று அழைத்து மகிழ்ந்தனர். மேலும் கரந்தைச் செப்பேட்டின் வடமொழி பகுதியில் உள்ள 73 வது சுலோகம்....

வித்யா ஹம்ஸீ விஹரண ஸரோவாத லக்ஷ்மீ விஸால
க்ரீடா ஸ்தானம் த்ருதி மதிரதி ஸ்ரீதயா ஜன்மபூமி
வித்வத் கோ(க்கோ)ஷ்ட்யாம் நிகஷண ஸிலா பண்டி தானம்
ப்ரமாத்ரீ
த்ருஷ்டாத் ருஷ்ட ஸ்ருதி பதகுஹா தத்வ(த்த்வ)விஜ்ஞான தீப .

அதாவது கல்வியாகிய அன்னம் விளையாடும் குளம் போன்றவனும், வாதம் என்னும் இலக்குமி பரந்த விளையாட்டிடமானவனும், தைர்யம், நுட்பமான அறிவு, அன்பு, செல்வம், இறக்கம் இவைகட்குப் பிறப்பிடமானவனும், சான்றோர்களுடைய அவையில் பண்டிதர்களை அளந்து காட்டும் உரைக்கல்லாய் இருப்பவனும், கண்டது மற்றும் காணாத வேதவழி என்னும் குகையில் விஞ்ஞான விளக்கை போன்றவன் இராஜேந்திர சோழன் என்று இவனது அறிவாற்றலை படம்பிடித்துக் காட்டுகிறது இச்செப்பேடு. இதற்கு முத்தாய்ப்பாக இப்பெருவேந்தன் பெற்றிருந்த அறிஞர் பெருமக்களையே சாட்சியாகக் கொள்வதோடு இவனது காலத்தில் கங்கைகொண்டசோழபுரம் சோழப் பேரரசின் அறிவுசார் நகரமாவும் திகழ்ந்திருந்தது எனலாம்.

சர்வசிவ பண்டிதர்

இராஜராஜ சோழன் காலத்தில் தஞ்சாவூர் பெரிய கோயிலில் இருந்த சர்வசிவ பண்டிதர் என்பார் கல்வியிற் சிறந்த அறிஞராவார். இவர் இராஜேந்திரனின் பெருமதிப்பிற்குரியவராக இருந்தார். இவருக்கும் இவருடைய சீடர்களான ஆர்யாதேசம், மத்தியதேசம், கௌடதேசம் ஆகிய வட இந்திய நாடுகளைச் சார்ந்த மாணவர்களுக்கும் ஆச்சார்ய போகமாக ஆண்டு தோறும் நிறைந்த அளவாக ஆடவல்லான் மரக்காலால் 2000 கலம் நெல் அளந்துக் கொடுப்பதற்கான ஆணையை இராஜேந்திர சோழன் பிறப்பித்துள்ளான். இதன் மூலம் அறிவார்ந்த மக்களைப்

போற்றி அரவணைத்துள்ளான் என்பதை அறியமுடிகிறது. சர்வ சிவபண்டிதர் என்று இவர் பெயர் பெற்றிருப்பதால் இவர் மூன்று வகையான ஆசாரியர்களுள் தலைமையான சர்வ சாதகர் என்னும் ஆச்சாரியராவர் என்பது புலப்படுகின்றது. ஆச்சாரியருள் சர்வ சாதகர், போதகர், ஆச்சார்யர் என்று மூன்று பிரிவுகள் உண்டென்பதனை அறிஞர்கள் குறிப்பிடுகின்றனர். எனவே இவர் கங்கைகொண்டசோழபுரம் சோழீஸ்வரர் கோயிலில் வழிபாடு நடத்தும் ஆச்சாரியர்களுள் முதன்மையான ஆச்சாரியாராக விளங்கினார் என்று அறிஞர்கள் கூறுகின்றனர்.

கருவூர்த்தேவர்

இவரது பெயரினைக் கொண்டு இவர் கருவூரில் பிறந்தவர் என்பது புலனாகிறது. இவரைச் சித்தர் என்று சிலர் கருதுகின்றனர். இவர் திருத்தலங்கள்தோறும் சென்று இறைவனை வணங்கித் திருப்பதிகம் பாடும் இயல்பினராதலின் இவரைச் சித்தராகக் கருதுதல் அத்துணைப் பொருத்தமுடையதாகத் தோன்றவில்லை. திருவிசைப்பா பாடிய ஒன்பது பேர்களில் இவரும் ஒருவர். கருவூர்த்தேவர் சிதம்பரம், திருக்காளத்தி, திருக்கீழ்க்கோட்டூர், திருமுகத்தலை, திருப்பூவணம், திரைலோக்கியசுந்தரம், தஞ்சை இராஜராஜேஸ்வரம், கங்கைகொண்ட சோழபுரம், திருச்சாட்டியக்குடி, திருவிடைமருதூர் போன்ற பத்துத்தலங்களையும் தரிசித்து திருவிசைப்பா பாடியுள்ளார். பெரும்தமிழ்க்கவியாக விளங்கியவர். இவர் இராஜராஜ சோழனது ஆட்சிக் காலத்திலும் இராஜேந்திர சோழனது ஆட்சிக் காலத்திலும் வாழ்ந்தவர். இவர் தஞ்சை இராஜராஜேஸ்வரத்தில் சிவலிங்கத்தை எழுந்தருளவித்தவர். சோழவள நாட்டில் இருந்த இருபெரு வேந்தர்களின் மனம் கவர்ந்தவர் கருவூர்த்தேவர். இவர் இராஜராஜன், இராஜேந்திர சோழன் ஆகிய இருவருக்கும் குருவாக விளங்கியவர்.

ஆராவமுது புருஷோத்தமனான இராஜேந்திரசிம்மப் பேராசிரியன்

இவர் இராஜேந்திர சோழனின் பேராசிரியராக இருந்து நற்கல்வியைப் பயிற்றுவித்தவர். மேலும் இராஜேந்திர சோழன் இவருக்குத் தக்க ஊதியமளித்துப் பெருமைப்படுத்தியுள்ளான். இவர் இராஜேந்திரனின் பெருமைமிகு கரந்தைச் செப்பேட்டுப் பகுதியை இயற்றிய பெருமைக்குரியவர்.

கிருஷ்ணரங்கனான திரிபுவன மகாதேவிப் பேராசிரியன்

இப்பேராசிரியரையும் இராஜேந்திர சோழன் நன்கு ஆதரித்து தமது அறிஞர்கள் வட்டத்தில் வைத்திருந்தான். இவரும் கரந்தைச் செப்பேட்டுப் பகுதிகளை இயற்றிய பெருமைக்குரியவர். இவ்விரு பேராசிரியர்களுக்கும் இராஜேந்திரனால் நிரந்தர மானியம் அளிக்கப்பட்டு போற்றப்பட்டுள்ளனர். இதனை இவ்வூர் சாசனம் வெட்டி பூஜ் ஜையாகப்பெற்ற காஷ்மகாரி கிருஷ்ணரங்கனான திரிபுவன மாகாதேவிப் பேராசிரியனுக்குத் துணி நிலம் வேலி இவ்வூர் சாசனம் வெட்டிப் பூஜ்ஜையாகப் பெற்ற காஷ்மகாரி ஆராவமுது புருஷோத்தமனான ராஜேந்திர சிம்மப் பேராசிரியனுக்குத் துணிநிலம் வேலிநிலம் வழங்கப்பட்டுள்ளதை கரந்தைச் செப்பேட்டின் முப்பதாவது ஏட்டினால் அறிகிறோம்.

லகுலீச பண்டிதர்

இராஜேந்திர சோழன் அறிவுத்துறையிலும், ஆன்மீகத் துறையிலும் புகழ்ச்சிபெற பாடுபட்டவர்களுள் இவரும் ஒருவராவார். அப்பரடிகளது காலத்தில் அறுவகைச் சமயங்கள் தமிழகத்தில் இருந்ததாக கூறுவர். சைவ நெறியின் அறுவகைப் பிரிவுகளுள் காளமுகச் சைவம் சிறப்பானதாகும். சாக்தர்கள், சன்மார்க்கர் போன்ற சைவ சமயப் பிரிவினரும் அக்காலத்தில் வாழ்ந்துவந்தனர். இராஜேந்திர சோழனது ஆட்சிக்காலத்தில் காளாமுகச்சைவம் மக்கள் மத்தியில் சிறப்பிடம் பெற்றிருந்தது. இச்சமயத்தவர் பலர் பண்பட்ட அறிஞராகவும், பண்டிதர்களாகவும் அக்காலத்தில் விளங்கிவந்துள்ளனர். அவர்களுள் லகுலீச பண்டிதர் மிகவும் குறிப்பிடத்தக்கவர். இவர் கோயில் அலுவல்களை கவனித்து வந்தார். இவர் இராஜேந்திர சோழனால் பெரிதும் ஆதரிக்கப்பட்டதாகத் தெரிகிறது. அக்காலத்தில் காளாமுகச் சமயத்தினரே சிவ அறநிலையங்களைப் பாதுகாத்து வந்தனர். இராஜேந்திரசோழனும் காளாமுகச்சைவக் கோட்பாடுகளை நன்கறிந்தவன் என்பதால் லகுலீச பண்டிதரையும் ஆதரித்துள்ளான்.

ஈசானசிவ பண்டிதர்

இராஜேந்திர சோழனின் குருவாக விளங்கியவர் ஈசானசிவ பண்டிதர் ஆவார். இவர் இராஜேந்திர சோழனுக்கு நண்பராய், தத்துவஞானியாய், அரசியல் வழிகாட்டியாய் விளங்கினார். ஈசானசிவ பண்டிதர் இராஜேந்திரனின் குருவாகத் திகழ்ந்தார்

என்பதனைக் காஞ்சியிலிருந்து வந்தவாசிக்குச் செல்லும் நெடுஞ் சாலையில் 15 கி.மீ. தொலைவில் உள்ள கூழம்பந்தல் என்னும் ஊரில் அமைந்துள்ள கங்கைகொண்ட சோழீஸ்வரர் கோயில் கல்வெட்டினால் அறியமுடிகிறது. இங்குள்ள சிவன்கோயில் இராஜேந்திரனின் கங்கை வெற்றியின் சின்னமாகக் கட்டப்பட்டதாகும். இப்பெருமைமிகு கோயிலைக் கட்டியவர் ஈசான சிவபண்டிதர் என்பதையும் இக்கோயில் கல்வெட்டின் வழியாக உணரலாகிறது.

நம்பிகாடநம்பி

நம்பிகாட நம்பி திருவாரூர் இறைவன் மீதும், சிதம்பரம் இறைவன் மீதும் இரு பாக்கள் பாடிப் புகழ்பெற்றவராவர். இவர் கி.பி.1050 ஆம் ஆண்டினதாகக் குறிக்கப்பெற்றுத் திருவையாற்றில் காணப்படும் கல்வெட்டில் கூறப்பட்டுள்ளவரான ஆத்நேய நம்பி காடநம்பி என்னும் அருச்சகரே என்று அறிஞர் சிலர் கருதுகின்றனர். எனவே இவரும் இராஜேந்திர சோழனின் ஆதரவைப் பெற்றிருந்தார் எனக்கருதலாம்.

சைவ ஆசாரியார்கள்

இராஜேந்திர சோழன் கங்கைப் பகுதியிலிருந்து சைவ சமயாச்சாரியர்களையும் சிவப் பிராமணர்களையும் அழைத்து வந்து காஞ்சிமா நகரிலும் சோழநாட்டிலும் குடியேற்றி அவர்களுக்கு நல்லாதரவளித்து வந்தான்.

அமிதசாகரர், குணசாகரர்

யாப்பருங்கலம், யாப்பருங்கலக்காரிகை என்பனவற்றை யாத்த அமிதசாகரரும் இவற்றிற்கு உரை செய்த குணசாகரரும் இராஜேந்திர சோழன் காலத்தைச் சார்ந்தவர்கள் என வரலாற்று அறிஞர் சதாசிவ பண்டாரத்தாரும், இராசமாணிக்கனாரும் கூறுகின்றனர்.

நாராயணக் கவி

வடமொழியின்கண் சிறந்த ஆர்வம் கொண்ட இவர் போற்றுதற்குரிய கவிஞராய்த் திகழ்ந்தார். இராஜேந்திர சோழனது வடமொழிப்பட்டயங்களையும், கல்வெட்டுக்களையும் அழகியக் காவிய நடையில் எழுதிப் புகழ்பெற்றவரும் இவரேயாவார். குறிப்பாக இராஜேந்திர சோழரது திருவாலங்காடுச் செப்பேடுகளை வரைந்த

பெருமைக்குரியவர் நாராயணக்கவி என்பது குறிப்பிடத்தக்கது. இவர் சங்கரரின் மகனாவார். இராஜேந்திர சோழன் இந்த வடமொழிக் கவிஞருக்கு நல்லாதரவு நல்கித் தேவையான வசதிகளைச் செய்துதந்துள்ளான். இவர் இரண்டாம் புலிகேசியின் ஐகோல் கல்வெட்டெழுத்தினை வரைந்த இரவிகீர்த்தியுடன் ஒப்புமை நோக்கத்தக்கவராவர். ஏனெனில் இவர்கள் வெட்டிய எழுத்துக்கள் இலக்கியநயம் கொண்டவைகளாகப் போற்றப்படுகின்றன.

மேற்கூறியவற்றால் இராஜேந்திர சோழன் மன்னர் என்ற முறையில் அறிஞர்களையும், கவிஞர்களையும், கலைஞர்களையும் ஆதரித்தார் என்பதை விடத் தாமும் ஒரு அறிஞன் என்ற முறையில் அறிவுசார் மக்களை அரவணைத்துச் சென்ற பெருமைக்குரியவராகவும் விளங்கியுள்ளார். இவ்வாறாக இராஜேந்திர சோழன் அறிஞர் பெருமக்களைப் பேணிப்போற்றிய காரணத்தால் சோழ வளநாட்டில் அறிவாற்றலுக்குப் பஞ்சமில்லாமல் போனது. வட நாட்டில் உள்ள மாளவ தேசத்தை ஆண்டுவந்த பரமாரபோச மன்னனும் இராஜேந்திரனும் சமகாலத்தவர்கள். இருவரும் கல்வியிற் சிறந்தவராதலால் புலவர்களையும் அறிஞர்களையும் போற்றிப் புரந்தனர். இருவரும் வடமொழிக் கல்லூரியை நிறுவினர். போசன் தாரா என்னும் புதிய தலைநகரத்தை நிறுவியது போன்று இராஜேந்திரனும் கங்கைகொண்டசோழபுரம் என்ற புதிய தலைநகரை உருவாக்கினான். போசமன்னன் போசபுரத்தில் மாபெரும் ஏரியை அமைத்ததுபோல் இவனும் சோழகங்கம் என்னும் பேரேரியை வெட்டினான். சமகாலத்தில் ஆட்சிபுரிந்த இவர்கள் இருவரும் பல விதங்களில் ஒத்த செயல் பாட்டினைக் கொண்டவர்களாக விளங்கியுள்ளனர். கருவூர்த்தேவர், லகுலீச பண்டிதர், சர்வசிவ பண்டிதர், ஈசானசிவ பண்டிதர் போன்ற நல்லறிஞர்களைப் போற்றி வளர்த்த இப்பெரு வேந்தன் குப்த மன்னனான இரண்டாம் சந்திரகுப்தன், வர்த்தன வம்சத்து ஹர்ஷர் போன்ற ஈடுமெடுப்பும் இல்லாப் பெருவேந்தர்களுக்கு ஒப்புமை கூறத்தக்க சீரும் சிறப்புமுடையவன் என்றால் அது மிகையன்று.

கழிவுநீர் மேலாண்மைத் திட்டம்

உலக மக்களின் அன்றாட தேவைகளில் முதன்மைப் பொருளாக விளங்குவது தண்ணீராகும். அதனால்தான் பண்டைக்கால மக்கள் நீர்வளம் மிக்க இடங்களான ஆற்றங்கரை ஓரங்களையே தங்களின் வாழ்விடமாகக் கொண்டிருந்தனர். குடிநீர்த்தேவை,

கால்நடைப் பராமரிப்பு, உணவு உற்பத்தி, மீன்பிடித்தல், வணிகம், போக்குவரத்து போன்ற மக்களின் அத்தியாவசியத் தேவைகளைப் பூர்த்தி செய்யும் மையமாக ஆற்றங்கரைகள் இருந்ததால்தான் அதனை நாகரிகத்தின் தொட்டில் என்கிறோம். ஆற்றங்கரையில் வாழ்ந்த அக்கால மக்கள் இயற்கையால் வழங்கப்பட்ட தண்ணீரை சிக்கனமாகவும், தேவைக்குத் தகுந்தாற்போலும் பயன்படுத்திவந்தனர். தங்கள் வாழ்வாதரத்திற்குக் காரணமான ஆறு மற்றும் ஆற்றுப்பகுதிகள் எந்தவிதத்திலும் தம்மால் மாசடைந்து விடக்கூடாது என்பதிலும் கருத்தாக இருந்துள்ளனர். தங்களது குடியிருப்புக்களைத் தேவைக்கேற்ப விரிவாக்கம் செய்யும் பொழுது வீடுகளில் இருந்து வெளியேற்றப்படும் கழிவுநீர் ஆற்றில் சென்று நேரடியாகக் கலப்பதைத் தடுப்பதற்காக அவர்களால் உருவாக்கப்பட்ட தொழில்நுட்பமே கழிவுநீர் வடிகால்களாகும். இதன் மூலம் குடியிருப்புப் பகுதியின் புறச்சூழலும் தூய்மையுடன் பாதுகாக்கப்பட்டது. இது நோய்த் தடுப்பிற்கு வித்திட்டது. எனவேதான் பண்டைக்கால மக்களின் கழிவுநீர் வடிகால் தொழில்நுட்பங்கள் குறித்தும், தலைநகர் கங்கைகொண்டசோழபுரத்தில் கழிவுநீர் வடிகால்கள் அமைக்கப்பட்டிருந்தது பற்றியும் இத்தலைப்பின்கீழ் ஆராயப்பட்டுள்ளது.

இந்தியாவின் முதல் கழிவுநீர் மேலாண்மைத் திட்டம்

சுமார் 5000 ஆண்டுகளுக்கு முன்பு சிறப்புற்றிருந்த சிந்துநதிக்கரை நகரங்களான ஹரப்பா, மொகஞ்சதாரோ ஆகியவை இந்தியாவின் முதல் பொலியுறு நகரங்களாகும். ஒரு நகரமைப்பின் முக்கிய அளகீடுகள் அனைத்தும் இந்நகர உருவாக்கத்தில் கையாளப்பட்டுள்ளதை அகழாய்வுச் சான்றுகள் உணர்த்துகின்றன. குறிப்பாக மொகஞ்சதாரோ நகரில் வாழ்ந்த மக்கள் தங்களால் சிந்துநதியோ அல்லது சுற்றுப்புறச்சூழலோ பாழ்படுவதை விரும்பவில்லை. அதனால்தான் வீடுகளிலிருந்து வெளியேற்றப்படும் கழிவுநீரைச் சுடுமண் குழாய்கள் மூலம் கொண்டு சென்று பிரதானத் தரையடிக் கழிவுநீர்க் கால்வாயில் இணைத்திருந்தனர். இவ்வாறு நகரிலிருந்து வெளியேற்றப்படும் கழிவுநீர் முழுவதையும் பாதுகாப்பாக நகருக்கு வெளியே அமைக்கப்பட்டிருந்த பெரிய கழிவுநீர் வடிகால் பகுதியில் கொண்டு சேர்த்திருந்தனர். இவ்வாறு சேர்க்கப்பட்ட கழிவுநீரைப் பூமிக்குள் நேரடியாக உறிஞ்சவைத்தல், சூரிய சக்தியால் ஆவியாக்குதல், சுற்றி வளர்க்கப்பட்ட மரம் மற்றும் செடிகளால் உட்கிரகிக்கவைத்தல் போன்ற தொழில்நுட்பக்

கூறுகளால் கழிவுநீர் ஓரிடத்தில் தேங்குவதைத் தவிர்த்திருந்தனர். சிந்து சமவெளி நாகரிகப் பகுதியின் புறப்பகுதிகளில் வாழ்ந்த மக்கள் தங்களின் வீட்டின் அருகிலேயே வட்டவடிவிலான கழிவுநீர் வடிகட்டும் நிரந்தரத் தொட்டிகளை *(SOAKPIT)* அமைத்திருந்தனர். இத்தொட்டியின் அடியில் ஆற்று மணல், அதன் மேற்பகுதி உடைந்த செங்கற் துண்டுகளால் நிரப்பப்பட்டது. பிறகு மீண்டும் ஆற்று மணலால் நிரப்பப்பட்டு அதன் மேற்பகுதியில் சிறிய முக்கோண வடிவிலான செங்கற்களை அடுக்கி வைத்திருந்தனர். வீட்டில் இருந்து வெளியேற்றப்படும் கழிவுநீர் நேரடியாக முக்கோண வடிவிலான செங்கற்களால் பாவப்பட்ட பகுதியின்மீது விடப்பட்டது. சவ்வுடுப்பரவல் தொழில்நுட்ப மூலம் கழிவு நீர் நன்கு வடிகட்டப் பட்டு பூமிக்குள் நேரடியாகச் செலுத்தப்பட்டது. இதன் மூலம் நிலத்தடிநீர் மாசடைவது நிரந்தரமாகக் கட்டுப்படுத்தப்பட்டது. இந்தக் கழிவுநீர் வடிகட்டும் நுட்பமே உலகின் ஆகச்சிறந்த தொழில் நுட்பமாகக் கருதப்படுகிறது.

மொகஞ்சதாரோ நகரில் கழிவுநீர்க் கால்வாய்கள் இல்லாத தெருக்களே இல்லை. கழிவுநீர்க் கால்வாய்க்குப் பயன்படுத்தப்பட்ட செங்கற்கள் நன்கு சுடப்பட்டு மேற்பகுதி வழுவழுப்பாக்கப்பட்டிருந்தது. இக்கால்வாய்கள் 50 செ.மீ. ஆழமும், 22 செ.மீ அகலமும் கொண்டவை. வீட்டிலிருந்து வரும் கழிவுநீர் தெருவில் உள்ள நிலவரைக் கால்வாயுடன் சேரும் இடத்தில் 22 செ.மீ. அகலமும், 45 செ.மீ. ஆழமும் கொண்ட சதுரவடிவத் தொட்டியில் 90 செ.மீ. உயரம் கொண்ட மிகப்பெரிய மண்பானை புதைக்கப்பட்டிருந்தது. பானையின் அடியில் சிறிய துளைகள் இடப்பட்டிருந்தன. வீட்டு வடிகால்கள் வழியே கழிவுநீருடன் குப்பைகள் வந்து பானையில் விழுதல் இயல்பு. பானையின் அடியில் உள்ள சிறிய துளைகளால் கழிவுநீர் வடிகட்டப்பட்டு பிரதான நிலவரைக் கால்வாயைச் சென்றடைந்தது. கழிவுநீருடன் பானையில் சேரும் குப்பைகளை நகர நிர்வாகம் அவ்வப்போது தூய்மைப்படுத்தியது. இதன் மூலம் பிரதானக் கால்வாயின் வழியாகச் செல்லும் கழிவுநீர் குப்பைகளால் ஏற்படும் தடைகள் நிரந்தரமாக அகற்றப்பட்டு எளிதில் வெளியேறின. இந்தத் தொழில்நுட்பம் உலகின் வேறு எந்த நாகரிகப் பகுதிகளிலும் இதுவரைக் கண்டறியப்படவில்லை எனத் தொல்லியல் அறிஞர் சர் ஜான் மார்ஷல் குறிப்பிடுகிறார்.

சங்ககாலக் கழிவுநீர் வடிகால்கள்

சிந்துசமவெளி மக்களைப் போன்று பண்டைக்காலத் தமிழர்களும் இத்தொழில்நுட்பத்தில் சற்றும் சளைத்தவர்கள் அல்ல. சங்க காலத்தில் பூமிக்கடியில் அமைக்கப்பட்ட நன்னீர் குழாய்கள் மற்றும் கழிவுநீரை வெளியேற்ற பூமிக்கடியில் உருவாக்கப்பட்ட கால்வாய்கள் பற்றிய பதிவுகள் விரவிக் காணப்படுகின்றன. சுமார் 2000 ஆண்டுகளுக்கு முன்பு மதுரை நகரில் பூமிக்கடியில் அமைக்கப் பட்டிருந்த கழிவுநீர்க் குழாய்களைப் பற்றி பரிபாடல் "நெடுமால் சுருங்கை நடுவழிப் போந்து" என்று குறிப்பிடுகிறது. இதன் மூலம் நீண்ட சுரங்கம் போன்று பூமிக்கடியில் பதிக்கப்பட்டிருந்த குழாய்களின் வழியே கழிவுநீர் கொண்டு செல்லப்பட்டதை அறியமுடிகிறது. இத்தொழில்நுட்பம் தற்காலப் பாதாளக் கழிவுநீர்க் குழாய் அமைப்பிற்கு ஒப்பானதாகும். மேலும் மதுரை நகரைச் சுற்றி அமைக்கப்படிருந்த அகழியில் தண்ணீர் வருவதற்காக அமைக்கப்பட்ட தரையடி நன்னீர் குழாய்களைப் பற்றி "பெருங்கை யானை இனநிரை பெயரும் சுருங்கை" எனச் சிலப்பதிகாரம் குறிப்பிடுகிறது. இவை நகருக்குள் விழும் மழை நீரை வெளியேற்றப் பயன்படுத்தப்பட்டிருக்கலாம். பூமிக்கு அடியில் நீர் கொண்டு செல்லும் சுருங்கைகள் செங்கற்களால் மட்டுமன்றி வலிமை மிக்க கருங்கற்களாலும் அமைக்கப்படிருந்ததைக் "கல் இடித்து இயற்றிய இட்டு வாய்க் கிடங்கின்" என்று மதுரைக்காஞ்சி சுட்டுகிறது. கச்சிமாநகர் இல்லங்களின் குளியலறைகளிலிருந்து வெளியேறும் கழிவுநீரானது கற்களால் பூமிக்கடியில் அமைக்கப்பட்டிருந்த வடிகால்கள் மூலம் வெளியேற்றப்பட்டதைச் "சுருங்கைத் தூம்பின் மனைவளர் தோகையர் கருங்குழல் கழீஇய கலவை நீரும்" என மணிமேகலை இயம்புகிறது. ஏமாங்கத நாட்டில் தண்ணீர் கொண்டு வருவதற்காகப் பூமிக்கடியில் மறைவாக அமைக்கப்பட்டிருந்த நன்னீர்க் கால்வாய் பற்றி "நீள்நிலம் வகுத்து நீர்நிறைந்து வந்து இழிதரச்செண்நிலத்து இயற்றிய சித்திரச்சுருங்கை" என சீவகசிந்தாமணி கூறுகிறது. எனவேதான் சங்க இலக்கியங்கள் சுட்டும் கழிவுநீர்க் கால் வாய்கள் பண்டைக்கால மக்களின் வாழ்விடப் பகுதிகளில் மேற்கொள்ளப்படும் அகழாய்வில் வெளிப்பட்டுவருவது இலக்கியச் சான்றுகளுக்கு வலுச்சேர்ப்பதாக உள்ளது.

அகழாய்வுச் சான்றுகள்

தமிழகத்தில் நடத்தப்பட்டுள்ள பெரும்பாலான அகழாய்வுகளில் பண்டைக்கால தமிழர்கள் அமைத்திருந்த கழிவுநீர் வடிகால்களின்

அமைப்புகள் கண்டறியப்பட்டுள்ளன. இவை திறந்தவெளிக் *(OPEN CHANNEL)* கழிவுநீர்க் கால்வாய்கள், மேற்பகுதி மூடப்பட்ட *(CLOSED CHANNEL)* கால்வாய்கள், பூமிக்குள் அமைக்கப்பட்ட தரையடிக் கால்வாய்கள், சுடுமண் குழாய்கள் கொண்டு உருவாக்கப்பட்ட கழிவுநீர் வடிகால்கள் எனத் தமிழகத்தில் நடைபெற்றுள்ள பெரும்பான்மையான அகழாய்வுகளில் கண்டுபிடிக்கப்பட்டுள்ளன. கழிவுநீர்களை வெளியேற்ற தமிழர்கள் சுடுமண் குழாய்களையே பெரும்பாலும் பயன்படுத்தி உள்ளதை அகழாய்வுகள் வெளிக்கொண்டுவந்துள்ளன. உதாரணமாக 1994 ஆம் ஆண்டு தமிழகத் தொல்லியல் துறையினரால் திருக்கோயிலூரில் நடத்தப்பட்ட அகழாய்வில் 1.70 மீட்டர் ஆழம் தோண்டப்பட்டக் குழியில் கருங்கற்சுவர் அருகே சுடுமண் குழாய்களின் தொடர் ஒன்று கண்டுபிடிக்கப்பட்டது. இதில் 50 குழாய்கள் பதிக்கப்படிருந்தன. மொத்த நீளம் 9.50 மீட்டராகும், ஒவ்வொரு குழாயும் 40 செ.மீ நீளம் கொண்டவை. இதுபோன்று புதுச்சேரி அருகே உள்ள அரிக்கமேட்டில் நடைபெற்ற அகழாய்வில் கி.பி. 12 ஆம் நூற்றாண்டைச் சார்ந்த சாயத்தொட்டி ஒன்றும், அத்தொட்டியிலிருந்து கழிவுநீரை வெளியேற்ற 30 செ.மீ நீளம் கொண்ட சுடுமண்குழாய்கள் பாதிக்கப்பட்டிருந்தன. இக்குழாய்கள் மூலமாக வெளியேற்றப்படும் கழிவுநீர் 38 செ.மீ அகலம், 45 செ.மீ. நீளம் கொண்ட பிரதானக் கால்வாயில் இணைக்கப்பட்டு வெளியேற்றப்பட்டது. இந்தப் பிரதானக் கால்வாய் நிலமட்டத்திற்கு ஏற்ப சாய்தளவடிவில் இருந்ததால் தடையின்றிக் கழிவுநீர் வெளியேறியது. இவ்வாறு சுடுமண் குழாய்களைக் கொண்டு தமிழர்களால் வடிவமைக்கப்பட்ட வடிகால் தொழில் நுட்பம் அளப்பரிய ஒன்றாகும். குறிப்பாகத் தரையடிக் கட்டுமானக் கால்வாய்களாக இருந்தாலும் சுடுமண் குழாய்கள் மூலம் உருவாக்கப்பட்ட வடிகாலாக இருந்தாலும் அவ்விடத்தின் நிலவியல் அமைப்பும் கருத்தில் கொள்ளப்பட்டுள்ளது. இக்கட்டுமானங்கள் அனைத்துமே சாய்தள அமைப்பை ஒத்துள்ளதால் கழிவுநீர் தங்கு தடையின்றி உடனடியாக வெளியேற்றப்பட்டது ஆய்விற்குறிய ஒன்றாகும். சங்க கால நகரங்களான உறையூர், கரூர் போன்ற இடங்களில் நடைபெற்ற அகழாய்விலும் சுடுமண் குழாய்களின் தொடர்கள் கண்டறியப்பட்டுள்ளன.

சமீபத்தில் சிவகங்கை மாவட்டம் கீழடியில் இந்தியத் தொல்லியல் பரப்பாய்வுத்துறையால் நடத்தப்பட்ட அகழாய்வில்

வீடுகளிலிருந்து கழிவுநீரை வெளியேற்ற சுடு மண்குழாய்கள் பதிக்கப்பட்டதொடர் வெளிக்கொண்டுவரப்பட்டுள்ளது. மேலும் இங்கு உறைகிணறுகளின் அருகே செங்கற்களைக் கொண்டு கட்டப்பட்ட திறந்தநிலைக் கழிவுநீர்க்கால்வாய் மற்றும் மேற்பகுதி மூடப்பட்ட கட்டுமானக் கால்வாய்களும் கண்டுபிடிக்கப்பட்டுள்ளன. 60 செ.மீ அகலம், 90 செ.மீ ஆழமும் கொண்ட இக்கால்வாய்கள் கட்டடங்களை ஒட்டியவாறு அமைக்கப்பட்டிருந்ததால் வீடுகளிலிருந்து வெளியேறும் கழிவுநீர்க் கால்வாய் மூலம் வெளியேற்றப்படுவது எளிமையாக்கப்பட்டிருந்தது. மேலும் சாய்தள அமைப்பில் இக்கால்வாய்கள் கட்டப்பட்டு இருந்ததால் கழிவுநீர் தேங்குவது தவிர்க்கப்பட்டது. இங்கு வாழ்ந்த தமிழர்கள் கழிவுநீரைப் பாதுகாப்பாக அப்புறப்படுத்துவதில் மிகக்கவணமாக இருந்துள்ளனர்.

இடைக்கால நிலவரைக் கால்வாய்கள்

கடலூர் மாவட்டம் சிதம்பரம் நடராஜர் கோயில் 51 ஏக்கர் பரப்பளவைக் கொண்டது. இக்கோயிலின் உட்பகுதியில் விழும் மழைநீர் முழுவதையும் சேமிக்க வேண்டும் என்ற கருதுகோள் அக்காலக் கட்டுமானத்தில் கருத்தில் கொள்ளப்பட்டிருப்பது சமீபத்தில் கண்டுபிடிக்கப்பட்டது. கடந்த 2015 ஆம் ஆண்டு சிதம்பரம் நடராஜர் கோயிலின் வடகிழக்குப் பகுதியில் இரண்டாம் குலோத்துங்க சோழனால் உருவாக்கப்பட்ட திருப்பாற்கடல் என்ற குளம் தமிழ்நாடு அரசால் தூர்வாரப்பட்டது. அப்போது குளத்தின் தெற்குப்பகுதியில் ஒரு கால்வாய் இணைக்கப்பட்டிருப்பது கண்டறியப்பட்டது. நான்கு அடி உயரம், இரண்டு அடி அகலம் கொண்ட இக்கால்வாய் முற்றிலும் செங்கற்களால் கட்டப்பட்டு நீள்செவ்வக வடிவ கருங்கல் பலகையால் மூடப்பட்டு இருந்தது. இக்கால்வாய் குளத்தின் மேற்குப்பகுதி வழியாக வடக்கு நோக்கிச்செல்லும் பிரதான கால்வாயோடு இணைக்கப் பட்டிருந்தது. இக்கால்வாய் முழுவதும் தூய்மைப் படுத்தப்பட்டது. அப்பொழுது சிதம்பரம் நடராஜர் கோயிலின் வடக்குப் பகுதியில் உள்ள யானைக்கால் மண்டபத்தின் அருகே தொடங்கி சுமார் 1200 மீட்டர் வரை பூமிக்கடியில் வடக்குநோக்கிச் சென்று திருப்பாற்கடல் குளத்திதோடு இணைக்கப்பட்டிருந்தது. இக்கால்வாய் 65 செ.மீ அகலமும், 77 செ.மீ ஆழமும் கொண்டதாகும். இதற்கு பயன்படுத்தப்பட்டுள்ள செங்கற்கள் 24 x15 x 5 செ.மீ அளவுள்ளவை. இந்த நிலவரை கால்வாய் வழியாக சிதம்பரம்

நடராஜர் கோயிலில் விழும் மொத்த மழை நீரும் சேதாரமின்றி இந்தக் குளத்தில் சேமிக்கப்பட்டுள்ளது. இதனால் கோயில் வளாகத்தில் மழைநீர் தேங்குவது நிரந்தரமாகத் தடுக்கப்பட்டிருந்தது. இந்த நிலவரைக் கால்வாய் புவி மட்டத்திலிருந்து 30 செ.மீ அளவில் தொடங்கி திருப்பாற்கடல் குளத்தில் முடியும் பொழுது 200 செ.மீ ஆழத்தில் உள்ளது. அதாவது கோயிலில் இருந்து வடக்கே செல்லச்செல்ல சாய்தள அமைப்பில் செல்கிறது. இதனால் கால்வாய் வழியாகச் செல்லும் மழைநீர் நேராகக் குளத்தினை அடைவது எளிதாக்கப்பட்டது. இக்கட்டுமானத்தின் தொழில்நுட்பக் கூறுகளை ஆய்வு செய்த ஆய்வாளர்கள் (இந்த கால்வாய் நூல் ஆசிரியரால் கண்டுபிடிக்கப்பட்டதாகும்) இக் கால்வாயின் காலம் கி.பி.11-12ஆம் நூற்றாண்டு எனக் குறிப்பிட்டுள்ளனர். மழைநீர் சேமிப்பின் மூலம், நிலத்தடி நீர் பாதுகாக்கப்பட வேண்டும் என்பதில் நம் முன்னோர்கள் காட்டிய அக்கறை அளப்பரியதாகும். கடந்த 2014ஆம் ஆண்டு ஓமக்குளம் தூர் வாரும் பணி நடைபெற்றது. அப்போது குளத்தின் தெற்கு மற்றும் மேற்குப் பகுதியில் கி.பி.10 நூற்றாண்டு முதல் கி.பி.13ஆம் நூற்றாண்டு வரையிலான காலகட்டத்தைச் சார்ந்த மட்பாண்ட ஓடுகள், சிறுமியர்கள் விளையாடப் பயன்படுத்திய வட்டச்சில்லுகள், ட வடிவக் கூறை ஓடுகளின் உடைந்த பாகங்கள், இராஜராஜ சோழனின் செப்பு நாணயம், சிவப்பு, பச்சை, கருப்பு, ஊதா நிறங்களைக் கொண்ட கண்ணாடி மணிகள் போன்றவை சேகரிக்கப்பட்டன. மூன்று சுடுமண் உறைகிணறுகள் இங்கு வெளிப்பட்டிருந்தன. இதே பண்பாட்டுப்பகுதியில் 30 செ.மீ நீளம் 10 செ.மீ அகலம் கொண்ட சுடுமண் குழாய்களின் தொடர் ஒன்றும் கண்டுபிடிக்கப்பட்டுள்ளது. இதன் மூலம் இடைக்காலத்தில் சிதம்பரம் நகரில் வீடுகளில் இருந்து கழிவுநீர் வெளியேறுவதற்காகச் சுடுமண் குழாய்கள் பயன்படுத்தப்பட்டிருந்ததையும் அறியமுடிகிறது.

பல்லவர் காலத்தைப் போன்றே சோழர் காலத்திலும் ஒரு நகர அமைவியல் கட்டுமானத்திற்குத் தேவையான அனைத்து நகரநுட்பங்களும் முறையாகப் பின்பற்றப்பட்டுள்ளதைக் கங்கைகொண்ட சோழபுரநகரக் கட்டுமானத்திலும் காண்கிறோம். குறிப்பாக கழிவுநீர் வடிகால்கள் நகரம் முழுமைக்கும் அமைக்கப் பட்டிருந்ததை இங்கு நடைபெற்றுள்ள அகழாய்வு, களஆய்வின் மூலம் வெளிக் கொண்டுவரப்பட்டுள்ளது. ஒரு நகரத்தின் சுற்றுப்புறச் சூழலைப் பாழ்படாமல் பாதுகாக்கும் முக்கிய

அலகு கழிவுநீர் வடிகால்களாகும். அதனால்தான் பண்டைக்காலப் பெருநகரங்களான மதுரை, காஞ்சிபுரம், ஏமாங்கத நாடு போன்ற நகரங்களில் இருவகையான வடிகால்கள் அமைக்கப் பட்டிருந்ததை இலக்கியத் தரவுகள் இயம்புவதை மேலே கண்டோம். அதேபோன்று கங்கைகொண்ட சோழபுரத்திலும் இருவகையான வடிகால்கள் அமைக்கப்பட்டிருந்ததைக் காணமுடிகிறது.

நன்னீர் வடிகால்

கங்கைகொண்டசோழபுரத்தில் கடந்த *1987* ஆண்டு மாளிகைமேடு அருகேயுள்ள கல்குளத்தின் வடக்குப் பகுதியில் அகழாய்வு மேற்கொள்ளப்பட்டது. அப்போது வடக்குத் தெற்காக செல்லும் நிலவரைக் கால்வாய் ஒன்று கண்டுபிடிக்கப்பட்டது. *71x30x25* செ.மீ அளவுள்ள கருங்கல் பலகையால் மூடப்பட்ட *(CLOSED CHANNEL)* இக்கால்வாய் *54* செ.மீ அகலமும், *41* செ.மீ ஆழமும் கொண்டது. மாளிகைமேடு வளாகத்தில் உள்ள கல்குளத்திற்கு இக்கால்வாய் வழியாகத் தண்ணீர் கொண்டு செல்லப்பட்டுள்ளது. மேலும் கால்வாய் வழியாகச் செல்லும் தண்ணீர் கசியாமல் இருக்கக் கால்வாயின் உட்பகுதியில் செம்பாறாங்கற்களும், களிமண்ணும் குழைத்துக்கட்டப்பட்டிருந்தது.

கங்கைகொண்டசோழபுரம் சோழீஸ்வரர் கோயிலில் இருந்து நேர் வடகிழக்கே சுமார் *1700* மீட்டர் தொலைவில் உள்ள சம்போடை பகுதியில் நடத்தப்பட்ட களஆய்வில் பத்திற்கும் மேற்பட்ட இடங்களில் சுடுமண்ணால் ஆன கழிவுநீர் வடிகால்கள் கண்டுபிடிக்கப்பட்டுள்ளன. இவற்றில் கருமன்மேடு என்ற பண்பாட்டுப் பகுதியானது சுமார் ஐந்து ஏக்கர் பரப்பளவினைக்கொண்டது. இங்கு மேற்கொள்ளப்பட்ட களஆய்வில் பெருமளவில் இரும்பு உருக்கப்பட்டதற்கான தடயங்கள் கண்டுபிடிக்கப்பட்டன. இப்பண்பாட்டுப் பகுதியின் வடக்கு பகுதியில் அமைந்துள்ள கருமன்குளத்திலிருந்து சுமார் ஐம்பது மீட்டர் தெற்கே உள்ள ஊதுலைத் தொழிற் கூடத்திற்குத் தேவையான தண்ணீர் சுடுமண் குழாய்களின் மூலம் கொண்டுவரப் பட்டுப் பயன்படுத்தியுள்ளதைக் காணமுடிகிறது. இந்தச் சுடுமண் குழாய்களின் தொடரானது மண்ணின் மேற்பரப்பில் இருந்து மூன்று அடி ஆழத்தில் அமைக்கப்பட்டுள்ளன. இக்குழாய்கள் ஒவ்வொன்றும் *30* செ.மீ நீளமும், *7* செ.மீ அகலமும் கொண்டவைகளாகும். இதே போன்று கொசவன்மேடு பகுதியில்

சுடுமண் குழாய்களின் உடைந்த பாகங்கள் சேகரிக்கப்பட்டுள்ளன. கங்கைகொண்ட சோழபுர நகர நிர்மானத்தில் சுற்றுப்புறச் சூழலைத் தூய்மையோடு வைத்துக் கொள்வதற்காக கழிவுநீர் வடிகால், நன்னீர் வடிகால், கழிவுநீர்களை வெளியேற்றப் பயன்படுத்தப்பட்ட சுடுமண் குழாய்களின் தொடர்கள் போன்றவைத் திறம்பட அமைக்கப்பட்டிருந்தன. இதன் மூலம் பண்டைக்காலத் தமிழர்கள் நிலம்சார் பாதுகாப்பில் கண்ணியமிக்க செயல்பட்டாளர்களாக இருந்துள்ளனர் என்பதை அறிகிறோம்.

ஐம்பது ஆண்டுகளுக்கு முன்புவரை வீடுகளில் இருந்து வெளியேற்றப்படும் கழிவுநீரைக் கொண்டு தோட்டங்களில் காய்கறி, கீரைவகைகள், வாழை மரங்கள் வளர்க்கப்பட்டன.இதனால் கழிவுநீர் மூலம் பரவும் நோய்களுக்கு நிரந்தரமாக முற்றுப்புள்ளி வைக்கப்பட்டது. ஆனால் இன்று நகரமயமாக்கல் என்கிற போர்வையில் வாசலும், தோட்டமும் இல்லா வீடுகளை அமைத்துக் கொண்டு வீட்டிலிருந்து வெளியேறும் கழிவுநீரை அப்படியே சாலையோரம் விட்டு விடுகிறோம். இப்படி ஒவ்வொருவரும் செய்வதால் அழகிய நன்னீராக இருந்த பல ஏரி, குளங்கள், ஆறுகள் இன்று சாக்கடைநீரால் பாழ்படுத்தப்பட்டுவிட்டன. இதனால் நிலத்தடி நீரும் கெட்டுப்போனது. விளைவு இன்று தொற்று நோய்களின் கூடாரமாக நம்தேசம் மாறிவருகிறது. சுமார் 1800 ஆண்டுகளுக்கு முன்பு காவிரிப்பூம்பட்டினத்தில் சோறிடும் அன்னச் சாலையிலிருந்து சோற்றை வடித்தலால் வெளியேற்றப்படும் தண்ணீரானது அப்படியே தெருவீதியில் கொண்டுவிடப்பட்டது. அவ்விடத்திற்குவரும் மாடுகள் ஒன்றோடொன்று சண்டையிட்டுக் கொள்வதால் அப்பகுதி முழுவதும் சேறாகியது. மேலும் அவ்வழியாக ஓடும் தேர்களால் மண்புழுதி ஏற்பட்டு சுவர்களில் வரையப்பட்டிருந்த அழகிய ஓவியங்களின் மீது படிந்து அதன் அழகைக் கெடுக்கிறதே என வேதனைப்படும் உருத்திரங்கண்ணனாரின் சாடல் நிலம் சார் சூழலை மாசுபடுத்தும் அனைவருக்கும் பொருந்தும்.

புகைப்பான்கள்

சங்ககாலத்தில் தமிழரிடத்தில் புகைக்கும் பழக்கம் புழக்கத்தில் இருந்ததாக இலக்கியங்களில் காணமுடியவில்லை. மாறாகக் கள், யவன நாட்டைச்சார்ந்த உயர்ரகத் தேரல் (மது) போன்ற போதை தரும் பானங்களை அருந்தி மகிழும் பழக்கம்

நடைமுறையில் இருந்துள்ளதை இலக்கியங்கள் மற்றும் தொல்லியல் சான்றுகள் வழியாக அறிகிறோம். தமிழகத்தில் நடைபெற்றுள்ள அகழாய்வுகளில் சுடுமண்ணால் செய்யப்பட்ட புகைப்பான்கள் வெளிக்கொண்டுவரப்பட்டுள்ளன. குறிப்பாகக் கொற்கை, அழகன்குளம், கொடுமணல், கீழடி, அரிக்கமேடு, பூம்புகார், உறையூர் போன்ற இடங்களில் நடைபெற்ற அகழாய்வுகளில் இவை கிடைத்துள்ளன. மேலும் கடலூர் மாவட்டத்தில் நடத்தப்பட்ட களஆய்வில் மணிக்கொல்லை, சிலம்பிமங்கலம், பெரியப்பட்டு, ஆண்டார்முள்ளிப்பள்ளம், திருச்சோபுரம், தியாகவல்லி, காரைக்காடு, குடிகாடு, கொண்டாரெட்டிப்பாளையம், அவியனூர், மருங்கூர், குறும்பன்கோட்டை, தர்மநல்லூர், விளாகம், சிதம்பரம் ஓமக்குளம், இராஜேந்திரப்பட்டினம் போன்ற இடங்களில் சுடுமண்ணால் செய்யப்பட்ட புகைப்பான்கள் நூலாசிரியர் அவர்களால் கண்டுபிடிக்கப்பட்டுள்ளன. இத்தரவுகளைச் சீர்தூக்கி பார்க்கும்போது புகைக்கும் பழக்கம் சங்ககாலம் முதற்கொண்டு புழக்கத்தில் இருந்துள்ளதாகக் கருதலாம். குறிப்பாகத் தமிழர்களின் மருத்துவ முறையில் ரண சிகிச்சையின் போது நோயாளிகளுக்கு உடலில் வலி தெரியாமல் இருப்பதற்கான மருந்தினைப் புகைக்கும் முறையில் நோயாளிகளுக்கு வழங்கப்பட்டுள்ளதைப் பண்டைய மருத்துவ நூல்களில் காண்கிறோம். எனவே தமிழகத்தில் கிடைக்கப்பட்டுள்ள புகைப்பான்கள் மருத்துவர்களின் பயன்பாட்டில் இருந்துள்ளதாகவும் கருதலாம். கங்கைகொண்டசோழபுரத்தில் உள்ள கொசவன்மேடு, கொல்லன்மேடு போன்ற பகுதிகளில் நடத்தப்பட்ட களஆய்வில் புகைப்பான்கள் மண்ணின் மேற்பரப்பிலிருந்து சேகரிக்கப்பட்டுள்ளன. இவை கி.பி.11-12 ஆம் நூற்றாண்டைச் சார்ந்தவைகளாகும். எனவே கங்கைகொண்டசோழபுரம் நகரில் வாழ்ந்த மக்களிடையே புகைக்கும் வழக்கம் இருந்துள்ளதாகக் கருதலாம். மாறாக நோயாளிகளுக்குப் புகையின் மூலமாக நோய்த்தடுப்பு மருந்தினைச் செலுத்துவதற்கான மருத்துவ உபகரணமாக மருத்துவர்களின் பயன்பாட்டில் இருந்திருக்கவும் வாய்ப்புள்ளது.

7

கலை கட்டடக்கலை

நிலையான இருப்பிடங்களின்றி வேட்டியாடிய மானுடம் நிலையாகத் தங்க முற்பட்டபோதுதான் சமூகக்கலைகளில் முதன்மைக்கலையான ஓவியக்கலை தோன்றியது. அதனால்தான் பண்டைக் காலத்தைச் சார்ந்த ஓவியங்கள் அனைத்தும் காடுகளில் இருந்த இயற்கைக் குகைகளிலேயே அதிகம் வரையப்பட்டுள்ளதை இன்றும் காணமுடிகிறது. ஆதிகால மானுடத்தின் உள்ளத்தைக் கவர்ந்த வேட்டைக் காட்சிகள், விலங்குகள், பறவைகள் போன்றவற்றின் பதிவாகவே அவை உள்ளன. பிறகு மானுடம் சமூகக் கட்டமைப்பிற்குள் வந்தபிறகு குழுநடனம், கூட்டுச்சமூக வழிபாடு, ஒன்றிணைந்த வேட்டைக்காட்சிகள், கூட்டாகப் படகுப் பயணம், தங்கள் குழுக்களின் தலைவரை வேறுபடுத்திக் காட்டுதல் எனச் சமூகக்கலைகள் பரிணாமம் பெற்றதை அந்த ஓவியக் காட்சிகளில் காண்கிறோம். ஓவியக்கலைகளில் இருந்தே சிற்பக்கலை, கட்டுமானக்கலைகள் பரிணமித்தன. இக்கலைகள் அனைத்தும் பண்டைய மானுடத்தின் பரிணாமத்தோடு தொடர்புடையதை அக்காலகட்டத்தில் உருவாக்கப்பட்ட கலைப்படைப்புகளின் மூலம் அறியலாகிறது. எனவேதான் மனிதனின் தோற்றம் முதலான வாழ்வியல் சார்புடையப் பதிவுகளின் ஆவணமாக இக்கலைகள் திகழ்கின்றன. இக்கலைகள் தனிமனிதக் கலையாகவே ஆரம்பகட்டத்தில் தோற்றம் பெற்றிருந்தன. பிறகு சமூகத்திற்கான கலைகளாகப் பரிணாமம் பெற்றன. அதன்பின் தனித்தனி இனக்குழுக்களுக்கெனத் தனித்துவம் மிக்க கலையாக வளர்க்கப்பட்டன. இதுவே பின்னாளில் அரசக்கலைகளாக எழுச்சி பெற்றன. இதற்குத் தக்க சான்றுகளாக விளங்குபவை கிரேக்கக் கலைகளாகும். காரணம் கிரேக்கர்கள் எந்தெந்த நாடுகளின் மீது படையெடுத்தனரோ அந்தந்த நாடுகளில் வளர்ச்சி

ஜெ.ஆர்.சிவராமகிருஷ்ணன்

பெற்றிருந்த கலைகளில் தாக்கத்தை ஏற்படுத்தியது. குறிப்பாக அலெக்சாண்டரின் இந்தியப் படையெடுப்பின் மூலம் தனித்துவம் மிக்க இந்தியக் கலைகளின் மீது மிகப்பெரிய தாக்குதலை நடத்தியது. இதன்மூலம் பாரம்பரியம் மிக்க இந்தியக்கலைகள் கிரேக்கக் கலை நுட்பங்களை உள்வாங்கிக் கொண்டு காந்தாரக் கலையாக மறுமலர்ச்சி பெற்றன. எனவே இந்த காந்தாரக் கலைகளின் மூலமாக கி.மு. 3ஆம் நூற்றாண்டு முதல் பௌத்த கலை வீறுகொண்டு எழுச்சி பெற்றதை இந்தியக் கலை வரலாற்றின் பக்கங்களில் காணமுடிகிறது. எனவே கலைகள் என்பவை ஒரு குறிப்பிட்ட மானுடக் கூட்டத்தின் முகவரியை உரைக்கும் இயலாகக் கருதலாம். அந்த அடிப்படையில் தமிழ்க்கூறும் நல்லுலகில் காவிரிக் கரைகளில் கோலோச்சியிருந்த சோழ மன்னர்களால் வளர்த்தெடுக்கப் பட்ட கலைகளும் தனித்துவம் மிக்கவைகளாகவே இருந்தன. பிற்காலச் சோழ மன்னர்களில் ஆதித்த சோழர் முதல் மூன்றாம் குலோத்துங்கன் வரையிலான காலகட்டத்தில் எழுச்சி பெற்றிருந்த இந்த கலைப்பாணியானது தமிழகக் கலை வரலாற்றின் பொற்காலமாகக் கருதப்படுகிறது. காரணம் உணவு உற்பத்தியில் எந்த நாட்டு மக்கள் மிகை உற்பத்தியாளர்களாகத் திகழ்கிறார்களோ அங்குதான் கலைகள் எழுச்சி பெறும் என்பது மானிடவியல் சார்புக் கோட்பாட்டாளர்களின் கருத்தாகும். அந்த அடிப்படையில் தங்களுக்கான தனிக் கலைப்பாணியை உருவாக்கிக் கொண்டவர்கள் பிற்காலச் சோழ மன்னர்கள். களப்பிரர்களுக்குப் பிறகு தமிழகத்தில் தோன்றிய பல்லவர்கள் கலை, கட்டடக்கலையில் புதிய கலைப்பாணியைப் புகுத்தினர். இதற்கு முன்பாக அழியக்கூடியப் பொருட்களைக் கொண்டு கட்டப்பட்ட இறைக்கூடங்கள் பல்லவர் வருகையால் எக்காலத்திலும் அழியாத கருங்கல் கட்டுமானங்களாக மாற்றம் பெற்றன. இவர்கள் காலத்தில்தான் குடைவரைகள், தனிப்பாறைச் சிற்பத் தொகுப்புகள், கருங்கல் கட்டுமானக் கோயில்கள் போன்றவை அதிக அளவில் உருவாக்கப்பட்டன. இதுவே பின்னாளில் பல்லவர் கலைப்பாணி எனக் கட்டடக்கலை ஆய்வாளர்களால் அழைக்கப்பட்டது. பிறகு பல்லவர் கலைப்பாணியை உள்வாங்கிக்கொண்ட சோழர் பிரமாண்டமிக்க மக்களுக்கான கோயில் கலையும், தலைநகரில் அரசக் கோயில்களையும் உருவாக்கிக்கொண்டனர். இக்கோயில்கள் ஒவ்வொன்றும் ஒரு கலைக்கூடமாகும்.

தஞ்சாவூர் பெருவுடையார் கோயிலில் உள்ள

கல்வெட்டுக்களைக் கி.பி. 1886ஆம் ஆண்டு முதன்முதலில் படியெடுத்து ஆய்வுசெய்த E. ஹுல்ஷ் (E.HULTZSCH) என்ற கல்வெட்டியல் அறிஞர் இக்கோயிலை இராஜராஜ சோழன் கட்டினார் என்பதை "ஸ்ரீராஜராஜதேவர் தஞ்சாவூர்க் கோயிலிநுள்ளால் இருமடி சோழனின் கீழைத்திரு மஞ்ச நசாலை தானஞ் செய்தருளாவிருந்து பாண்டிய குலாசனி வளநாட்டுத் தஞ்சாவூர் கூற்றத்துத் தஞ்சாவூர் நாம் எடுப்பிச்ச திருக்கற்றளி ஸ்ரீராஜராஜீஸ் வரமுடையார்க்கு நாங் குடுத்தனவும் அக்கன் குடுத்தனவும் நம்பெண்டுகள் குடுத்தனவும் மற்றும் குடுத்தார்க் குடுத்தனவும் ஸ்ரீவிமானத்தில் கல்லிலேவெட்டுக என்று திருவாய் மொழிஞ்சருள வெட்டின" என்ற கல்வெட்டு வரிகளின் மூலம் உலகிற்கு உரைத்தார். இதேபோன்று கங்கைகொண்ட சோழபுரம் சோழீஸ்வரர் என்ற அரச பெருங்கோயில் இராஜேந்திர சோழரால் கட்டடப்பட்டதை இம்மன்னரின் 25 ஆம் ஆட்சியாண்டு வெளியிடப்பட்ட எசாலம் செப்பேட்டில்...

"ராஜேந்த்ரோ வ்ஸதி தஸ கங்கைகொண்ட
சோளபுர்யாம் ஸத்குணநிதி ஆத்மனா க்ருதாயாம்
தந்நாமாவரபவன மாகேஸ் வரஸ்ய
பக்த்யா தத்பதயுக பாரிஜாத ப்ருங்க"

(ஏடு 2 — சுலோகம் 18)

அதாவது நல்ல குணங்களின் நிதியான இராஜேந்திரன் தன்னால் உருவாக்கப்பட்ட கங்கைகொண்டசோழபுரத்தில் அதே பெயரோடு சிவபிரானுக்கு ஒரு கோயில் எடுப்பித்தான் என வடமொழிப் பகுதியில் குறிப்பிடப்பட்டுள்ளது.

கங்கைகொண்ட சோழீஸ்வரம் கோயில்

தஞ்சை பிரகதீஸ்வரர் கோயிலுக்கடுத்து கங்கைகொண்டசோழபுர விமானம் தமிழ்நாட்டில் உள்ள விமானங்களில் உயர்ந்தது. விமானத்தின் மொத்த உயரம் 180 அடியாகும். கருவறையின் உயரம் 48.5 அடியாகும். மகா மண்டபம் 175X35 என்ற அளவிலும், துவாரபாலகர் 12 அடி உயரமும், மகா மண்டபத்தில் 150 கற்தூண்களும் அவற்றில் நடுவில் உள்ள இரு பத்திகளில் உள்ள தூண்கள் 18 அடி உயரமும், பிற பத்திகளில் உள்ள தூண்கள்16 அடி உயரமும் கொண்டவைகளாகும்.

அமைப்பு

கங்கைகொண்ட சோழீஸ்வரர் கோயிலானது இரண்டு

பிரகாரங்களுடன் கிழக்கு நோக்கிவாறு கட்டப்பட்டதாகும். முதல் பிரகாரத்தின் நுழைவாயிலில் இராஜகோபுரம் கட்டப்பட்டிருந்தது. இரண்டாம் பிரகாரத்தில் கட்டப்பட்டிருந்த கோபுரம் மூன்று நிலைகளைக் கொண்டதாகும். இக்கோபுரத்தின் அடித்தளமானது *24.5* மீட்டர் நீளமும் *14* மீட்டர் அகலமும் கொண்டதாகும். உபபீடம், அதிஷ்டானம், ஜகதி, முப்பட்டை குமுதம், கண்டம், பட்டிகை, தடி, பிரஸ்தரம் போன்ற உறுப்புகளோடு திகழ்கிறது. ஆனால் கி.பி. *1836* ஆம் ஆண்டு இடிந்த நிலையில் இருந்த இக்கோபுரங்களின் பகுதிகளைக் கொள்ளிடம் ஆற்றின் குறுக்கே தடுப்பணை கட்டுவதற்காக பயன்படுத்தப்பட்டுவிட்டன.

விமானம்

இக்கோயிலின் விமானம் *32.2.x32.2* மீட்டர் அளவுடைய சதுரத்தின் மீது *1.7* மீட்டர் உயரம் கொண்ட உபபீடம் அமைக்கபட்டு அதன் மீது *51*மீட்டர் உயரம் கொண்ட விமானம் கட்டப்பட்டுள்ளது. உபபீடத்தின் மேல் *2.3*மீட்டர் உயரமுடைய அதிட்டானம், விருத்தக் குமுதம், யாளி வரிகள், கண்டம், தடி, அரைத் தூண்கள், உத்திரம், கபோதக்கூடு போன்றவற்றுடன் ஒருநிலையும், யாளிவரிகள், கண்டம், தடி, அரைத் தூண்கள், உத்திரம், கபோதக்கூடு, பிரஸ்தரம் போன்ற உறுப்புகளுடன் மற்றொரு நிலையும் உள்ளது. இருநிலை பித்திப் பகுதிகளில் தேவகோஷ்டங்களில் இறை உருவங்கள் காணப்படுகின்றன.

கருவறைப்பகுதி உட்சுவர் மற்றும் வெளிப்புறச் சுவர்களுக்கு இடையில் சாந்தாரப் பகுதியொன்றுள்ளது. முழுக்கக் கருங்கல்லால் கட்டப்பட்ட இந்த இரட்டைச் சுவர்களின் மீதுதான் ஒன்பது தளங்களுடன், *180* அடி உயரம் கொண்ட விமானம் கட்டப் பட்டுள்ளது. கருவறைப் பகுதி *48.5* அடி உயரமும் அதன் மேலுள்ள விமானம் *131.5* அடி உயரமுடையவையாக இரு பிரிவுகளாக அமைக்கப்பட்டுள்ளது. விமானத்தின் இருதளங்கள் மட்டுமே தளமுடையவை. ஏனையப் பகுதி உட்புறம் கூம்பு வடிவில் இடைவெளியுடன் அமைக்கப்பட்டுள்ளது.

சிவலிங்கம்

கங்கைகொண்ட சோழீஸ்வரர் என்று அழைக்கப்படும் சிவலிங்கம் *13*அடி உயரம்கொண்டதாகும். லிங்கத்தின் ஆவுடையார் ஊர்த்துவ, அதகபத்மத்தால் அலங்கரிக்கப்பட்டுள்ளது. கோமுகையானது

வடக்கு நோக்கியதாகக் காட்டப்பட்டுள்ளது.

இடைநாழி தேவகோஷ்டங்கள்

கருவறைக்கும் மகா மண்டபத்திற்கும் இடைப்பட்டப்பகுதி அந்தராளம் என்றும், இடைநாழி என்றும் அழைப்பர். இதுவே இக்கோயிலில் அர்த்த மண்டபமாகவும் விளங்குகிறது. இடைநாழியின் இருபுறமும் வடக்கு, தெற்காக வாயில்களும் இவற்றின் இருமருங்கிலும் துவார பாலகர்களின் உருவங்களும் உள்ளன. அர்த்தமண்டபத்தின் வடக்கு பகுதியில் சண்டேச அனுக்கிரக மூர்த்தி, சரஸ்வதியின் உருவங்களும், தென்புறத்தில் கங்காளர், இலக்ஷ்மியின் உருவங்கள் இடம்பெற்றுள்ளன.

மேல்தளத் தேவகோஷ்ட இறைவுருவங்கள்

கருவறையின் மேல்தளத்தில் நான்குபுறமும் 31 இறைவுருவங்கள் உள்ளன. இவற்றில் பத்து தேவகோஷ்டத் திருவுருவங்கள் அடையாளம் காணமுடியவில்லை. ஏனைய 21 தேவகோஷ்டத் தெய்வங்கள் வலமாகச் செல்லும்போது சூரியன், அக்கினி, காலாந்தகன், யமன், தக்ஷிணா மூர்த்தி, நிருருதி, பிக்ஷாடனர், வருணன், விஷ்ணு, லிங்கோத்பவர், பிரம்மன், ஈசாணன், பூவராகர், கஜசம்காரர், சந்திரன் இவற்றில் திக்பாலகர்களான அக்கினி, எமன், நிருருதி, வாயு, சோமன், ஈசானன், வருணன் ஆகியோர் எட்டுதிசை பாலகர்களுள் அருவராவர். குபேரன், இந்திரன் உருவங்கள் அடையாளம் காணமுடியாத வகையில் அமைந்துள்ளன. .

விநாயகர் கோயில்

கருவறையின் தெற்குப் பகுதியில் கிழக்கு நோக்கியவாறு விநாயகர்கோயில் கட்டப்பட்டுள்ளது. கருவறை, அர்த்த மண்டபம், மகாமண்டபத்துடன் இக்கோயில் விளங்குகிறது. 2.5X2.5 மீட்டர் அளவுகளைக் கொண்ட கருவறை, 3X3மீட்டர் அளவில் அர்த்த மண்டபம், 7X5.5 மீட்டர் அளவில் மகா மண்டபம், 9 மீட்டர் உயர விமானப் பகுதியுடன் இக்கோயில் கட்டப்பட்டுள்ளது. உபபீடம், அதிஷ்டானம், ஜகதி, விருத்த குமுதம், கண்டம், தடி, பித்தி, அறைத் தூண்கள், தேவகோஷ்டங் கள், உத்தரம், கபோதம், பிரஸ்தரம் போன்ற கட்டுமான உறுப்புகளுடன் இக்கோயில் திகழ்கிறது.

வடகயிலாயம்

வடக்கு பிரகாரத்தில் அமைக்கப்பட்டுள்ள வடகயிலாயம்

கருவறை, முகமண்டபம், வெளியில் இணைப்புப்பெற்ற தனிமண்டபம் ஆகியவற்றுடன் இருதளக் கற்றளியாகக் காட்சியளிக்கிறது. முன்மண்டபம் பக்கச் சுவர்களுடனும், உட்புறம் நான்கு தூண்களுடன் பிரஸ்தரப்பகுதி திகழ்கிறது. இம்மண்டபத்தின் தென்பகுதியில் படிக்கட்டுகளுடன் வாயிற்பகுதி அமைக்கப்பட்டுள்ளது. கோயிலின் முன் மண்டபம் இணைக்கப்பட்டுள்ள இடைவெளிப் பகுதியில் தென்புறமும், வடபுறமும் சிறிய படிக்கட்டுகள் உள்ளன. 13.8 மீட்டர் நீளமும் 7 மீட்டர் அகலமும் கொண்ட வட கயிலாயத்தின் முன்புறம் 10X10 மீட்டர் அளவுடைய தனிமண்டபத்தோடு 1.5 மீட்டர் அகல இணைப்புப் பகுதியால் இணைக்கப் பெற்றுள்ளது. 3X3 மீட்டர் உட் கூட்டுடன் கருவறையும், 6X3.5 மீட்டர் உட்கூட்டுடன் முகமண்டபமும் 7X7 மீட்டர் உட்கூட்டுடன் இணைப்பு மண்டபமும் அமைக்கப்பட்டுள்ளது. கலசத்துடன் விமானம் 11 மீட்டர் உயரம் கொண்டதாகும்.

தென்கயிலாயம்

தெற்குப் பிரகாரத்தில் கிழக்கு நோக்கிய வண்ணம் அமைந்த தென்கயிலாயம் உபபீடம், அதிஷ்டானம், பித்தி, பிரஸ்தரம், சாலை, கூடுகளால் அலங்கரிக்கப்பட்ட தளம், கிரீவம், சிகரம் ஆகிய அங்கங்களுடன் இருதளக் கற்றளியாகத் திகழ்கிறது. கருவறை முகமண்டபம் ஆகியவற்றோடு விளங்கும் இக்கற்றளியின் முன்புறம் நான்கு தூண்களுடன் கூடிய மண்டபமொன்று இணைப்புப்பெற்று காணப்படுகின்றது. இம்மண்டபத்தின் மேற்கூரையும் பக்கச்சுவர்களும் காலப்போக்கில் சிதைந்துவிட்டன. 25 மீட்டர் நீளமும் 7.8 மீட்டர் அகலமும் கொண்ட இக்கோயிலின் முன்மண்டபப்பகுதி மட்டும் 10X10 மீட்டர் அளவுடையதாகும். கருவறை விமானம் 9.5 மீட்டர் உயரத்துடன் விளங்குகிறது. பித்தியினைக் கால்களும், கொஷ்டங்களும் கும்பப் பஞ்சரங்களும் அலங்கரிக்கின்றன. கிரீவம் அமைந்துள்ள தளத்தின் நான்கு மூலைகளிலும் நந்திகள் உள்ளன. சிகரம் எண்பட்டை வடிவில் நான்கு திசைகளிலும் மகாநாசிகளுடன் காட்சி அளிக்கின்றது. பித்தி எனப்படும் சுவர் ஒரே நேர்கோட்டில் அமையாமல் அகாரை எனப்படும் அழகமைப்போடுத் திகழ்கிறது. கொஷ்டங்களில் இறைவுருவங்கள் காணப்படுகின்றன.

சண்டிகேஸ்வரர் கோயில்

கருவறையின் வடபகுதியில் சண்டிகேஸ்வரர் கோயில்

கட்டப்பட்டுள்ளது. இக்கோயில் மாமன்னர் இராஜேந்திர சோழர் காலத்தில் எடுப்பிக்கப்பட்டதாகும். தெற்கு நோக்கியதாக அமையப்பெற்ற இக்கோயில் கருவறை, முகமண்டபத்துடன் விளங்குகிறது. 11.2 மீட்டர் நீளம் 6 மீட்டர் அகலம் கொண்ட உபபீடத்தின் மீது சண்டிகேஸ்வரர் கோயில் கட்டப்பட்டுள்ளது. இக்கோயிலின் உயரமானது தரையிலிருந்து கலசம் வரை 12.2 மீட்டராகும். கருவறையானது 2.3X2.3 மீட்டர் அளவில் சதுரவடிவினைக் கொண்டுள்ளது. முன்மண்டபத்தின் கிழக்கு மற்றும் மேற்குபுற சுவர்களில் இடை வெளிகளும் தெற்குப்பகுதியில் நுழைவாயிலும் உள்ளன. உபபீடம், அதிஷ்டானம், ஜகதி, விருத்தக் குமுதம், யாளிவரிகள், கண்டம், பித்தி, தடி, அறைத் தூண்கள், தேவகொஷ்டங்கள், உத்தரம், கபோதம், பிரஸ்தரம், கருவரையின் மீது ஏகதள விமானத்துடன் இக்கோயிலானது காட்சியளிக்கிறது.

கொற்றவை கோயில்

திருச்சுற்று மாளிகையின் வடக்குப்புற வாயிலின் அருகே கிழக்கு நோக்கியவாறு இக்கோயில் கட்டப்பட்டுள்ளது. கொற்றவைக் கோயிலானது 8 மீட்டர் நீளமும், 4.2 மீட்டர் அகலமும், 7.5 மீட்டர் உயரமும் கொண்டதாகும். கருவறை 1.7X1.7 மீட்டர் அளவில் சதுரவடிவிலும், மகாமண்டபம் 3X1.7 மீட்டர் அளவிலும் அமைக்கப்பட்டுள் ளது. அதகபத்மதுடன் கூடிய உபபீடம், பத்ம இதழ்களால் அலங்கரிக்கப்பட்ட அதிட்டானம், ஜகதி, விருத்தக் குமுதம், கண்டம், தடி, கண்டம், பித்தி, அறைத் தூண்கள், உத்தரம், கபோதம், பிரஸ்தரம், விமானம், பித்திப்பகுதிகளில் தேவகோஷ்டங்கள், கும்பப்பஞ்சரம் போன்ற கட்டடக்கலை உறுப்புகளுடன் விளங்குகிறது.

திருச்சுற்று மாளிகை

தஞ்சாவூர் பெருவுடையார் கோயிலைப் போன்று திருமதிலோடு எவ்வாறு திருச்சுற்று மாளிகையும், அதில் பரிவாரக் கோயில்களும் கட்டப்படுள்ளனவோ அதே போன்று கங்கைகொண்ட சோழபுரம் சோழீஸ்வரர் கோயிலும் திருமதிலோடு இணைந்த திருச்சுற்று மாளிகையும் அதில் பரிவாரக் கோயில்களும் கட்டப்பட்டிருந்தன. இவையனைத்தும் பின்னாளில் அழிந்துவிட்டன. தற்போது முதல் பிரகாரத்தில் திருச்சுற்று மாளிகையின் சிலபகுதிகள் மட்டுமே ஆங்காங்கே காணப்படுகின்றன. இவற்றின் கட்டுமானத் தடங்களைக் கொண்டு இராஜேந்திர சோழர் காலத்தில்

கட்டப்பட்டிருந்த திருச்சுற்று மாளிகையின் தோற்றத்தினை முழுமையாக அறியமுடிகிறது.

உயர்ந்த பீடத்தின் மீது அதிஷ்டானம், ஜகதி, முப்பட்டைக் குமுதம், கண்டம், தடி போன்ற உறுப்புகளுடன் திருச்சுற்று மாளிகையின் தளம் வடிவமைக்கப்பட்டுள்ளது. இது ஒன்பது மீட்டர் உயரம் கொண்டதாகும். இதன் மீதுதான் இரண்டு அடுக்குகளை கொண்ட திருச்சுற்று மாளிகை கட்டப்பட்டிருந்தது. உதாரணமாக வடக்குத் திருச்சுற்று மாளிகையின் நுழைவாயிலில் உள்ள திருச்சுற்று மாளிகையின் பழைய கட்டுமானத்தில் இரண்டு அடுக்குகள் உள்ளதைக் காண முடிகிறது. எனவே கோயிலை மையமாகக் கொண்டு நான்குப் பக்கங்களிலும் இரண்டு அடுக்குகளைக் கொண்ட திருச்சுற்று மாளிகை கட்டப்பட்டிருக்க வேண்டும். திருச்சுற்று மாளிகையில் உள்ள நிலைத்தூண்கள் அலங்காரம் இன்றி எளிய சதுர வடிவில் காட்சியளிக்கிறது. தஞ்சை பெருவுடையார் கோயிலின் திருச்சுற்று மாளிகை அமைப்பில் 34 சிற்றாலயங்களும், அதனுடன் இணைந்து திகழும் இராஜராஜன் திருவாயில் எனப்படும் கோபுரத்தின் உட்புறம் இந்திரன், நாகராஜன் ஆகிய இருவருக்குரிய சிற்றாலயங்கள் என 36 கோயில்கள் உள்ளதை காணமுடிகிறது. ஆனால் கங்கைகொண்ட சோழபுரத்துக் கோபுரத்தின் உட்புறம் இந்திரனுக்குரிய ஒரு கோயில் மட்டுமே காணப்படுகிறது. திருச்சுற்று மாளிகையின் இடிபாடற்ற அதிஷ்டானப் பகுதியில் 31 கோயில்கள் இருந்ததற்கான தடயங்கள் காணப்படுவதால் இக்கோயிலுக்கு 32 பரிவாரக் கோயில்கள் கட்டப்பட்டிருக்க வேண்டும். தஞ்சை பெருவுடையார் கோயிலைப்போன்றே இங்கும் எட்டு திசைக்காவல் தெய்வங்களுக்கும் எட்டுத்திசைகளில் கோயில்கள் அமைக்கப்பட்டிருந்ததை உறுதியாகக் கூறலாம். குறிப்பாக கீழ்த்திசைக்குரிய இந்திரன் கோயில், மேற்கு திசைக்குரிய வருணனின் கோயில் பதத்தின் நேர்கிழக்கு, மேற்கு மையக்கோட்டில் அமையப்பெறாமல் இரு திசை வாயில்களுக்கு இடம்விட்டு தென்திசையாக சற்று விலகியே அமைக்கப் பட்டுள்ளதை இங்கு காணமுடிகிறது. கிழக்கில் இந்திரன், தென்கிழக்கில் அக்னி, தெற்கில் எமன், தென்மேற்கில் நிருதி, மேற்கில் வருணன், வடமேற்கில் வாயு, வடக்கில் சோமன், வடகிழக்கில் ஈசானன் ஆகிய திசைகளுக்குரிய மூர்த்திகளின் கோயில்கள் தவிர நாகராஜன், சப்தமாதர்கள், இலக்குமி, சரஸ்வதி, ஜேஷ்டா, பரிவாராலயத்து கணபதி, முருகன், மகாவிஷ்ணு, பரிவாராலயத்து உமாபட்டாரகி,

நடராஜர், ஷேத்ரபாலர், அஷ்டநாகங்கள், பன்னிரு ஆதித்தர் போன்ற தெய்வங் களுக்குரிய சிற்றாலயங்கள் தான் இத்திருச்சுற்று மாளிகையில் இடம்பெற்றிருந்த கோயில்கள் என்பதைத் தஞ்சை பெருவுடையார் கோயிற் கட்டடக்கலை அமைவியலின் ஒப்பிட்டால் அறிகிறோம்.

திருமதில் தெற்கு, மேற்கு, வடக்கு ஆகிய திக்குகளில் சிறுவாயில்கள் இடம்பெற்றிருந்ததன. மூலவர் விமானத்தின் அருகே வடபகுதியில் அமைந்துள்ள சண்டிகேஸ்வரர் கோயிலும், வடபுற வாயிலுக்கு அருகே அமைந்துள்ள கொற்றவைக் கோயிலும் கங்கைகொண்ட சோழீஸ்வரர் கோயில் கட்டப்பட்ட காலத்திலேயே கட்டப்பட்டதாகும். கோயிலின் திருச்சுற்று மாளிகையின் வடகிழக்கே உள்ள சிம்மக்கிணறு, தென்கிழக்கு மூலையில் அமைந்த சிறுகிணறு, விமானத்திற்கு தென்புறம் தென்கயிலாயத்திற்கு வடபுறமாகவும் அமைந்தகிணறு, வடகயிலாயத்திற்குத் தெற்கே அமைந்த கிணறு என நான்கு தீர்த்தக் கிணறுகள் கோயில் வளாகத்திற்குள்ளேயே அமைக்கப்பட்டுள்ளது.

பலிபீடம்

இரண்டாவது பிரகாரத்தின் கோபுரவாயில் கடந்து கோயில் வளாகத்திற்குள் நுழையும்போது கொடிமரமும், பலிபீடமும் அமைந்துள்ளன. கொடிமர பீடம், பலி பீடம், உபபீடம், ஜகதி, முப்பட்டை குமுதம், கண்டம், தடி போன்ற அழகுறுப்புகளோடு இரண்டு கட்டுமானங்களும் அமைக்கபட்டுள்ளன. பலிபீடத்தின் மீதுள்ள பலிதலம் தாமரைப் பொகுட்டின் வடிவில் காட்சியளிக்கிறது.

சிற்பக்கலை

தமிழகத்தை ஆட்சி செய்த பண்டைக்கால மன்னர்கள் அந்நியநாடுகள் மீது படையெடுத்துச் சென்று வெற்றிப் பெற்ற நிகழ்வுகளை இலக்கியங்கள் மற்றும் கல்வெட்டுக்களில் பதிவு செய்து வெளியிட்டு வந்தனர். மேலும் இவ்வெழுத்து ஆவணங்களில் வெறும் போர்க்கள நிகழ்வுகளை மட்டும் பதிவுசெய்யாமல் அக்காலத்தைய சமூக, பொருளாதார மற்றும் மக்களின் வாழ்வியலையும் பதிவுற வைப்பதில் முனைப்புடன் விளங்கினர். அதனால்தான் பண்டைக்காலம் முதலே இலக்கியங்களைப் புனையும் புலவர் பெருமக்களுக்கு அரசனுக்கு நிகரான செல்வாக்கு இருந்தது. இந்தப் புலவர் பெருமக்கள்தான் அரசனின் சாதனைகளை

மக்களுக்குக் கொண்டு செல்லும் ஊடகவியலார்களாக அன்று விளங்கினர். காலப்போக்கில் இலக்கிய நடைகளிலிருந்த மன்னர்களின் வீரசாதனைகள், சாதாரண பாமர மக்களைச் சென்றடைவதில் சிக்கல்கள் ஏற்படலாயின. இதைத் தவிர்க்கவே மன்னர்கள் பொதுஜன ஊடகமாக்கப்பட்ட சிற்பக்கலையை ஆதரிக்க முயன்றனர். அந்த முயற்சியில் முழு வெற்றியையும் பெற்றனர். குறிப்பாக எழுத்து நடையில் இருந்த புராணக்கதைகள், பஞ்சதந்திரக் கதைகள், இறைவனின் திருவிளையாடல் கதைகள் போன்றவை சிற்பக்கலையின் மூலம் கோயில் சுவர்களில் செதுக்கி வைக்கப்பட்டதன் விளைவாக படிப்பறிவு அற்றவர்களுக்கும் கதையை புரிந்துக்கொள்வதில் சிக்கல்கள் இல்லாமல் போனது. இதனை உணர்ந்த அக்கால மன்னர்கள் சிற்பக்கலைக்கு அதிக முக்கியத்துவம் கொடுத்தனர்.

இந்தியாவில் 2200 ஆண்டுகளுக்கு முன்பே சிற்பக்கலையை சிறந்த பொதுஜன ஊடகமாக மாற்றிய பெருமை மௌரிய பேரரசையேசாரும். குறிப்பாக இந்தோ - கிரேக்க கலையின் சேர்க்கையால் தோன்றிய காந்தாரக் கலையின் தோற்றத்தால் இந்தியச் சிற்பக்கலை வனப்பும், அழகும் பெற்று பார்ப்போரை வசீகரிக்க வைத்தது. எனவேதான் இக்கலையின் முழு நுணுக்கங்களையும் உள்வாங்கிக் கொண்ட மகாயான புத்தமதம் புத்தரின் உருவத்தை மக்களின் உள்ளத்தில் நிலைபெற வைப்பதில் முழுவெற்றி பெற்றது. உதாரணமாக தென்னிந்தியப் பகுதியான ஆந்திரப் பிரதேசத்தில் உள்ள அமராவதியில் கி.மு. 3 ஆம் நூற்றாண்டு முதல் புத்த மதத்தைச் சார்ந்தவர்கள் வாழ்ந்து வந்தனர். இதனால் அமராவதி பௌத்த மதத்தின் முக்கியக் கேந்திரமாக விளங்கியது. இப்பகுதியில் ஸ்தூபங்கள் ஏற்படுத்தப்பட்டு பௌத்த மதத்தைச் சார்ந்தவர்கள் வணங்கி வந்தனர். வெறும் ஸ்தூபத்தை வணங்குவதில் ஏற்பட்ட இடர்ப்பாடுகளைக் களைவதற்காக ஸ்தூபத்தை சுற்றிப் புத்தபிரானின் வாழ்க்கையோடு தொடர்புடைய கதைகளை வெள்ளைநிறச் சதுரவடிவக் கற்பலகையில் சிற்பமாக்கப்பட்டு வைக்கப்பட்டிருந்தன. இச்சிற்பத் தொகுப்புக்களில் புத்தபிரானின் உருவம் மற்றும் கதைமாந்தர்களின் உருவ அமைப்புக்கள் ஆகியவற்றைப் பொதுமக்கள் பார்க்கும்போது அவர்களுக்கு அக்கதையின் முழுபொருளையும் புரிந்துக்கொள்ளவது எளிதாக்கப்பட்டிருந்தது.

குறிப்பாக அமராவதி ஸ்தூப சிற்பத்தொகுப்பு ஒன்று சென்னை அருங்காட்சியகத்தில் உள்ளது. அதில் புத்தபிரானின்

சிற்றப்பா மகன் தேவதத்தன் என்பவன் புத்தர் மீது கொண்ட பொறாமையினால் அவரைக் கொல்வதற்காக மதம் பிடித்த யானை நளகிரியை அவிழ்த்துவிடுகிறான். மதம்கொண்ட யானை பயந்து ஓடும் மக்களை எல்லாம் தாக்குகிறது. ஒருவன் கீழே விழுந்து கிடக்கிறான். மற்றொவன் துதிக்கையில் சிக்கியுள்ளான். அத்தெருவில் உள்ளவர்கள் பயத்தில் உறைந்திருக்க புத்தரின் அருகே சென்ற நளகிரி யானை கருணையே வடிவான அவரின் முகத்தைக் கண்டவுடன் அவரது பாதத்தைத் தலை தாழ்த்தி வணங்குகிறது. இக்காட்சியினை வீடுகளின் சாளரங்கள் வழியாக மக்கள் அனைவரும் பார்த்துக்கொண்டு உள்ளனர். இக்காட்சிகள் அனைத்தும் தத்ரூபமாக வெள்ளைநிறக் கற்பலகையில் சிற்பமாக்கப் பட்டுள்ளது. பொறாமை என்ற ஆயுதத்தால் தர்மத்தை என்றுமே வீழ்த்த முடியாது என்ற அற்புதமான கருத்தியலை இச்சிற்பத்தின் வாயிலாக மக்களுக்கு உணர்த்தி இருப்பது சிறப்பிற்குரியதாகும். எனவேதான் புத்தபிரானின் வாழ்வியலை எழுத்து நடையில் பதிப்பதைத் தவிர்த்து எளிய ஊடகக் கலையான சிற்பக்கலைகளின் வழியாக எடுத்துச் சொல்லப்பட்டதே புத்தமதம் அதிவிரைவாக உலகம் முழுவதும் சென்றடைய காரணமாக இருந்தது. எனவே எழுத்து ஆவணங்களைக் காட்டிலும் சிற்பத் தொகுப்புக்களுக்கே மக்களிடம் அதிக வரவேற்பு இருந்ததுள்ளது. எனவேதான் கோயில்களில் உள்ள ஒவ்வொரு சிற்பமும் பண்டைக்கால மக்களின் உண்மை வாழ்விலைப் பிரதிபலிக்கும் சமூகவியல் ஊடகமாகும். வட இந்தியாவில் மௌரியப் பேரரசு வீழ்ச்சி அடைந்த பிறகு பௌத்த மதமும் அவற்றால் வளர்க்கப்பட்ட கலைகளும் வீழ்ச்சி கண்டன. பிறகு வந்த குப்தர்களின் காலத்தில் இந்தியாவின் பாரம்பரியமிக்க பௌத்த கலையினை அப்படியே இந்து மதம் உள்வாங்கிக் கொண்டது. விளைவு இந்துமதக் கடவுளர்களின் புராணம், அவற்றின் திருவிளையாடல்கள் என வழிபாட்டிடங்கள் அனைத்தும் கலைக்கூடமாக்கப்பட்டன.

தமிழர்களின் சிற்பக்கலை

தமிழகத்தில் சிற்பக்கலையை பொது ஜன ஊடகக்கலையாக மாற்றிய பெருமை முற்கால பாண்டியர் மற்றும் பல்லவ மன்னர்களையே சாரும். வட தமிழகத்தில் பல்லவர் காலத்திய சிற்பக்கலைஞர்கள் தனிப்பாறைகளைத் தேர்ந்தெடுத்து அதனை ஒரு சிற்பக்கலைக் கூடமாகவே மாற்றி வந்தனர். குறிப்பாக இறைவனோடு தொடர்புடைய கதையைத் தத்ரூபக் காட்சிகளாக

ஜெ.ஆர்.சிவராமகிருஷ்ணன்

சிற்பங்களாக்குவதில் பல்லவ சிற்பிகள் கைத்தேர்ந்தவர்கள் எனலாம். உதாரணமாக மகாபலிபுரத்தில் உள்ள அர்ஜுனன் தவம் செய்யும் சிற்பத்தொகுப்பில், செதுக்கப்பட்டுள்ள யதார்த்த காட்சிகள், பார்ப்பவரின் மனதைக் கொள்ளைக் கொள்ளும் வகையில் சிற்பமாக்கப் பட்டிருந்தாலும் அதில் சில விஞ்ஞான ரீதியான உண்மைகளையும் சிற்பிகள் கவனத்தில் கொண்டிருந்தனர். உதரணமாக சிவனிடமிருந்து பாசுபத அஸ்த்தரத்தைப் பெற அர்ஜுனன் உடல் மெலிந்து ஒற்றைக்காலில் தவம் இருக்கும் காட்சியின் மேல்பகுதியில் வானவர்கள் பார்ப்பது போன்ற உருவங்கள் செதுக்கப்படிருக்கும். இதில் ஒரு வேடிக்கை என்னவெனில் மேலை நாட்டுச் சிற்பிகள் அனைவரும் வானவர் சிற்பங்களை உருவாக்கும்போது இறக்கைகள் வைத்திருப்பது போன்று வடித்திருப்பார்கள். ஆனால் நமது பல்லவ சிற்பிகளோ வானவர்களுக்கு இறக்கைகள் வைப்பதைத் தவிர்த்தனர். காரணம் வான்வெளியில் காற்று இல்லை. எனவே இறக்கையின் மூலம் பறப்பதற்கு வாய்ப்பில்லை என்பதால் மிதந்து கொண்டியிருப்பது போன்ற உண்மைவியலைப் பார்ப்பவர்களுக்கு உணர்த்தும் விதமாக வானவர் சிற்பங்களை வடித்துள்ளனர். மேலும் சைவ, வைணவ, சமண, பௌத்த சமயங்களின் சமய ஒற்றுமையை வலியுறுத்தும் சிறந்தமக்கள் ஊடகமாக தமிழக மன்னர்கள் சிற்பக்கலையைப் பயன்படுத்தியதால் சமூகத்தில் சமயப் பூசல்கள் தவிர்க்கப்பட்டன. உதாரணமாக தஞ்சை பெரிய கோயிலில் தெற்குப் பக்கம்முள்ள படிக்கட்டின் கிழக்குப் புறத்தில் புத்தரின் உருவங்கள் சிற்பமாக்கப்பட்டுள்ளன. சிவன்கோயிலாக இருந்தாலும் அங்கே புத்தமதச் சிற்பங்கள் செதுக்கப்பட்டதன் நோக்கம் மக்கள் சமயச் சகிப்புத்தன்மையோடு இருக்கவேண்டும் என்பதை வலியுறுத்துவதற்காகவேயாகும்.

போர்க்களக் காட்சிகள்

புராண காலத்திய போர்க்களக் காட்சிகளை நேரடியாக நடப்பது போன்ற சிற்பவியல் காட்சி உருவாக்கத்தைத் தமிழகத்தில் அறிமுகம் செய்த பெருமை பல்லவ மன்னர்களுக்குண்டு. குறிப்பாக மகாபலிபுரத்தில் பஞ்சபாண்டவர் ரதத்திற்கு மேற்கேயுள்ள மகிஷாசூரமர்த்தினி குகை சிற்பக் காட்சியில் சிம்ம வாகனத்தில் துர்க்கை மகிஷனை வதம் செய்வதற்காகச் சேனையுடன் விரட்டும் காட்சியில், தம்மை வதம் செய்ய விரட்டும் துர்க்கையின் வேகத்தைக் கண்டு நடுக்கமுற்ற மகிஷன் துர்க்கையை திரும்பிப்

198

பார்த்தவாறு புறமுதுகிட்டு ஓட முயற்சிக்கும் காட்சி தத்ரூபமாகச் (*LIVE*) சிற்பமாக்கப்பட்டுள்ளது. மேலும் துர்க்கையின் அருகே காட்டப்பட்டுள்ள சிற்பத்தில் மகிஷப்படைகளை விரட்டும் பெண்மணியின் கை வாளினைப் பிடித்தவாறு உடலில் ஆறு மடிப்புகளுடன் கூடிய உடல் கட்டுடன் காட்டப்பட்டுள்ளது. இது ஆய்வுக்குரிய ஒன்றாகும். புராண நிகழ்வொன்றை மக்கள் எளிதில் புரிந்து கொள்ளும் வகையில் காட்சி ஊடகமாக மாற்றி, அந்நிகழ்வை மக்கள் மனதில் நிலைப்பெற்றிடச் செய்த பல்லவச் சிற்பிகளின் கைவண்ணம் போற்றத்தக்கதாகும். வீரம் என்ற மறப்பண்பு ஆண்களுக்கு மட்டுமே உரித்தன்று. அது பெண்மைக்கும் பொருந்தும் என்ற ஒப்பற்ற பெண்ணியம் போற்றும் காட்சியியலை வெளிப்படுத்தும் ஊடகமாக இச்சிற்பத்தொகுதி திகழ்வதாகவும் கொள்ளலாம்.

இடைக்காலத்தில் அதாவது கி.பி. 11-12 ஆம் நூற்றாண்டில் எழுதப்பட்ட கலிங்கத்துப்பரணி முதற் குலோத்துங்க சோழனது ஆட்சிக்காலத்தில் நடைபெற்ற கலிங்கப் போரின் நேரடி சாட்சியமாக உள்ளது. ஒரு பாடலில் போர்க்களத்தில் வீரச்சாவுற்றுக் கிடக்கிற தனது கணவனின் உடலைத்தேடி மனைவி போர்க்களம் வருகிறாள். கணவனின் உடலை தேடிய மனைவிக்கு தலைமட்டுமே கிடைத்தது. ஏனைய உறுப்புகள் காணவில்லை என்ற வரிகளில் போர்க்களத்தின் வண்மையை அறியமுடிகிறது. மற்றொரு பாடல் போர்க்களத்தில் இறந்து கிடக்கும் வீரர்களின் உடல் சதைகளை கழுகு, நாய், நரிகள் பிய்த்துத் தின்பதைப் பற்றிக் குறிப்பிடுகிறது. அடுத்த பாடல் யானை, குதிரை, காலாட்படை வீரர்கள் மோதிக்கொள்ளும் காட்சிகள் நேரடியாகப் பதிவு செய்யப்பட்டுள்ளன. ஆனால் இந்த இலக்கிய நடைப் போர்களக் காட்சிகளின் தன்மையைச் சாதாரண மக்கள் அறிவதில் சிக்கல்கள் இருந்துள்ளன. எனவேதான் இதனை எளிமையாக்க நினைத்த கங்கதேசத்துச் சிற்பி ஒருவன் தாம் கண்ணுற்ற மறக்கமுடியாத போர்க்களக் காட்சி ஒன்றினைக் காட்சி மாறாமல் சிற்பமாக வடித்து வைத்துச் சென்றுள்ளான். அந்த அரிய சிற்பத் தொகுப்பு தற்போது கர்நாடக மாநிலத்தில் உள்ள கோலார் அம்மன் கோயிலில் வைக்கப்பட்டுள்ளது. இங்கு இரண்டு கோயில்கள் உள்ளன. இரண்டுமே சப்தமாதர்களுக்காக முதலாம் இராஜராஜன் மற்றும் அவனது மகன் முதலாம் இராஜேந்திரனால் கட்டப்பட்டவைகளாகும். இக்கோயிலின் முதல் பிரகாரத்தின் நுழைவாயிலின் வடக்கு பகுதி மண்டபத்தில் சுமார் ஐந்து அடி,

உயரமும் நான்கு அடி அகலமும் கொண்ட கற்பலகையில் இரு நாட்டு வீரர்கள் போர்க்களத்தில் நேருக்குநேர் மோதிக்கொள்ளும் நேரடிக்காட்சி ஒன்று அப்படியே சிற்பமாக்கப்பட்டுள்ளது. அச்சிற்பத் தொகுப்பின் மேற்புறம் அரசன் போர்க்களம் புறப்படும் காட்சியும் பிறகு போர்க்களத்தில் தங்கியிருக்கும் காட்சியில் ஆடல் மகளிர் நடனம்புரியும் காட்சியும் உள்ளன. மறுநாள் போர் ஆரம்பம் இருதரப்பு வீரர்களும் நேருக்குநேராக மோதிக்கொள்ளும் காட்சிகள் காட்டப்பட்டுள்ளன. யானை ஒன்று போர்க்களத்தில் எதிரிப் படையினரை நோக்கி வேகமாகத் தாக்குதல் நடத்த ஓடிவரும் காட்சி பார்ப்பவரை மிரள வைக்கிறது. அதைத்தொடர்ந்து குதிரை வீரனின் வாள் வீச்சில் எதிரி வீரன் ஒருவனின் தலை துண்டிக்கப்பட்டு தலை வேறு உடல் வேறாகக் கிடக்கும் காட்சியில் போரின் உக்கிரத்தை உணரமுடிகிறது. குதிரையின் காலடியில் வீரன் ஒருவனின் உடல் இரண்டாக வெட்டப்பட்டு கிடக்கும் காட்சி பார்ப்பவருக்கு மிரட்சியை ஏற்படுத்துவதாக உள்ளது. சிற்பத் தொகுப்பின் கீழ்ப் பகுதியில் போரில் இறந்த வீரர்களின் உடல்களைக் கழுகு கொத்தித் தின்பது போன்றும், நரியொன்று இறந்த வீரனொருவனின் உடலில் இருந்து சதைகளைக் கிழித்துத் தின்பது போன்ற சிற்பங்களில் போரின் கொடூரத்தை உணரலாகிறது. மொத்தத்தில் இந்தச் சிற்பத்தைப் பார்ப்பவர்களுக்குக் கி.பி. 12 ஆம் நூற்றாண்டைச் சார்ந்த போர்க்களத்திற்கே நம்மைக் இட்டுச் செல்வது போன்ற உணர்வை ஏற்படுத்துவதாக உள்ளது. குறிப்பாக தென்னிந்தியாவில் ஒரு போர்க்களத்தின் நேரடிக் காட்சியைத் தத்ரூபமாக வடிக்கப்பட்டுள்ள முதல் சிற்பத் தொகுப்பு அனேகமாக இதுவாகத்தான் இருக்கமுடியும். சாதாரண கற்பலகையில் போர்க்களச் சிற்பங்களுக்கு உயிரோட்டத்தை தந்து சிறந்த காட்சி ஊடகமாக மக்களுக்குப் படைத்த சிற்பியின் உளிவன்மை போற்றத்தக்கதாக உள்ளது.

சமயம் சார்ந்த சிற்பக்கலை

இந்தியாவின் பழம்பெரும் நாகரிகமாகக் கருதப்படும் சிந்துசமவெளி நாகரிக மக்கள் லிங்க வழிபாட்டினையும், பசுபதி என்ற கடவுளரையும் வழிபட்டுள்ளனர் என்பதற்கேற்ற சான்றுகளாக சிவலிங்கமும், பசுபதியின் உருவம் கொண்ட சின்னங்கள் கிடைக்கப்பட்டுள்ளன. இதன் மூலம் கி.மு. 3000 ஆண்டுகளுக்கு முன்பாகவே சைவ சமயம் சார்ந்த கடவுளர்களின் உருவங்கள் வழிபாட்டில் இருந்துள்ளதை அறிகிறோம். எனவே சைவசமயக்

கடவுள்களின் உருவ வழிபட்டு முறையானது ஆரியர் வருகைக்கு முன்பே இந்தியாவெங்கிலும் பரவியிருந்ததை அகழாய்வு மற்றும் இலக்கியப் பதிவுகளின் மூலம் அறியமுடிகிறது. குறிப்பாகத் தமிழரின் பண்டைய இலக்கியங்களான மணிமேகலை, அகநானூறு, புறநானூறு, திருமுருகாற்றுப்படை முதலியவை சைவம் தமிழ்ப் பண்பாட்டோடு ஐக்கியப்படுத்தப்பட்டிருந்ததை உரைக்கின்றன.

வட இந்தியாவில் நிலவியிருந்த மற்றொரு சமயம் வைணவமாகும். இருக்குவேதத்தில் சுட்டப்படும் சூரியனே விஷ்ணுவாக மருவிப் பின்னர் கி.மு.5 ஆம் நூற்றாண்டில் வாசுதேவனாக அறியப்பெற்றானென்பர். கி.மு. 5 ஆம் நூற்றாண்டில் வளர்ந்த பக்தியுணர்வே வாசுதேவனை மையமாகக் கொண்டு வைணவத்தை உருப்பெறச் செய்ததென்பதனைப் பாணினியின் அஷ்டாத்யாயி என்னும் நூலிலிருந்து அறியப்படுகிறது. கி.மு.4ஆம் நூற்றாண்டின் தொடக்கத்தில் வாசுதேவவழிபாடு வடமதுரையைச் சுற்றிலும் இருந்ததாக மெகஸ்தனிஸ் குறிப்பிடுகிறார். ஆனால் மெகஸ்தனிஸ் வாசுதேவன் என்று நேரடியாகக் குறிப்பிடாமல் தன்நாட்டுத் தெய்வமான எராக்கிளசு *(Herakles)* வழிபாடு எனச்சுட்டுகிறார். பின்னர் இவ்வாசுதேவன் யாதவ குலத்து வாசுதேவக் கிருஷ்ணனாகவும் தொல்கதைத் தலைவனாகவும் மருவிப் பாகவதத்தின் தலைவனானான். குறிப்பாக கி.மு. 2ஆம் நூற்றாண்டில் பெசுநகரில் நடைபெற்ற எலியோதோரசின் கருடத்தூண், யவனர்களும் எவ்வாறு வைணவ சமயத்திற்கு ஈர்க்கப் பெற்றனரென்பதைத் தெளிவுப்படுத்துகிறது. உலகில் தோன்றிய எந்த சமயமானாலும் அது அரசு நிறுவனங்களின் மேலான்மையையோ அல்லது மிகப் பெரியவர்த்தக நிறுவனங்களின் ஆதரவினை பெற்றால் மட்டுமே அது உலகில் உள்ள மக்களை சென்றடையமுடியும். இதற்குச் சிறந்த எடுத்துக்காட்டாக விளங்குபவை சைவம், வைணவம், சமண சமயம், பௌத்த சமயம், யூதசமயம், கிருத்துவம், இசுலாம் போன்றவற்றை கூறலாம். இச்சமயங்கள் தோன்றி ஆண்டுகள் பல கடந்தாலும் இன்றுவரை மக்களின் மனங்களில் நிலை பெற்றிருப்பதற்குக் காரணம் இச்சமயங்கள் அனைத்துமே அரசு நிறுவனங்களாலும், பெரிய வணிக நிறுவனங்களாலும் வளர்க்கப்பட்டதேயாகும். குறிப்பாக இப்பெருநிறுவனங்கள் வெறும் சமயத்தை மட்டும் வளர்க்கவில்லை அந்தந்த சமயம் சார்ந்த இறைக் கதைகள், கடவுளர்களின் உருவங்கள், வாழ்வியல் இரகசியங்கள், மன்னரின் போர் நிகழ்வுகள் போன்றவற்றைச் சிற்பக்

கலைகளின் மூலமாக மக்களிடையே கொண்டு செல்லும் கலைப் பணியினையும் செய்து வந்தன. அதனால்தான் இந்தியதேசம் சிற்பக் கலைகளின் கருவூலமாகத் திகழ்கிறது எனலாம். வட இந்தியாவில் மௌரியர்கள், குப்தர்கள், பாலர்கள் போன்ற அரசுகளும், மத்திய இந்தியாவில் இராஷ்டிரகூடர்களும், தென்னிந்தியாவில் சாளுக்கியர், பல்லவர், சோழர், பாண்டியர், விஜய நகர மன்னர்கள் போன்றோரும் கட்டடக்கலைகளின் ஊடாகச் சிற்பக் கலையையும் வளர்த்தெடுத்தவை பெருமைமிகு அரசு நிறுவனங்களாகும். மேலும் இவ்வரசுகள் தங்களுக்கென தனித்துவம் மிக்க கலைப் பாணிகளை உருவாக்கிக் கொண்டவர்கள். இவற்றில் சில நுணுக்கங்களைப் பிற அரசுகளின் கலைப்பணிகளிலிருந்து கடன் பெறப்பட்டு புத்தாக்கம் செய்து கொள்ளப்பட்டதையும் காணமுடிகிறது. இக்கருத்துருவாக்கத்தை அடியொற்றியே பல்லவர் சிற்பப்பாணியிலிருந்த சில நுணுக்கங்களைச் சோழர் சிற்பக்கலை உள்வாங்கிக் கொண்டு மறுமலர்ச்சி பெற்றதாகக் கலை ஆய்வாளர்கள் கூறுகின்றனர். ஆதித்த சோழர் முதல் மூன்றாம் குலோத்துங்கன் வரையிலான காலக்கட்டத்தில் உருவாக்கப்பட்ட பெருங்கோயில்கள் அனைத்துமே சோழர் கலைப்பாணியின் களஞ்சியங்களாகத் திகழ்கின்றன. அந்த அடிப்படையில் இராஜேந்திர சோழரால் உருவாக்கப்பட்ட கங்கைகொண்டசோழபுரம் சோழீஸ்வரர் கோயில் பிற்காலச் சோழர்களின் சிற்பக்கலைப் பாணிக்கு சிறந்த எடுத்துக்காட்டாக விளங்குகிறது எனலாம்.

கங்கைகொண்டசோழபுரம் சோழீஸ்வரர் கோயிலில் உள்ள சிற்பங்களுக்கும், தஞ்சை பெருவுடையார் கோயிலில் உள்ள சிற்பங்களுக்கும் நெருங்கிய தொடர்புண்டு. தமது தந்தையார் தஞ்சை நகரில் எடுப்பித்த பெருவுடையார் கோயிலின் திருப்பணிகளை நேரடியாகக் கண்ணுற்றவர் இராஜேந்திர சோழர். அதனால்தான் தாம் எடுப்பித்த கங்கைகொண்ட சோழபுரம் சோழீஸ்வரர் கோயிலும் தோற்றத்தில் தஞ்சை பெருவுடையார் கோயிலைப் போன்றே கட்டியதோடு அல்லாமல் சிற்ப அமைவியலிலும் மாறாமல் அமைக்கப்பட்டிருப்பது சிறப்பு வாய்ந்த ஒன்றாகும். கங்கைகொண்ட சோழீஸ்வரர் கோயிலின் முகமண்டபத்தின் தென்புற வாயிலின் இருமருங்கிலும் உள்ள துவாரபாலகர்களின் சிற்பங்களைக் கூர்ந்து நோக்குங்கால் தஞ்சை பெருவுடையார் கோயிலில் உள்ளது போன்றே தோற்றப்பொலிவுடன் திகழ்ந்தாலும் உள் அளவீடுகளில் சிறு

சிறு மாறுபாடுகள் இருப்பதைக் காணமுடிகிறது. இதே போன்று ஹரிஹரர், நடராஜர், திருமால், சண்டேஸ்வரர் அநுக்கிரகமூர்த்தி, சரஸ்வதி, சண்டிகேஸ்வரர் போன்ற படைப்புகள் பிற்காலச் சோழர் கலைப்பணியின் உச்சநிலை எனலாம்.

துவார பாலகர்கள்

கங்கைகொண்ட சோழீஸ்வரத்தில் உள்ள துவார பாலகர் சிற்பங்கள் தோற்றப் பொலிவில் கம்பீரத்துடன் காட்சியளிக்கின்றன. விமானத்தின் முகமண்டபத்தில் உள்ள நான்கு வாயில்களிலும் சுமார் 12 அடி உயரமுடையவனவாய் எட்டு துவார பாலகர்களின் சிற்பங்கள் உள்ளன. தலையில் சிம்மமுகத்துடன் அலங்கரிக்கப்பட்ட கரண்டமகுடம், நெத்திச்சுட்டி, காதில் கனத்த பத்ரக் குண்டலங்கள், முகம் வட்டவடிவில் சதைப்பற்றுடன் விழிகள் பிதுங்கிய நிலையிலும், பற்கள்கீழ் உதடுவரை நீண்டும் காட்சியளிக்கிறது. கழுத்தில் ஹாரம், சரப்பளி, கொன்றைப் பூவாலான யஜ்ஞோபவீதம், உதரபந்தம், நான்கு கைகளிலும் காப்புகள், தோள்வளை, கால்களில் வீரக்கழல், காற்சதங்கை போன்ற அணிகலன்களால் அலங்கரிக்கப்பட்டுள்ளன. இக்கோயிலில் மொத்தம் 17 துவார பாலகர்கள் சிலைகள் உள்ளன. பிரதான கோபுர வாயிலில் இரண்டும், விமானத்தின் முகமண்டபத்தில் உள்ள நான்கு வாயில்களிலும் எட்டு சிற்பங்களும், மகாமண்டபத்தின் கிழக்கு வாயிலில் இரண்டும், விமானத்தின் மேல்நிலை தளத்தின் வாயிலில் இரண்டும், வடகயிலாய வாயிலில் இரண்டும், திருச்சுற்று மாளிகையின் வடக்குவாயிலை ஒட்டிவைக்கப்பட்டுள்ள உடைந்த சிற்பங்கள் வரிசையில் ஒன்றும் என 17 துவார பாலகர் சிற்பங்கள் இக்கோயிலில் உள்ளன.

ஒவ்வொரு இணை துவார பாலகர்களின் வடிவமும் ஒத்த தன்மை கொண்டவையாகும். பெரும்பாலும் வாயிலின் வலப்புறம் காணப்படும் துவார பாலகரின் வடிவம் இடப்புறம் உள்ள சிற்பத்தை விடப் பேரழகு வாய்ந்ததாக திகழ்கின்றது. வலப்புற துவார பாலகர்களின் இடப்புற பின்கரம் ஈசனார் இருக்கும் திசையைக் காட்ட அருகே இருக்கும் மரத்தின் மீது இடமுன்கரம் அமர்த்தப் பெற்று வலப்பின் கரம் விஸ்மயம் என்னும் வியப்பு முத்திரைக்காட்ட, வலமுன்கரம் தர்ஜனி ஹஸ்தத்தை காட்டிய நிலையில் உள்ளன. வலக்காலைத் தரையில் ஊன்றியவாறு இடக்கையினை அமர்த்தியிருக்கும் மரத்தின் அடிப்பகுதியினை இடக்காலினால் மிதித்தவாறு அத்துவாரபாலகர் காணப்பெறுகிறார்.

ஊன்றிய காலின் அருகே சிம்மம் ஒன்று காணப்படுகிறது, மரத்தின் மேல் தூக்கி வைத்திருக்கும் பாதத்திற்குக்கீழே மரப்பொந்திலிருந்து வெளிப்படும் பாம்பொன்று யானையின் உடலினைத் தன் வாயில் கவ்வியவாறு விழுங்கிக் கொண்டிருக்கிறது. திருவாயில்களின் இடப்புறம் உள்ள துவாரபாலகர்கள் வலப்புறம் உள்ளவர்கள் போன்றே ஆடை அணிகலன்கள் பூண்டிருந்தாலும் அவர்தம் வலக்காலைத் தரையில் ஊன்றியவாறு இடக்காலைத் தூக்கித் தன் அருகில் இருக்கும் பரசின் வெட்டுவாய் மீது வைத்தவாறு காட்சி தருகிறார். அவர்தம் இடமுன்கரத்தை மார்பிற்குக் குறுக்காக இருத்திப் பரசின் கைப்பிடியைப் பிடித்தும் இடப் பின்கரமோ ஈசனார் இருக்கும் திசையைக் காட்டி இருக்க, வலப்புறத்து முன்கரம் தர்ஜனி ஹஸ்தத்தில் காட்ட வலப்பின்கரம் சற்று மேல்நோக்கிய நிலையில் திரிசூலத்தைப் பிடித்தவாறு உள்ளது. தஞ்சைப் பெருவுடையார் கோயிலில் காணப்படும் துவாரபாலகர் சிற்பங்களை ஒப்பிட்டுப் பார்க்கும் போது இங்கு வாயிலின் இடப்புறம் உள்ள சிற்பத்தில் திரிசூலம் பிடித்தவாறு காட்டப்பட்டுள்ள அமைப்பினைக் காணமுடியவில்லை. தஞ்சைப் பெருவுடையார் கோயில் துவாரபாலகர் மட்டுமன்றி ஐந்து வாயில்களில் சிவனாரின் தசாயுத புருஷர்களாகிய பதின்மர் காணப்பெறுகின்றனர். கங்கைகொண்ட சோழீஸ்வரத்தில் காணப்படும் துவார பாலகர் காலடியில் காட்டப்பட்டுள்ள பாம்பு யானையினை விழுங்கும் இதே காட்சியினை இராஜராஜன், இராஜேந்திரன் ஆகியோர் எடுப்பித்த சிவாலயங்களிலன்றி வேறு எங்கும் காண இயலாது. இது ஒரு அற்புதத் தத்துவத்தை எடுத்துக் காட்டும் காட்சி அமைப்பாகும். பொதுவாகத் துவார பாலகர் காலடியில் இருக்கும் பாம்பு எலியைக் கவ்வி நிற்பதாகவே தமிழகத்துச் சிற்பங்களிலும், சாளுக்கிய நாட்டுச் சிற்பங்களிலும் காணப்படுகின்றன.

சுமார் 12 அடி உயரமுள்ள வாயிற்காப்போனின் காலடியின் கீழ் ஒருமரம் (இங்கு மரம் என்பது புவியைக் குறிப்பதாகக் கொள்ளவும்) அதன் கீழ்ப்பகுதியில் பாம்பொன்று யானை ஒன்றினை வாயினுள் பாதி அளவு கவ்விக்கொண்டு இருக்கிறது. பாம்பால் கவ்வப்பட்டுள்ள யானையின் உருவத்தை நாம் கற்பனை செய்துகொண்டு பாம்பின் உருவ அளவினை உற்றுநோக்குவோம். துவார பாலகரின் காலடியின் கீழ் இருக்கும் பாம்பின் கற்பனை வடிவிலிருந்து துவார பாலகரின் பாதத்தைக் கணக்கிட்டால்

அப்பாதமோ யானையைவிட மிகப் பெரியதாகத் தோன்றும். இப்பாத அளவிலிருந்து 12 அடி உயரமுடைய துவாரபாலகரின் உருவத்தைக் கற்பனைக் கணக்கீடு செய்தால் அவன் உருவமோ இப்பெருங் கோயிலைவிட உயரமுடையதாகத் தோன்றும். அவ்வளவு உயரமுடைய இக்காவலரோ தன் ஒருகரத்தால் எச்சரிக்கை செய்து கொண்டும் மறுகரத்தை மேலுயர்த்தி விஸ்மயம் என்ற வியப்பு முத்திரையைக் காட்டிச் சிவம் என்ற பரம்பொருளின் ஆற்றல் அளவிடற்கரியது எனப் பார்ப்போருக்கு உணர்த்தும் வண்ணமாகக் காட்சியளிகிறார். ஒரு சிறிய சிற்ப வடிவத்தினுள் சிவம் என்ற பரம்பொருளானது ஆதியும், அந்தமுமின்றி இப்பிரபஞ்சப் பெருவெளியாகவே திகழ்கிறது என்ற உயரிய இறைத் தத்துவத்தைப் பாமரனும் புரிந்து கொள்ளும் வகையில் சோழநாட்டுச் சிற்பியின் உளிவண்ணம் செயல்பட்டிருப்பது போற்றத்தக்க ஒன்றாகும். தஞ்சை பெருவுடையார் கோயிலில் இந்த இறைத்தத்துவத்தைச் சிற்பத்தில் காட்டிய பெருமை குஞ்சரமல்லனான இராஜராஜ பெருந்தச்சனையே சாரும். நிச்சயமாக இவராலோ அல்லது இவரைச் சார்ந்தவர்களால்தான் கங்கைகொண்ட சோழீஸ்வரம் கட்டப்பட்டிருக்கவேண்டும். இந்த மகோன்னத சிற்பிகளுக்கு இக்கருத்துரு யாரால் கற்பிக்கப்பட்டிருக்க வேண்டும் என்பதனை ஆராய முனைந்தால் அதற்குரிய விடை பகர்வது திருஞானசம்பந்தரின் தேவாரப் பாடலேயாகும். திருஞானசம்பந்தர் கயிலைப்பதிகத்தில் சிவபிரான் உறையும் அம்மாமலையில் ஊர்ந்து செல்லும் ஒரு பாம்புகூட அதன் வாயில் யானையை விழுங்கியவண்ணம் இருக்கும் என்பதனை,

புரி கொள்சடையார் அடியார்க்கு எளியார் கிளிசேர்
மொழிமங்கை
தெரிய உருவில் வைத்து உகந்த தேவர் பெருமானார்
பரியகளிற்றை அரவு விழுங்கி மழுங்க இருள் கூர்ந்த
கரியமிடற்றர் செய்யமேனி கயிலைமலையாரே.

(தேவாரம் முதல் திருமுறை)

என அக்காட்சிதனைத் தாம் யார்த்த பாடலில் படம்பிடித்துக் காட்டுகிறார்.

தேவகோஷ்டச் சிற்பங்கள்

கங்கைகொண்ட சோழீஸ்வரர் கோயிலின் கருவறையின் வெளிப்புறச் சுவரின் கீழ் மற்றும் மேல்நிலைகளில் உள்ள தேவகோஷ்டங்களில் இறைவுருவச் சிற்பங்கள் இடம் பெற்றுள்ளன.

இவ்வாறு முகமண்டபத்தின் கீழ்நிலையின் தென்புறவாயிற் படிக்கட்டுப் பகுதியில் தொடங்கி வடவாயில் படிக்கட்டின் கீழ்ப்பகுதி வரையில் 19 கோஷ்டங்கள் உள்ளன. கஜலக்ஷ்மி, பிக்ஷாடனர், கணபதி, அர்த்தநாரிஸ்வரர், தக்ஷிணாமூர்த்தி, ஹரிஹரர், தாண்டவமூர்த்தி, கங்காதரர், லிங்கோத்பவர், ஸ்ரீதேவி மகாவிஷ்ணு பூதேவி, சுப்பிரமணியர், திருமாலுக்கு ஆழி வழங்கும்பிரான், காலசம்ஹாரமூர்த்தி, கொற்றவை, சரஸ்வதி, சாவித்திரி உடனுறை பிரம்மதேவர், பைரவர், காமனை எரித்தபிரான், சண்டிகேஸ்வரர் அனுக்ரஹமூர்த்தி, கலைமகள் என்று பத்தொன்பது இறைவுருவங்கள் அமைக்கப்பெற்றுள்ளன.

கஜலக்ஷ்மி

சாஞ்சி ஸ்தூபியின் தோரண வாயில்களில் புத்தரோடு தொடர்புடையக் கவின்மிகு சிற்பங்கள் அதிக அளவில் செதுக்கப்பட்டுள்ளன. இச்சிற்பத் தொகுப்பில்தான் முதன் முதலாக கஜலக்ஷ்மியின் சிற்பத்தைக் காணமுடிகிறது. லட்சுமி நடுவில் அமர்ந்தும் நின்ற நிலையிலும் இருக்க இருபுறமும் யானைகள் நின்று கொண்டு அவருக்கு அபிஷேகம் செய்யும் உருவச்சிற்பங்கள் கிழக்கு, வடக்கு, மற்றும் தெற்குத் தோரணங்களில் காணமுடிகிறது. கிழக்குத் தோரணத்தில் லட்சுமி சுகாசனத்தில் அமர்ந்துள்ளார். சாஞ்சியின் இரண்டாவது ஸ்தூபத்தின் படிக்கட்டுத் தூணில் கஜலக்ஷ்மி நின்ற நிலையில் காட்சியளிக்கிறார். இவர் பெரிய மலர்ந்தத் தாமரையின் மீது நிற்கிறார். இச்சிற்பத்தின் கீழே இரு இயக்கனும், இயக்கியும் கையில் தாமரை மலருடன் தாமரையில் நின்று கொண்டிருக்கின்றனர். பின்னாளில் இந்துக் கோயில்களில் வாயிலின் மேல் உள்ள நிலை உச்சியில் கஜலக்ஷ்மி இடம்பெறுவது மரபாக்கப்பட்டது. பொதுவாக யானையைப் புத்தரின் வாழ்வியலோடு தொடர்புடைய விலங்காக புத்தஜாதகக் கதைகளில் கூறப்பட்டுள்ளன. குறிப்பாக புத்தரின் பிறப்பை உரைக்கும் சிற்பக்கதைத் தொகுப்புகளில் அன்னை மாயாதேவி கட்டிலில் உறங்கிக் கொண்டிருக்க அவரின் வயிற்றுக்கு நேராக வெள்ளையானை ஒன்று சொர்கத்தில் இருந்து இறங்கி வந்து கருவறைக்குள் புகும் கனவுக் காட்சியினை அப்படியே தத்ரூபமாகப் பார்கூத் சிற்பத்தொகுப்பில் காணலாம். எனவே அன்னை மாயாதேவியைப் போற்றும் விதமாகச் சாஞ்சி ஸ்தூபத்தில் இடம் பெற்றிருந்த இக்காட்சியே பின்னாளில் இந்து மதத்தால் தன்வயமாக்கப்பட்டு கஜலக்ஷ்மியாக மாற்றப்பட்டதாகும்.

தமிழ்நாட்டில் கஜலக்ஷ்மி வழிபாடு சங்ககாலத்தில் இருந்துள்ளதைச் சங்க இலக்கியப் பதிவுகளில் காணமுடிகிறது. வரிநுதலெழில் வேழம் பூநீர் மேற்சொரிதரப் புரி நெகிழ்தாமரைமலரங்கன் வீறெய்தித் திருநயந்திருந்தன்ன என்றும், இணை மாண்டு நாளொடு பெயரியகோளமை விழுமரத்துப் போதவிழ் குவளைப்புதுப் பிடி காலமைத்து என நெடுநல்வாடையும், இரண்டானை பக்கத்தே நின்று நீரைச் சொரிய நடுவே தாமரைப்பூவி லேயிருந்த திருமகள் எனச் சீவகசிந்தாமணியும் சுட்டுவதன் மூலம் இரண்டாயிரம் ஆண்டுகளுக்கு முன்பாகவே கஜலக்ஷ்மி வழிபாடு புழக்கத்தில் இருந்துள்ளதை அறிகிறோம். தமிழகத்தில் பல்லவர், பாண்டியர், சோழர் காலத்தில் கட்டப்பட்ட கோயில்களில் கஜலக்ஷ்மி உருவம் இடம்பெறுவதைக் காணமுடிகிறது. அந்த அடிப்படையில் கங்கைகொண்ட சோழீஸ்வரர் கோயிலிலும் கஜலக்ஷ்மியின் உருவம் தனி கோஷ்டத்தில் இடம்பெற்றிருப்பதைப் பார்க்கமுடிகிறது. கருவறையின் முகமண்டபத்து தென்புற நுழைவாயிலின் கிழக்குச்சுவற்றில் உள்ள கோஷ்டத்தில் கஜலக்ஷ்மியின் சிற்பம் இருபாதங்களில் ஒன்றினைச் சாதாரணமாக ஆசனத்தில் மடக்கிப் படுக்கக்கிடத்தி மற்றொன்றை முன்போல் தொடை மீதே அமைத்துக் கொண்டு அர்த்த பத்மாசனத்தில் காட்சியளிக்கிறார். தலையில் கிரீட மகுடம், சதைப்பற்றுடன் கூடிய வட்டவடிவமுகம். காதுகளில் கற்களால் அலங்கரிக்கப்பட்ட இருவட்டத்தோடு, கழுத்தில் கண்டிகை, சரப்பளி, தோள் மாலை, மார்புக்கச்சை, சன்னவீரம், இருகைகளிலும் காப்புகள், பத்து விரல்களில் மோதிரங்களும், இருகைகளில் தாமரைமலரின் மொட்டினைப் பிடித்துக் கொண்டும், இடுப்பில் மேகலையும், இடையில் கட்டப்பட்டுள்ள ஆடையானது மடிப்புகளுடன் முழங்கால்வரை நீண்டும், கால்களில் காற்சதங்கையுடன் காட்சியளிக்கிறார். தலைக்கு மேலே இருபக்கங்களிலும் யானை உருவங்களும் அதற்கு மேலாக வெண்கொற்றக் குடையும், இரண்டு சாமரங்களும் காட்டப்பட்டுள்ளன.

பிக்ஷாடணர்

கருவறையின் முகமண்டபத்து தென்புற வாயிலின் மேற்குபகுதியில் உள்ள தேவ கோஷ்டத்தில் பிக்ஷாடணர் சிற்பம் அமையப்பெற்றுள்ளது. பின்னாளில் சிதைக்கப்பட்ட இச்சிற்பம் சுதையினால் மீள்வுருவாக்கம் செய்யப்பட்டதாகும். இருப்பினும்

கோஷ்டத்தின் இருபுறமும் காணப்படுகின்ற சோழர்கால சிற்பங்களில் மாற்றமின்றி உள்ளன. பக்கவாட்டில் மூன்று வரிசைகளிலும் கோஷ்டத்தின் கீழே சிற்பங்கள் இடம்பெற்றுள்ளன. மேலே இருபுறமும் சூரியன், சந்திரன், அதற்குக் கீழே பக்கத்திற்கு இருவர் என நான்கு பூதகணங்கள் உள்ளன. இவ்வரிசையின் கீழாக சிவனின் பிக்ஷாடனர் திருக்கோலத்தைக் காண்பதற்காக கையில் அன்னக்கரண்டியுடன் ஒரு பெண் வேகமாக வருவது போன்றும், விரைவாக வந்ததால் ஆடை அவிழ்ந்து அங்கங்கள் தெரிந்ததால் தனது கையினால் மறைத்துக்கொண்டு நிற்கும் பெண்ணின் உருவமும் உள்ளன. இடப்புறம் கையில் கரண்டியுடன் ஒரு பெண் வேகமாகச் செல்ல அவரைத் தொடர்ந்து இரு பெண்கள் செல்வது போன்றும், கீழ்வரிசையில் பக்கத்திற்கு நான்கு பெண்கள் என எட்டுப் பெண்கள் சிவனின் திருக்கோலத்தை வியப்புடன் கண்டு களிப்பது போன்று காட்டப்பட்டுள்ளன. பீடத்தின் கீழே ஐந்து பூத கணங்கள் காணப்படுகின்றன. இவருக்குப் பின்புறமாக மற்றொரு பெண்ணும் சிவனின் கோலத்தைக் கண்டு தன்னிலை மறந்து நிற்கிறார்.

கணபதி

கருவறையின் தென்புறச் சுவற்றில் காணப்படும் முதல் தேவகோஷ்டத்தில் நிறுத்தமாடும் கணபதியின் சிலை அமைக்கப்பட்டுள்ளது. பஞ்சதாள அமைப்புடன் தலையில் கரண்ட மகுடமும், விரிந்த காதுமடல்கள், இடதுகாலை ஊன்றியும், வலது காலைச் சற்று மடக்கி நின்றவாறு நான்கு கைகளுடன் காட்சித் தருகிறார். தூக்கிய வலது பின்கரத்தில் மழுவும், கீழ்க் கரத்தில் ஒடிக்கப்பட்ட தந்தத்தைப் பிடித்த வாரும், இடது முன்கரம் ஆடலுக்கேற்ற பாவனையுடன் உயர்த்திய வாரும், இடது பின்கரத்தில் மோதகத்தை ஏந்தியும், மார்பில் யஜ்ஞோபவீதம், பருத்த வயிறு, அதில் நாக உதரபந்தத்துடன் காணப்படுகிறார். இசைக் கலைஞர்களும், நாட்டிய நங்கைகளும் கணபதியின் ஆடலுக்கு ஏற்றவாறு கருவிகளை இசைத்து ஆடுகின்றனர்.

அர்த்தநாரிஸ்வரர்

கணபதிக்கு அடுத்து சிவபிரான் உமையொருபாகனாகக் காட்சியளிக்கிறார். மேலே கொற்றக்குடையும், இணை சாமரங்களும், எருதுவின் மீது ஆந்திகமாக சாய்ந்தவாறு, இடப்பாகம் பெண்ணாகவும், வலது பாகம் ஆணாகவும்,

காட்சியளிக்கிறார். தலையானது ஒருபாதி ஜாட மகுடமாகவும் மற்றொரு பாதி கேசபந்த அலங்காரத்துடனும் திகழ்கிறது. முகம் வட்டவடிவில் சதைப்பற்றுடன் காட்சியளிக்கிறது. ஆண்பாகத்தில் காதில் மகரக்குழையும், பெண்பாகத்தில் காதில் பத்ரகுண்டலமும், கழுத்தில் கண்டிகை, சரப்பளி, சன்னவீரம், கைகளில் ஆண்பாகத்தில் தோள்வளையும், பெண்பாகத்தில் தோள்வளை, கடகவளை, கைவளை போன்றவை அணியப்பட்டுள்ளன. வலப்பக்கம் இரண்டு கரங்களும் இடப்பக்கம் ஒரு கரமும் உள்ளன. சிவனார் பாகத்தில் உள்ள மேல்கரம் மழுவினை ஏந்தியவாறும், கீழ்கரம் எருதுவின் தலையில் நெற்றிப்பகுதி வரை வைத்தவாரும், உமாபாகத்தில் இருக்கும் கரம் மலர் ஒன்றினைப் பிடித்திருக்க அதைக் கிளியொன்று கொத்துவதுபோல் காட்டப்பட்டுள்ளது. பெண்பாகத்தின் இடையில் கட்டப்பட்டுள்ள மேகலையானது மணிகளால் அலங்கரிக்கப்பட்டு தொடை வரைத் தொங்கியவாரும், ஆண்பாகத்தில் அலங்காரம் இன்றியும் பெண்பாகத்தில் ஆடைகள் மடிப்புகளுடன் முழங்கால் வரை நீண்டும் உள்ளது. ஆண்பாகத்தில் ஆடையானது தொடைவரையில் காட்டப்பட்டுள்ளது. கெண்டைக் காலில் வீரத்தின் அடையாளமாக மணி ஒன்று திகழ்கிறது.

தக்ஷிணாமூர்த்தி

அர்த்தநாரிஸ்வரருக்கு அடுத்த தேவகோஷ்டத்தில் தக்ஷிணா மூர்த்தி சிற்பம் இடம் பெற்றுள்ளது. இக்கோஷ்டத்தில் இருந்த தென்முகக் கடவுளான தக்ஷிணாமூர்த்தியின் சிலை சிதைக்கப்பட்டுவிட்டது. தற்போதுள்ள சிலை பின்னாளில் வைக்கப்பட்டதாகும். ஆலமர்நாதர் என தமிழ் இலக்கியத்தில் சுட்டப்படும் தக்ஷிணாமூர்த்தி சிவனின் அவதாரங்களில் ஒன்றாகும். பிரம்மனின் மகன்களான சனகர், சனந்தனர், சனாதனர், சனத்குமாரர் ஆகிய நால்வரும் சிவனிடம் சென்று வேதாகமப் புராணங்களை முறைப்படி கற்றும் எங்கள் மனம் திருப்தியடைய வில்லை. அகத்தேயுள்ள ஆணவம், கன்மம், மாயை என்ற இருளும் எங்களைவிட்டு அகலவில்லை முழுமுதற்கடவுளாகிய தாங்கள்தான் எங்களுக்கு உபதேசம் செய்து அருள வேண்டும் என வேண்டினர். சிவபிரானும் ஆலமரத்தின் கீழ் வீராசனத்தில் அமர்ந்து சின் முத்திரைக்காட்டி தீ, பாம்பு, சுவடி ஆகியவற்றை தரித்து இவர்களுக்கு ஞானத்தை உபதேசம் செய்தார். அப்போது பெருமானின் காலடியில் முயலகன், பாம்பு, புலி, சிங்கம் போன்றவை அங்கு காணப்பட்டன. காதுகளின் மீது துணியை வைத்து

பொத்திக்கொண்டு இருமுனிவர்கள் அருகருகே அமர்ந்துள்ளனர். கின்னரர்கள் விண்ணில் தோன்றி தேவகானம் இசைக்கின்றனர். ஆலமரத்தின் கிளையில் உத்திராட்ச மாலையும், பொக்கணம் என்னும் திருநீற்றுப்பையும் மாட்டப்பட்டிருக்கின்றன. இத் திருக்கோலக்காட்சி தான் தக்ஷிணாமூர்த்தி என அழைக்கப்படுகிறது. ரிக்வேதத்தில் பத்தாவது மண்டலத்தில் 136 ஆவது ஸுக்தத்துக்குக் கேசி ஸுக்தம் என்று பெயர். இந்த ஸுக்தம் ருத்ரர்கேசி அதாவது கேசங்கள் உடைய மரவுரி பூண்ட முனிவர்களால் சூழப்பட்ட நிலையைக் குறிப்பிடுகிறது. இதுவே தக்ஷிணாமூர்த்தி வடிவின் மூலமான வேதக்குறிப்பாகும். பிறகு புராணங்களில் வடிவம் வந்தாலும் காலம்கணிக்கத்தக்க பழமையான குறிப்பு லகுலீசரின் பாசுபத ஸுத்ரங் களாகும். பாசுபதர்கள் எங்கு தங்கலாம் என்பதற்கு மஹாதே வஸ்ய தக்ஷிணா மூர்த்தே அதாவது தக்ஷிணாமூர்த்தியின் கோயிலில் தங்கலாம் என்று ஸுத்ரம் கூறுகிறது. சிற்பரீதியாக குப்தர் காலத்ததாக அஹிச்சத்ராவில் கிடைத்த தக்ஷிணாமூர்த்தி யின் சுடுமண் சிற்பமே காலத்தால் முந்தைய வடிவமாகக் கருதப்படுகிறது.

கங்கைகொண்ட சோழீஸ்வரர் கோயிலின் தெற்குப்பகுதியில் உள்ள தக்ஷிணா மூர்த்தியின் தேவகோஷ்டத்தின் இருமருங்கிலும் நான்கு வரிசைகளில் சிற்பத் தொகுப்புகள் காணப்படுகின்றன. கோஷ்டத்தின் கீழ்வரிசையில் ஆடற்கலைஞர்கள் சிற்பங்கள் உள்ளன. கோஷ்டத்தின் கிழக்குப்பகுதியில் மேல்வரிசையில் இரண்டு முனிவர்களும், இரு பூதங்களும் உள்ளனர். கீழே உள்ள இரண்டாம் வரிசையில் ஐந்து பெண்களும், அதற்குக் கீழ் உள்ள மூன்றாம் வரிசையில் ஆறு பூதகணங் களும், நான்காம் வரிசையில் நான்கு முனிபுங்கவர்களும், காட்சியளிக்கின்றனர். கோஷ்டத்தின் மேற்குப் பகுதியின் நான்கு வரிசைகளில் மேல் வரிசையில் அகத் திய முனிவரும், இரண்டு தேவர்களும், சூரியனும் இடம்பெற்றுள்ளனர். அடுத்துக் கீழ் வரிசையில் அமர்ந்த கோலத்தில் அடியார்கள் மூவர் நிற்பவர் ஒருவரும், கீழே உள்ள நீண்ட வரிசையில் பதின்மூன்று ஆடற்கலைஞர்கள் நடனம் புரிந்த வண்ணமாக உள்ளனர்.

ஹரிஹரர்

விமானத்தின் தென்புறச் சுவரில் நான்காவது தேவகோஷ்டத்தில் சிவபிரானும் திருமாலும் இணைந்து

ஹரிஹரராகக் காட்சியளிக்கின்றனர். சமபாத ஸ்தானகத்தில் நான்கு கரங்களுடன் திகழும் ஹரிகரர் வலது மேற்கரத்தில் சிவனுக்குரிய மழுவும், இடது மேற்கரத்தில் திருமாலுக்குரிய சங்கும் தாங்கியுள்ளன. சிவன் பாகத்தில் உள்ள வலது முன்கரம் அபயஹஸ்தத்திலும், விஷ்ணுபாகத்தில் உள்ள இடது முன்கரம் ஊருஹஸ்தத்திலும் காட்டப்பட்டுள்ளது. நான்கு கைகளிலும் காப்புகள் அணியப்பட்டுள்ளன. தலையின் விஷ்ணுபாகத்தில் கிரீடமகுடமும், சிவனார் பாகத்தில் ஜடாம குடத்துடனும், இருபாக கிரீடமும் மகரப் பூரிமத்தால் அலங்கரிக்கப்பட்டுள்ளன. முகம் சதைப்பற்றுடன் வட்டவடிவில் உள்ளது. கழுத்தில் கண்டிகை, ஹாரம், வாகுமாலை, சரிந்த தோள்மீது தோள் மாலை, யஜ்ஞோபவீதம், உதரபந்தம், தோள்வளையுடனும், இடையில் மணிகளால் அலங்கரிக்கப்பட்ட குறங்குசெறி, விஷ்ணுபாகமான இடதுபாகத்தில் மடிப்புகளுடன் கூடிய ஆடையானது கணுக்கால் வரை நீண்டும், சிவனார் பாகமான வலது பாகத்தில் தொடைவரைத் திகழும் தோலாடையும் காணப்படுகிறது. கால்களில் பாடகம், காற்சாவடி போன்றவை அணியப்பட்டு ஹரிகரர் காட்சியளிக்கிறார். ஹரன், ஹரி இருவரின் உருவ வேறுபாட்டினை ஒற்றைக்கல்லில் ஒருங்கே அமைத்து ஹரிஹரராக வார்த்துள்ள சோழர் காலச் சிற்பிகளின் உளிவண்ணத்திற்கு எடுத்துக்காட்டாக இச்சிலை திகழ்கிறது.

ஆடல்வல்லான்

கருவறையின் தென்புறச் சுவரில் ஐந்தாவதாக உள்ள தேவகோஷ்டத்தில் சிவபிரான் திருவாலங்காட்டில் ஆடும் ஆனந்த தாண்டவ மூர்த்தியாக காட்சியளிக்கிறார். சதைப்பற்றுடன் கூடிய வட்டவடிவமுகம், மூடிய நிலையில் நெற்றிக்கண், சுழன்று நடனம் புரிவதால் ஜடாமுடியானது தலையின் பின்புறத்திலிருந்து பிரிந்து தலையின் இருமருங்கிலும் வீசி விரிந்து எழிலுற விரிசடையுடன் சிவபிரான் காட்சிதருகிறார். ஒருகாதில் பத்ரகுண்டலமும், மற்றொருகாதில் சிம்மகுண்டலமும் அணியப் பெற்றுள்ளது. கழுத்தில் கண்டிகை, சரப்பளியும், மார்பில் யஜ்ஞோபவீதம், வயிற்றுப் பகுதியில் உதரபந்தம், நான்கு கைகளிலும் தோள்வளை, கைகளில் காப்பு, விரல்களில் மோதிரம், இடையில் தொடை வரை நீண்ட ஆடை, அதன் மீது முத்துமணிகளால் அலங்கரிக்கப்பட்ட மேகலை, இருகால்களிலும் வீரக்கழல், காற்சதங்கையுடன் காட்சியளிக்கிறார். வலது பின்கரம் டமருகத்தைத் தாங்கியும், இடது பின்கரம் தீச்சுடரினை ஏந்தியும் வலது முன்கரம் அபயஹஸ்தத்திலும்,

இடக்கரம் கஜஹஸ்தத்திலும், வலப்பாதம் முயலகனின் முதுகினை இருத்தியவாரும், இடதுகாலோ மேலே உயர்த்தப்பட்டு யாவர்க்கும் கிட்டாத சிவனின் ஆனந்த தாண்டவத்தை உரைப்பதாக உள்ளது. இவ்வழகருக்கு இடப்புறம் கோபத்துடன் பிதுங்கிய கண்களுடன் ஜுவால கேசத்துடன், டமரம், வாள், திரிசூலம், கேடையம், கபாலம் ஆகியவற்றைத் தாங்கியும், வலதுகரம் அபய ஹஸ்தத்தைக் காட்டிய நிலையில் காளிதேவி நடனம் புரிகிறார். வலப்புறமோ மூன்று திருக்கரங்களுடன் பிருங்கி முனிவர் ஆடுகிறார். சிலர் இவ்வுருவத்தைக் கூளி எனக் கூறுகின்றனர். முயலகனோ கைகளில் பாம்பொன்றினைப் பிடித்தவாறு படுத்துக் கொண்டு எழ முயலுகிறான். கோஷ்டத்தின் வெளியே ரிஷபத்தோடு உமையம்மை ஆடல் வல்லானின் நடனத்தைத் தன்னிலை மறந்து பார்த்து நிற்பதாகக் காட்சியளிக்கிறார். அருகில் நிற்கும் ரிஷபமோ காதுகள் இரண்டையும் விரித்தவாறு பற்கள் வெளியே தெரியும் வண்ணம் மிரண்டுபோய் வாய்பிளந்தவாறு சிவனின் தாண்டவத்தைப் பார்த்தவாறு நிற்பதைக் காண முடிகிறது. ஆடல் வல்லானின் தூக்கிய திருவடிக்கு நேர் கீழே பேய்வுருவினை வலிந்து ஏற்றுக் கொண்ட காரைக்கால் அம்மையார் இரு கரங்களிலும் இலைத்தாளத்தை வாசித்தவாறு வாய் பிளந்து பாடுகிறார். அருகே இருபூத கணங்களில் ஒன்று அண்ணலின் நாட்டியத்திற்குத் தகுந்தால்போல் மத்தளத்தை வாசித்தவாறும் மற்றொன்று சங்கினை ஊதியவாறும் உள்ளன. இக்காட்சிக்கு இருபுறமும் பக்கத்திற்கு மூன்று என ஆறு பூதகணங்கள் இசைக்கருவிகளை இசைத்தவாறு ஆடுகின்றன. சிவனாரின் புதல்வர்களான கணபதி மூஷிக வாகனத்திலும், மயில் வாகனத்தில் முருகனும் தந்தையாரின் நடனத்தைக் காண விரைந்து வருவது போன்று காட்டப்பட்டுள்ளது. நந்திகேஸ்வரர் அண்ணலின் ஆடலுக்கேற்ப குடமுழவத்தை இசைக்கிறார். அவர்தம் அங்க அசைவுகளின் மூலமாகத் தாள லயத்தின் தன்மையை வெளிப்படுத்தும் வகையில் திகழ்கிறார். பூதகணங்கள் இசைக் கருவிகளை இசைத்தும் ஆடியவாறும் காணப்படுகின்றன. குறிப்பாகப் பல்லவர் காலத்தில் பிக்ஷாடனர், தக்ஷிணாமூர்த்தி, மூவுலகை அளந்த பெருமான் போன்ற கோஷ்ட சிற்பங்களை அமைக்கும்போது அம்மூர்த்தங்களோடு தொடர்புடைய கதைமாந்தர்களின் உருவங்களையும் அக்கோஷ்டத்திர்க்குள்ளாகவே அமைத்துக் கொண்டனர். உதாரணமாக காஞ்சி கைலாசநாதர் கோயிலில் உள்ள பிக்ஷாடனர் சிலை உள்ள கோஷ்டத்தில் கதைமாந்தர்களோடு

தொடர்புடைய சிற்பவுருவங்களும் அக்கோஷ்டத்திற்குள்ளாகவே இடம் பெற்றிருப்பதைக் காணமுடியும். அக்கோஷ்டத்தைப் பார்க்கும்போது பிரதான மூர்த்தத்தினைச் சுற்றிலும் காட்சிக்கு வலுச்சேர்க்கும் துணைச்சிற்பங்களின் எண்ணிக்கை அதிகம் காணப்படுவதால் அக்கோஷ்டமே சிற்பங்களால் நிரப்பப் பெற்றிருப்பதாகத் தோற்றமளிக்கும். இதைத்தவிர்க்க எண்ணிய சோழர்காலச் சிற்பிகள் தேவகோஷ்ட சிற்பங்களை வடிக்கும்போது பிரதான மூர்த்தங்களுக்கே முன்னுரிமை அளித்துள்ளதைக் கங்கைகொண்ட சோழீஸ்வரர் திருக்கோயிலிலும் காணமுடிகிறது. அதனால்தான் ஆடல் வல்லான் கோஷ்டத்தில் ஆனந்ததாண்டவம் புரியும் நடராஜரின் உருவத்திற்கு மட்டுமே முன்னுரிமை அளிக்கப்பட்டுக் கதையோடு தொடர்புடைய பிற உருவங்களைக் கோஷ்டத்தை ஒட்டியவாறு வெளிப்புறத்தே வடிவமைத்துள்ளதைப் பார்க்க முடிகிறது. இதனால்தான் யாவர்க்கும் எளிதில் கிட்டாத ஆடல் வல்லானின் உள்ளார்ந்த அழகானது பார்ப்போரை ஆட்கொள்ளும் வகையில் இருப்பதை அறிகிறோம்.

கங்காதரமூர்த்தி

கருவறையின் மேற்குப்புறச் சுவற்றின் முதலாவதாக அமைக்கப்பெற்றுள்ள தேவ கோஷ்டத்தில் உமையாரோடு உள்ள கங்காதர மூர்த்தியின் சிற்பம் காணப்படுகிறது. கோஷ்டத்தின் இருபுறங்களிலும் நான்கு வரிசைகளில் சிற்பங்கள் இடம்பெற்றுள்ளன. கோஷ்டத்திற்கு வலப்புறம் மேலாக விண்ணில் மிதந்தவாறு சூரியதேவனும், இடப்புறம் சந்திரனும் உமையாளோடு காட்சியளிக்கும் கங்காதர மூர்த்தியைப் பார்த்தவாறும், இரண்டாவது வரிசையில் வலப்புறம் மூன்று தேவர்கள் கங்காதரரை வணங்கிய நிலையிலும், இடப்புறம் இரண்டு தேவர்கள் நின்றவாறும், மூன்றாவது வரிசையில் வலப்புறம் இரு சிவனடியார்கள் உமையம்மையோடு திகழும் கங்காதரரை நோக்கியவாறும், இடதுபுறம் கைகூப்பி வணங்கிய நிலையில் அடியாரும், அவரின் அருகில் ஒருகாலில் நின்ற வண்ணம் தலைக்குமேல் கையுயர்த்தியவாறு கடுந்தவம் புரியும் பகீரதனின் உருவமும் உள்ளது. நான்காம் வரிசையில் வலப்புறம் மூன்று நாட்டியக் கலைஞர்களும், இடப்புறம் மூன்று பூதகணங்கள் இசைக் கருவிகளை மீட்டியவாறு அமர்ந்துள்ளனர். கோஷ்டத்தினுள் ஜடாமகுடத்துடன் விளங்கும் சிவபிரான் தனது வலது பின்கரத்தால் தன் ஜடை ஒன்றினை விரித்துப் பிடித்தவாறு

உள்ளார். விரிசடையின் மீது வணங்கிய கரத்துடன் பாதிவுடல் பெண்ணாகவும், கீழ்பாதி நீர்த்திரளின் சுழலாகவும் கங்காதேவி விண்ணகத்திலிருந்து இறங்கி அமர்ந்துள்ளார். கங்காதரரின் இடது பின்கரத்தில் மானின் உருவத்தை தாங்கியவாறும். முன்னிறு கரங்களில் வலக்கரம் அம்மையாரின் திருமுலை மீது வைத்தவாரும், இடதுகரம் உமையாளின் இடையில் வைத்து அணைத்தவாறு காட்டப்பட்டுள்ளது. உமையாளின் வலக்கரம் தொடையின் மீது வைத்த நிலையிலும், இடக்கரத்தை மேலுயர்த்தி மார்பின் அருகே வைத்தவாறு காணப்படுகிறார். உமையாள் சதைப்பற்றுடன் கூடிய வட்டவடிவ முகத்துடனும், தலையில் கரண்ட மகுடத்துடனும், காதுகளில் குதம்பையும், கழுத்தில் கண்டிகை, ஹாரம், சாவடி, யஜ்ஞோபவீதம், கைகளில் தோள்வளை, காப்புகளும், இடையில் முடிச்சு அணிபொருந்திய மேகலையும் கணுக்கால்வரை நீண்ட ஆடையும் காற்பகட்டுக்கு மேல்தண்டை, காற்சதங்கை போன்றவற்றுடன் காணப்படுகிறார். கங்காதரர் தலையில் ஜடாம குடமும், காதுகளில் குண்டலமும், கழுத்தில் கண்டிகை, சரப்பளி, நீண்ட முத்து மாலையும், மார்பில் யஜ்ஞோபவீதம், நான்கு கைகளிலும் தோள்வளை, கடகவளை மற்றும் காப்புகளுடன், இடையில் குறங்குசெறியும், தொடைவரை நீண்ட ஆடையும், கால்களில் வீரக்கழலுடன் திகழ்கிறார். கங்காதரரின் தலைக்கு மேலே குடையும், இரண்டு சாமரங்களும் காட்டப்பட்டுள்ளன. கங்கையை விரிஜடையில் தாங்கிக்கொண்டு ஊடலுற்ற தேவியை அணைத்தவாறு நிற்கும் கங்காதரரின் சிற்பங்கள் வரிசையில் காஞ்சி கயிலாசநாதர்கோயில், தஞ்சைக் குயவர்தெரு காளி கோயில், மேலப்பழுவூர், கீழையூர் அவநிகந்தர்ப்ப ஈஸ்வரகிருகம், திருமீயச்சூர் சிவன்கோயில், தாரமங்கலம், வேலூர் போன்ற இடங்களில் உள்ள சிற்பங்கள் குறிப்பிடத்தக்கவைகளாகும். குறிப்பாகக் கங்கைகொண்ட சோழீஸ்வரர் திருக்கோயிலில் உள்ள கங்காதரமூர்த்தியின் சிற்பமானது சோழர் கலைப்பாணிக்குச் சிறந்த எடுத்துக்காட்டகத் திகழ்கிறது.

லிங்கோத்பவர்

கங்காதரருக்கு அடுத்த தேவகோஷ்டத்தில் லிங்கோத்பவர் சிலை உள்ளது. லிங்கத்தின் நடுப்பகுதியில் நீள்வட்ட வடிவில் வெட்டப்பட்டுள்ள குடைவுப்பகுதியில் சிவபெருமான் நான்கு கரங்களுடன் காணப்படுகிறார். ஜடாமகுடத்துடன் திகழும் பெருமானின் வலது மேற்கரத்தில் பரசும், இடதுமேற்கரம் மான்

ஒன்றினையும் தாங்கியுள்ளது. வலது முன்கரம் அபயஹஸ்தத்திலும், இடது கரம் கடிஹஸ்தத்திலும் காட்டப்பட்டுள்ளன. நான்கு கரங்களிலும் தோள்வளை, காப்புகளும், கழுத்தில் கண்டிகை, ஹாரம், மார்பில் யஜ்ஞோபவீதம், இடையில் தொடைவரை நீண்ட ஆடையும் அணியப்பட்டுள்ளது. லிங்கமாகத் திகழும் பாணத்தின் மேற்பகுதியில் தொடுக்கப்பெற்ற மாலை ஒன்று சுற்றப்பெற்றுள்ளது. சிவபிரானின் திருவடியினைக் கண்டுபிடிப்பதற்காகத் திருமால் பன்றியின் உருவம் பூண்டு நிலத்தினைத் தோண்டிச் செல்லும் புராணக் காட்சியானது தத்துரூபமாகக் காட்சிப்படுத்தப்பட்டுள்ளது. ஆனால் சிவபிரானின் திருமுடியினைக் காணவேண்டி பிரம்மன் அன்னப் பறவையின் உருவம் தரித்து ஆகாயம் செல்லும் காட்சியானது இங்கு விடுபட்டுள்ளது.

மகாவிஷ்ணு

கருவறையின் மேற்குப்புறச்சுவரில் மூன்றாவதாக உள்ள தேவகோஷ்டத்தில் ஸ்ரீதேவி, பூதேவியார் உடனுறை திருமாலின் திருக்கோலமானது இடம் பெற்றுள்ளது. திருமாலின் முகமானது வட்டவடிவில் சதைப்பற்றுடன் தலையில் கிரீடமகுடமும், மார்பில் கண்டிகை, ஹாரம், சாவடியும், மார்பில் யஜ்ஞோபவீதம், உர்ஸ்சூத்திரம், ஸ்தனசூத்திரம், உடலைச்சுற்றி உதரபந்தமும், நான்கு தோள்களிலும் தோள்வளை, காப்புகளுடனும், அனைத்து விரல்களிலும் மோதிரங்கள், கால்களில் சதங்கைகள் அணியப்பட்டும் உள்ளன. மேலிருகரங்களில் சங்கு, சக்கரமும் தாங்கியுள்ளன. வலது முன்கரம் அபயஹஸ்தத்திலும், இடக்கரம் ஊருஹஸ்தத்தில் காட்டப்பட்டும், இடையில் சிம்மமுகத்துடன் கூடிய குறங்குசெறியும், மடிப்புகளுடன் கூடிய ஆடையானது முழங்கால் வரை நீண்டு சமபாதஸ்தானத்தில் நின்றவாறு திருமால் காட்சியளிக்கிறார். திருமாலின் வலப்புறம் கிரீடமகுடத்துடன், இடது கையில் மலரேந்தியவாறு திருமகளும், இடப்புறம் கிரீடமகுடத்துடன் வலக்கரத்தில் மலரேந்தியவாறு பூதேவியும், நின்ற கோலத்தில் காட்சியளிக்கின்றனர். கோஷ்டத்தின் இருபுறமும் மேல்வரிசையில் சூரிய, சந்திரதேவரின் உருவங்களும் நடுவரிசையில் தேவர்களும், கீழ்வரிசையில் ரிஷிகளும் திருமாலைப் போற்றுகின்றவர்களாக காட்டப்பட்டுள்ளது.

முருகன்

திருமாலுக்கு அடுத்த தேவகோஷ்டத்தில் முருகப்பெருமானின்

திருவுருவச்சிலை காணப்படுகிறது. கிரீட மகுடத்துடன் காதுகளில் பத்ரகுண்டலம், கழுத்தில்கண்டிகை, சரப்பளி, சன்ன வீரம், நான்கு கைகளிலும் தோள்வளை, காப்பும்,விரல்களில் மோதி ரங்களும், இடையில் சிம்ம முகத்துடன் கூடிய மேகலையும், தொடைவரை நீண்ட ஆடையும் அணிந்துள்ளார். வலது மேற்கரத்தில் வஜ்ரப்படையும், இடது மேற்கரத்தில் சக்தி அயுதத்தையும் தாங்கியுள்ளார். வலது முன்கரம் அபய ஹஸ்தத்திலும், இடது முன்கரம் கடிஹஸ்தத்திலும் காட்டப்பட்டு சமபாதஸ்தானத்தில் நின்றவாறு கந்தவேல் காட்சியளிக்கிறார். சோழநாட்டுச் சிற்பியின் கலைவண்மைக்குச் சான்றாக இச்சிலை திகழ்கிறது.

திருமாலுக்குச் சக்கராயுதத்தை வழங்கும் பெருமான்

முருகக் கடவுளுக்கு அடுத்த தேவகோஷ்டத்தில் சிவபெருமான் உமாதேவியோடு அமர்ந்தவாறு திருமாலுக்குச் சக்கராயுதத்தை வழங்கும் திருக்கோலத்தில் காட்சித் தருகிறார். இம்மூர்த்தத்தினை சிற்ப ஆகம நூல்கள் விஷ்ணு அநுக்கிரக மூர்த்தி என சுட்டுகின்றன. சிவனார் ஜடாமகுடத்துடன், ஒரு காதில் பத்ரகுண்டலமும், மறுகாதில் மகரகுண்டலமும், தோள்மாலை, கழுத்தில் கண்டிகை, ஹாரம், மார்பில் யஜ்ஞோபவீதம், உதரபந்தம், கைகளில் தோள்வளை மற்றும் காப்புகளுட னும், கால்களில் சதங்கைகள் அணிந்தும் காணப்படுகிறார். வலது மேற்கரத்தில் மழுவும், இடது மேற்கரத்தில் மானும் தாங்கி, இடக்கரத்தை மடக்கிய காலின்மீது அமர்த்தியவாறு வலக்கரத்தில் திருமாலிடம் அளிப்பதற்கான சக்கரத்தை உள்ளங்கையில் ஏந்தியவாறு சுகாசனத்தில் அமர்ந்துள்ளார். சிவனாரின் தலைக்குமேலே குடையும், இருமருங்கிலும் சாமரமும் காணப்படுகின்றன. உமையாள் கிரீட மகுடத்துடன், காதில் குண்டலத்துடன், கழுத்தில் ஹாரம், சன்னவீரம், மார்பில் யஜ்ஞோபவீதம், கால்களில் சதங்கைகள், இடையில் முழங்கால்கள் வரை நீண்ட ஆடையுடன் வலக்கரத்தில் மலரொன்றினை ஏந்தியவாறு இடக்கரத்தைத் தொங்கவிடப்பட்ட இடக்காலின் மீது வைத்தவாறு திகழ்கிறார். தேவகோஷ்டத்தின் இருபுறமும் நான்கு பிரிவுகளாகச் சிற்பத்தொகுப்புகள் காணப்படுகின்றன. மேலே இருபுறமும் விண்ணகத்தில் மிதந்தவாறு சூரியதேவனும், சந்திரதேவனும் உள்ளனர், அடுத்து கீழாக வலப்புறம் ஒருவரும், இடதுபுறம் இருவரும் என மூன்று தேவர்கள் அமர்ந்தவாறு உமையோடு இருக்கும் சிவனாரைப் போற்றிய வண்ணமாகவும், மூன்றாம்

வரிசையில் வலப்பக்கம் கரம் கூப்பிய நிலையில் மாலவன் நிற்க அருகே ஒருவர் காணப்படுகிறார். எதிரே மாலையுடன் திகழும் சிவலிங்கம் முன்பு மண்டியிட்டு அமர்ந்தவாறு திருமால் சிவபூஜை செய்கின்றார். கீழ்வரிசையில் நான்கு அடியார்கள் அமர்ந்தவாறு சிவபிரானை வணங்கிப் போற்றுவதாகக் காட்டப்பட்டுள்ளது.

கால சம்ஹார மூர்த்தி

கருவறையின் மேற்குப்புறச்சுவரின் வடமேற்குப் பகுதியில் கடைசியாக உள்ள தேவ கோஷ்டத்தில் காலசம்ஹார மூர்த்தியாகச் சிவனார் காட்சியளிக்கின்றார். தலையில் ஜடா மகுடத்துடன், ஒருகாதில் பத்ரகுண்டலமும், மறுகாதில் மகர குண்டலமும், கழுத்தில் கண்டிகை, ஹாரம், மார்பில் யஜ்ஞோபவீதம், உதரபந்தம், கைகளில் தோள்வளை, ருத்ராட்சத்திலான காப்புகள், கால்களில் சதங்கைகள், இடையில் சிம்ம முகத்துடன் அலங்கரிக்கப்பட்ட குறங்குசெறி, தொடைவரை நீண்ட ஆடையுடன், வட்டவடிவிலான சதைப்பற்றுடன் திகழும் முகத்தில் கண்கள் இரண்டும் கோபக்கனலை உமிழ்ந்தவாறு சிவனார் காட்சி தருகிறார். தலைக்கு மேலே ஓங்கி நிற்கும் வலது முன்கரத்தில் மழுவொன்றுள்ளது. விஸ்வமய முத்திரையுடன் திகழும் இடது பின்கரத்தில் மானொன்றைத் தாங்கியுள்ளது. இடது முன்கரம் சூஸிஹஸ்தத்தில் கீழே கிடக்கும் எமனை நோக்கிச் சுட்டுவிரலைக் காட்டுகின்றது. வலது பின்கரத்தில் எமனைக் குத்துவதற்குத் திரிசூலத்தைப் பிடித்துள்ளார். ஒருகாலை தரையில் ஊன்றிய வண்ணம் இடதுகாலைத் தூக்கிக் கீழே கிடக்கும் எமனை மிதித்தவாறு உள்ளார். மிதிபட்ட எமனோ தமது ஒரு கரத்தை உயர்த்தி சிவனாரிடத்தே அபயம் கேட்பது போன்று காட்டப்பட்டுள்ளார். தேவகோஷ்டத்தின் இருபுறங்களிலும் நான்கு வரிசைகளில் காலசம்ஹார மூர்த்தியாரின் புராணத்தோடு தொடர்புடைய குறுஞ்சிற்பங்கள் வடிக்கப்பட்டுள்ளன. மேல் வரிசையில் சூரியதேவரும், சந்திரனும் உள்ளனர். அடுத்து வலப்பக்கம் சிவலிங்கத்தை மார்க்கண்டேயன் ஓடிவந்து கட்டிப்பிடிக்க முயல்வதும், அவனைத் துரத்தி வந்த எமன் பாசக்கயிற்றினை வீசும் நிகழ்வு தத்துருபமாகக் காட்சிப்படுத்தப் பட்டுள்ளது. இக்காட்சியின் எதிர்ப்புறத்தே இரு வானவர்கள் வானில் மிதந்தவண்ணம் சிவபிரானைக் கையை உயர்த்திப் போற்று கின்றனர். இவைகளுக்கு கீழே மூன்றாம் வரிசையில் பக்கத்திற்கு மூவராக ஆறு அடியார்கள் கைதொழுதும், கைகளை உயர்த்தியும் சம்ஹாரா மூர்த்தியைப் போற்றுவது போன்றும், கீழ்வரிசையில்

ஆறு நாட்டியக் கலைஞர்கள் நடனமாடி மகிழ்கின்றனர். காஞ்சி கயிலாசநாதர் கோயில், மாமல்லபுரம் தர்மராஜர் இரதம் போன்ற இடத்தில் உள்ள பல்லவர் கலைப்படைப்பிலும் கொடும்பாளூர் மூவர்கோயில் எனப்பெறும் முற்காலச் சோழர்காலக் கோயிலிலும் திருமழபாடி, தஞ்சாவூர் பெருவுடையார் கோயில். கங்கைகொண்ட சோழீஸ்வரம் ஆகிய இடைக்கால சோழர் கலைப் படைப்புகளிலும் இடம்பெற்றுள்ள காலசம்ஹாரமூர்த்தியின் சிற்ப வடிவங்கள் போற்றத்தக்கவையாகத் திகழ்கின்றன.

துர்க்கை

கருவறையின் வடபுறச்சுவரில் உள்ள தேவகோஷ்டத்தில் துர்கையின் உருவம் காணப்படுகிறது. துர்க்கையானவள் கிரீடமகுடத்துடன் எட்டுக்கரங்களுடன், காதுக ளில் குண்டலமும், கழுத்தில் கண்டிகை, ஹாரம், சன்னவீரம், கைகளில் மேகலை, காப்புகள், மார்புக்கச்சையும், இடையில் தொடைவரையில் நீண்ட ஆடையானது சிம்ம முகத்துடன் கூடிய குறங்கு செறியுடன் அலங்கரிக்கப்பட்டும், கால்களில் பாத கடகம் போன்றவற்றுடன் திரிபங்க நிலையில் நின்றவாறு காட்சியளிக்கிறார். எட்டு கரங்களின் வலப்புறம் முறையே சக்கரம், அம்பு, வாளுடனும், முன்கரமானது அபயஹஸ்தத்திலும் காட்டப்பட்டுள்ளது. இடப்புறம் முறையே சங்கு, வில், கேடயம் ஆகியவற்றை தாங்கியும் இட முன்கரம் கடிஹஸ்த முத்திரையுடன் கம்பீரத் தோற்றத்துடன் துர்க்கையானவள் விளங்குகிறார். தேவியின் பின்புறம் ஒருகாலை உயர்த்திய நிலையில் சிம்மமொன்று காணப்படுகிறது.

பிரம்மன்

பிரணாளத்திற்கு மேலாக உள்ள தேவகோஷ்டத்தில் சரஸ்வதி, சாவித்திரி ஆகியோருடன் பிரம்மன் காட்சியளிக்கிறார். கோஷ்டத்தின் இருமருங்கிலும் மேலிருந்து கீழாக ஐந்து வரிசையில் தொடர்சிற்பங்கள் இடம்பெற்றுள்ளன. மேல் வரிசையில் சூரியன், சந்திரன் உள்ளிட்ட ஆறுதெய்வங்கள் விண்ணகத்தில் மிதந்த நிலையிலும் அடுத்துக் காணப்பெறும் மூன்று வரிசைகளிலும் மொத்தம் இருபத்தெட்டு மகரிஷிகளும் அடியார்களும் இருமருங்கிலும் அமர்ந்தவாறு பிரம்மதேவரைப் போற்றுகின்றனர். கீழ்வரிசையில் பதின்மூன்று நாட்டியக் கலைஞர்கள் ஆடிய வண்ணம் இருக்கின்றனர். பிரம்மதேவர் தலையில் ஜடாமகுடம் தரித்து நான்கு முகங்களுடன் நீண்ட

தாடியோடு உள்ளார். கழுத்தில் சரப்பளி, ஹாரம், கைகளில் தோள்வளை, காப்புகள், விரல்களில் மோதிரங்கள், மார்பில் யஜ்ஞோபவீதம், உதரபந்தம், இடையில் சிம்மமுகத்துடன் கூடிய குறங்கு செறியுடன் கட்டப்பட்ட ஆடையானது மடிப்புகளுடன் முழங்கால்வரை நீண்டும் காணப்படுகிறது. பிரம்மாவின் நான்கு கரங்களில் வலமேற்கரத்தில் ஸ்ருவம், ஸ்ருக் எனப்படும் இரு வேள்விக் கரண்டிகளும், இடமேற்கரத்தில் தர்ப்பைப் புல்கட்டும், வலமுன் கரத்தில் ருத்ராட்சித மாலையைப் பற்றியும், இடக்கரம் தொங்கவிட்ட நிலையில் நீர்ச் சொம்பைத் தாங்கிய வண்ணமாக நிற்கின்றார். பல்லவர் காலம் முதல் தமிழகத்தில் வடிக்கப்பட்ட பிரம்மதேவன் சிலைகளில் முகத்தில் தாடியுடன் காட்டப்டுவதில்லை. தஞ்சாவூர் பெருவுடையார் கோயிலில் மட்டும் கேரளாந்தகன் திருவாயிலின் மேல் நிலையில் உள்ள பிரம்மனுக்குரிய சிற்றாலயத்தில் அமர்ந்த கோலத்தில் தாடியுடையவராக வேள்வி வேட்கும் வடிவத்தில் பிரம்மா காணப்படுகின்றார். தஞ்சாவூர் போன்று கங்கைகொண்ட சோழபுரத்திலும் பிரம்மன் தாடியுடன் காணப்படுவதுடன் வேள்விக் கரண்டிகளையும், தர்ப்பைப்புல் கட்டையும் ஏந்திவராக இருப்பது அவர் வேள்விக்குரிய பெருந்தெய்வம் என்பதை உணர்த்துவதற்காகவேயாகும். மேலும் இங்கு மட்டுமே சரஸ்வதி, சாவித்திரி ஆகிய இரு தேவியருடன் பிரம்மதேவர் அருள் பாளிக்கிறார். பிரம்மனை தாடியுடையவராக வேள்விகளுக்குத் தலைவராகக் காட்டும் சிற்பமரபினைக் கௌடதேசத்து சிற்பப் படைப்புகளில் காணலாம். கௌடதேசம் என்பது தற்போதைய பீகார் வங்காள தேசப்பகுதிகளைக் குறிப்பதாகும். சோழ அரசர்களின் இராஜகுருவாக இருந்தவர்கள் கௌடதேசத்தைச் சார்ந்தவர்கள் என்பதால் அந்நாடுகளின் கலைமரபின் தாக்கத்தினைச் சோழ நாட்டிலும் காண்கிறோம்.

பைரவர்

கருவறையின் வடக்குப்புறச்சுவற்றில் உள்ள நான்காவது தேவகோஷ்டத்தில் பைரவர் சிலை அமையப்பெற்றுள்ளது. இவர் பெரும்பாலும் சிவன்கோயில்களில் ஷேத்ரபாலராகத் திகழ்பவர். ஜூவாலகேசத்துடன், எட்டுக்கரங்களுடன் கழுத்தில், ஹாரம், கபாலமலை, ஸ்தனசூத்திரம், உதரபந்தம், இடையின் கீழ் தொடைப் பகுதியில் பாம்பு சுற்றப்பட்டும் கால்களில் பாதகடகம் போன்ற அணிகலன்களுடன் பிதுங்கிய விழிகள், கோரைப் பற்களுடன் கோபத்தனலை வெளிப்படுத்தியவாறு காட்சித்தருகிறார்.

ஜெ.ஆர்.சிவராமகிருஷ்ணன்

வலப்புறக் கரங்களில் திரிசூலம், பரசு, வாள், பாசக்கயிறு போன்றவற்றைத் தாங்கியும். இடப்புறக்கரங்களில் அக்னி, கபாலம், கட்டுவாங்கம், கைமணி ஆகியவற்றுடன் காலடியில் வேட்டைநாயின் உருவம் தெளிவற்ற நிலையில் காட்டப்பட்டுள்ளது. திருவலஞ்சுழி சிவன்கோயிலில் பைரவருக்காகத் தனிச் சன்னதி உருவாக்கப்பட்டுள்ளது. இக்கோயில் இராஜராஜ சோழர், இராஜேந்திர சோழர் ஆகியோரால் போற்றப்பட்டதாகும். இக்கோயிலில் உள்ள பைரவர் சிலையை ஒத்த அழகுடன் கங்கைகொண்ட சோழீஸ்வரர் கோயிலில் பைரவர் திகழ்வது குறிப்பிடத்தக்க ஒன்றாகும்.

காமத்தகன மூர்த்தி

வடக்குப் புறச் சுவற்றில் உள்ள ஐந்தாவது தேவகோஷ்டத்தில் காமத்தகன மூர்த்தியின் சிலை காணப்படுகிறது. சதைப்பற்றுடன் கூடிய வட்டவடிவ முகம், விழித்த நிலையில் நெற்றிக்கண், தலையில் ஜடாமகுடம், ஒரு காதில் பத்ரகுண்டலம் மற்றொரு காதில் மகரகுண்டலம், கழுத்தில் கண்டிகை, மார்புவரை நீண்ட மாலை, யஜ்ஞோப வீதம், உடலில் உதரபந்தம், கைகளில் தோள்வளை, காப்பு இடையில் தொடைவரை நீண்ட ஆடை போன்றவற்றுடன் நான்கு கரங்களுடன் சுகாசனத்தில் அமர்ந்துள்ளவாறு காட்சி தருகிறார். வலது மேற்கரத்தில் ருத்ராட்ச மாலையும், இடதுமேற்கரத்தில் தீயும் (கோலுடன்), வலது முன்கரத்தை எதிரே நீட்டி எரிந்து விழும் மன்மதனை ஒரு விரல் சுட்டிக்காட்டு கின்றார். இடதுமுன்கரம் தொடைமீது வைத்த வண்ணமாக அருள்பாளிக்கிறார். கோஷ்டத்தின் இரு மருங்கிலும் நான்கு வரிசைகளில் சிற்பத்தொகுப்புகள் காணப்படுகின்றன. வலப்புறம் மேலாகச் சிவனை நோக்கி அம்பு எய்தும் மன்மதன் உள்ளான். அதற்கு நேர் எதிரே ஒற்றைக்காலை மடித்து யோக நிலையில் நின்றவாறும், இரண்டாவது வரிசையில் விண்ணகத்தில் மிதந்தவாறு சிவனை போற்றும் சூரியன், சந்திரரும், இவர்களுக்கு எதிரே மற்றொருவர் ஒரு காலினை மடக்கி மண்டியிட்ட நிலையில் உள்ளார். மூன்றாவது வரிசையில் சிவபிரானின் நயனத்திலிருந்து எழுந்த தீயின் தகிப்பினைத் தாங்க முடியாத மன்மதன் நீட்டிய கரங்களுடன் எரிந்துவிழ அவனுக்குப் பின்புறம் அமர்ந்துள்ள ரதி அவனுடலைத் தாங்கிப்பிடிக்கிறாள். எதிர்ப்புறம் பரம்பொருளின் திருக்கருணையால் உயிர்த்தெழுந்த மன்மதனும் ரதியும் இருகரம் கூப்பி நிற்கின்றனர். கீழ்வரிசையில் நான்கு ஆடற்கலைஞர்கள்

நடனம்புரிகின்றனர். கங்கைகொண்ட சோழீஸ் வரத்தில் உள்ள காமத்தகன மூர்த்தியாரைப் போன்று தஞ்சை பெருவுடையார் கோயில் மற்றும் தாராசுரம் இராவதிஸ்வரர் கோயிலில் உள்ள காமத்தகனமூர்த்தியின் சிலைகள் சோழர் கலைப்பாணிக்கு உதாரணங்களாகக் கொள்ளலாம்.

சண்டேச அனுக்கிரகமூர்த்தி

காமத்தகன மூர்த்தி கோஷ்டத்தை அடுத்து சண்டேச அனுக்கிரக மூர்த்தியின் தேவகோஷ்டம் அமைந்துள்ளது. இதில் சண்டேசருக்கு அனுக்கிரகம் செய்விக்கும் சிவபிரானும் உமையாளும் இடம்பெற்றுள்ளனர். கோஷ்டத்தின் இருபுறங்களிலும் மேலிருந்து கீழாக நான்கு வரிசைகளில் சிற்றுருவச் சிற்பங்களின் தொடர்கள் காணப்படுகின்றன. வலப்புறத்தின் மேலாக மரமொன்றுள்ளது அதன்மீது தாடிமீசையுடன் ஒருவர் அமர்ந்தவாறு கண்காணித்த வண்ணம் உள்ளார், அவருக்கும் கீழே சிவலிங்கமொன்றுள்ளது. அதற்குக் கீழாக இளைஞன்னொருவன் ஓங்கிய கையில் உள்ள மழுவால் தமது முன்பாக இருக்கும் பெரியவரைத் தாக்கியதால் வெட்டுப்பட்ட கால்களுடன் அவர் கீழே வீழ்ந்தவாறு கையொன்றினை உயர்த்தி ஓலமிட்டவாறு உள்ளார். இக்காட்சிக்குக் கீழே சிவலிங்கம் ஒன்றும் அதன் அருகில் ஒருவர் நின்றவாறு காணப்படுகின்றார். இடப்புறத்தின் மேலே இரண்டு முனிவர்கள் சிவபிரானைப் போற்றியவாறு அமர்ந்துள்ளனர். இவர்களுக்குக் கீழாக இரண்டு பசுக்களும் கன்று ஒன்றும் உள்ளன. அதற்குக் கீழே கையில் கோலுடன் தாடி, மீசையுடன் உள்ள ஒருவர் குடமொன்றினைத் தமது காலினால் தள்ளிவிடுகிறார். இக்காட்சியின் கீழாக முதியவர் ஒருவர் கையை உயர்த்தியவாறு இருக்க சிறுவன் ஒருவன் அவரின் அருகே உள்ளான். கோஷ்டத்தின் உட்பகுதியில் சுகாசனத்தில் அமர்ந்துள்ள சிவபிரான் தலையில் ஜடாமகுடம் அதில் பிறைச்சந்திரன், சிம்மமுகபூரிமம், அதனடியில் மணிவடங்கள் அணிசெய்ய அழகுற காட்சி தருகிறார். காதுகளில் பத்ர குண்டலம், மகரக்குழையும், கழுத்தில் வாகுமாலை, தோள்மாலை, கண்டிகை, சரப்பளி, மார்பினில் யஜ்ஞோபவீதம், வயிற்றுப் பகுதியில் உதரபந்தம், கைகளில் தோள்வளை, காப்புகள், பத்து விரல்களில் மோதிரங்கள், பின்னிரு கைகளில் மான், மழுதாங்கியும், முன்னிருகரங்கள் கைகூப்பிய வண்ணம் அமர்ந்துள்ள விசாரசன்மனின் திருமுடியை அணைத்தவாறு வலக்கரத்தால் பூமாலையை அவர்தம் தலையில் சுற்றிக்கொண்டிருக்கிறது.

கால்களில் வீரக்கழல், சதங்கைகள் அணிந்துள்ளதோடு இடையில் தொடைவரை நீண்ட ஆடை காணப்படுகிறது. சிவபிரானின் இடப்புறம் வலது காலைக் குத்திட்டும் இடதுகாலைத் தொங்க விட்டவாறு உத்குடிஹாசனத்தில் உமையாள் அமர்ந்துள்ளார். தலையில் கரண்டமகுடம், காதுகளில் மகரக்குழைகள், கழுத்தில் கண்டிகை, சரப்பளி, சவடி, தோள் மாலை, வாகுமாலை, மார்பில் யஜ்ஞோபவீதம் கைகளில் தோள்வளை, விரல் களில் மோதிரங்கள், இடையில் தொடைவரை நீண்ட ஆடை, கால்களில் பாடகம், சதங்கை போன்ற அணிகலன்களுடன் வலக்கரத்தை குத்திட்டுள்ள முழங்கால் மீதும், இடக்கரம் தொங்கவிட்ட காலின் தொடை மீதும் உள்ளன. இவர்களின் தலைக்கு மேலே வெண்கொற்றக் குடையும், அதன் இருமருங்கிலும் சூரியதேவனும், சந்திரரும் மிதந்தவாறு கையுயர்த்திச் சிவபிரான் உமையாரையும் போற்றும் வண்ணமாக உள்ளனர். அவர்களுக்கு கீழாக இருபுறங்களிலும் கந்தர்வர்கள் விண்ணகத்தே மிதந்தவாறு கையுயர்த்திப் போற்றிய வண்ணமாகக் காட்சியளிக்கின்றனர்.

அறுபத்து மூன்று நாயன்மார்களில் ஒருவரான சண்டேசப்பெருமானின் புராணக் கதை தத்ரூபமாக இங்கு காட்சிப்படுத்தப்பட்டுள்ளது. சைவத்திருமுறைகளில் பன்னிரெண்டாம் திருமுறையாகப் போற்றப்படும் சேக்கிழார் பெருமகனார் யாத்த பெரியபுராணத்தில் சண்டேஸ்வர நாயனாரின் வரலாறு திறம்பட இயம்பப்பட்டுள்ளது. சோழநாட்டில் மண்ணியாற்றின் தென்கரையில் உள்ள சேய்ஞலூர் (தற்போது செங்கனூர் என்று அழைக்கப்படும் இவ்வூர் கும்பகோணத் திற்கு அருகே உள்ளது) என்ற ஊரில் எச்சதத்தன், பவித்திரையம்மையாருக்கும் மகனாகப் பிறந்தவர் விசாரசருமர் ஆவார். இவரின் அதீத சிவபக்தியைக் கண்டுற்ற சிவனார் இவருக்குத் தமது திருக்கரத்தாலேயே அனுக்கிரகம் செய்வித்து சண்டேஸ்வர நாயனாராக சிறப்பிக்கப்பட்டார். இவர் தமது ஐந்தாம் வயதில் கலைகள் யாவும் கற்கத்தொடங்கினார். ஏழாம் வயதில் வேதக்கல்வியைப் பெறத்தொடங்கி அதில் சிறந்த புலமைபெற்றார்.

ஒருநாள் ஆநிரை மேய்க்கும் இடையர்களோடு சென்றபோது கன்றினை ஈன்ற பசுவொன்று இடையனை முட்ட முற்பட்டது. அதையறிந்த இடையன் கோலினால் அதனை நன்கு அடித்தான். அதனைக்கண்ட விசாரசருமர் பசுவிடம் இரக்கம் கொண்டு இடையன் அதனை மேலும் அடிக்காதபடி தடுத்தார். இறை

வழிபாட்டிற்கு வேண்டிய அனைத்தினையும் வழங்கியருளும் இப்பசுக்களை இனி தாமே மேய்க்கப் போவதாகச் சபதமேற்றார்.

விசாரசருமர் ஆனிரைகளை மேய்த்துப் பராமரித்தமையால் அவையாவும் பொலிவுடன் விளங்கின. மிகுதியாகப் பாலினைச் சுரந்தளித்தன. ஆநிரைகள் அனைத்தும் விசாரசருமரைக் கண்டபோது அன்புமிகுதியால் கறவா முன்னரே பாலைப் பொழிவதைக் கண்ணுற்றவர் அதைக்கொண்டு மண்ணியாற்றங் கரையிலிருந்த (திருவாப்பாடி) ஆத்திமர நிழலில் ஆற்றுமணலால் சிவலிங்கமும் கோயிலும் திருச்சுற்றும் கோபுரமும் அமைத்தார். பசுக்கள் பொழிந்த பாலைக் குடங்களிற் கொண்டும் அங்கிருந்த மலர்களைக் கொண்டும் பெருமானுக்கு அன்போடு அபிஷேகம், அர்ச்சனைகள் செய்து வழிபட்டார். வீட்டிற்குச்சென்ற பசுக்கள் அங்கும் குறையாமல் பாலைச் சுரந்தளித்தன.

விசாரசருமர் நாள்தோறும் செய்யும் அபிஷேக ஆராதனையை ஏதிலான் ஒருவன் கண்டு அந்தணர்பாற் சென்று கூறினான். அதனை கேள்விப்பட்ட அந்தணர்கள் கோபமுற்று எச்சதத்தனை அழைத்து அவனிடம் கூறிக்கடிந்தனர். பிழை பொறுக்குமாறு வேண்டிக் கொண்டு சென்ற தந்தை மகன் செயலை நேரில் காண விரும்பி மறைந்திருந்து அவன் அபிஷேகச் செயலில் மூழ்கி இருப்பதைக் கண்ணுற்றார். தம்மகன் பசுவின் பாலை வீணாக்குகிறானே என்று நினைத்த எச்சதத்தன் சினங்கொண்டு அபிஷேகத்திற்காக இருந்த பாற்குடங்களைக் காலால் உதைத்துத் தள்ளினார். இறைத்தொண்டிற்கு இடையூறு செய்த தந்தையின்பால் கோபங்கொண்டு அருகிலிருந்த கோளினை எடுத்து அடிக்க ஓங்கியபோது, அது மழுவாக மாறக் கண்டு அதனால் தமது தந்தையின் இருகால்களையும் வெட்டித் துண்டித்தார். தந்தையாரும் இறந்தார். மைந்தரான விசாரசருமர் அதனைக் கருதாது தமது சிவ வழிபாட்டில் திளைத்திருந்தார்.

விசாரசருமரின் அன்புமிகுப் பூசனைக்கு உகந்த இறைவன் விடைமீது உமையோடு காட்சியளித்தார். இறைவன் தம் கரத்தால் விசாரசருமரை எடுத்து நம் பொருட்டால் பெற்ற தந்தையின் கால்களைத் தடிந்து இறக்கச் செய்தனை. ஆதலால் இனி நாமே உனக்கு அடுத்த தந்தையானோம் என்றருள் புரிந்தார்.

சிவபிரான் விசாரசருமரைத் தொண்டர்களுக்குத் தலைவனாக்கி அனைத்து நாம் உண்ட கலமும் உடுட்பனவும்

சூடுவனவும் உனக்காகச் சண்டீசனுமாம் பதந்தந் தோம் என்று கூறித் தம் முடியிலிருந்த கொன்றை மாலையினை எடுத்துச் சூட்டினார். விசாரசருமர் அன்று முதல் சண்டேசநாயனார் என்று போற்றப்பட்டார். இவர் சிறப்பினைச் சேக்கிழார் கூறுகையில்

வந்து மிகைசெய் தாகை தாள்மாழுவால் துணித்த மறைச்சிறுவர், அந்தவுடம்பு தன்னுடனே அரனார் மகனார் ஆயினார் எனச் சுட்டுகிறார். சிவனால் சண்டீசப் பெரும்பதம் பெற்ற சிறப்பினால் ஒவ்வொரு சிவன் கோயிலிலும் கருவறையின் வடபால் தெற்குநோக்கி அமைக்கப்பட்ட சிறிய கோயிலில் சண்டேசுவரப் பெருமானின் திருமேனி அமைக்கப்பட்டு வழிபடப்படுகிறது.

காட்சி விளக்கம்

சேக்கிழார் பெருமானார் குறிப்பிடும் கதையினை அப்படியே மனதினில் இருத்திக் கங்கைகொண்ட சோழீஸ்வரர் கோயிலில் காட்சியாக்கப்பட்டுள்ளதைப் பார்க்க முடிகிறது. சிவபிரான் மீது சண்டீசர் வைத்திருந்த தெள்ளிய சுய உறுதிப்பாட்டுப் பக்தியைப் பாமரனும் புரிந்துகொள்ளும் விதத்தில் சிற்பக் காட்சி விளக்கமுற வடிவமைக்கப்பட்டுள்ளது. கோஷ்டத்தின் இருமருங்கிலும் சண்டீசர் புராணத்தோடு தொடர்புடைய சிற்பக்காட்சிகள் அமைக்கப்பட்டுள்ளன. சிவலிங்கத்தைப் பூஜிக்கும் நிலையில் உள்ள சிற்பக்காட்சியில் சிவலிங்கத்தின் முன்பு விசாரசருமன் நிற்கின்றான். சிவலிங்கத்தின் அருகேயுள்ள குராமரத்தின் மீது எச்சதத்தன் அமர்ந்தவாறு விசாரசருமனின் செயல்களைக் கண்காணிக்கிறான், விசாரசருமனைக் கோலினால் அடிக்கும் எச்சதத்தன் ஒருகையால் கோலினை ஓங்கியவாறு பால்குடத்தைக் காலால் உதைத்துத் தள்ளுகிறார், விசாரசருமர் கையில் ஏந்தப்பட்ட கோலானது மழுவாக மாறித் தனது தந்தையான எச்சதத்தனின் கால்களைவெட்ட வெட்டுண்ட காலுடன் தரையில் வீழ்ந்து கிடக்கிறார். இக்காட்சித்தொடரின் வலப்புறம் இரண்டு முனிவர்கள் அமர்ந்தவாறு தனது சிவபூஜைக்கு இடையூறு விளைவித்தவர் தனது தந்தை என்பதைக் கூட மறந்து அவரது காலினை வெட்டிய விசாரசருமரின் பக்தியால் கவரப்பட்ட சிவபிரான் உமையாளோடு சேர்ந்து சண்டேசபதம் அருளும் தெய்வீகக் காட்சியினை கண்டுவியக்கின்றனர். இவர்களோடு சூரியதேவரும், சந்திரரும் வானிலிருந்து பார்த்தவாறு உள்ளனர். மான்மழு தரித்த சிவபிரான் தனது ஜடையில் அணிந்திருந்த கொன்றை மலராலான மாலையை எடுத்துக் கீழே தரையில் மண்டியிட்டு இருகைகளையும் குவித்து

அஞ்சலிக ஹஸ்தத்தில் வணங்கியவாறு அமர்ந்துள்ள விசாரசருமரின் தலையில் தனது திருக்கரங்களால் சுற்றுகின்ற எழிலார்ந்த காட்சி வடிக்கப்பட்டள்ளது. சிற்பியின் உத்குடிகாசனதில் பேரழகுடன் அமர்ந்திருக்கும் உமையாளின் கம்பீரத் தோற்றத்தினைக் காணும்போது ஒவ்வொரு ஆண்மகனின் வெற்றிக்கும் பின்னால் நிச்சயமாக ஒரு பெண்ணிருப்பாள் என்ற உலக சித்தாந்தத்தை பார்ப்போருக்கு உரைக்கும் வண்ணமாக உமையாளின் உருவம் இவ்விடத்தில் திகழ்கிறது. மாமன்னர் இராஜேந்திர சோழனுக்கு சிவபிரானும், உமையாளும் சேர்ந்து கொன்றைமலர் கொண்டு முடி சூட்டுவதாகவும் இச்சிற்பக் காட்சியினை கூர்நோக்காளர்களுக்குத் தோன்றுவதா கவும் கருதலாம். எனவே தமிழரின் பாரம்பரிய மிக்க இரட்டுற மொழிதல் என்ற தமிழ் இலக்கண நயத்தையும், நேர்த்திமிகு சிற்ப இலக்கணத்தையும் ஒருங்கே பெற்றிருக்கும் விசாரசருமரின் தெள்ளிய சிவபக்தியின் கதையினை காட்சிப்படுத்த நினைத்த சோழநாட்டுச் சிற்பி இங்கு முழு வெற்றியினை எய்துள்ளார் என்றே சொல்லலாம்.

சரஸ்வதி

முகமண்டபத்தின் வடக்குப்புறவாயிலின் அருகே மகாமண்டபத்து மேற்குச் சுவரில் உள்ள தேவகோஷ்டத்தில் சரஸ்வதி சிலை காணப்படுகிறது. கோஷ்டத்தின் இரு மருங்கிலும் ஒன்றன்கீழ் ஒன்றாக நான்கு வரிசைகளில் சிறப்பத்தொகுப்புகள் உள்ளன. மேலாக உள்ள மூன்று வரிசைகளில் அடியார்கள், ரிஷி பத்தினிகள் என எழுவரின் உருவங்களும், கீழ்வரிசையில் ஒருபுறம் இரு ஆடற்கலைஞர்கள் ஆட எதிர்ப்புறம் இருவர் அமர்ந்த கோலத்தில் காட்சியளிக்கின்றனர். கோஷ்டத்தின் மேற்புறம் சுவரில் கொடிக்கருக்கு வேலைப்பாடுகளும், ஆங்காங்கு மலர்களும், கனிகளும், கீழாக சாமரங்களும் உள்ளன. சரஸ்வதி தேவியார் தலையில் மகரபூரிமத்தால் அலங்கரிக்கப்பட்ட ஜடாமகுடமும், காதுகளில் குழையும், நெற்றியில் திலகமும், கழுத்தில் கண்டிகை, சரப்பளி, சவடி, சரிந்ததோள்மீது தோள்மாலை, வாகுமாலை, மார்பின் குறுக்கே யஜ்ஞோபவீதம், நான்கு கைகளிலும் தோள்வளை, கடகவளை, கைவளை, விரல்களில் மோதிரங்கள், இடையில் முழங்கால்வரை மடிப்புகளுடன் கூடிய நீண்ட ஆடை, மேகலையால் அலங்கரிக்கப்பட்ட இடைக்கட்டு போன்றவற்றுடன், வலது மேல்கரத்தில் ருத்ராட்சமாலையும், இடது மேற்கரத்தில் அமிர்தக்கலசமும், தொடை மீது அமர்த்திய இடதுமுன் கரத்தில்

ஏட்டுச் சுவடிகளும், வலது முன் கரம் சூஸிஹஸ்தத்திலும், பின்புறம் அலங்காரத்துடன் கூடிய திருவாசியும், நன்கு மலர்ந்த பத்மபீடத்தின் மீது பத்மாசனத்தில் அமர்ந்தவாறு காட்சி தருகிறார்.

கருவறையின் மேல்நிலை தேவகோஷ்ட சிற்பங்கள்

கருவறையின் கிழக்கு திசையிலிருந்து மேற்கு, வடக்கு, தெற்கு திசைவரையில் 31 தேவகோஷ்டங்கள் உள்ளன. கிழக்கில் அக்நீஸ்வரர் சிலை தொடங்கித் தெற்குப் பகுதியில் காலகாலர், ருத்திரர், ருத்திரர், எமன், தக்ஷிணா மூர்த்தி, ருத்திரர், ருத்திரர், ருத்திரர், நிருதி என ஒன்பது கோஷ்ட இறைவுருவங் கள் உள்ளன. மேற்குச் சுவரில் பிட்சாடனர், ருத்திரர், வருணன், விஷ்ணு, லிங்கோத் பவர், பிரமா, வாயு, ருத்திரர், வீரபத்திரர் என்று ஒன்பது தேவகோஷ்ட இறைவுருவங்கள் இடம் பெற்றுள்ளன. கருவரையின் வடக்குப்புற மேற்சுவரில் கங்காதரர், ருத்திரர், ருத்திரர், சோமன், பிரம்மா, ருத்திரர், ஈசனார், பூவராகவர், ருத்திரர் என ஒன்பது தேவகோஷ்ட கடவுளர்களின் உருவங்கள் காணப்படுகின்றன. மேல்நிலை ஆவரணத்தில் இரண்டு சூரியதேவனின் உருவங்களும், இரண்டு சந்திரதேவரின் சிற்பங்களும், ஏகதச ருத்திரர்களான சத்யோஜதர், அகோரரர், தத்புருஷர், வாமதேவர், ஈசானர், மிருத்யுஞ்ஜயர், விஜயர், கிரணாக்ஷர், அகோரஸ்திரர், ஸ்ரீகண்டர், மகாதேவர் என பதினொரு இறை வுருவங்கலும், அஸ்ட்ட திக்பாலர்களான அக்நீஸ்வரர், எமன், நிருதி, வருணன், வாயு, சோமன், ஈசானன் என சூரியனார் நீங்கலாக ஏழு திருமேனிகளும், இரண்டு பிரம்மா, முருகன், காலசம்ஹாரமூர்த்தி, தட்க்ஷிணாமூர்த்தி, பிக்ஷாடனர், லிங்கோத்பவர், கங்காதரர், கஜசம்ஹாரமூர்த்தி என ஆறு இறைவுருவங்களும், விஷ்ணு வடிவங்களான பூவராகவர் உட்பட இரண்டு இறைவுருவங்களும், இரண்டு துவாரபாலகர் திருமேனிகளும் இடம் பெற்றுள்ளன. மிகப்பழமையான மகாமண்டபத்தின் மேற்கு, வடக்கு, தென்திசைகளில் வீணை இசைக்கும் கலைஞர் இருவரின் சிற்பங்களும், தாளமிடும் கலைஞர் இருவர் சிற்பங்களும் இடம்பெற்றுள்ளன. கங்கைகொண்ட சோழீஸ்வரர் கோயிலின் மகாமண்டபம் ஆரம்ப காலத்தில் மேலிரு தளங்களோடு விளங்கியதாகும். மாலிக்காபூரின் தென்னகப் படையெடுப்பின் விளைவாக இக்கோயிலும் தாக்குதலுக்கு உள்ளானதால் இம்மண்டபமும் அழிக்கப்பட்டு இருக்கலாம். பிறகு வந்த மன்னர்களால் கீழ் நிலை மகாமண்டபம் புதுப்பிக்கப்பட்டதாகும். இதன் தெற்குப்புறச் சுவரில் ஏழுமாடங்

களும், பழைய சோழர்கால கட்டுமானப் பகுதியில் நான்கு தேவகோஷ்டங்களும் உள்ளன. தென்திசைச் சுவரில் கிழக்கிலிருந்து தாளங்கள் ஏந்திய நிலையில் நிற்கும் இசைக்கலைஞர்கள், வாளும் கேடயமும் ஏந்திய வீரர், வீணையினை மார்பில் அணைத்த வண்ணம் இசைக்கும் கலைஞர், தாளங்கள் ஏந்திய நிலையில் நிற்கும் இசைக்கலைஞர்கள், வாளும் கேடயமும் ஏந்திய வீரர், வீணையினை மார்பில் அணைத்த வண்ணம் இசைக்கும் கலைஞர், தாளங்கள் ஏந்திய நிலையில் இசைத்து நிற்கும் கலைஞர், வீணையினை மார்பில் இணைத்த வண்ணம் இசைத்து நிற்கும் கலைஞர், நின்ற கோலத்தில் துர்க்காதேவி ஆகிய சிற்பங்கள் உள்ளன. இவ்வரிசையில் கடைசியாகத் திகழும் நான்கு கோஷ்ட சிற்பங்கள் சோழர் காலத்தை சார்ந்ததாகும். துர்க்கையின் சிற்பம் முற்றுப்பெறாமலே உள்ளது. இதே மகாமண்டபத்தின் வடக்குப்புறச் சுவரில் மேலாக நான்கு சோழர் கலைப்பாணியை ஒத்த கோஷ்டச் சிற்பங்கள் இடம்பெற்றுள்ளன. பைரவர், வாளும் கேடயமும் ஏந்தியவீரர், வீணையினை மார்பில் அணைத்த வண்ணம் நிற்கும் இசைக் கலைஞர்கள், கைகளில் இருதாளங்களை ஏந்தியவாறு இசைக்கின்ற கலைஞர்கள் போன்றோரின் உருவங்கள் உள்ளன. கோஷ்டத்தின் இரு புறமும் சிற்றுருவச் சிற்பங்களாக அடியார்கள், தேவர்கள், கந்தர்வர்கள் ஆகியோரின் சிற்பங்களும் காணப்படுகின்றன.

முகமண்டபத்தின் உட்புறத்தில் உள்ள சிற்பத்தொகுப்புகள்

காட்சித்தொகுப்பு ஒன்றில் ஆறு அடுக்குகள் கொண்ட சிற்பத்தொடரின் மேலாகத் திகழும் மூன்று அடுக்குகளில் வானவர்கள் வானகத்தில் மிதந்தவாறு கையுயர்த்திச் சிவபிரானை போற்றுகின்றனர். மேலடுக்கில் மூவர், அடுத்து நால்வர் அதற்கு கீழே ஐவர் எனப் பன்னிருவர் உள்ளனர். கீழாகக் காணப்படும் மூன்று அடுக்குகளில் நடு அடுக்கில் குராமரத்தின் மீது விசாரசருமரின் தந்தை எச்சதத்தன் அமர்ந்துள்ளார். அடுத்து அவரே கையில் கோலுடன் எதிரேயுள்ள விசாரசருமனை நோக்கி விரைந்து செல்லும் காட்சி இடம்பெற்றுள்ளது. அதன் கீழ் அடுக்கில் புல்வெளியில் நான்குபசுக்கள் உள்ளன. அவைகளுக்கு முன்பாக பால் குடத்தினை காலால் தள்ளிய தனது தந்தையின் கால்களை விசாரசருமன் மழுவினால் வெட்டுதல், வெட்டுப்பட்ட எச்சதத்தன் அலறியவாறு கீழே வீழ்தலும் சிவலிங்கத்திலிருந்து கையொன்று வெளிப்பட்டு அதனைத் தடுக்க முற்படுவது போன்ற காட்சிகள்

இடம்பெற்றுள்ளன. மேலே உள்ள மூன்றாவது காட்சியில் சிவபிரானும் உமையாளும் மேடையின் மீது அமர்ந்திருக்க எதிரே தரையில் விசாரசருமன் மண்டியிட்டவாறு இருகரம் கூப்பிச் சிவனையும் அவருடன் அமர்ந்துள்ள அம்மையையும் வணங்குகின்றார். உமையாளுக்கு அருகில் பெருமானின் அருளால் இடர் நீங்கி எழுந்த எச்சதத்தன் இருகரத்தால் வணங்கி நிற்கிறார். இவ்வாறு ஒன்றன்மேல் ஒன்றாகத் திகழும் மொத்த சிற்பத் தொகுப்புகளின் ஊடாகச் சண்டேசபுராணம் காண்போருக்கு விளக்கமுறக் காட்சிப்படுத்தப்பட்டுள்ளது.

இரண்டாவது சிற்பத் தொகுப்பில் மேலடுக்குச் சிற்பக் காட்சியில் கண்ணப்ப நாயனாரின் கதைக்களம் தத்துரூபமாக காட்சிப்படுத்தப்பட்டுள்ளது. மலைமுகடுகளுடன் திருக்காளத்தி மலை. அடுத்து சிவலிங்கத்திற்குக் கண்ணப்பர் பூசை செய்யும் காட்சி, அதனை அடுத்து கண்ணப்பர் கீழே அமர்ந்து அம்பொன்றினால் தனது கண்ணை அகழ்ந்து எடுக்கிறார். அவரருகில் தனது வாலினை வளைத்தவாறு நாய் ஒன்று நிற்கிறது. வலதுபுறம் கையில் அம்புடன் கண்ணப்பர் வேகமாக வரும் காட்சி இடம் பெற்றுள்ளது.

அடுக்கின் மேலிருந்து இரண்டாவதாக இருப்பது மார்கண்டேயர் புராணக்கதை. சிவபூசைக்குச் செல்வதற்காக மார்க்கண்டேயர் குளத்திலிருந்து குடத்தில் நீர் எடுக்கும் காட்சி, எமன் மார்க்கண்டேயரை நோக்கிப் பாசக்கையிற்றை வீசித் துரத்துதல், பயத்தோடு ஓடும் மார்க்கண்டேயர் கோயில் ஒன்றினுள் உள்ள சிவலிங்கத்தை கட்டிப்பிடித்துள்ள காட்சி, அடுத்து மரமொன்றின் அருகில் மார்க்கண்டேயன் இருக்கக் காலனைக் காலால் உருட்டி அவனை வீழ்த்தும் சிவபெருமான் என வரிசையாக மார்க்கண்டேயர் புராணக்கதையின் சிற்பக்காட்சிகள் பார்ப்போரை வசீகரிக்கும் வண்ணமாக உள்ளது.

அடுத்து அர்ச்சுனனுக்கு சிவபிரான் பாசுபதாஸ்திரத்தை அருளும் புராணக்கதையினைச் சித்தரிக்கும் சிறப்புத் தொகுப்பு காணப்படுகிறது. மேலிருந்து கீழாக நான்காவது அடுக்கில் தலைக்கு மேல் கைகளைக் குவித்தவாறு உயர்த்தி ஒற்றைக்காலில் நின்றவண்ணம் சிவனை நோக்கி அர்ச்சுனன் தவமிருக்க அவனைச்சுற்றி மரங்களும் நாய், புலி போன்ற விலங்குகளும் காட்டப்பட்டுள்ளன. அடுத்து சிவபிரான் குழந்தை முருகனை இடுப்பில் சுமந்து கொண்டுள்ள உமையாளோடு வேடுவன்

வேடம்தரித்து கானகம் நோக்கி வருவதும் இடையில் இக்காட்சி இடம்பெற்றுள்ளது. இவைகளுக்கு மேலாகவுள்ள மூன்றாவது அடுக்கின் சிற்பக்காட்சியில் வேட்டுவப்பெண் வடிவில் உமையாள் குழந்தை முருகனை இடுப்பில் சுமந்தவண்ணம் நிற்க வேடுவனாக வந்த சிவபிரானும் அர்ச்சுனனும் விற்போர் புரிய அருகே பன்றி ஒன்றும் காணப்படுகிறது. அருகில் இரண்டு பூதகணங்கள் நிற்கின்றன. இவ்வரிசையான சிற்பக்காட்சிகளுக்குக் கீழாக உள்ள நான்காம் அடுக்கின் நடுப்பகுதியில் வேட்டுவப் பெண்ணுடன் நிற்கும் கிராதகோலப் (வேட்டுவ உருவம்தரித்த) பெருமானை அர்ச்சுனன் வில்லால் அடிக்கும் காட்சி இயல்பாக உள்ளது. இதற்குக் கீழாக உள்ள அடுக்கில் சிவபிரான் உமையாளோடு அமர்ந்திருக்க பாசுபதா அஸ்த்திரத்தை பெற்ற அர்ச்சுனன் அருகில் நிற்கிறான். அருகில் பூதகணங்கள் மகிழ்சியோடு திளைத்திருக்கின்றன. கீழ்வரிசையில் முனிவர் ஒருவர் அமர்ந்திருக்க அருகில் ஐந்து பேர் நிற்கின்றனர். இவர்களைப் பஞ்சபாண்டவர்கள் என ஆய்வாளர்கள் சுட்டுகின்றனர். இச்சிற்ப அடுக்குகளுக்குக் கீழாகச் சுவரின் வேதிகைப் பகுதியில் ஏழு நாட்டியக் கலைஞர்களின் சிற்பங்கள் காணப்படுகின்றன.

அருச்சுனன் தனக்குப் பாசுபதா அஸ்த்திரம் வேண்டி இந்திரகீலமலை என்ற இடத்தில் சிவனை நோக்கி கடும்தவம் மேற்கொண்டிருந்தான். சிவபெருமான் அர்ச்சுனனின் தவத்தினைச் சோதித்து பார்பதற்காக வேட்டுவர் வேடம் பூண்டு அங்கு வந்தார். அப்போது பன்றி ஒன்று அர்ச்சுனன் இருக்குமிடம் நோக்கிவர அர்ச்சுனன் தம்மைத் தாக்கவரும் பன்றியின் மீது அம்பெய்தினான். அதே நேரத்தில் வேடுவன் உருவில் இருந்த சிவபிரானும் அம்பொன்றினைப் பன்றியின் மீது எய்தார் பன்றியானது இறந்துவிட்டது. தானே கொன்றதாக எண்ணி அர்ச்சுனன் உரிமை கொண்டாடினான். அதுகண்டு கோபமுற்றார் சிவபிரான். இருவருக்கும் இடையே உரிமைப்போர் மூண்டது. முடிவில் அர்ச்சுனன் தோற்கடிக்கப்பட்டான். இறுதியாக சிவபிரான் தமது வேட்டுவ உருவத்தினைக் கலைத்துத் தமது உருவம் காட்டி அர்ச்சுனனுக்குப் பாசுபதா அஸ்த்திரத்தை வழங்கினார் என்ற புராணக்கதை நிகழ்வை அப்படியே காட்சிப்படுத்தியுள்ளனர் சிற்பிகள்.

மூன்றாவது காட்சித்தொகுப்பில் முழுவதும் இமவான் மகளாகிய பார்வதி தேவியைச் சிவபெருமானார் மணம் புரிந்த

புராண நிகழ்வினை விவரிக்கிறது. இச்சிற்பத் தொகுப்பின் மேலடுக்கில் தேவர்கள் முனிவர்கள் ஆகியோர் நின்றவாறு சிவனாரைக் கையை உயர்த்திப் போற்றுகின்றனர். இரண்டாம் அடுக்கில் இமவான் மகளாகிய இமயவல்லி சிவலிங்கத்திற்குப் பூசைசெய்வதும். அங்கு ரிஷபாந்திகராக சிவபிரான் நிற்பது, இமவானுடைய இல்லம் இருக்கும் காட்சிகள் போன்றவை இடம்பெற்றுள்ளன. மூன்றாவது அடுக்கில் பூதகணங்களுடன் ரிஷபவாகனத்தில் சிவபெருமான் அங்கு செல்லுதல், பின்னர் முதியவர் வேடம் தரித்து உமாதேவியிடம் பேசுதல், சப்தரிஷிகள் நிற்பதுமாகிய காட்சிகள் இடம்பெற்றுள்ளன. மேலிருந்து கீழாக நான்காம் அடுக்கில் திருமால் நீர்வார்க்கச் சிவபெருமான் உமாதேவியின் திருக்கரங்களைப் பற்றி நிற்க ரிஷிகளும், தேவர்களும் சூழ்ந்தது வாழ்த்துகின்றனர். அடுத்து கீழே இரண்டு காட்சிகளில் சிவபெருமானும், உமாதேவியும் அமர்ந்திருக்க தேவர்களும் ரிஷிகளும் பூதகணங்களும் மகிழ்ந்து போற்றுகின்றனர். இக்காட்சித்தொகுப்புக்குக் கீழாக உள்ள வேதிகைப்பகுதியில் ஏழுநாட்டியக் கலைஞர்கள் ஆடிநிற்கின்றனர். கந்தபுராணம்சுட்டும் சிவபார்வதி திருமண நிகழ்வு பார்ப்போருக்கு எளிதாகக் காட்சிப்படுத்தப்பட்டுள்ளது.

நான்காவது சிற்பத்தொகுப்பில் ஆறு அடுக்குகள் உள்ளன. இதில் கீழ் மூன்று அடுக்குகளில் பத்துதலை, இருபது தோள்களைக்கொண்ட இலங்கேஸ்வரன் கயிலாய மலையை அப்படியே பெயர்த்துத் தூக்கும் காட்சி, ஒருபுறம் அவன் ஏறிவந்த தேர் நிற்கிறது, இரண்டாவது அடுக்கில் கயிலைமீது உமையாளோடு அமர்ந்துள்ள சிவபெருமான் தேவியாரின் பயம் கண்டு தன் கால் விரலால் கயிலை மலையை அழுத்துகின்றார். இருமருங்கிலும் தேவர்களும், சிவகணங்களும், விலங்குகளும் உள்ளன. மூன்றாவது அடுக்கில் சிவபெருமான் உமாதேவியுடன் அமர்ந்திருக்க எதிரே இராவணன் அமர்ந்து தன் இருகரங்களை மேலே உயர்த்தி சிவபிரானை வணங்குகின்றான். எதிரே நிற்கும் குள்ள பூதமொன்று சிவபிரான் தந்த வாளினை இராவணனுக்குக் கொடுக்க முற்படுகிறது. அதனைத் தன் முன்னிரு கரங்களை நீட்டியவாறு இலங்கேஸ்வரன் பெறுகின்றான். தன்னலமற்ற சிவபக்தனான இராவணேஸ்வரனோடு தொடர்புடைய புராணக்கதை நேர்த்தியாக இங்கு காட்சிப் படுத்தப்பட்டுள்ளது.

ஐந்தாவது சிற்பத்தொகுப்பு மூன்று அடுக்குகளைக் கொண்ட

இராவண அனுக்கிரக மூர்த்தி சிற்பக்காட்சிகளுக்கு மேலாக இரண்டு அடுக்குகளில் சலந்தரன் என்ற அசுரனை அழித்த ஆழியைத் திருமால் சிவபெருமானிடமிருந்து பெரும் புராணக்கதை காட்சிப்படுத்தப்பட்டுள்ளது. கீழ் அடுக்கில் நான்கு கரங்களுடன் தரையில் மண்டியிட்டு அமர்ந்தவாறு திருமால் சிவலிங்கத்தைப் பூசிக்கும் காட்சியும், அதற்கு எதிரே சிவபிரான் உமையாளோடு அமர்ந்திருக்க எதிரே திருமால் மண்டியிட்டு அமர்ந்து சிவனாரை வணங்குகின்றார். அருகேயுள்ள குள்ள பூதமொன்று சக்கரத்தைத் திருமாலிடம் கரம் நீட்டி வழங்குகிறது. இதற்கு மேலே உள்ள சிற்ப அடுக்கில் இரண்டு பூதகணங்கள் விண்ணில் மிதந்தவாறு சிவனார் முன்பு சலந்தரனை வதம் செய்யப் படைக்கப்பட்ட ஆழியைத் தமது கரங்களால் தாங்கியவாறு எடுத்து வருகின்றன. அருகே எட்டு தேவர்கள் கரம் கூப்பி வணங்குகின்றனர். மேலடுக்குக் காட்சியில் சிவபெருமானும் உமையாளும் அமர்ந்திருக்க எதிரே நால்வர் நிற்கின்றனர்.

செப்புத்திருமேனிகள்

முருகன்

சங்ககாலம் முதற்றே முருகன் சேவற்கொடியோன் என பாராட்டப்படுகிறார். மதுரையில் முருகனுக்காக கட்டப்பட்டிருந்த கோயில் "உவணச்சேவல் உயர்த்தோன் நியமம்" என்றும் "கோழிச் சேவல் கொடியோன் கோட்டம்" என்றும் அழைக்கப்படுகிறது. இப்பெருமைமிகு சேவல் கொடியோன் கங்கைகொண்ட சோழீஸ்வரர் கோயிலில் உற்சவமூர்த்தியாக வடிவம் தந்து மக்களின் வழிபாட்டில் இருந்துள்ளதை அறியமுடிகிறது. முருகனின் மேனியானது பத்ம பீடத்தின் மீது சமபாத ஸ்தானகத்தில் நான்கு கரங்களுடன் நின்றவாறு காட்சியளிக்கிறது. வலது மேற்கரத்தில் சக்திப்படையும், இடது மேற்கரத்தில் சேவலும், வலதுமுன்கரம் வாளினைத் தாங்கி இருந்திருக்க வேண்டும். தற்போது வாளின் கைப்பிடி மட்டுமே காணலாகிறது. இடது முன்கரம் கேடயத்தைத் தாங்கியுள்ளது. தலையில் கரண்ட மகுடமும், நெற்றியில் உருளை வடிவானத் தடித்த கண்ணிமாலையும், காதுகளில் மகர குழைகளும், கழுத்தில் முத்துவடமும், மணிவடமும், சரப்பள்ளியும், சவடியும் மார்பு வரை அலங்கரிக்க, இடது தோளிலிருந்து வலது கீழ் வயிற்றை நோக்கி யஜ்ஞோபவீதம் பிரம்ம முடிச்சுடன் சரிந்து செல்ல மேல் வயிற்றைச் சுற்றிலும் அழகிய உதரபந்தம்

அழகு செய்ய, புஜங்களில் பூரி முகப்புடைய கேயூரமும், முழங்கையில் கடகமும், முன்கையில் காப்புகள், கைவளைகளும், இடையைச்சுற்றிலும் கீர்த்தி முகப்புடைய ஆடைக்கட்டு மேல் தொடைவரை அலங்கரிக்க, இடையின் பக்கங்களில் ஆடைக்கட்டின் எஞ்சிய குஞ்சங்கள் முடிச்சுடன் முழங்காலுக்குக் கீழ்வரை சரிந்து நிற்க இரு தொடைகளின் முன்புறம் இடைவார் என்னும் கடிகபந்தம் வளைந்து வனப்பூட்ட, கால்களில் கழல்களும், பாதங்களில் பாதச்சரமும் காணப்படுகின்றன. புன்னகை தழும்ப சதைப்பற்றுடன் கூடிய வட்டவடிவமுகத்துடன் முருகப் பெருமான் காட்சியளிக்கிறார். இராஜேந்திர சோழர் காலத்திய வார்ப்புக் கலையின் அற்புதத்தை இவ்வுலகத்திற்கு உணர்த்தும் கலைப்படைப்பாக இச்சிலை திகழ்கிறது.

நடராஜர்

பத்ர பீடத்தின் மேல் உள்ள பத்மபீடத்தில் வலக்காலை முயலகன் மீது ஊன்றி இடக்காலை எழிலாகத் தூக்கியாடியபடி நடராஜர் காணப்படுகிறார். வலது மேல் கரம் டமரு ஹஸ்தத்திலும், மேல் இடக்கரம் அர்த்த சந்திர முத்திரையில் அனலை ஏந்தியவாறும், முன் வலக்கரம் அபயஹஸ்தத்திலும், முன் இடக்கரம் மார்பிற்குக் குறுக்காக நீண்டு வேழ முத்திரையிலும் காட்டப்பட்டுள்ளது. தலையில் மகுடம், காதுகளில் குண்டலங்கள், கண்டாபரணம், யஜ்ஞோபவீதம், கேயூரம், காப்பு, உதரபந்தம், அரைக்கச்சை, அரைப்பட்டிகை, பாதச்சரம் ஆகிய அணிகலன்களுடன் நடராஜ பெருமான் தோற்றமளிக்கிறார். கங்கைகொண்ட சோழீஸ்வவரர் கோயிலில் சுமார் ஆயிரம் ஆண்டுகளாக வழிபாட்டில் இருந்து வரும் செப்புப்படிமங்களில் இதுவும் ஒன்றாகும்.

சோமாஸ்கந்தர்

சிவபிரான், உமையாள், ஸ்கந்தன் ஆகிய மூவரும் சேர்ந்து ஒரே பீடத்தில் தோன்றும் சிற்பவடிவினைச் சோமாஸ்கந்தர் என்று அழைப்பர். பத்ரபீடத்தின் மேலுள்ள பத்ம பீடத்தின் மீது சிவன் ஒருகாலை மடித்து மறுகாலைத் தொங்கவிட்டு நான்கு கரங்களுடன் சுகாசனத்தில் அமர்ந்துள்ளார். தலையில் ஜடாமகுடம், அதில் மலர்களும், பாம்பும், பிறையும் காட்டப்பட்டுள்ளன. ஒருகாதில் பத்ரகுண்டலம், மறுகாதில் குழையும், வலது பின் கரத்தில் மழுவும், இடது பின் கரத்தில் மானும் உள்ளன. வலது முன்கரம் அபயஹஸ்தத்திலும், இடதுமுன்கரம் வரதஹஸ்தத்திலும்

காட்டப்பட்டுள்ளது. உமையாள் பத்ரபீடத்தின் மீது காணப்படும் மற்றொரு பத்மபீடத்தில் தனது இடது காலைத் தொங்கவிட்டும் வலதுகாலைச் சற்று உயர்த்தியவாறு மடித்த நிலையில் உத்குடிஹாசனத்தில் அமர்ந்துள்ளார். தலையில் கரண்ட மகுடம், வலக்கரம் கடக முத்திரையில் மலர் ஏந்தும் கரமாகக்காட்ட, இடக்கரம் வரதஹஸ்தத்தில் உள்ளது. காதுகளில் அணிகள் சூட்டப்பெறுவதற்காகத் துளைக் காதுகளாக விளங்குகின்றன. சிவன், உமையாள் இடையே உள்ள சிறிய இணைப்புப் பகுதியில் பத்மபீடத்தின் மீது நின்ற கோலத்தில் இருகைகளிலும் தாமரை மலர்களை ஏந்தியவாறு கீரிட மகுடமணிந்து குழந்தை வடிவில் ஸ்கந்தனின் உருவம் காணப்படுகிறது. இராஜேந்திர சோழன் காலத்தில் இந்த சோமாஸ்கந்தர் மூர்த்தத்தில் வடிக்கப் பெற்றிருந்த ஸ்கந்தனின் உருவம் பின்னாளில் களவாடப்பட்டு விட்டதன் விளைவாக அதேபோன்று பிரதிப் படிமமொன்று செய்விக்கப்பட்டு அவ்விடத்தில் வைக்கப்பட்டுள்ளது.

போகசக்தி

பொதுவாக இறைவன் உறையும் கருவறையில் போகசக்தியின் உருவம் காணப்படுவது வழக்கமாகும். இரண்டு கரங்களுடன் விளங்கும் போகசக்தியின் தலையில் கரண்ட மகுடமும், காதுகள் துளைகளுடன் வெற்றுக்காதாகவும், வலக்கரம் கடக முத்திரையில் மலர் ஏந்தும் கரமாகக்காட்ட, இடக்கரமோ டோலஹஸ்தத்தில் காட்டப்பட்டுள்ளது. இச்சிற்பமானது இராஜேந்திர சோழன் காலத்தைச் சார்ந்ததாகும்.

அதிகாரநந்தி

இவர் சிவபெருமான் வீற்றிருக்கும் கயிலைமலையின் திருவாயிலை எந்நேரமும் காத்து நிற்பவர். கங்கைகொண்ட சோழீஸ்வரர் கோயிலில் உள்ள அதிகாரநந்தி பத்மபீடத்தின் மீது திரிபங்கநிலையில் நின்றவாறு நான்கு கரங்களுடன் காட்சியளிக்கிறார். முன்னிரு கரங்கள் அஞ்சலிக ஹஸ்தத்திலும், வலது மேல்கரம் கத்தரி முத்திரையில் மழுவாயுதத்தைப் பற்றியுள்ளது. இடது மேல்கரம் மானின் பின்கால்களைப் பற்றியுள்ளது. ஜடாமகுடம், அதன்பின் தலையில் வட்டமான சிரச்சக்கரம், மேல் நெற்றியைச் சுற்றிலும் நெற்றிப்பட்டம், மேற் காதுகளில் செவிப்பூக்கள் அலங்கரிக்க அணிகளற்ற நீள் செவிகளுடன் காட்டப்பட்டுள்ளது. கழுத்தில் கண்டசரம், மார்பில்

மணிவடம், இடதுதோளில் யஜ்ஞோபவீதம், முன்கைகளில் காப்பு, விரல்களில் மோதிரங்கள், இடையில் தொடைவரை மடிப்புகளுடன் கூடிய கீர்த்தி முகக்கச்சை, மேல் தொடையில் வழியும் இடைவார், வலதுகாலில் கிங்கிணி, பாதங்களில் பாதசரம் அலங்கரிக்க முகத்தில் பக்திப்பரவசம் வெளிப்படப் பணிவோடு அதிகாரநந்தி திகழ்கிறார். இராஜேந்திர சோழன் காலத்துச் செப்புத் திருமேனியாக இதனைக் கருதலாம். இதன் காலம் கி.பி.11ஆம் நூற்றாண்டாகும்.

துர்க்கை

பத்ரபீடத்தின் மேல் உள்ள பத்ம பீடத்தின் மீது துர்காதேவி நேராகச் சமபங்க நிலையில் நான்கு கைகளுடன் நின்றவாறு காட்சியளிக்கிறார். மகர பூரிமத்துடன் அலங்கரிக்கப்பட்ட கரண்ட மகுடத்தைத் தலையில் சூடியும், காதுகளில் மகர குண்டலமும், கழுத்தில் கண்டிகை, சரப்பளி, சவடிஆகிய ஆபரணங்களும், மார்பில் சன்னவீரமும், மார்புக்கச்சையும், புஜங்களில் தோள்வளைகளும், சூடகமும், இடுப்பில் மேகலை, முழங்கால் வரை நீண்ட ஆடைகள், கால்களில் மணிக்கொலுசும் அணிந்துள்ளார். வலது பின்கரத்தில் சக்கரமும், இடக்கையில் சங்கும், முன்வலக்கை அபயஹஸ்தத்திலும், இடக்கை தொடையின் மீது அமர்த்தியவாறு உள்ளது. சோழர் கலைப்படைப்புகளில் சிறந்ததாக இச்சிலை கருதப்படுகிறது.

ரிஷபாந்திகர்

சிவனார் பத்மபீடத்தின் மீது ஸ்வஸ்திஹாசனத்தில் நின்றவாறும், தலையில் ஜடாமகுடமும், நான்கு கரங்களுடன் தமது வலது முன்கரத்தை ரிஷபத்தின் தலையில் அமர்த்தி ஆந்திகமாக நின்று காட்சியளிக்கிறார். பின்மேலிரு கரங்களில் மானும், மழுவும் திகழ முன் இடக்கரம் தொங்கவிட்ட நிலையில் தமது தொடையின் மீது அமர்த்தியவாறு உள்ளார். ரிஷப உருவம் தற்போது காணப்படவில்லை.

சுந்தரர்

பத்மபீடத்தின் மீது வலதுக் காலை ஊன்றி இடது காலைச் சற்று பக்கவாட்டில் நிறுத்தி இருகரங்களுடன் காட்சி தருகிறார். தலையில் கீரிடமகுடம், காதுகளில் மகரக்குழைகள், மார்பில் யஜ்ஞோபவீதம், வயிறுக்கு மேலாக உதரபந்தம், இடையில் தொடைவரை நீண்ட ஆடை, அரைப்பட்டிகை, தாரகைச் சும்பை, குறங்குசெறி ஆகிய அலங்காரங்களுடன்

வலக்கரம் செண்டுகோல் தாங்கியும், இடதுகரம் அருகிருக்கும் பரவையின் தோளில் அமர்த்தியிருக்கும் கோலத்தில் சுந்தரர் காட்சியளிக்கிறார். கங்கைகொண்ட சோழீஸ்வரர் கோயிலில் சிவகாமசுந்தரி அம்மன், கணபதி, வள்ளி தேவசேனா சகிதரான முருகக் கடவுள், சந்திரசேகரரும் உமாதேவியும், சண்டிகேஸ்வரர், பிரதோஷ நாயகரும் உமாதேவியும், பெரியநாயகி அம்மன் போன்ற மூர்த்தங்களும் குறிப்பிடத்தக்கவை.

இந்தியாவில் உருவாக்கப்பட்டிருந்த கோயில்கள் ஒவ்வொன்றும் மக்களை ஆன்மீகத்தின் வழியாக ஒழுக்க சீலர்களாக மாற்றும் பணியினை அறமெனச் செய்துவந்தன. இக்கோயில்கள் கவின்மிகு கலைகளை வளர்த்தெடுக்கும் மையமாகவும், மக்களுக்கான வாழ்வியல் சார்ந்த விடயங்களைப் பயிற்றுவிக்கும் சமூகப் பள்ளியாகவும், மருத்துவமனைகளாகவும், ஆவணக் காப்பகங்களாகவும், நூலகங்களாகவும், சமூகக்கூடங்களாகவும், இலவச அன்னச்சாலைகளாகவும், கடவுளர்களின் திருவிளையாடல் கதைகள், இராமாயண, மகாபாரதம் போன்ற இதிகாசக்கதைகள், பஞ்ச தந்திரக்கதைகள், மன்னர்களின் வீரதீரக்கதைகள் போன்றவற்றை கூத்துக்கலைகளின் ஊடாக மக்களிடத்தே கொண்டு சேர்க்கும் சமூக ஊடகவியல் மையமாகவும், மன்னர்கள் மக்களைச் சந்திக்கின்ற இடமாகவும், நீதிவழங்கும் மன்றங்களாகவும், அரச ஆணைகளை மக்களிடத்தே கொண்டு சேர்க்கின்ற அரச அலுவலகமாகவும் திகழ்ந்தன. இதுபோன்ற மக்கள் பணிகளுக்கான நிதிகள் நிரந்தர இருப்பாகக் கோயில் பண்டாரத்தில் மன்னர்களாலும், தனிநபர்களாலும் வழங்கப்பட்டிருந்தன.

பொதுவாகக் கோயில்களை இரண்டு வகைகளாகப் பகுக்கலாம் ஒன்று அரசக் கோயில்கள். மற்றொன்று சமூகக் கோயில்கள் என்பவனவாகும். தஞ்சை பெருவுடையார் கோயில், கங்கைகொண்ட சோழீஸ்வரர், தாராசுரம் ஐராவதேஸ் வரர் போன்ற கோயில்கள் அரசக் கோயில்களாகும். தமிழ்நாட்டில் உள்ள மற்ற கோயில்கள்யாவும் நாட்டில் உள்ள அனைத்துத் தரப்பு மக்களுக்காக உருவாக்கப்பட்ட சமூகக்கோயில்களாகும். இவை பெரும்பாலும் பட்டினங்கள், நல்லூர், மங்கலம், பேரூர், ஊர், பாடி, புரம், குடி என்ற பின்னொட்டினைத் தாங்கிய ஊர்களில் இன்றும் காணலாம். அரசக்கோயில்கள் மன்னர்கள் காலத்தில் புகழின் உச்சத்தில் இருந்தன. அம்மன்னர்களின் மறைவிற்குப் பிறகு வந்த மற்ற அரசர்களால் கைவிடப்பட்டதன் விளவாகவே அக்கோயில்கள்

ஒவ்வொன்றும் படிப்படியாகத் தனது கம்பீரமிக்க செல்வாக்கினை இழந்து மக்களிடமிருந்தே அன்னியப்படுத்தப்பட்டது என்ற இக்கருத்துருவாக்கம் கங்கைகொண்ட சோழீஸ்வரம் கோயிலுக்கும் பொருந்தும்.

பௌத்த சமயத்தின் எழுச்சியால் புத்தரின் உருவங்களும் அவரது வாழ்வியலோடு தொடர்புடைய கதைகளைச் சிற்பக் கலைகளின் மூலமாகப் பாமர மக்களிடமே கொண்டு சேர்க்கும் பணியினைத் திறம்படச் செய்து முடித்த பெருமை மஹாயான புத்தமதத்திற்கு உண்டு. அதே போன்று இந்து சமயத்தின் எழுச்சியால் கடவுளர்களின், திருவுருவங்கள், அவர்தம் திருவிளையாடல் கதைகள், கடவுளர்களோடு தொடர்புடைய புராண இதிகாசக் கதைகள், இறைவனால் ஆட்கொள்ளப்பட்ட அடியார்களின் கதைகள் போன்றவற்றைச் சிற்பக்கலைகளின் வாயிலாக மக்களிடத்தே சரியாகக் கொண்டு சேர்க்கும் பணியினை வெற்றிகரமாக்கிய பெருமை குப்தமன்னர்களையேச் சாரும். வடஇந்தியாவில் சமணம், பௌத்த சமயங்களின் வரவால் இந்து சமயத்தில் ஏற்பட்டிருந்த தொய்வினை அகற்றி மீள் உருவாக்கம் செய்யப்பட்டது குப்தர்களின் பொற்கால ஆட்சியில்தான். இதேபோன்று தென்னகத்தில் வலிமைமிக்க பேரரசாக விளங்கிய சோழர் காலத்தில் இந்து சமயத்தின் பிரதான சமயங்களான சைவமும், வைணவமும் அரச சமயங்களாகவே பாவிக்கப்பட்டிருந்தன. இச்சமயங்களை வளர்த்தெடுக்கும் பெரு நிறுவனங்களாகக் கோயில்களும், மடங்களும் திகழ்ந்தன. அதனால்தான் சோழர்கள் காலத்தில் அதிகக் கோயில்கள் கட்டப்பட்டன. இக்கோயில்கள் ஒவ்வொன்றும் சமய வேறுபாடின்றி இறைமார்க்கத்தை மக்களிடத்தே கொண்டு சேர்க்கும் அரும்பணியினைத் தொய்வின்றி செய்து வந்தன. அந்த வரிசையில் அரசக்கோயிலாகத் திகழ்ந்த கங்கைகொண்ட சோழபுரம் சோழீஸ்வர் திருக்கோயில் சோழர் காலத்தில் தமது இறைப்பணியினைத் தொய்வின்றிச் செய்து வந்ததைக் கல்வெட்டுக்களில் காணமுடிகிறது.

8

அயலகத் தொடர்பு

மாமன்னர் இராஜேந்திரர் காலத்திலிருந்தே தலைநகர் கங்கைகொண்ட சோழபுரம் சோழப்பேரரசின் அயலகத் தொடர்புகளை தீர்மானிக்கின்ற மையப்புள்ளியாகவே திகழ்ந்ததாக அறிகிறோம். அயலகத்தொடர்பு என்பது ஒரு நாட்டின் பொருளாதரத்தையும் அந்நாட்டின் நீடித்த ஆயுளையும் பெருக்கமுறச் செய்து நாட்டுமக்களைப் பாதுகாப்புமிக்க அமைதியான வாழ்வியல் சூழலுக்கு இட்டுச்செல்லும் காரணிகளில் முதன்மையானதாகும். இதனை நன்குணர்ந்தவர்கள் சோழப் பெரு வேந்தர்கள். அதனால்தான் திருமண உறவுகள், கல்வி, கலாச்சார பரிவர்த்தனைகள் போன்ற அரசு நலன்சார் நடவடிக்கைகளால் அயலகக் கொள்கையின் எல்லைகளை விரிவுபடுத்திக் கொண்டு அமைதியான முறையில் ஆட்சி செலுத்தினர். மேலும் அரபிக்கடல், இந்துமகாசமுத்திரம், வங்கக்கடல் என முக்கடல் பகுதிகளையும் தமது நேரடிக் கட்டுப்பாட்டின்கீழ் வைத்துக்கொண்டதன் விளைவாக உள்நாடு, அயலக வர்த்தகத்தினால் பெருமளவு சோழ நாட்டிற்கு அந்நியச் செலாவணி வருவாய் தடையின்றிக் கிடைத்து வந்தது. பொதுவாக சோழர்களின் வெளிநாட்டுக்கொள்கை என்பது படைபலத்தால் ஒருநாட்டை வென்று அந்நாட்டின் வருவாயை நிரந்தரமாகக் கவருதலில் (ஏகாதிபத்தியக் கொள்கை) அவர்களுக்கு உடன்பாடு இல்லை. மாறாக அந்நாட்டின் கருவூலத்தில் சேமித்து வைக்கப்பட்டிருந்த பெரும் செல்வத்தைக் கவர்வதையே முன்னோக்காகக் கொண்டிருந்தது என்பதைச்

"....சோழகுல திலகம் நூர்ம் மடிசோழம் நாவலக்க(கக) பலம் பேரசு பாம்து தோனவுரதோல் பிட்டில்டு தேச சவ் எல்ல சூரிகொண்டு சிடிரிவதி பாலவதிபிராமண வத்ஹி கலம் கேய்து

பென் டீரம் பித்திது ஜாடி நாசனம் மாதி சோழன் இர்பினம்...."

அதாவது ஒன்பது நூறாயிரம் படைவீரர்களுடன் தோனவூர் என்னும் இடத்தில் முகாமிட்டு அந் நாட்டினைச் சூறையாடியதோடு அப்போது பெண்கள், குழந்தைகள், பிராமணர்கள் ஆகியோரைக் கொன்று ஜாதி நெறிமுறைகளுக்குப் புறம்பாகப் பெண்களைக் கவர்ந்து சென்றனர். எனவே இராஜேந்திர சோழனின் தலைமையில் புறநாட்டில் நிகழ்த்தப்பட்ட வன்மத்தின் நேரடிச் சாட்சியமாக ஹொட்டூர் கல்வெட்டினை நாம் கருதலாம். இவரது கங்கைப் படையெடுப்பைப் புனிதப் போராகச் சில வரலாற்று அறிஞர்கள் சுட்டுவதில் கொஞ்சமும் நியாயமில்லை. கங்கைப் படையெடுப்பின் பிரதான நோக்கமே வங்கக் கடல் பகுதியில் ஸ்ரீவிஜயம், சீனா போன்ற நாடுகளின் கடல்வர்த்தகத்தைச் சோழ நாட்டிற்குத் திசை திருப்பும் முயற்சியும், தென்கோசலம் மற்றும் வங்கதேச அரசின் கருவூலங்களில் நிரப்பப்பட்டிருந்த செல்வங்களைக் கங்கை நீரோடு கவர்ந்து வந்ததையும் பார்க்கின்றபோது இவர்களுக்கு நாடுபிடிக்கும் ஆசையைவிட அந்நாட்டின் பண்டாரங்களைக் கொள்ளையிடுவதே பிரதான நோக்குருவாக இருந்துள்ளதைக் காணமுடிகிறது. இவர்கள் பன்மணிக்குவியல்களையும் யானையும், பெண்டிர், அரசின் பண்டாரங்களையும் கொள்ளையிட்டுக் கொண்டுவந்ததைத் திருவாலங்காடுச் செப்பேடு பெருமையாகப் பறைசாற்றுவது மேற்கண்ட நிகழ்விற்கு முத்தாய்ப்பாகத் திகழ்கிறது. இருப்பினும் கங்கைகொண்ட சோழபுரம் சோழப்பேரரசின் தலைநகர் என்ற அந்தஸ்தில் இருந்தபோது அதன் வெளிநாட்டுக்கொள்கை மற்றும் ராஜாங்க ரீதியிலான பரிவர்த்தனைகள் போன்றவற்றை வரலாற்று ஆய்வாளர்கள் வழங்கியுள்ள சான்றுகளின்படி இங்கு விவாதிக்கப்படுகின்றன.

கன்னோசி ஹாஹடவாலர்கள்

ஹாஹடவாலர்கள் என்போர் ஷத்திரிய வம்சத்தைச் சார்ந்தவர்கள். இவர்களது காலத்தில் வெளியிடப்பட்ட எழுத்தாவணங்கள் எதுவும் இவர்களது பூர்விகம் பற்றி ஆதாரப் பூர்வமான எந்தச் செய்தியையும் வழங்கவில்லை. இவர்கள் ரத்தோர்கள் அல்லது இராஷ்டிரகூடர்களாக இருக்கலாம் என்று சில வரலாற்று அறிஞர்கள் கூறுகின்றனர். இவ்வரசப் பரம்பரையைத் தோற்றுவித்த பெருமைக்குரியவர் யசோ விக்ரஹகர் ஆவார். இவருக்குப் பிறகு மஹிச்சந்திரர் அரசரானார். இவர்கள்

இருவருமே அரசர்க்குரிய பட்டம் எதையும் பூண்டிருக்கவில்லை. ஆனால் மஹிச்சந்திரருக்குப் பிறகு அரியணையேறிய இவரது மகன் சந்திரதேவர் ஹாஹடவாலர் அரசின் மன்னன் என்ற பெருமையோடு அரியணையேறியவராவார். எனவேதான் இவரே ஹாஹடவாலர்களின் அரசை கன்னோசியில் நிர்மாணித்த மன்னர் என *HISTORY OF KANAUJ TO THE MOSLEM CONQUEST* என்ற தமது நூலில் வரலாற்று அறிஞர் *RAMA SHANKAR TRIPATHI* அவர்கள் குறிப்பிட்டுள்ளார். மேலும் போஜர், கர்ணர் ஆகிய அரசர்கள் இறந்த பின்பு நாட்டில் குழப்பம் நிலவிற்று என்றும் அதை நீக்குவதற்காகச் சந்திரதேவர் அரசராகி கான்யகுப்ஜத்தைத் தமது தலைநகராக மாற்றிக்கொண்டார் என்று உத்திரப்பிரதேசம் எட்டாவா *(Etawah)* மாவட்டத்தில் கிடைத்த பசகி *(Basahi)* செப்பேடு கூறுகிறது. இங்கு குறிக்கப்பட்டுள்ள பரமார போஜரும், காலச்சூரி லக்ஷ்மி காரணருமாவர் என்று கருதமுடிகிறது. மேற்கண்டவர்களிடமிருந்து கான்யாகுப்ஜம், காதிபுரம் என்ற பெயர் கொண்ட கனோஜை இவர் கைப்பற்றியதைப் பசகி செப்பேடு சுட்டுகிறது. இவருக்குப்பிறகு மதனபாலர் (கி.பி.1104) மன்னரானார். அதன் பின்பு இவரது மகன் கோவிந்தசந்திரன் என்பவர் கி.பி.1109ஆம் ஆண்டு ஹாஹடவால அரசின் மன்னனாக முடிசூடினார். இவர் முதலாம் குலோத்துங்கனின் சமகாலத்து மன்னனாவார். கோவிந்த சந்திரனின் காலத்தைச் சார்ந்த கமௌலி *(Kamauli)* செப்பேட்டில் குறிப்பிடப்பட்டுள்ள வாசகங்கள், அப்படியே கங்கைகொண்ட சோழபுரம் சோழீஸ்வரர் கோயிலில் உள்ள குலோத்துங்க சோழனின் 41ஆம் ஆட்சியாண்டு (கி.பி.1111) வெளியிடப்பட்ட வடமொழிக் கல்வெட்டிலும் குறிப்பிடப்பட்டுள்ளது. இதில் யசோவிக்கிரஹர் முதல் சந்திரதேவர் வரையிலான ஹாஹடவால மன்னர்களின் பரம்பரையினரின் பதிவுகளைக் காணமுடிகிறது. அதன் பின்னர் கல்வெட்டுத் தொடரானது பாதியில் நின்றுள்ளது. இக்கல்வெட்டின் மூலமாகச் சோழ மன்னர்க்கும் கன்னோசியை ஆட்சி செய்த ஹாஹடவாலர்களுக்கும் நெருங்கிய இராஜாங்க ரீதியான நட்புறவு இருந்துள்ளதை அறியமுடிகிறது.

ஆரியதேசம், மத்தியதேசம், கௌடதேசம்

இராஜேந்திர சோழனின் அரண்மனையான முடிகொண்டசோழன் திருமாளிகையின் வடக்குப் பகுதியில் இருந்த தேவாரத்துச் சுற்றுக் கல்லூரிக்குத் தானம் செய்வதற்கு மாமன்னர்

இராஜேந்திர சோழன் எழுந்தருளியிருந்தபோது தன்னுடைய குருவான சர்வசிவபண்டிதருக்கும் அவருடைய மாணவர்களுக்கும் ஆண்டுக்கு இரண்டாயிரம் கலம் நெல் தஞ்சை பெரியகோயில் ஸ்ரீபண்டாரத்திலிருந்து அளந்து கொடுக்கும்படி தமது 19ஆவது ஆட்சியாண்டில் (கி.பி.1031) ஆணை பிறப்பித்துள்ளார். இத்தகவலை

உடையார் ஸ்ரீராஜேந்த்ரசோழதேவர் கங்கைகொண்ட சோழபுரத்துக் கோயிலினுள்ளால் முடிகொண்டசோழன் திருமாளிகையில் வடபக்கத்து தேவாரத்துச் சுற்றிக் கல்லூரியில் தாநஞ் செய்தருளா இருந்து உடையார் ஸ்ரீராஜராஜ ஈஸ்வர முடையார் கோயிலில் ஆஸார்யபோகம் நம் உடையார் ஸர்வ்வ ஸிவபண்டித சைய்வாசார் யர்க்கும் இவ்வுடையார் ஸிஷ்யரும் ப்ரஸிஷ்யரும் ஆர்யதேசத்தும் மத்யதேசத்துத்தான் கௌடதேசத்துத்தான் உள்ளாராய் யோக்யராயிருப்பார்க்கே ஆட்டாண்டு தோறும் இத்தேவர் கோயிலில் ஆடவல்லானென்னும் மரக்காலால் உள்ளூர்ப் பண்டாரத்தே நிறைச்சளவாக இரண்டாயிரம்க் கலநெல் ஆட்டாண்டு தோறும் ஸந்த்ராதித்தவல் பெறத் திருவாய்மொழிந்தருளத் திருமந்திர ஓலை செம்பியன்விழுப் பரையன் எழுதினா... (*SII.Vol.2 No.20.* வரிகள்: 13To15)

என்ற கல்வெட்டு வரிகளில் குறிப்பிடப்பட்டுள்ள ஆரியதேசம், மத்தியதேசம், கௌடதேசம் போன்றவை பண்டைய வட இந்திய அரசுகளாகும். சோழர் காலத்தில் இந்நாடுகளுக்கிடையே கல்வி, சமயம்சார் பரிவர்த்தனை நட்புறவு இருந்துள்ளதை உணரமுடிகிறது.

கௌடதேசம்

வங்கநாடு, பௌண்டரநாடு, காமரூபம் போன்ற நாடுகள் இணைந்த தேசமே பண்டைய கௌடதேசமாகும். இதன் தலைநகரம் கர்ணசுவர்ணாவாகும். கௌடதேசத்து அரசனாகிய ஐந்தாம் மனுவின் மகனான சிம்மவர்மன் தன் தோல்நோய்கள் நீங்க பதஞ்சலி வியாக்ரபாதரின் ஆலோசனைக்கேற்பச் சிதம்பரம் நடராஜர் கோயிலில் உள்ள சிவகங்கை தீர்த்தத்தில் குளித்து உடல்நலம் பெற்றதாக தில்லை தலபுராணம் கூறுகிறது. எனவே புராணகாலம் தொட்டு தமிழகத்திற்கும் கௌட தேசத்திற்குமிடையே தொடர்பு இருந்துள்ளதைத் தில்லை புராணத்தின் வாயிலாக அறியலாகிறது. இவ்வுறவு இராஜேந்திர சோழன் காலத்திலும் தொடர்வதை இக்கல்வெட்டின் வாயிலாக அறிகிறோம்.

மத்தியதேசம்

குருஷேத்திரத்திற்குத் தெற்காகவும் அலகாபாத்திற்கு வடக்கிலும், இமயமலைக்கு மேற்காகவும், விந்திய மலைக்குக் கிழக்காவும் உள்ள நிலப்பகுதியே மத்தியதேசம் எனப்படுகிறது. இந்நாட்டைச் சார்ந்தவர்கள் சர்வசிவபண்டிதரின் மாணாக்கர்களாகச் சோழப் பேரரசின் தலைநகரில் இருந்து சைவசித்தாந்தங்களைக் கற்றுள்ளனர்.

காஷ்மீரம்

கங்கைகொண்ட சோழீஸ்வரர் கோயிலில் கி.பி.1463ஆம் ஆண்டு வெளியிடப்பட்ட விஜயநகரமன்னர் மல்லிகார்ஜுனராயர் கல்வெட்டில் காஷ்மீரதேசத்தைச் சார்ந்த அதிகாரி ஒருவரைப்பற்றி குறிப்பிடப்படுகிறது. அக்கல்வெட்டில் வைப்பூருடையான் திருவேங்கடமுடையான் ஏகாம்பரநாதக் காங்கேயன் என்பவருக்கு கோயில் அதிகாரிகளால் (சண்டேஸ்வரர் அருளால் திருவாய் மலர்ந்தருளின்படி) பல உரிமைகளும் நிருவாக அதிகாரிகளும் வழங்கப்பட்டதைக் குறிப்பிடுகிறது. ஏகாம்பரநாதன் சோழீஸ்வரர் கோயிலின் மண்டபத்தில் அமர்ந்து இக்கோயில் மடத்தைச் சார்ந்த முதலிகள், மகேஸ்வரர்கள், தானத்தார்கள், பரிகாரத்தார், காஷ்மீரராயர் உள்ளிட்ட பலர் கூடி இறைவனை எழுந்தருளச் செய்து திருவோலக்கம் கண்டு இறைவனே நேரடியாக ஏகாம்பரநாதனுக்குத் திருமுகம் (ஆணை) வழங்கும்படி செய்துள்ளார் என்பதை கங்கைகொண்ட சொளிசுரம் நாயனார் பெரிய உடைய நாயனார் திருக்கோயில் நாயனார் ஆதிசண்டேஸ் வரநாயனார் திருவாய் மலர்ந்தருள ......யான ஏகாம்... திருமுகம் ஏகாம்பரநாதன் மண்டபத்தில் மடத்தில் முதலி களும் மஹேஸ்வரரும் தானத்தார் பரிகரத்தாரும் காஸ்மீரராயரும் உள்ளிட் தாரும் நிறைவற நிறைந்து குறைவறக் கூடி (SII.Vol.IV.No .526) என்ற கல்வெட்டு வரியில் காணலாம். மேலும் கோயில் நிர்வாக அதிகாரிகளில் ஒருவராகக் காஷ்மீரராயர் என்பவர் இடம்பெற்றிருப்பதை அறிகிறோம். இவர் காஷ்மீர் தேசத்திலிருந்து வந்து இங்கே தங்கி இக்கோயில் நிர்வாகத்தில் பங்கேற்பாளராக இருந்துள்ளார். கங்கைகொண்ட சோழபுரத்திற்கும் வட இந்திய அரசுகளுக்கும் இருந்த நட்பு ரீதியான தொடர்பானது இராஜேந்திரன் காலம் தொட்டு விஜயநகர நாயக்க மன்னர்களின் காலம் வரையில் தொடர்வதைக் காணமுடிகிறது.

ஜெ.ஆர்.சிவராமகிருஷ்ணன்

சீன தேசத்துடனான உறவு

தென்னிந்தியாவிற்கும் சீனாவிற்குமிடையே கி.பி. 640 முதல் கி.பி. 1270 வரையில் வணிகப் பரிவர்த்தனைகள் தழைத்தோங்கி இருந்தன. இக்காலகட்டத்தில் ஸ்ரீவிஜயத் துறைமுகங்கள் மீது சோழர்கள் மேற்கொண்ட போர் நடவடிக்கைகள் வரலாற்று முக்கியத்துவம் பெற்றதாகக் கருதப்படுகிறது. தென் இந்தியாவிற்கும் சோங் சீனாவிற்கும் இடையேயான நேரடி வர்த்தகத்தில் தலையிட்டதற்குப் பதிலடியாகவே ஸ்ரீவிஜய துறைமுகங்களை இராஜேந்திர சோழனின் படைகள் அதிபலத்துடன் கி.பி. 1025ஆம் ஆண்டு தாக்கின. ஸ்ரீவிஜய அரசின் மீதான இராஜேந்திர சோழனின் இராணுவ நடவடிக்கைகளுக்கு முக்கியக் காரணம் கடற்பாதைகளில் இடர்ப்பாடுகளை ஏற்படுத்திச் சோழநாட்டிற்கும் தென்கிழக்கு ஆசிய நாட்டிற்குமான கடல் வர்த்தகத்திற்கு இடையூறுகளை ஏற்படுத்தியதேயாகும். குறிப்பாகச் சோழ நாட்டிற்கும் சீன நாட்டிற்கும் இடையேயான நேரடி இராஜாங்க ரீதியான தொடர்புகளைத் தடுக்க ஸ்ரீவிஜய அரசு ஏற்படுத்திய மறைமுக நடவடிக்கைகள் பெரும் சவாலாக அமைந்திருந்தது.

சீன அரசின் வர்த்தகச் சீர்திருத்தங்கள்

கி.பி. 11 ஆம்நூற்றாண்டின் தொடக்கத்தில் சீனாவின் சந்தைகளும் துறைமுகங்களும் இலாபகரமான அனைத்துலக வர்த்தக மையங்களாக மாற்றம் பெற்றன. ஆசியாவின் அனைத்துப் பகுதிகளைச் சேர்ந்த வர்த்தகர்களும் மக்களின் அத்தியாவசியப் புழங்கு பொருட்களான பீங்கான் தொழில்நுட்பத்தில் தயாரிக்கப்பட்ட கவர்ச்சிமிகு பாத்திரங்கள், பட்டுத்துணிகள் போன்ற சீனப்பொருட்களை வாங்கவும், நறுமண சமையல்பொருட்கள் முதல் குதிரைகள் வரையிலான வெளிநாட்டுப் பொருட்களை விற்கவும் அந்தத்துறைமுகங்களில் வணிகர்கள் பெருமளவில் குவிந்தனர். சொல்லப்போனால் கி.பி. 10-11ஆம் நூற்றாண்டில் சீனாவின் தாராளமயமாக்கப்பட்ட வர்த்தக நடவடிக்கை இந்தியப் பெருங்கடல் நாடுகள் பலவற்றின் உள்நாட்டுப் பொருளாதாரத்தை மிகக் கடுமையாகப் பாதிக்கத் தொடங்கியதோடு மத்திய தரைக்கடல் வரையிலான வணிகச் சமூகங்களின் வாழ்க்கையில் மாற்றத்தையும் ஏற்படுத்தியது. சீனச் சந்தைகளை உலகின் மற்ற பகுதிகளில் இருந்த பொருளியல் சமூகங்களுடன் இணைத்த அனைத்துலக

வர்த்தக முறையின் பின்னணியில்தான் இராஜேந்திர சோழனின் படையெடுப்புகளை நாம் புரிந்துகொள்ள வேண்டும். சீனாவில் ஹான் (*Han*) ஆட்சிக்காலம் முதலே வெளிநாட்டு வியாபாரிகள் சீனாவுக்கு வரத் தொடங்கிவிட்டனர். இருந்த போதிலும் கி.பி. 8ஆம் நூற்றாண்டின் பிற்பகுதியிலேயே வணிகர்களின் எண்ணிக்கை குறிப்பிடும் அளவிற்கு அதிகரித்தது. சீனச்சந்தைகள் மீதான அக்கறை அதிகரித்ததற்கு முன்பு அங்கு நடைமுறையில் இருந்த கெடுபிடியான பொருளியல் முறை அகற்றப்பட்டது முக்கியக் காரணமாக விளங்குகிறது. கி.பி. 755ஆம் ஆண்டில் டாங் ஆட்சிக்கு எதிராக நடந்த அன்லூஷான் புரட்சி வெற்றிபெறா விட்டாலும் நடைமுறையிலிருந்த அரசியல் சமூகக் கட்டமைப்பில் குறிப்பிடத்தக்க தாக்கத்தை ஏற்படுத்தியது. அந்தப்புரட்சி நிதித்துறையில் பல மாற்றங்களைக் கொண்டு வந்தது. உள்நாட்டு, வெளிநாட்டு வர்த்தகம் மூலம் பொருளீட்ட முடியும் என்பது அதுவரை ஆராயப்படாமல் இருந்தது. நடைமுறைப் படுத்தப்பட்ட மாற்றங்களில் முக்கியமானது லியாங்குய்க்பா என்ற ஆண்டுக்கு இருமுறை வரி வசூலிக்கும் திட்டம். பழைய டாங் பொருளியலில் அதிகமாகப் புழக்கத்திலிருந்த பணம் தனியார் வணிகங்கள் பல்வேறு வகையில் செயல்படவும் அதன் வளர்ச்சியையும் ஊக்குவித்தது. அத்துடன் சீனாவில் சந்தைக்கடன் கட்டமைப்புகளையும் மாற்றியமைத்தது. டாங் ஆட்சிக் காலத்திலும் அதைத் தொடர்ந்து வந்த ஐந்து ஆட்சிகளிலும் குறிப்பிடத்தக்க பல்வேறு பொருளியல் மேம்பாடுகள் ஏற்பட்டன. தென்கிழக்காசியாவிலிருந்து புதிய வகைப்பயிர்கள் சீனாவில் அறிமுகப்படுத்தப்பட்டன. மேம்பட்ட நீர்ப்பாசனக் கருவிகளும், பாசனமுறைகளும் விரைவாகப் பரவின. சீன மக்கள் அதிகமானோர் நாட்டின் வளமான தெற்குப் பகுதிகளுக்கு குடியேறத் தொடங்கியதால் சீனாவின் மக்கள் தொகை நான்கு மடங்காக வளர்ந்தது. கி.பி. 961 ஆம் ஆண்டு 32 மில்லியனையும், கி.பி. 1109 ஆம் ஆண்டில் 121 மில்லியனாக வளர்ச்சியுற்றது. இதனால் நகரங்கள் விரிவடைந்ததோடு மக்கள்தொகைப் பெருக்கமும் கூடியது. நகர்ப்புற வளர்ச்சி சீனா முழுவதற்குமான சந்தைக்கட்டமைப்பு விதிகளிலும் வணிக நடை முறைகளிலும் மேலும் மாற்றங்களைக் கொண்டுவந்தது. சந்தைகள் இயங்கக்கூடிய வட்டாரங்கள் குறித்து டாங் ஆட்சிக்காலத்தில் இருந்துவந்த கட்டுப்பாடுகள் தளர்த்தப்பட்டன. கெடுபிடியான சந்தைமுறை அகற்றப்பட்டதால் தனியார்தொழில் முனைவர்களின் நடவடிக்கைகள் அதிகரித்தன. அதனால் சீனாவிற்குள்ளான வணிகப்

பரிவர்தனைகள் சூடுபிடித்ததுடன் நாளடைவில் சீன அரசின் நிதிக்கொள்கையில் அனைத்துலக வர்த்தகத்தையும் சேர்த்துக் கொள்வதற்கான கதவுகள் முழுவதுமாக திறக்கப்படக் காரணமாக அமைந்தது.

சீன அரசின் நிதிக்கொள்கையில் புகுத்தப்பட்ட மாற்றங்களின் விளைவாகக் கடல் வணிகம் முழுவதும் அரசின் நேரடிக்கட்டுப்பாட்டின் கீழ் கொண்டுவரப்பட்டது. இதன் மூலம் சுங்கவரிகளை வசூலிக்கும் அதிகாரம் அரசு அதிகாரிகளுக்கு வழங்கப்பட்டது. கடல்சார் வணிகத்தை கண்காணிக்க கி.பி. 714ஆம் ஆண்டு ஷிபோஷி என்ற கடல் வணிகத்துறை குவாங்சூவில் நிறுவப்பட்டது. இதன் மூலம் கி.பி. 8ஆம் நூற்றாண்டில் குவாங்சூவில் கடல்வர்த்தகம் புதிய உச்சத்தை எட்டக் காரணமாக அமைந்தது. குறிப்பாக பாரசீகவளைகுடா, தென்கிழக்காசியா, தெற்காசியா ஆகிய வட்டாரங்களைச் சார்ந்த வணிகர்கள் அதிக அளவில் இந்நகரிலிருந்த அயல் நாட்டினருக்கான குடியிருப்புகளில் வசித்து வந்ததைச் சீனக் குறிப்புகள் சுட்டுகின்றன. கி.பி.8ஆம் நூற்றாண்டின் மத்தியில் குவாங்சூவில் மூன்று இந்துக்கோயில்கள் இருந்ததற்கான குறிப்புகளும் உள்ளன. கி.பி. 879 ஆம் ஆண்டுக்கு முன் அந்நகரில் வெளிநாட்டு வணிகர்களின் எண்ணிக்கை ஒரு லட்சத்தைத் தாண்டிவிட்டதாகத் தெரிகிறது. அவ்வாண்டில் ஹுவாங் சௌ எனும் தனிநபர் மேற்கொண்ட கிளர்ச்சியில் வெளிநாட்டு வணிகர்கள் பலர் படுகொலை செய்யப்பட்டனர். இதனால் குவாங்சூவின் கடல்வர்த்தகம் தடைபட்டது. சிறிது காலத்திற்குப் பிறகு வெளிநாட்டு வணிகர்கள் குவாங்சூவுக்கு மீண்டும் வரத்தொடங்கினர். சோங் ஆட்சிக்காலத்தில் வெளிநாட்டு வர்த்தக நடவடிக்கைகள் மீண்டும் புத்துயிர் பெற்றன. சோங் அரசவை கடல் வணிகத்தை ஊக்குவிப்பதில் தனிப்பட்ட அக்கறை எடுத்துக் கொண்டது. சிறப்புச் சலுகைகளை வழங்கியதன் மூலம் சீன அரசின் தனிப்பட்ட மேலாண்மையைப் பெற அயலக வணிகர்கள் போட்டி போட்டுக்கொண்டு பரிசுப்பொருட்களைக் கொண்டுவந்து அரசரிடம் குவித்தனர். இதன் மூலம் தொய்வுற்றிருந்த சீனாவுடனான பிற நாட்டவரின் வணிகம் புத்துயிர் பெற்றது. இக்காலகட்டத்தில் சீனாவுடனான நிலவழி வர்த்தகப் பாதைகள் நாடோடிக் கூட்டத்தார்களான கிட்டான், ஜெர்சென் இன மக்களின் கட்டுப்பாட்டின்கீழ் இருந்தன. இந்த இடர்ப்பாட்டினைக் களைந்து நாட்டின் வருவாயைப் பெருக்குவதற்காகக் கடல்வணிகத்தை

ஊக்கப்படுத்தும் நிர்பந்தம் சோங் அரசிற்கு ஏற்பட்டது. இதன் ஊடாக அயலகக் கடலோடி வணிகர்கள் கேண்டன் மாநிலத்திலிருக்கும் குவாங்சூ உட்படப் பல்வேறு துறைமுகங்களில் வர்த்தகச் செயல்பாடுகளில் ஈடுபட முடிந்தது. கி.பி. 11ஆம் நூற்றாண்டின் இறுதிக்குள் சீனத் துறைமுகங்களில் நடந்த அனைத்துலக வணிகத்தின் மதிப்பு மொத்த உள்நாட்டு உற்பத்தியில் 1.7 சதவிகிதத்தை எட்டியிருந்ததாக இராபர்ட் ஹார்ட்வெல் குறிப்பிடுகிறார்.

சீனாவின் சந்தை ஈர்ப்புக் கொள்கை

சீனாவில் ஏற்பட்ட நகர்ப்புற மக்கள் தொகை மாற்றங்கள் கடற்பரப்பின் கரையோர வட்டாரங்களில் அதிகமானோர் குடிப்பெயரக் காரணமாக அமைந்தன. இதன் மூலம் நாட்டில் நுகர்வோர்களின் எண்ணிக்கை அதிகரித்ததோடு உணவு தொடர்பான வெளிநாட்டுப் பொருட்களுக்கு அதிகத் தேவையும் ஏற்பட்டது என்கிறார் ஹார்ட்வெல். கி.பி. 10ஆம் நூற்றாண்டின் இறுதியிலிருந்து கி.பி. 12ஆம் நூற்றாண்டின் நடுப்பகுதிவரைச் சீனாவின் வெளிநாட்டு வர்த்தகம் ஆடம்பரப் பொருட்களாகக் கருதப்பட்ட சாம்பிராணி, சந்தனக்கட்டை, மிளகு, கிராம்பு போன்றவற்றையே சார்ந்திருந்தது. அதிகரித்து வந்த வெளிநாட்டுப் பொருட்களுக்கான தேவையைச் சமாளிக்கப் பாரம்பரியக் கப்பல்கட்டும் முறையினை மாற்றி அதை வருமானத்துக்கான வலிமைமிக்க கடல் போக்குவரத்து ஊர்திகளாக மாற்றியது சோங் அரசு. மேலும் வெளிநாட்டிலிருந்து கொண்டுவரப்பட்டு சீன சந்தைகளில் விற்பனைச் செய்யப்பட்டப் பொருட்களின் மீது வரி விதிக்கப்பட்டது. நேரடியாகக் கிடைத்த இப்பெருவாரியான வரிகளின் மூலம் அந்நியச் செலாவணியில் திளைத்திருந்தது சீன அரசு. கப்பல் வழியில் பெறப்பட்ட பொருட்களை விற்றதன் மூலமும் கிடைத்த தொகை அரசாங்க வருமானத்தில் 9.29 விழுக்காட்டை எட்டியது. கப்பம் செலுத்தும் புதியமுறை வெளிநாட்டு வணிகர்களுக்கும் பல வகையில் இலாபகரமாக அமைந்தது. பரிசுப்பொருட்களுடன் வந்தவர்களுக்கு வரிக் கழிவுகள் கிடைத்தன. அத்துடன் சோங் அரசவையில் இருந்து பதிலுக்குப் பரிசுகளையும் கௌரவ விருதுகளையும் அவர்கள் பெற்றுச்சென்றனர்.

இந்தப் பரிசுகளும் விருதுகளும் சீன அரசாங்கத்துடனான

வணிகத்தை வழக்கமான சந்தை வர்த்தகத்தைக் காட்டிலும் இலாபகரமாக ஆக்கியது. உதாரணத்திற்கு கி.பி. 1007ஆம் ஆண்டு வியட்நாம் அரசின் தூதரகத்தில் இருந்து வந்த 3,600 ரொக்கம் மதிப்புள்ள பரிசுப்பொருட்களுக்குப் பதிலாக 4000 ரொக்கம் மதிப்புள்ள பரிசுப் பொருட்களை அவர்களுக்கு வழங்குமாறு சோங் அரசால் உத்தரவுவிடப்பட்டுள்ளது. கி.பி. 1077ஆம் ஆண்டு சோழர்கள் சார்பில் வந்தவர்களுக்கு 81,800 ரொக்கமும் 52,000 தயில் (*Taels*) வெள்ளிக் கட்டிகளும் வழங்கப்பட்டன. மேலும் அரசின் நன்மதிப்பைப் பெற்றவர்கள் சுங்கச்சாவடிகளை எளிதில் கடந்து செல்ல ஏதுவாகவும் இருந்துள்ளதைச் சீன ஆவணங்களில் காணமுடிகிறது. இவ்வாறு சோங் அரசின் சந்தை ஈர்ப்புக் கொள்கையும் முற்றிலும் மாற்றியமைக்கப்பட்ட அதன் வலிமைமிக்க கப்பல்களாலும் ஸ்ரீவிஜய நாட்டைச் சார்ந்த வணிகர்கள், சோழ தேசத்தைச் சார்ந்த கடலோடி வணிகப்பெருமக்கள், அரபுநாட்டு வணிகக்குடிகள் போன்றவர்களைப் பெரிதும் கவர்ந்தன. மேலும் சீனத் துறைமுகங்களில் இதற்குமுன் கண்டிராத அளவிற்கு வெளிநாட்டு வணிகர்களின் எண்ணிக்கையும், அவர்களின் குடியிருப்புகளின் எண்ணிக்கையும் அதிகரித்தன. இலாபம் அடைய வேண்டும் என்ற வணிகர்களுக்கிடையேயான வர்த்தகப்போட்டியும் தீவிரம்பெற்றது. சந்தை வர்த்தகத்தைக் கப்பம் செலுத்தும் முறையுடன் இணைக்கச் சோங் அரசு எடுத்தமுடிவே இந்த வர்த்தகப் போட்டிக்கான முதன்மைக் காரணமாக அமைந்தது. சோங் அரசவைக்கு அதிகளவில் கப்பத்தொகையைக் கொண்டுவர வேண்டும் என்ற பொருளியல் கொள்கையினால் உந்தப்பட்ட சீனதேசத்து வணிகர்கள் அதிக நாடுகளில் தங்கள் வர்த்தக மையங்களை ஏற்படுத்திக்கொண்டனர். இதன் மூலம் சோங் அரசின் நன்மதிப்பு மற்றும் அங்கீகாரத்தையும் பெற்ற வணிகர்களுக்கு வரிச்சலுகைகள் கிடைத்ததால் அதிக லாபத்துடன் திகழ்ந்தனர்.

ஸ்ரீவிஜய ஆதிக்கத்தின்கீழ் சீன நாட்டுடனான கடல்பாதை

கி.பி.7ஆம் நூற்றாண்டின் இறுதியில் சீனக் கரையிலிருந்து தெற்கு ஆசியாவிற்குப் பயணம் செய்யும் கப்பல்கள் நின்று செல்வதற்கான தலையாய துறைமுகங்களில் ஒன்றாக ஸ்ரீவிஜய தேசம் உருவாகியிருந்தது. சீனத்துறவி யீஜிங், இந்தியாவின் கிழக்குக் கரைக்கு மேற்கொண்ட பயணத்திலிருந்து அது தெரியவருகிறது. கி.பி.671ஆம் ஆண்டு தமது பயணத்தைத் தொடங்கிய அத்துறவி ஸ்ரீவிஜய நாட்டில் ஆறுமாதங்கள் தங்கியிருந்த பிறகே மீண்டும்

கப்பலில் இந்தியாவிற்குப் புறப்பட்டு வந்தார். இந்தியாவிலிருந்து சீனாவிற்கு திரும்பும் வழியில் மீண்டும் ஸ்ரீவிஜயத்தில் தங்கினார். இம்முறை அவர் அங்கு ஆறு ஆண்டுகள் தங்கியிருந்தார். இவரைப்போன்றே இந்தியப்பௌத்தத் துறவியான வஜ்ரபோதி தென்னிந்தியாவிலிருந்து சீனாவிற்குப் பாரசீகக் கப்பல் ஒன்றில் பயணம் மேற்கொண்டபோது ஸ்ரீவிஜய வழியாகவே சென்றார். இவர் பயணம் செய்த கப்பல் கி.பி.719ஆம் ஆண்டு குவாங்சூ சென்றடைந்தது. அங்கு வஜ்ரபோதி இறந்ததும் அவரின் சீடர் அமோகவஜ்ரா குவாங்சூவிலிருந்து ஸ்ரீவிஜய நாட்டைச் சார்ந்த கப்பலில் இலங்கை வழியாக இந்தியாவிற்குப் பயணமானார். இந்திய நாட்டைச் சேர்ந்த பௌத்தத் துறவிகள் இந்தியாவிற்கும் சீனாவிற்கும் இடையில் பயணம் செய்கின்றபோது ஸ்ரீவிஜய நாட்டில் தங்கியிருந்து பிறகு மற்ற கிழக்காசிய நாடுகளுக்குப் பயணித்துள்ளதைப் பார்க்கும்போது அந்நாட்டிலும் பௌத்தம் தழைத்தோங்கியிருந்ததை அறியமுடிகிறது. மேலும் ஸ்ரீவிஜயநாடு தெற்காசியாவிற்கும் சீனாவிற்கும் இடையிலான முக்கியக் கடல்வழிப் பாதையில் அமைந்திருந்ததால் இந்நாடு பன்னாட்டவரின் வணிக மற்றும் கலாச்சாரத்தளங்களின் மையம் என்ற அந்தஸ்தையும் பெற்றிருந்தது. வணிகத்தில் ஸ்ரீவிஜயம் ஆற்றிய பங்கு குறித்து அரேபியநாட்டு வர்த்தகர்களான இபுனுகுர்தாத்பி, அபுசையது போன்றோர் புகழ்ந்துள்ளனர். குறிப்பாகக் கேந்திர முக்கியத்துவம் வாய்ந்த தங்கள் நிலப்பகுதியைப் பயன்படுத்திச் சீன அரசுடனும் தெற்காசிய நாடுகளுடனும் ஸ்ரீவிஜய மன்னர்களும் அந்நாட்டு வணிகர்களும் இராஜங்க மாற்றும் வர்த்தகரீதியிலான உறவுகளை மேம்படுத்திக் கொண்டேயிருந்தனர். ஸ்ரீவிஜய நாட்டின் கடல்வழிப் பாதையின் முக்கியத்துவத்தைப் புரிந்து கொண்ட சீனாவின் டாங் ஆட்சியினர் கி.பி. 683ஆம் ஆண்டு ஸ்ரீவிஜய நாட்டிற்குத் தங்கள் நாட்டிலிருந்து தூதுக்குழு ஒன்றை அனுப்பிவைத்தனர். ஸ்ரீவிஜய அரசும் கி.பி.702ஆம் ஆண்டு தமது நாட்டிலிருந்து முதல் தூதுக் குழுவை டாங் அரசவைக்கு அனுப்பிவைத்தது. கி.பி. 8ஆம் நூற்றாண்டில் ஸ்ரீவிஜய அரசு மேலும் நான்கு தூதுக் குழுக்களை டாங் அரசவைக்கு அனுப்பிவைத்தது. இதில் உள்ளூர்ப் பரிசுப் பொருட்களுடன் பஞ்சவர்ணக்கிளிகள், சித்திரக்குள்ளர்கள் போன்ற அரிய அன்பளிப்புகளும் தூதுக்குழுவால் கொண்டு செல்லப்பட்டன. இதற்குக் கைமாறாக ஸ்ரீவிஜய மன்னருக்குப் பட்டங்கள் வழங்கிச் சிறப்பித்தது டாங் அரசவை. தூதுவர்களின் பயணத்தின் மூலம் இருநாட்டிற்கும் வர்த்தக ரீதியிலான நட்பு

அவ்வப்பொழுது புதுப்பிக்கப்பட்டு வருவதையும் காணமுடிகிறது.

சோங் ஆட்சிக்காலத்தில் ஸ்ரீவிஜய அரசு அடிக்கடி சீனாவிற்குத் தூதுக் குழுக்களை அனுப்பி வைத்துள்ளதைக் காணமுடிகிறது. குறிப்பாக கி.பி. 960 ஆண்டு முதல் கி.பி. 1017ஆம் ஆண்டு வரையிலான காலகட்டத்தில் மட்டும் பதினாறு தூதுக்குழுக்கள் சோங் அரசவைக்கு அனுப்பப்பட்டுள்ளன. அந்தத் தூதுக் குழுவில் இடம்பெற்றிருந்தவர்கள் பெரும்பாலும் முஸ்லிம்களே. கி.பி. 976 ஆம் ஆண்டு *Pu-tuo-ban(Abu-Dahan)* தலைமையிலும், கி.பி.983 ஆம் ஆண்டு *Pu-ya-tuo-li(Abu Abdullah)* தலைமையிலும் கி.பி. 1017 ஆம் ஆண்டு *Pum ou-xi (Abu musa)* தலைமையிலும் இத்தூதுக்குழுக்கள் சீனா சென்றுள்ளன. கி.பி.985ஆம் ஆண்டு சோங் அரசவைக்கு ஸ்ரீவிஜய அரசு அனுப்பி வைத்த தூதுக்குழுவுக்குத் தலைமையேற்றுச் சென்றவர் கப்பல் தலைவரான ஜின் ஹுவா ஆவார். அந்தத் தூதுப் பயணத்தின்போது வழக்கமான உள்ளூர்ப்பொருட்கள், பூசைச் சாமான்களோடு கடல் வணிகத்திற்கு அத்தியாவசியமான பொருட்களையும் கப்பல்கள் கொண்டு சென்றதாக வரலாற்று அறிஞர் ஹார்ட்வெல் குறிப்பிடுகிறார். மேலும் அவர் கூறுகையில் இவ்வாறு சீனாவிற்குச் சென்ற ஸ்ரீவிஜய கப்பல்கள் ஐம்பது டன் சாம்பிராணியையும் கொண்டு சென்றதாகவும் பதிவு செய்கிறார். ஸ்ரீவிஜய அரசின் வலுவான கடற்படையின் உதவியுடன் சுண்டா மற்றும் மலாக்கா நீரிணைப்புப் பகுதிகளுக்குட்பட்ட ஒட்டுமொத்தக் கடல்வெளியும் இதன் கட்டுப்பாட்டிற்குள் இருந்தது. மேலும் இந்தோனேசியா, தெற்காசிய நாடுகள் போன்றவை சீனாவுடன் கொண்டிருந்த வர்த்தகத் தொடர்பும் இதன் கட்டுப்பாட்டின் கீழ் வந்தது. பலெம்பாங் **(Palembang)** அரசு, சீனப்பாணியிலான ஏகாதிபத்திய தொழில் முறையைக் கையாண்டது. கிழக்கு ஜாவா மற்றும் சுண்டா மண்டலத்தில் உற்பத்தியான சந்தனக்கட்டைகள் அனைத்தும் சுமத்ரா அரசுக்கு விற்கப்பட்டன. அதன் பிறகு அவை கேண்டோன் சென்ற வணிகர்களுக்குப் பல மடங்கு இலாபத்திற்கு விற்கப்பட்டன. அரேபிய நாடுகளிலிருந்து வந்த சாம்பிராணிக்கும் அதேமுறை கையாளப்பட்டது. சாம்பிராணியைப் பதின்மூன்று வகையாகத் தரம் பிரித்தது பலெம் பாங் அரசின் சுங்க இலாக்கா. அதன் பிறகு அவை சீனாவிற்கு பெரிய அளவில் மறு ஏற்றுமதி செய்யப்பட்டன.

ஸ்ரீவிஜய நாட்டிலிருந்து சென்ற கப்பல்களில்

மதிப்புறு பண்டங்களான மிளகு, பன்னீர், அகில்கட்டைகள், வாசனைத்திரவியங்கள், மருந்துப்பொருட்கள் போன்றவை பெருமளவில் இடம்பெற்றிருந்தன. இப்பொருட்களுக்குச் சீனநாட்டின் சந்தையில் அதிக வரவேற்பிருந்தது. ஸ்ரீவிஜயத்திலிருந்து சென்ற தூதுப்பயணங்கள் பிற நாடுகளைப்போல வாணிப நோக்கத்தையே முன்னோக்காகக் கொண்டிருந்தன. முன்பு குறிப்பிடப்பட்டுள்ளதைப் போல சோங் அரசுக்கும் ஸ்ரீவிஜய அரசிற்கும் இடையேயான இராஜாங்க உறவுகளைக் காணும்போது கப்பம் கொண்டு சென்ற இந்தப் பயணங்களைக் கவனத்துடனேயே கூர்நோக்கப்படவேண்டும். கிழக்காசிய மண்டலத்திலேயே சீன அரசிற்கு அதீதக் கப்பப்பொருட்களை கொண்டுச்சென்று அந்நாட்டின் வர்த்தகச் சந்தைகளைத் தக்கவைத்துக் கொள்ளும் இராஜ தந்திர முயற்சியை முதலில் துவக்கியநாடு ஸ்ரீவிஜய அரசாகும். இருப்பினும் அதன்பிறகு மேற்கொள்ளப்பட்ட பயணங்களுக்கும் அவர்களுக்கும் தொடர்பு இருந்தனவா என்பதைத் தெளிவாக அறியமுடியவில்லை. ஆனால் கி.பி.1077ஆம் ஆண்டு ஸ்ரீவிஜய நாட்டிலிருந்து சென்ற தூதர்கள் மேற்கொண்ட பயணத்தின்போது தாங்கள் சோழ மன்னரான முதலாம் குலோத்துங்கனைப் (கி.பி.1070-1118) பிரதிநிதிப்பதாகச் சீன அரசு தெரிவித்துள்ளது நாம் கருத்தில் கொள்ள வேண்டிய விடயமாகும்.

    ஸ்ரீவிஜய மன்னர்களுக்கும் தெற்காசிய அரசுகளுக்கும் இடையிலான பரிமாற்றங்கள் பற்றி இந்தியக் குறிப்புகள் நிறைய உள்ளன. நாலந்தாவில் காணப்படும் கல்வெட்டுக்கள், ஸ்ரீவிஜய மன்னர்களுக்கும் பௌத்தத் துறவிகளுக்கும் வங்காள பாலா மன்னர்களுக்கும் இடையேயான அணுக்கமான இராஜாங்க உறவு இருந்துள்ளதாகக் கூறுகிறது. ஸ்ரீவிஜய மன்னரான தரன் இந்திரவர்மன் (Dhran indravarman) வங்காளத்தைச் சேர்ந்த குமரகோசா (Kumaraghosa) என்ற துறவியின் சீடர் என்கிறது ஒரு கல்வெட்டு. கி.பி.9ஆம் நூற்றாண்டில் ஆட்சி புரிந்த பாலபுத்ர தேவா (Balaputra deva) என்ற ஸ்ரீவிஜய மன்னன் நாலந்தாவில் பௌத்தவிகாரை ஒன்றை அமைக்க பாலா மன்னன் தேவபாலாவிடம் அனுமதி கேட்டுத் தூதரை அனுப்பினான் என்கிறது நாலந்தாவின் மற்றொரு கல்வெட்டு. அந்த பௌத்தவிகாரையைப் பராமரிக்க ஐந்து கிராமங்களைக் கொடையாக அவன் கேட்டான். அந்த வேண்டுகோளை ஏற்றுப் பாலா மன்னன் ஐந்து கிராமங்களை வழங்கினார் என்பதையும் அறியமுடிகிறது (P.NO:23-Niyogi

Puspa. Buddhism in Ancient Bengal. Calcutta-Jijnasa,1980).

ஸ்ரீவிஜய மன்னர்கள் சோழப்பேரரசில் இருந்த சமய அமைப்புகளுக்கும் நன்கொடைகளை வழங்கியுள்ளனர். குறிப்பாகக் கி.பி. 1005ஆம் ஆண்டு நாகப்பட்டினத்தில் பௌத்த விஹாரம் ஒன்றைக் கட்டுவதற்கான செலவை ஸ்ரீவிஜய மன்னன் சூடாமணிவர்மன் ஏற்றுக்கொண்டான். பத்தாண்டுகளுக்குப் பின்பு நாகப்பட்டினத்தில் உள்ள காயாரோகணமுடையார் கோயில் கருவறையில் இராஜேந்திர சோழனின் மூன்றாவது ஆட்சியாண்டைச் சேர்ந்த கல்வெட்டில் ஸ்ரீவிஜய மன்னனின் அதிகாரியான ஸ்ரீவிஜையத்தரையர் (கன்மி) என்பவர் நாகை அழகர் படிமத்திற்குப் பச்சை மாணிக்கக்கற்களால் செய்யப்பட்ட விலைமதிப்பற்ற அணிகலனை வழங்கியுள்ளார். மேலும் இதே கோயிலுக்கு ஸ்ரீவிஜய அரசனின் அதிகாரியான கண்டன்நிமலன் மட்டவிளக்கு, குரக்கு விளக்கு, படித்தலை விளக்கு ஆகிய விளக்கு வகைகளையும். வெள்ளியாலான மடல், தட்டம், காளம், சப்பரி, கொள்கைத்தேவர், சாமரைக்கை போன்றவற்றையும் தானமாக வழங்கியுள்ளார். கி.பி. 1018ஆம் ஆண்டு வாக்கில் கடாரத்து அரசர் என்று அழைக்கப்படும் ஸ்ரீவிஜய மன்னன் நாகப்பட்டினம் கோயிலுக்கு மற்ற பரிசுப்பொருட்களுடன் சீனக் கனகம் என்று குறிக்கப்படும் சீனத்துத் தங்கத்தையும் பரிசளித்துள்ளார். இத்தகைய பரிசுகள் மூலம் சக்திவாய்ந்த சோழர் ஆட்சியுடன் வணிக உறவுகளை வளர்த்துக் கொள்ள ஸ்ரீவிஜய மன்னர்கள் விரும்பியதாக வரலாற்று அறிஞர்கள் சுட்டுகின்றனர். சோழ, ஸ்ரீவிஜய ஆட்சிகளுக்கு இடையில் நட்பார்ந்த நெருக்கமான உறவு இருந்ததற்கு இவற்றைச் சாட்சியாக ஆய்வாளர்கள் முன்வைத்தாலும் அது தவறான கணிப்பாகவும் இருக்கிறது. குறிப்பாக வர்த்தக ரீதியாக சீனாவை உலகின் பிற பகுதிகளுடன் இணைக்கும் கடல்பாதையின் புள்ளியாக ஸ்ரீவிஜய நாடு விளங்கிற்று. இதன்மூலம் சீனாவுடனான கடல் வர்த்தகத்தை மேற் கொள்ளும் நாடுகளைத் தீர்மானிக்கும் முடிவினை ஸ்ரீவிஜய அரசு மறைமுகமாகத் தன்வயப்படுத்தியிருந்தது என்பது இங்கு கருத்தில் கொள்ளப்பட்டவேண்டிய ஒன்றாகும்.

சோழப்பேரரசு, ஸ்ரீவிஜயம், சீனா நட்புறவு

கி.பி. 11ஆம் நூற்றாண்டின் ஆரம்ப காலத்தில் இந்தியப் பெருங்கடலில் வணிக நடவடிக்கை சிக்கலானதாக மாறியிருந்தது.

இதற்கு சோங் அரசால் புகுத்தப்பட்ட புதிய கப்பம் செலுத்தும் கொள்கை மட்டுமே காரணமல்ல. மலாக்கா நீரிணைப்பின் வழியாக நடந்து வந்த வணிகத்தைத் தமது கட்டுப்பாட்டின்கீழ் கொண்டுவர வேண்டும் என்ற ஸ்ரீவிஜய அரசின் நயவஞ்சக முயற்சியும், இந்தியப் பெருங்கடலில் தனது செல்வாக்கைப் பெருக்கிக்கொள்ள சோழ அரசு மேற்கொண்ட அதீத விருப்பமும் இவற்றுக்கு முக்கியக் காரணங்களாக விளங்கின. பண்டைக்காலம் தொட்டே அரசியல், பொருளியல் மற்றும் வெளி விவகாரக் கொள்கை போன்றவற்றில் பாரம்பரியமாகவே நன்கு பயிற்சியினைப் பெற்றுவந்த சோழப்பெருவேந்தர்கள் கி.பி.10ஆம் நூற்றாண்டிலிருந்து கி.பி. 13ஆம் நூற்றாண்டு வரை இந்தியத் தீபகற்பத்தின் முக்கிய வலிமைமிகு ஆதிக்க சக்திகளில் ஒன்றாக மாறியிருந்தனர். முதலாம் இராஜராஜன், முதலாம் இராஜேந்திரன், முதலாம் இராஜாதிராஜன், முதலாம் குலோத்துங்கசோழன் ஆகியோரின் காலத்தில் இலங்கை, லட்சத்தீவு வரையுள்ள இந்தியப் பெருங்கடல் பகுதி, சேர நாட்டுக் கடற்கரை துறைமுகங்கள், கங்கைப் படையெடுப்பின் மூலம் பர்மா வரையிலான வங்கக்கடல் பகுதிகள் போன்றவை இவர்களின் நேரடிக் கண்காணிப்பின்கீழ் கொண்டுவரப்பட்டிருந்தன. ஸ்ரீவிஜய அரசைப் போலவே, சோழ மன்னர்களும் அந்நாட்டின் வணிகர்களும் சீன தேசத்துடன் வணிக உறவுகளை வளர்த்துக்கொள்ள விரும்பினர். ஸ்ரீவிஜயநாட்டுத் துறைமுகங்களைப் போலவே சோழர்களின் கட்டுப்பாட்டில் இருந்த துறைமுகங்களும் முக்கிய இடைவழிக் கப்பல் போக்குவரத்து நிலையங்களாக விளங்கியவையாகும். பாரசீக வளைகுடா அல்லது சீனச் சந்தைகளுக்கான பொருட்களை விற்றதன் மூலமும், சுங்க வரிகளின் மூலமாகவும் இருநாட்டு அரசுகளும் கொள்ளை லாபங்களை ஈட்டிவந்தன. சோழத் துறைமுகப்பட்டினங்களில் உள்ள கோயில்களுக்கு ஸ்ரீவிஜய அரசு விலைமதிப்பற்ற பரிசுப்பொருட்களை வழங்கிவந்தபோதிலும் இலாபம் தரும் கடல்சார் வர்த்தகத்தைக் கட்டுப்படுத்துவதில் இருநாடுகளுக்குமிடையே மறைமுகப் போட்டியும் நிலவிவந்தது.

சீனப் பதிவுகளைக் கவனமாகப் பார்க்கும்போது கி.பி. 1025ஆம் ஆண்டிற்கு முன்பு சோழர்களுக்கும் ஸ்ரீவிஜய நாட்டிற்கும் இடையில் அவ்வளவு நெருக்கமான உறவு இருந்ததாகத் தெரியவில்லை. மாறாக சீனநாட்டிற்குச் சோழர்கள் கி.பி. 1015ஆம் ஆண்டில் தமது முதல் தூதுக்குழுவை அனுப்பும் வரை ஸ்ரீவிஜய நாட்டைச் சார்ந்த வெளி விவகாரப் பிரதிநிதிகள்

சோழப் பேரரசினைப் பற்றித் தவறான தகவல்களை சோங் அரசவைக்கு அளித்து வந்ததாகச் சீனக் குறிப்புகள் சுட்டுவதாக டான்சென் குறிப்பிடுகிறார். சோழர்களுக்கு சோங் அரசவை வழங்கிய் தகுதியிலிருந்தும் கி.பி. 1106ஆம் ஆண்டு சோங் மன்னர் ஹுய்சோங் இடம் (கி.பி.1101-1125) அளிக்கப்பட்ட அரண்மனைக் குறிப்பிலிருந்தும் அது தெரியவருகிறது. சோழப்பேரரசைச் சார்ந்த வெளிவிவகாரப் பிரதிநிதிகளுக்கு வழங்கப்படுவது போன்ற அதே மரியாதையை பகான் (தற்போது மியன்மாரின் ஒரு பகுதி) அரசுக்கும் வழங்கப்பட வேண்டும் என்று மன்னர் ஹுய்சோங் உத்தரவிட்டபோது சடங்குகளுக்கான மன்றத்தின் தலைவர் தனது அரண்மனைக் குறிப்பில் கீழ்கண்டவாறு பதிலளித்துள்ளார்...,

சோழநாடு ஸ்ரீவிஜய நாட்டிற்குக் கட்டுப்பட்டது. அதனால்தான் ஷீனிங் ஆட்சிக் காலத்தில் (கி.பி.1068 -1070) சோழமன்னருக்குச் சாதாரணத்தாளில் கடிதம் எழுதினோம். மாறாக பகான் ஒரு பெரியநாடு. அதைக் குறுநில அரசாங்கமாகக் கருதக்கூடாது. அரபுகள், ஜியாவ்ஜி (தற்போதைய வியட்நாம்) போன்ற நாடுகளுக்கு வழங்கப்படும் அந்தஸ்த்து இனி அவர்களுக்கும் வழங்கப்பட வேண்டும் (*Song Shi,P.489-14087; Sen 2003 P.224*).

சோழநாடு ஸ்ரீவிஜய நாட்டிற்குக் கீழ்படிந்த நாடு என்ற தவறான தகவல் சோழர்களின் முதல் தூதுக்குழு சீனா சென்றடைவதற்குமுன் சோங் அரசவைக்கு அளிக்கப்பட்டிருந்தது தெரியவருகிறது. சோங் அரசவையைச் சென்றடைந்த சோழநாட்டைச் சார்ந்த அயலக உறவுச் செயல்பாட்டாளர்களுக்கு மத்திய ஆசியாவில் சோங் ஆட்சிக்கு உட்பட்ட குருநிலப் பிரதேசமான குச்சாவுக்கு வழங்கப்பட்டதைப் போன்ற அந்தஸ்த்து வழங்கப்பட்டது. ஒவ்வொரு நாட்டிற்கும் அதன் இராணுவ வலிமையின் அடிப்படையிலேயே அவ்வந்தஸ்த்து வழங்கப்பட்டது. அதை வைத்தே சோங் அரசவையில் மரியாதை கிடைத்தது. கூடுதல் அந்தஸ்து வழங்கப்பட்ட நாடுகளைச் சேர்ந்த வணிகர்களுக்குச் சோங் துறைமுகங்களில் கூடுதல் உரிமைகள் கிடைத்தன. சோழ நாடு ஸ்ரீவிஜய நாட்டிற்குக் கட்டுப்பட்டது என்று வகைப்படுத்தப்பட்டு இருந்ததால் இராணுவரீதியில் அது வலுவில்லாதது என்று சோங் ஆட்சி நினைத்திருக்கக் கூடும். அதனால் தென்கிழக்காசிய நாடுகளுடன் ஒப்பிடும்போது தென்னிந்திய வணிகர்களுக்குச் சோங் அரசின் சந்தைகளில் குறைந்த சலுகைகளே கிடைத்திருக்கவேண்டும்.

ஸ்ரீவிஜய நாட்டைச் சேர்ந்த வணிகர்களும் அதிகாரிகளும் சோழர்களின் இராணுவ வலிமையைப் பற்றிச் சீனர்களுக்கு வேண்டுமென்றே தவறான தகவல்களை அளித்திருக்க வாய்ப்புள்ளது. கி.பி.10ஆம் நூற்றாண்டில் சோழர்களின் கட்டுப்பாட்டின் கீழிருந்த இலங்கையும்கூட ஸ்ரீவிஜய நாட்டிற்குக் கட்டுப்பட்டது என்ற தவறான தகவல் சீனக் குறிப்புகளில் உள்ளது. தெற்காசிய மண்டலம் குறித்து அப்போது சீன வரலாற்றுப் பதிவாளர்களுக்கு முக்கியத் தகவல் வழங்கி வந்தவர்கள் ஸ்ரீவிஜய நாட்டைச் சேர்ந்தவர்களே. ஸ்ரீவிஜய நாட்டின் துறைமுகங்கள் மீது சோழர்கள் நடத்திய தாக்குதல்கள் பற்றிச் சீன நாட்டு ஆவணங்களில் பதிவாகாததற்கும் சோழர்கள் ஸ்ரீவிஜயாவிற்கு கட்டுப்பட்டவர்கள் என்று கி.பி. 10ஆம் நூற்றாண்டு வரை சீனர்கள் எண்ணியிருந்ததற்குமான காரணங்கள் இப்போது புரிந்திருக்கும்.

ஸ்ரீவிஜயத்தைச் சேர்ந்தவர்களின் அந்தக் கீழறுப்பு வேலை சோழநாட்டு வணிகர்களுக்குத் தெரிந்திருக்க வேண்டும். சோங் அரசவைக்கு முதல் தூதுக் குழுவை அனுப்பிய பிறகு சோழ அதிகாரிகளுக்கும் அது தெரியவந்தது. தங்களின் வணிக விரிவாக்கத்திற்காகத் தெற்காசியாவில் பல இராணுவத் தாக்குதல்களை மேற்கொண்ட தமிழ் வணிகர்களும், சோழ அரசும் இலாபகரமான சீனச் சந்தையுடன் நேரடித் தொடர்பை விரும்பியிருக்க வேண்டும். ஆனால் சோழர்களுக்கும் சீனர்களுக்கும் இடையிலான அத்தகைய நேரடிவர்த்தக உறவு, ஸ்ரீவிஜய நாட்டின் வணிக நலனைப் பாதித்திருக்கும். தமிழ் வணிகச் சங்கங்கள் சீனச் சந்தைக்கான மிளகு, மத்திய கிழக்கு நாடுகளைச் சேர்ந்த பொருட்கள் போன்றவற்றைத் தங்கள் முழுக்கட்டுப்பாட்டின் கீழ்வைத்திருந்தன. அதைப்போலவே சோழநாட்டிலிருந்து செயல்பட்ட யூத, அரேபிய வணிகர்களுக்கான சீனப்பொருட்களின் வினியோகம் தமிழ் வணிகர்களின் கட்டுப்பாட்டில் இருந்தது இதுவரை ஸ்ரீவிஜய நாட்டிற்குக் கிடைத்து வந்த ஒட்டுமொத்த அந்நியச் செலாவணிக்குக் குந்தகத்தை ஏற்படுத்தியது. இதன் மூலம் அந்நாட்டிற்குப் பெரும் பொருளாதார இழப்பு ஏற்பட்டு ஆபத்தான நிலைக்குத் தள்ளப்பட்டது. தென் சீனக் கடலுக்குள் சோழர்கள் நுழைந்தது தனது இடைவழி வர்த்தகத்திற்கு மிரட்டலாக ஸ்ரீஜய அரசு நினைத்திருக்கக்கூடும். அதனால் சீனர்களுக்கும் சோழர்களுக்கும் இடையில் நேரடி வர்த்தக உறவு ஏற்படுவதைத் தடுக்கவும், தென்னிந்திய வணிகச் சங்கங் களுக்கு வர்த்தகச்

ஜெ.ஆர்.சிவராமகிருஷ்ணன்

சலுகைகள் கிடைக்காமல் இருப்பதற்கும் புத்திசாலித்தனமாகப் பல இராஜதந்திர நடவடிக்கைகளை ஸ்ரீவிஜய அரசு மேற்கொண்டதாகத் தெரிகிறது. இதற்கு நெடிய முற்றுப் புள்ளியொன்றை வைக்கக் கருதியே இராஜேந்திரன் கடாரப்படையெடுப்பைத் துவக்கியிருக்க வேண்டும்.

கடாரப்படையெடுப்பு

இராஜராஜ சோழன் ஆட்சியின் பிற்பகுதியிலும் இராஜேந்திர சோழன் ஆட்சியின் முற்பகுதியிலும் சோழப்பேரரசும் ஸ்ரீவிஜய அரசும் தம்முள் நட்பு கொண்டிருந்தன என்பதை ஆனைமங்கலச் செப்பேடுகளால் அறியமுடிகிறது. அத்தகைய நிலையிலிருந்த இவ்விரு இராஜ்ஜியங்களும் சில ஆண்டுகளில் பகைமை கொண்டு ஒன்றன்மேல் மற்றொன்று போர் தொடங்கும் நிலைக்கான காரணம் சீனாவிற்கும் சோழப்பேரரசிற்கும் இடையே வர்த்தக ரீதியான நட்புறவிற்கு ஸ்ரீவிஜய அரசு தடையாக இருந்ததேயாகும். சோழநாட்டு வர்த்தகத்தை மேம்படுத்த வேண்டும் என்ற ஒரே காரணத்திற்காகவே கடாரப் படையெடுப்பினை மாமன்னன் இராஜேந்திர சோழன் துவக்கியிருக்கவேண்டும். தமது கங்கைப் படையெடுப்பால் பெகு நாட்டின் எல்லை வரை வென்றுள்ளதைத் தங்காத சாரல் வங்காளதேசமும் நித்தில நெடுங்கடலுத்தரலாடமும் என்ற வரிகளின் மூலம் அறிகிறோம். மேலும் ஸ்ரீவிஜய அரசின் கட்டுப்பாட்டின்கீழ் இருந்த பெகு, கடாரம், ஸ்ரீவிஜயம், பண்ணை (இது சுமத்ரா தீவின் கீழ்க்கரையில் உள்ள ஊராகும்), மலையூர், மாயிருடி, இலங்காதேசம், இலாமுரி தேசம், தக்கோலம் (தகோபா), பாலம்பாங் நாடு போன்ற பகுதிகளைத் தமது கப்பற் படைவலிமையால் வென்றதன் விளைவாக சீனா மற்றும் கிழக்காசிய நாடுகளுடன் தடைகளற்ற சுதந்திரமான வர்த்தகத்தைச் சோழநாட்டைச் சார்ந்த பெருவணிக நிறுவனங்கள் மேற்கொள்ளக் காரணமாக அமைந்தது. இந்நிலைப்பாடு இராஜேந்திரசோழனுக்குப் பிறகும் தொடர்வதை காண்கிறோம். இதன் பிறகு ஸ்ரீவிஜய அரசு சோழப் பேரரசுடன் இணக்கமான நட்புறவைக் கொண்டிருந்ததையும் மறுப்பதற்கில்லை.

கி.பி.1077ஆம் ஆண்டு முதலாம் குலோத்துங்க சோழன் காலத்தில் 72 பேரடங்கிய தூதுக்குழு ஒன்று தலைநகர் கங்கைகொண்ட சோழபுரத்தில் இருந்து சீன தேசத்திற்குச் சென்றுள்ளது. சோங் ஆட்சி பற்றிய வரலாற்றுக் குறிப்பான SONG

SHI-இல் இடம் பெற்றுள்ள சோழர்கள் பற்றிய பகுதியில் சோழ மன்னரான *DI-HUA-JIA-LUO* அந்தத் தூதுக்குழுவை அனுப்பி வைத்ததாகத் தெரிவிக்கப்பட்டிருக்கிறது. தலைமைத் தூதர் *QI-LUO-LUO* துணைத்தூதர் *NAN-BEI-PA-DA* குழு உறுப்பினர் *MA-RU-HUA-LUO* ஆகியோர் தூதுக்குழுவிற்குத் தலைமையேற்று வந்ததாகவும் கூறப்பட்டிருக்கிறது. ஆனால் அதே குறிப்பின் வேறொரு பகுதியில் *DI-HUA-JIA-LUO* ஸ்ரீவிஜயத்தின் பெரும் தளபதி என்றும் குறிப்பிடப்பட்டுள்ளது. எனினும் குவாங்சூவில் உள்ள தாவோ கோயிலில் கண்டெடுக்கப்பட்ட கல்வெட்டொன்று *DI-HUA-JIA-LUO* யார் என்பதையும் அவருடன் வந்தவர்களின் அடையாளங்களை அறிந்து கொள்ளவும் உதவியிருக்கிறது. சீன மொழியில் உள்ள அந்தக் கல்வெட்டை ஆய்வாளர் டான்யோக் செங் ஆங்கிலத்தில் மொழி பெயர்த்துள்ளார். அக்கவெட்டில்.....

CHIH PING ன் *(ZHIPING 1064-67)* ஆட்சிக் காலத்தில் ஸ்ரீவிஜயாவின் *(SAN-FO-QI)* பிரபு உச்சத்தலைவர் *TI HAO KA LO(DI-HUA-JIA-LUO)* தனது இனத்தைச் சேர்ந்த ஒருவரான *CHIH LO LO* வை *(ZHI-LUO-LUO)* இந்நகருக்கு (குவாங்சூ) அனுப்பிவைத்தார். *CHIH LO LO* கோயில் பாழடைந்து அதன் அடித்தளம் புதைந்து கிடப்பதைக் கண்டார். அதன் பிறகு *TI HUA KA LO* வுக்குத் தாவோ சமயம் மீது ஆர்வம் ஏற்பட்டது. தற்போது *MA TI HUA LO* என்ற பெயரில் மரியாதைக்குரிய நீதிபதியாக விளங்கும் அவர் அரசவைக்கு வந்து மரியாதையைத் தெரிவித்துக் கொண்டார். அரச நூலகத்தில் *SAN CHING* மண்டபத்தைக் கட்ட அவர் வழங்கிய நன்கொடையை ஏற்றுக்கொள்ளும்படி அவர் கேட்டுக்கொண்டார். இந்தக் கல்வெட்டிலும் *SONG SHI* வரலாற்றுக் குறிப்பிலும் குறிப்பிடப்படும் *DI-HUA-JIA-LUO* சோழ, ஸ்ரீவிஜய இராஜியங்களை ஒரே நேரத்தில் ஆட்சிபுரிந்த மன்னர் குலோத்துங்க சோழரேயாவார் என்கிறார் டான். கைப்பற்றப்பட்ட பிரதேசமான ஸ்ரீவிஜயத்தின் *DI-HUA-JIA-LUO* பெரிய அந்தஸ்தைப் பெற்றிருந்ததாகக் கூறுகிறார் டான். (1964*P. NO.*20) வீரராஜேந்திரா என்று அழைக்கப்பட்ட இராஜேந்திர தேவ குலோத்துங்கன் கி.பி.1068ஆம் ஆண்டிற்கு முன் ஸ்ரீவிஜய நாட்டைக் கைப்பறினான் என்றும் கூறுகிறார்.

சோழரின் கடல் தாண்டிய திருமண உறவுகள்

டானின் கூற்றை நிராகரிக்கும் ஜார்ஜ் ஸ்பென்சர்,

மாறாக சோழர்களுக்கும் ஸ்ரீவிஜய அரசுக்கும் இடையில் திருமண உறவு ஏற்பட்டிருக்கலாம் என்கிறார். சீனக் குறிப்புகளில் ஏற்பட்ட குழப்பத்துக்கு அதுவே காரணமாக இருக்கும் என்கிறார் அவர். தோற்கடிக்கப்பட்டவர்களுடனும், எதிரியாக வரக்கூடியவர்களுடனும் சோழர்கள் திருமண உறவு வைத்துக்கொள்வது வழக்கமாக இருந்தது. அதனால் இராஜேந்திர சோழன் கி.பி. 1025ஆம் ஆண்டு ஸ்ரீவிஜய நாட்டைக் கைப்பற்றிய பிறகு அதனுடன் அத்தகைய உறவை ஏற்படுத்திக் கொண்டதை நிராகரிக்க முடியாது என்கிறார் ஆய்வாளர் ஸ்பென்சர். தமது கூற்றை உறுதிப்படுத்த சேஜாரா மலாயு எனப்படும் மலாய் வரலாற்றுப் புத்தகத்தில் காணப்படும் கி.பி. 15ஆம் நூற்றாண்டு மலாக்கா மன்னரின் வழித்தோன்றல்கள் பற்றிய பகுதியை ஸ்பென்சர் ஆதாரமாகக் காட்டுகிறார். அப்பகுதியில் இந்திய மன்னர் இராஜஸூலன் (முதலாம் இராஜேந்திரன்) கி.பி. 1025ஆம் ஆண்டு மேற்கொண்ட கடல் தாக்குதலுக்குப் பிறகு வீழ்த்தப்பட்ட சூலின் ராஜாவின் மகளான ஓனாங் கியூவை மணந்தார் என்கிறது. ஓனாங் கியூவுக்கும் சோழ மன்னர்க்கும் பிறந்த மகள் பிறகு மலாக்கா சுல்தான்களின் வழித்தோன்றலான ராஜா இஸ்கந்தரை மணந்தார். அவர்களின் மகனான இராஜசூலன் பிற்காலத்தில் இந்தியாவில் சோழமன்னராகப் பொறுப்பேற்றதாகக் கூறுகிறது அந்த மலாய் வரலாற்றுப் புத்தகம்.

சீனாவில் மேற்கொள்ளப்பட்ட நிதித்துறை வர்த்தகக்கொள்கை மாற்றங்களாலும் சீரமைக்கப்பட்ட கப்பம் செலுத்தும் முறையினாலும் சீனக்கரையோரப் பகுதிகளுக்கு அதிகமான வெளிநாட்டு வணிகர்களை சோங் அரசாங்கம் ஈர்த்தது. சீனாவையும் செங்கடல் வட்டாரம் வரையிலுமான பகுதிகளையும் இணைத்த கடல் வர்த்தகம் மக்களின் நடமாட்டத்திற்கும் பொருட்களின் நடமாட்டத்திறக்கும் முக்கியப் பாதையாக மாறியது. அத்தைகைய மாற்றங்களால் இந்தியப் பெருங்கடல் நாடுகளுக்கு இடையிலான இராஜ தந்திர பரிவர்த்தனைகளிலும் மாற்றங்கள் வந்தன. இந்தியப் பெருங்கடல் நாடுகள் பலவற்றுக்குக் குறிப்பாக சோழர்களுக்கும், ஸ்ரீவிஜய நாட்டிற்கும் அனைத்துலக வர்த்தகத்தில் இருந்து கிடைத்த லாபம் உள்ளூர்ப் பொருளியல் மற்றும் வட்டார அரசியலின் முக்கியக்கூறாக மாறியது. அனைத்துலக வர்த்தகத்தில் ஈடுபட்டு உள்நாட்டுப் பொருளியல் நடவடிக்கைகளுக்கு உதவியதோடு வட்டார மன்னர்களின் அரசியல் மதிப்பையும் கூட்டியது.

அதனால் இந்தியப் பெருங்கடல் நாடுகளுக்கு இடையிலான வணிக இராஜத்தந்திர பரிமாற்றங்கள் ஒன்றுடன் ஒன்று பின்னிப் பிணைந்திருந்தன. அரசர்களுக்கும் வணிகர்களுக்கும் இடையிலான உறவு ஆசிய வரலாற்றில் முன்பு எப்போதையும்விட மிக அணுக்கமாக மாறியது. அதன் மூலம் இந்தியப் பெருங்கடல் பகுதிகளில் இருந்த முக்கியச் சந்தைகள் சீனாவிலிருந்து மத்திய தரைகடல்வரைப் பரந்திருந்த நுட்பமான வர்த்தக முறையின் கீழ் ஒன்றிணைந்தன.

சோங் சீனாவிலிருந்து சந்தைகளுக்குள் நுழையநிலவிய போட்டாபோட்டியே சோழர்களுக்கும் ஸ்ரீவிஜய நாட்டிற்கும் இடையிலான மோதலுக்கு முக்கியக் காரணமாகும். வெளிநாட்டும் பொருட்களுக்குச் சீனாவில் இருந்த தேவையும் மத்தி யக் கிழக்குநாடுகளுக்கு ஏற்றுமதிச் செய்யப்பட்ட சீன நாட்டைச் சேர்ந்த பீங்கான்கள் மற்றும் இதரப் பொருட்களுக்காக சீனாவுடன் வர்த்தகம் புரிவது சோழ, ஸ்ரீவிஜய நாட்டு வணிகர்களுக்கு இலாபகரமாக அமைந்தது. அவ்விரு நாடுகளும் அமைந்திருந்த இடமும் அவற்றின் வலுவானக் கடற்படைகளும் கி.பி.11 ஆம் நூற்றாண்டில் இந்தியப் பெருங்கடல் வர்த்தகத்தை அவை கட்டுப்படுத்த உதவின. தெற்காசிய நாடுகளுக்கும் தென்கிழக்கு ஆசிய நாடுகளுக்கும் இடையில் ஏற்பட்ட கடற்படை மோதல்களுக்கு சீனாவில் தனது செல்வாக்கை விரிவுப்படுத்த சோழநாட்டு வணிகர்களும் மன்னர்களும் மேற்கொண்ட முயற்சியே காரணம் எனலாம். சோழர்கள் ஸ்ரீவிஜய நாட்டை வென்று அதன் துறைமுகங்களைக் கைப்பற்றினர் என்று தமிழ்க் குறிப்புகள் கூறியபோதும் சோங்சீனாவில் கி.பி.12ஆம் நூற்றாண்டு வரை ஸ்ரீவிஜய வணிகர்களும் அரசர்களும் சிறப்புச் சலுகைகளைப் பெற்றுவந்ததைச் சீனப் பதிவுகள் காட்டுகின்றன. சொல்லப்போனால் ஸ்ரீவிஜயத்தில் இராஜேந்திர சோழன் பெற்ற வெற்றியால் சோழ நாட்டைச் சேர்ந்த வணிகர்களால் கி.பி. 12 ஆம் நூற்றாண்டில்தான் சீனாவில் முழுமையாக கால்பதிக்க முடிந்தது *(CLARKE 1995: SEN 2006)*.

தென்னிந்தியாவில் சோழர்களின் பிரவேசமும் தென்கிழக்காசியாவில் ஸ்ரீவிஜயா வின் தோற்றமும் கடல் வணிகத்தை ஊக்குவிக்கச் சோங் அரசவை எடுத்த முடி வும் அவற்றையெல்லாம் மாற்றின. மத்திய ஆசியா வழியான நிலப் பாதைகளுக் குப் பதிலாகத் தென்கிழக்காசியா வழியான

கடல்பாதை அதிக முக்கியத்துவம் பெற்றது. அந்த மாற்றம் இந்தியக் கடலோர நாடுகளுக்கும் சீனாவின் தெற்குப் பகுதிகளுக்கும் இடையிலான வணிக, இராஜத்தந்திர, சமயம் முதலான பரிமாற்றங்கள் அதிகரிக்கக் காரணமாக விளங்கியது. ஆசியாவின் கடல்வர்த்தகக் கட்டமைப்பு ஐரோப்பியர்களின் கைகளுக்குச் சென்ற பின்னரும் அந்தப்பரிவர்த்தனைகள் தொடர்ந்தன. சோங் சீனா, சோழர்கள், ஸ்ரீவிஜயா ஆகியவற்றுக்கு இடையிலான உறவு கடல் வழியாக நடந்த பரிமாற்றங்கள் எப்போதுமே அமைதியாக இருக்க உதவவில்லை என்பதையும் பார்க்க முடிகிறது. அதன் பிறகு சீனாவில் ஆட்சிக்கு வந்த யுவான்மிங் அரசுகளும் தங்கள் கடற்படை வலிமையைப் பயன்படுத்தி இந்தியப் பெருங்கடலில் நடந்த வணிக இராஜ தந்திரப் பரிவர்த்தனைகளைக் கட்டுப்படுத்த முயன்றன. ஆனால் சோழர்கள் ஸ்ரீவிஜயத்தின் மீது நடத்திய அதிரடித் தாக்குதல் வணிகநோக்கம் கொண்டது என்பதால் அது தனிக்கவனத்தைப் பெறுகிறது. தெற்கு ஆசியாவிற்கும் சீனாவிற்கும் இடையில் அதுவரை இருந்துவந்த பரிமாற்றங்கள் பௌத்த சிந்தனையைப் பரப்புவதை அடிப்படையாகக் கொண்டவை. ஆனால் சோங்சீனா, சோழர்கள், ஸ்ரீவிஜயம் ஆகியவற்றிற்கு இடையிலான திரிகோணவுறவு இந்திய - சீனத் தொடர்புகளில் வர்த்தகத்திற்கான பங்கை அதிகரித்தது, ஆசியாவில் கலாச்சாரப் பரிவர்த்தனைகள் பெருக வழிவகுத்தது. முதலாம் இராஜேந்திர சோழனின் காலத்திலேயே தென்கிழக்கு ஆசிய நாடுகளின் வர்த்தகத்தைத் தீர்மானிக்கும் அதிகாரமையமாகக் கங்கைகொண்ட சோழபுரம் விளங்கியதாகக் கருதமுடிகிறது. இந்நகர் பிற்காலச்சோழப்பேரரசின் சர்வதேச வர்த்தக முனையமாக விளங்கியதையும் கல்வெட்டுத் தரவுகளில் காண்கிறோம். தொல்லியல் அகழாய்வுச் சான்றுகளும் இதற்கு வலுச்சேர்க்கு முகமாகவே உள்ளன.

சோழ தேசமும் கம்போடியாவும்

சீனா மற்றும் ஸ்ரீவிஜய நாடுகள் மட்டுமன்றி தென்கிழக்கு ஆசிய நாடுகளுடன் இராஜேந்திரன் அரசியல் தொடர்பு கொண்டிருந்தான். காம்போஜ நாட்டு மன்னன் முதலாம் சூரியவர்மன் (கி.பி.1000-1050) தன்னுடைய நட்பை வலுப்படுத்தப் போருக்குப் பயன்படும் தேர் ஒன்றினை முதலாம் இராஜேந்திர சோழனுக்குப் பரிசுப்பொருளாக அனுப்பி வைத்துள்ளான். கி.பி.1114ஆம் ஆண்டு வெளியிடப்பட்ட முதலாம் குலோத்துங்க சோழனின் கல்வெட்டில் காம்போஜ நாட்டு மன்னன் விலை மதிப்பற்ற கல்லொன்றை

தனக்குப் பரிசாகக் கொடுத்ததைப் பெற்று அதைத் தில்லைச் சிற்றம்பலத்தைச் சார்ந்துள்ள திருவெதிரம்பலத்தில் வைப்பதற்கான உத்தரவைப் பிறப்பித்ததை ஸ்ரீ இரா ஜேந்திரசோழ தேவர்க்குக் காம்போஜராஜன் காட்சியாகக் காட்டின கல்லு இது உடையார் இராஜேந்திரசோழ தேவர் திருவாய் மொழிந் தருளி உடையார் திருச்சிற்றம்பலமுடையார் கோயிலில் முன் வைத்தது. இந்தக்கல்லு திருவெ திரம் பலத்துத் திருக்கல்சரத்தில் திருமுன் பத்திக்கு மேலைப் பத்தியிலே வைத்தது . (பிற்காலச் சோழர் வரலாறு தி.வை. சதாசிவ பண்டாரத்தார். ப. 245) என்பதை இம்மன்னனது கல்வெட்டு பெருமையாகச் சுட்டுகிறது. காம்போஜ மன்னன் வழங்கிய கல் கண்டிப்பாக விலைமதிப்பு மிக்கதாக (வைரக் கல்லாகக் கூட இருக்கலாம்) இருந்திருக்கலாம். பொன்னம்பலத்தில் நடனம்புரியும் சிவனாரின் உருவம் இந்த வைரக்கல்லில் பிரதிபலிக்கும் வகையில் அமைக்கப்பட்டிருக்கவேண்டும். இக்கல்லைக் குலோத்துங்க சோழன் நடராஜ பெருமான் நடனம்புரியும் கனகசபைக்கு எதிரேயுள்ள வெள்ளியம்பலத்தின் திருமுன்பத்திக்கு மேற்குப்பகுதியில் உள்ள பத்தியில் வைத்ததாக அறியமுடிகிறது. சயாம் தேசத்திற்குக் கிழக்கேயுள்ளதும் இக்காலத்தில் கம்போடியா என அழைக்கப்படும் தேசமே பண்டைய காம்போஜ தேசமாகும். இந்நாட்டின் மன்னன் மூன்றாம் ஹர்ஷ வர்மன் முலதலாம் குலோத்துங்கனின் சமகாலத்தவன் ஆவான்.

அகழாய்வுச் சான்றுகள்

கங்கைகொண்ட சோழபுரத்தில் கடந்த 1980ஆம் ஆண்டிலிருந்து 1985 வரையிலும், 1987, 1991, 2007, 2021, 2022 ஆகிய ஆண்டுகளில் இங்கு நடைபெற்ற அகழாய்வுகளில் சிலைகள், கல்வெட்டுக்கள், கைவினைப்பொருட்கள், அயலகத் தொடர்புப் பொருட்கள், கட்டடச் சான்றுகள், மட்பாண்ட ஓடுகள், இரும்பு ஆணிகள், ட வடிவக் கூரை ஓடுகள், அரண்மனையின் பகுதி போன்றவை கண்டறியப்பட்டுள்ளன. குருவாலப்பர் கோயில், சோழகங்கம், கல்குளம் ஆகிய பகுதிகளில் அகழாய்வுப் பணிகள் முடிக்கப்பட்டு தற்போது சோழர்களின் அரண்மனை வளாகம் இருந்த மாளிகைமேடு பகுதியில் தொடர் அகழாய்வு பணிகள் நடைபெற்று வருகின்றன. இப்பகுதியில் சோழர் காலத்தைச் சார்ந்த மிகப்பெரிய கட்டடப் பகுதியானது வெளிக்கொண்டு வரப்பட்டுள்ளது. இக்கட்டுமான நுட்பங்களைக் கொண்டு ஆராயப்பட்டதில் இங்கு இரண்டிலிருந்து மூன்று அடுக்குகளைக்

கொண்ட குடியிருப்பு வளாகம் இருந்துள்ளதாக ஆய்வாளர்கள் கருத்துகின்றனர்.

மாளிகைமேடு பகுதியில் நடைபெற்ற அகழாய்வில் மிகப்பெரிய அளவிலான செங்கல் கட்டமைப்புகள் கண்டுபிடிக்கப்பட்டன. மண்ணின் மேற்பரப்பிலிருந்து 1.65 மீட்டர் ஆழத்தில் இருந்து வெளிப்படுத்தப்பட்ட சுவர்களின் அகலம் 1.10 மீட்டராகும். சுவர்ப் பகுதியானது சுட்ட செங்கற்களால் கட்டப்பட்டதாகும். சுவர்களின் மேற்பரப்பில் தடிப்பான சுண்ணாம்புக் காரை பூசப்பட்டிருந்தது. இச்சுண்ணாம்புப் பூச்சுக்கள் 4 செ.மீ தடிமன் கொண்டவையாகும். இக்கட்டடப்பகுதிக்குப் பயன்படுத்தப்பட்ட செங்கற்கள் 24X13X6 செ.மீ அளவுள்ளவையாகும். செங்கற்களை இணைக்களிமண், சுண்ணாம்பு, கருப்பஞ்சாறு ஆகியவற்றால் ஆன கலவை பயன்படுத்தப்பட்டுள்ளது. அஸ்திவாரச் சுவரில் 1.70 மீட்டர் இடைவெளியில் துவாரத்துடன் கூடிய சதுர வடிவிலான இருபது கருங்கற்கள் பதிக்கப்பட்டிருந்தன. இவை கட்டடத்தின் மேற்பகுதியைத் தாங்குவதற்காக அமைக்கப்பட்டிருந்த மரத் தூண்களின் தடங்கலாக அறிகிறோம். இவற்றைக் கூர்நோக்கும்போது இந்தஇடம் பிரதான மண்டபமாக இருந்திருக்கலாம். இந்தத் தூண்கள் விளக்குகளைத் தாங்கும் பகுதிகளாகவும் பயன்படுத்தப்பட்டிருக்கலாம். இதே பகுதியில் அடுத்தடுத்து வடக்கு தெற்காகச் செல்லும் இரண்டு நீண்டசுவர்கள் கண்டுபிடிக்கப்பட்டன. இந்த இரு சுவர்களுக்கும் இடையிலான 55 செ.மீ இடைவெளியில் ஆற்றுமணல் நிரப்பப்பட்டு இருந்தது. இதன் மூலம் கட்டடத்தின் உட்பகுதியில் இருப்பவர்கள் கோடை காலத்தில் குளிர்ச்சியாகவும், குளிர்காலத்தில் அதிகக் குளிரால் தாக்கப்படாமல் இருக்கவும் இந்த ஈரடுக்குக் கட்டுமானத் தொழில்நுட்பமானது சோழர்காலத்தில் பின்பற்றப்பட்டிருப்பதாக ஆய்வாளர்கள் கூறுகின்றனர். மேலும் இதே பண்பாட்டுப் பகுதியில் YINGQING பாணியிலான சீன நாட்டைச் சார்ந்த பீங்கான் பாண்டங்களின் உடைந்த பாகங்களும் கி.பி.11ஆம் நூற்றாண்டைச் சார்ந்த வெள்ளை நிறப்பீங்கான் பாத்திரங்களின் உடைந்த பாகங்களும் அதிக எண்ணிக்கையில் கிடைத்துள்ளன. இவ்வகைப் பீங்கான் பாத்திரங்களின் ஓடுகள் செலடைன் (Celedan) என்று அழைக்கப்படுகின்றன. மாளிகைமேடு அகழாய்வில் சாம்பல் நிறம், இளம் பச்சை நிறம், சிவப்பு நிறம் போன்ற வண்ணங்களில் இவ்வோடுகள் கிடைத்துள்ளன. இவை பெரும்பாலும் ஜாடி, குவளை, பானை, குடுவை போன்ற பெரிய அளவிலான புழங்கு

பாத்திரங்களாகக் கங்கைகொண்டசோழபுரத்தில் வாழ்ந்த அரச குடும்பத்தவர்கள் அதிக அளவில் பயன்படுத்தியுள்ளனர். சிலவற்றின் கைப்பிடிகளும் அகழாய்வில் கிடைக்கப்பட்டுள்ளன. இந்த வகைச் செலடைன் மட்பாண்ட ஓடுகள் கங்கைகொண்ட சோழபுரத்தில் மேற்கொள்ளப்பட்ட மேற்பரப்புக் களஆய்விலும் அதிக அளவில் கிடைத்துள்ளன. இதன் மூலம் கங்கைகொண்டசோழபுரம் நகரமக்கள் சீன நாட்டிலிருந்து இறக்குமதி செய்யப்பட்ட பீங்கான் பாத்திரங்களை வாங்கி அவற்றைப் பரவலாகப் பயன்படுத்தியுள்ளதையும் அறியமுடிகிறது. மாளிகை மேடு அகழாய்வில் கண்டுபிடிக்கப்பட்ட பீங்கான் ஓடு ஒன்றின் மீது சீன நாட்டு எழுத்துக்கள் பொறிக்கப்பட்டிருந்தன. கங்கைகொண்டசோழபுரம் அகழாய்வில் கிடைத்துள்ள செலடைன் ஓடுகள் அனைத்தும் கி.பி.11 -12ஆம் நூற்றாண்டைச் சார்ந் தவையாகும். கங்கைகொண்டசோழபுரம் சீன நாட்டுடன் கொண்டிருந்த சர்வதேச வணிகத் தொடர்பினை மெய்ப்பிக்கும் வலுமிக்க சான்றுகளாக இந்த ஓடுகளைக் கருதலாம்.

முடிவுரை

இந்த வரலாற்றுக் கதையைச் சொல்கையில் பெரிய நகரங்களைப் பற்றி மட்டுமல்ல, சிறிய நகரங்களைப் பற்றிய குறிப்புகளும் தருவேன். ஏனென்றால் அன்று மிகப்பெரிய நகரங்களாயிருந்தவை பல இன்று சிறிய நகரங்களாகி விட்டன. இன்று பெரிய நகரங்களாய் இருப்பவை பல ஆண்டுகளுக்கு முன்பு சிறிய நகரங்களாய் இருந்தவை. சுகமும் செழிப்பும் ஓரிடத்திலேயே தங்கியிருப்பதில்லை என்பதை அறிந்து நான் இரண்டையும் பற்றி ஒன்றாய்க் குறிப்பிடுகிறேன் என்று வரலாற்றின் தந்தை என அழைக்கப்படும் ஹிராடடஸ் குறிப்பிடுவது சிறந்த ஒன்றாகும். காரணம் இவர் தாம் வாழ்ந்த காலத்தில் சிறப்புற்றிருந்த பல நகரங்களுக்கு நேரடியாகச் சென்று அவற்றின் அமைப்பு மற்றும் செயல்பாடுகளை அப்படியே தமது நூலில் பதிவு செய்த பெருமைமிகு வரலாற்றாசிரியர். சுமார் 1000 ஆண்டுகளுக்கு முன்பு ஒரு தேசத்தின் தலைநகரமாகத் திகழ்ந்த கங்கைகொண்ட சோழபுரம் இன்று சிற்றூராக விளங்குகிறது. ஆக சுகமும் செழிப்பும் ஓரிடத்திலேயே தங்கியிருப்பதில்லை என்ற ஹிராடடஸ் அவர்களின் கூற்று இந்நகருக்கும் பொருந்தும். இந்நிலைக்கு இந்நகரம் தள்ளப்பட்டதற்கு முக்கியக்காரணம் தனி மனிதர்களின் சுயநல அரசியல் கொள்கையேயாகும். ஒருநகரத்தின் வீழ்ச்சியைத் தனிமனிதனின் சிந்தனையே தீர்மானித்துள்ளது என்பதை வரலாற்றின் பக்கங்களில் பார்க்க முடிகிற அதேயளவில் நிலம் சார்ந்த இயற்கையும் மனிதத்தின் தன்னலமற்ற உழைப்பால் வளர்த்தெடுக்கப்பட்ட நகரங்களைத் துவம்சம் செய்துள்ளதையும் காண்கிறோம். ஈராயிராயிரத்து ஐநூறு ஆண்டுகளுக்கு முன்பு உலகில் புகழின் உச்சத்தில் இருந்த ஏதென்ஸ், ஸ்பார்ட்டா, ட்ராய், தங்க நகரமாக ஜொலித்த எல்டொரேடோ, பெட்ரா,

தொங்கும்தோட்ட நகரமான பாபிலோனியா, இந்தியாவில் புகழ்பெற்ற நகரங்களான பாடலிபுத்திரம், கன்னோசி, தட்சசீலம், அயோத்தி, மதுரா, ஆக்ரா போன்ற நகர வரலாறுளிலிருந்து மனிதர்கள் பெற்ற படிப்பினை மனிதத்தையும், இயற்கையையும் பகுத்தாய்ந்து செயல்பட்டால் இப்புவியில் அமைதியான வாழ்வியலோடு மக்கள் வாழமுடியும் என்பதாகும். வரலாற்றின் போக்கும் வளர்ச்சியும் முன்பே வகுக்கப்பட்ட, மாறாத விதிகளுக்குக் கட்டுப்பட்டதல்ல, வகுத்த விதிக்கிணங்க வரலாறு சென்றே தீரும் என்று நாம் நம்பிவிட்டால், நம்முயற்சி முடங்கிவிடும். ஊக்கம் பறிக்கப்படும் நம் சுயமரியாதையும் கண்ணியமும் இழக்கப்படும். மனிதன் இயற்கையில் வேரூன்றியவன்; ஆனால் இயற்கைக்கும் மேலாக அவன் உயரக்கூடியவன்; நம்முடைய சமூகப் பொருளாதாரச் சூழ்நிலையில் நாம் உருவாக்கப்படுகிறோம் எனக் குறிப்பிடும் சமகால வரலாற்றறிஞர் அடைக்கலம் சுப்பையா அவர்களின் கூற்று முக்கியத்தும் வாய்ந்தது. அதனால்தான் வகுத்த விதிக்கிணங்க வரலாறு சென்றே தீரும் என்று நாம் நம்பிவிட்டால் நம்முயற்சியும் முடங்கிவிடும் என்பதை நன்குணர்ந்த சோழநாட்டுப் பெருவேந்தர்கள் மனிதவள ஆற்றலால் நீடித்த வளமை மிக்க வகையில் மக்களுக்கான வாழ்விடங்களை உருவாக்கியளித்து மக்கள் நலன்சார் ஆட்சியாளர்களாகத் திகழ்ந்துள்ளதையும் மறுக்க முடியாது.

சங்க காலத்தில் சிறிய வாழ்விடங்கள் சிற்றூர், சிறுகுடி எனப்பட்டன. இவை ஒரு ஹெக்டேர் பரப்பளவிற்கும் குறைவானவை. ஊர், குடி என்ற பின்னொட்டினைக் கொண்ட வாழ்விடப்பகுதிகள் சுமார் ஒன்று முதல் ஐந்து ஹெக்டேர் வரையிலான பரப்பளவினைக் கொண்டவையாக இருந்தன. பேரூர் என்பவை ஐந்து ஹெக்டேருக்கும் மேல் பரப்பளவினைக் கொண்டதாகும் என்கிறார் தொல்லியல் அறிஞர் பேராசிரியர் வீ.செல்வக்குமார். எனவே நிலவியல் அமைப்பின் அடிப்படையிலேயே மக்களின் வாழ்விடப் பகுதிகள் நிர்மானிக்கப்பட்டிருந்தன. அவ்வாறு அமைக்கப்பட்டுள்ள இடங்கள் பெரும்பாலும் ஆற்றங்கரை ஓரங்களிலோ அல்லது ஆறுகள் கடலில் கலக்கின்ற கழிமுகப்பகுதிகளின் எதிர்ப்பகுதிகளில்தான் மக்கள் வாழ்விடப் பகுதிகளாக இருந்துள்ளதை இலக்கிய மற்றும் தொல்லியல் தரவுகளின் மூலம் அறிகின்றோம். சங்க காலத்தில் கடற்கரை நகரங்கள் பெரிதும் அயலகத் தொடர்புகளின்

தாக்கத்தால் உருவானவையாகும். ஆனால் உள்நாட்டு நகரங்கள் இரும்புக் காலத்திலிருந்தே ஏற்பட்ட பண்பாட்டு வளர்ச்சியால் உருவாகியிருந்தன. இவ்வாறாக இருவிதமான செயற்பாங்குகள், தமிழகத்தில் சங்ககால நகர உருவாக்கத்தில் காணப்படுகின்றன. பண்டைக்காலத்தில் ஆற்றங்கரை ஓரங்களில் ஊரகச் சூழலில் வாழ்ந்த மனிதன் தனிமனித உற்பத்தியாளனாகவே வாழ்ந்து வந்தான். பிறகு சமூகம் என்ற கட்டமைப்பிற்குள் உந்தப்பட்டதன் விளைவாகச் சமூக உற்பத்தியாளனாக உயர்வு பெற்றான். இந்தக் கூட்டுச்சமூக உற்பத்திதான் அவனை மிகை உற்பத்தியாளராக உயர்த்தியது. இக்காலகட்டத்தில்தான் பண்டமாற்று வாணிபம் ஏற்பட்டது. இதன் மூலமாக உணவுப் பொருட்கள் மதிப்புறு பண்டமாகப் பார்க்கப்பட்டன. எதிர்காலத்தேவைக்காகவும், வணிகத்தின் வழியாகவும் பெறப்பட்ட பொருட்களைப் பாதுகாத்துக் கொள்வதற்காக உருவாக்கப்பட்டதே தலைவன், பாதுகாவலர்கள், அரண் போன்ற அத்தியவசியக் கட்டமைப்புகளாகும். பொருளாதார வளர்ச்சியின் பரிணாமமே நகரம், மன்னர், அரசு, அரண்மனை, கோட்டை, கருவூலம், படைவீரர்கள், பெருவழிகள், கடற்போக்குவரத்து, நகரப்பாதுகாப்பு போன்றவை உருவாக காரணமாக அமைந்தன. உற்பத்தியாளர்களை உள்ளடக்கிய பகுதி ஊராகவும், அரசுக்கு வணிகத்தின் மூலமாக பெருமளவில் அந்நியச் செலாவணியையும், சுங்க வருவாயையும் ஈட்டிக் கொடுக்கும் பெருவணிகர்கள் வாழ்ந்த பகுதிகள் நகரங்களாகவும் உருப்பெற்றன. இந்த நகரங்களை முன்னிலைப்படுத்தியே நாட்டின் தலைநகரம் நிர்மானிக்கப்பட்டது. எனவேதான் நாட்டிலுள்ள மற்ற பகுதிகளை விட அரண்கள் மிக்க பாதுகாப்புக் கட்டமைப்புகளைக் கொண்டதாக தலைநகரங்கள் உருவாக்கப்பட்டுள்ளதை வரலாற்றின் பக்கங்களில் காணமுடிகிறது. சுமார் 2500 ஆண்டுகளுக்கு முன்பு தமிழகத்தில் இருந்த தலைநகரம் மற்றும் நகரங்கள் பெரும்பாலும் தாமரை மலரின் வடிவத்தினை ஒத்திருந்தன எனலாம். விசாலமான கட்டுக்காவல் மிக்க அரண்மனை வளாகம், காற்றோற்றமிக்க வீடுகள், சாலைகள், பெருவழிகள், மண்டபங்கள், நடன அரங்குகள், தண்ணீர் பகிர்மான அலகுகள், வெளிநாட்டவர்கள் தங்குவதற்கான தனிச்சேரிகள், அங்காடிகள், சுங்கச்சாவடிகள், காவலர்கள், கடற்கரை நகரமாக இருந்தால் கலங்கரை விளக்கம் எனத் தலைநகருக்குத் தேவையான அனைத்துக் கட்டமைப்புகளையும் திறம்பட அமைத்துக் கொள்வதில் பண்டையத் தமிழர்கள் கைத்தேர்ந்தவர்களாக இருந்துள்ளனர். இப்பாரம்பரிய மீட்சியைச்

சோழர்கால நகர உருவாக்கத்திலும் கங்கைகொண்ட சோழபுரம் நகர உருவாக்கத்திலும் காணமுடிகிறது. ஒரு தலைநகரின் ஆயுளை அம்மண்டலத்தின் நிலவியல் சூழலே தீர்மானிக்கிறது என்பதை உலகின்கண் இருந்த புகழ் பெற்ற நகரங்களின் வரலாற்றோடு ஒப்புமைப்படுத்துகின்றபோது தன்னை நிலைநிறுத்திக் கொள்ளும் உணர்வும், தகுதியுடையவை நிலைபெறுதல் என்ற விதியானது இன மரபியலுக்கு மட்டுமன்று. மானுடத்தால் உருவாக்கப்பட்ட நகரங்களின் ஆயுளுக்கும் இவ்விதி பொருந்தும். காரணம் நகரங்களின் தோற்றமென்பது மானுடத்தின் அறிவுப் பரிணாம வளர்ச்சியோடு தொடர்புடைய ஒன்றாகும். எனவே நகரங்களின் ஆயுளை உறுதிப்படுத்துகின்ற இடத்தில் மானுடமே இருந்துள்ளது என்பதைக் கங்கைகொண்ட சோழபுரத்தின் நிலவியல் வரலாற்றிலும் காணலாகிறது. மேலும் ஒருநகரத்தின் வீழ்ச்சியைக் கூட இரு அரசுகளுக்கிடையே ஏற்படும் மோதல்களின் முடிவுகளே பல இடங்களில் தீர்மானித்துள்ளதைக் கிரேக்க, பாபிலோனிய நகர வீழ்ச்சிகளில் கண்டோம். எனவே சுமார் *300* ஆண்டு காலம் சீரும் சிறப்பும் மிக்க வெற்றி நகரமாகத் திகழ்ந்த கங்கைகொண்ட சோழபுரம் தகுதியுடையவைகளே என்றுமே நிலைபெறும் என்ற மானுடக் கோட்பாட்டின் நோக்குருவால் வீழ்த்தப்பட்ட நகரமே ஒழிய இயற்கையால் வீழ்த்தப்பட்ட நகரமல்ல. கங்கைகொண்ட சோழபுரத்தின் நீடித்த ஆயுளை இப்பகுதியின் நிலவியல் அமைப்பே தீர்மானித்துள்ளதை காணும்பொழுது, பண்டைத் தமிழர்கள் இடத்தேர்வு விடயத்தில் தன்னிகரில்லா நிபுணத்துவம் பெற்றவர்களாக இருந்துள்ளனர் என்பதற்குக் கங்கைகொண்ட சோழபுரமே சாட்சியமாகும். இன்னும் சொல்லப்போனால் கிரேக்கர்களைக் காட்டிலும் தமிழர்கள் நிலம் சார்ந்த அறிவியலில் ஒப்பற்ற அறிவுசார் நிபுணர்களாக விளங்கியுள்ளனர் எனலாம்.

பொதுவாக மன்னர்களின் மையங்கள் (மன்னர்கள் தங்கியிருந்த இடங்கள்) நாட்டின் தலைமையிடங்களாகச் செயல்பட்டன. இவை நாட்டின் தலைநகரமாக மட்டும் செயல்படாமல் நாட்டின் சிறப்புப் பொருளாதார மண்டலங்களில் ஒன்றாகவும் திகழ்ந்திருந்தன. மதுரை, காஞ்சிபுரம், உறையூர், கரூர், பழையாறை, காவிரிப்பூம்பட்டினம், கொற்கை, மாமல்லை, தஞ்சாவூர், கங்கைகொண்டசோழபுரம் போன்றவை அவ்வகையில் அடங்கும். பெருவணிக வழிகளின் அமைப்பாலும், கடல் கடந்த நாடுகளிலிருந்தும், உள்நாடுகளில் இருந்தும் கொண்டு வரப்படும்

பொருட்களைச் சந்தைப் படுத்துவதற்குத் தோதான இடமாகவும் இருந்த இடங்களே தலைநகரம் என்ற அந்தஸ்தினைப் பெறத் தகுதியானவை என்று தமிழ் வேந்தர்கள் கருதினர். நீர்வளமும், குறைந்த மழையளவினையும் கொண்டிருந்த தமிழகத்தில் ஆறுகள் பெருநகரங்களை வளர்த்தெடுக்கக் காரணமாக இருந்தன. இக்கருதுகோளின் அடிப்படையில் உருவாக்கப்பட்ட நகரமே கங்கைகொண்ட சோழபுரமாகும். மன்னராட்சி முடிவுற்று மக்களாட்சி மலர்ந்த போதிலும் இன்றுவரையிலும் தன்னிலை இழக்காமல் கம்பீரமாகக் கங்கைகொண்டசோழபுரம் திகழ்வதற்கு முதன்மைக் காரணம் கொள்ளிடமும், வெள்ளாறும் பாயும் வளமான நிலவியல் அமைப்பேயாகும். சோழர் காலத்தில் இந்நகரில் வாழ்ந்த மன்னர்கள், வணிகர்கள், அதிகாரிகள், செல்வந்தர்கள், மன்னர்களின் அரண்மனை வளாகம், குடியிருப்புப் பகுதிகள் மறைந்தபோதிலும் இன்றும் இப்பகுதியில் மக்கள் வேளாண் உற்பத்தியில் தன்னிறைவைப் பெற்று வளமையோடு வாழ்ந்து வருவதற்குக் காரணம் இப்பகுதியின் நிலவியல் சூழலேயாகும்.

கடந்த 2015 நவம்பர் மாதம் தானே புயலால் கடலூர் மாவட்டம் மிகக்கடுமையாக பாதிக்கப்பட்டது. சிதம்பரம் பகுதியில் வெள்ளப்பெருக்கு ஏற்பட்டு தாழ்வான பகுதிகளில் வெள்ளநீர் சூழ்ந்தது. சிதம்பரத்தைச் சுற்றியுள்ள பகுதிகளும், புறநகர் பகுதியும் வெள்ளப்பாதிப்புக்குள்ளாகின. ஆனால் நகரின் மையத்தில் அமைந்துள்ள கோயில், மாடவீதிகள், அவற்றை ஒட்டியுள்ள நகர்ப் பகுதிகளில் வெள்ளப்பாதிப்பு இல்லை. காரணம் சுமார் 1600 ஆண்டுகளுக்குமுன் சதுப்பு நிலமாகத் திகழ்ந்த நிலவியல் பரப்பிலிருந்து சரியான நிலவியல் அமைப்பினைக் கொண்ட மேட்டு நிலப்பகுதியைத் தேர்வு செய்து கோயிலை மையமாக வைத்து சிதம்பரம் என்ற ஊர் உருவாக்கப்பட்டுள்ளது. சிதம்பரம் மிகப்பெரிய எக்கர் ஒன்றின் மீது உருவாக்கப்பட்டுள்ளதைத் தொலையுணர்வு தொழில்நுட்பத்துறைப் பேராசிரியர் தர்மராஜன் இரமேஷ் குறிப்பிட்டுள்ளார். கடந்த 2016ஆம் ஆண்டு சிதம்பரம் கீழரத வீதியில் உள்ள ராசி திருமணமண்டபத்தில் குடிநீர் தேவைக்காக ஆழ்துளைக் கிணறு தோண்டப்பட்டது. அப்பொழுது புவியின் மேற்பரப்பிலிருந்து 90அடி ஆழம் வரைக் கடற்கரை மணல் அதிக அளவில் வெளிப்பட்டது. 120 அடிக்குக் கீழே செல்லச் செல்ல கருப்புநிற களிமண், கிளிஞ்சல்கள் வெளிப்பட்டன. எனவே சிதம்பரம் மணல்மேட்டில் ஸ்தாபிக்கபட்ட ஊர் என்பதற்கு

இதுவே வலுவான சான்றாக இருக்கமுடியும். சோழர் காலத்தில் பெரும்பற்றப் புலியூர் தனியூர் என்ற சிறப்பு அந்தஸ்தைப் பெற்று வலுவான தன்னாட்சி அதிகாரத்தோடு விளங்கிய சிதம்பரம் சுமார் 700 ஏக்கர் பரப்பளவினைக் கொண்டதாக இருந்தது. இதில் சிதம்பரம் நடராஜர் கோயில் 51 ஏக்கரிலும் 19 ஏக்கரில் ஊரைச் சுற்றி ஒன்பது குளங்களும், 100 ஏக்கரில் நந்த வனங்கள், மற்றும் தோப்புகள், 400 ஏக்கர் பரப்பளவில் மக்கள் வாழ்விடப்பகுதியும். மீதி 130 ஏக்கர் நிலங்கள் ஊரின் பிற தேவைகளுக்காக ஒதுக்கப்பட்டிருந்தன. இந்நிலப்பரப்பின் ஒரு பகுதியில் 50,000 பாக்கு மரங்களும் வளர்க்கப்பட்டிருந்தன என்பது குறிப்பிடத்தக்கது. பண்டைக்கால தமிழர்களால் புதிய ஊர்களின் உருவாக்கத்திற்காக வகுக்கப்பட்டிருந்த நிலம்சார் தொழில் நுட்பம் இயற்கை அன்னையால் கூட அசைத்துப் பார்க்க இயலாத கட்டமைப்பினைக் கொண்டது என்பதற்கு சிதம்பரமே சான்றாகும்.

கி.பி.1219ஆம் ஆண்டு படையெடுத்து வந்த மாறவர்மன் சுந்தரபாண்டியன் சோழர்களின் பழைய தலைநகரங்களான தஞ்சாவூர், உறையூர் போன்ற நகரங்களைக் கடுமையாகத் தாக்கித் தீக்கரையாக்கினான். பாண்டியநாட்டு வீரர்களால் நிகழ்த்தப்பட்ட இக்கோர நிகழ்வினை....

தஞ்சையு முறந்தையும் செந்தழல் கொளுத்திக்

காவியம் நிலமும் நின்றுகவின் நிழற்ற

வாவியும் ஆறுமணிநீர்நலன் அழித்துக்

கூடமா மதிலுங்கோபுரமா டரங்கும்

மாடமாளிகையும் மண்டபம்பல விடித்துத்

தொழுதுவந்தடையார் நிருபர்தந் தோகையர்

அழுத கண்ணீர் ஆறு பரப்பி கழுதைகொண் டுழுது கவடிச்செம் பியனைச்

சினிமிரியப் பொருது சுரம்புக வோட்டியும்

பொன்முடி பறித்துப் பாணனுக்குக் கொடுத்துப்

பாடருஞ் சிறப்பிற் பருதிவான் தோயும்

ஆடகப் புரிசை அயிரத் தளியிற்

ஜெ.ஆர்.சிவராமகிருஷ்ணன்

சோரளவளவன் அபி ஷேகமண்டபத்து

வீராபி ஷேகம் செய்து புகழ் விரித்து ....

என்று சுந்தர பாண்டியனின் மெய்க்கீர்த்தி பெருமையாகக் கூறுவதைக் காணும்போது நம் வரலாற்றை நாம் விரும்பும் வகையில் அமைக்க இயலாவிடினும், அதை உருவாக்குவோர் நாம்தான். உண்மையில் வரலாறு என்பது மறப்போரைச் சித்தரிக்கும் ஒரு நாடகம். அதில் மனிதர்களே முக்கியக் கதாப்பாத்திரங்கள். தனிமனிதன் வாழ்வை மட்டுமல்ல ஒருநாட்டின் வாழ்வையும் தனிமனித விதியே தீர்மானிக்கிறது என்பதையே வரலாறு உரைத்துவரும் கோட்பாடாகும். அந்த அடிப்படையில் மாறவர்மன் சுந்தரபாண்டியன் என்கிற தனிமனிதனின் விதியே சோழப்பேரரசின் வீழ்ச்சியைத் தீர்மானித்துள்ளது. சுந்தரபாண்டியன் பன்னிரண்டு ஆண்டுகளுக்குள் சோழ நாட்டின் மீது இருமுறை நிகழ்த்திய படையெழுச்சிகளும், சுயேச்சையாய்த் தனியரசு புரியும் காலம் கருதிக் கொண்டிருந்த பல்லவர்குலத் தலைவன் முதலாம் கோப்பெருஞ்சிங்கனும், ஆறகளூரைத் தலைநகராகக் கொண்டு ஆட்சிசெய்துடிவந்த குறுநில மன்னன் வாணகோவரையனும் நிகழ்த்திய தனிமனிதத் தாக்குதல்களும், கலகங்களும் மக்களிடத்தே அச்சத்தையும் அமைதியின்மையையும் உள்நாட்டில் உண்டுபண்ணி விட்டன. இதனால் சோழநாட்டில் இராஜத்துரோகங்கள், சிவத்துரோகம், நாட்டுத்துரோகம் ஆகிய குற்றங்கள் மிகுந்துவிட்டதையும் கல்வெட்டுக்களில் காணமுடிகிறது. மேலும் சோழர் காலத்தில் புகழின் உச்சத்தில் இருந்த கங்கைகொண்ட சோழபுரம் பாண்டியர்கள் ஆட்சியில் அரசுக்கு வரிகளைக்கூட செலுத்த முடியாத அளவிற்கு நலிவுற்றது. அரசுக்குச் செலுத்தும் வரிகளுக்காக மக்கள் தங்களது நிலங்களை விற்று வரிகள் செலுத்தியதை இரண்டாம் மாறவர்மன் குலசேகர பாண்டியனின் ஐந்தாம் ஆட்சியாண்டில் வெளியிட்டுள்ள கல்வெட்டில், கங்கை கொண்ட சோழீஸ்வர முடையார்கோயில் நிருவாகிகளான தேவர்கன்மிகள், கோயில் கணக்கு, மகேஸ்வரகண்காணி செய்வார்கள் ஆகியோருக்கு மண்ணை கொண்ட சோழவள நாட்டு நாட்டார்களுக்கும் ஊரார்களும் எழுதிக் கொடுத்த நிலவிலை ஆவணமாக இக்கல்வெட்டு அமையப்பெற்றுள்ளது. அதில் நாட்டார்களும் ஊரார்களும் தங்களால் அரசுக்கு வரி செலுத்துவதற்குப் போதியநிதி இல்லாமையால் தங்கள் ஊர்களில் உள்ள நிலங்களைக் கோயிலுக்குத் திருநாமத்துக் காணியாக

விற்றுள்ளனர். இக்கல்வெட்டின் வாயிலாகப் பாண்டியர் காலத்தில் வரிவிதிப்புத் தொகை முன்பைவிட அதிகமாக இருந்தது என்றே கருதலாம் அல்லது இப்பகுதி மக்கள் வேறு இடங்களுக்கு இடம் பெயர்ந்து சென்று விட்டதால் மனித ஆற்றல் பற்றாக்குறையால் விளைச்சல் பாதிக்கப்பட்டு வருமானம் குறைந்து போனதால் வரி செலுத்த இயலாத சூழல் ஏற்பட்டுள்ளதாகவும் கருதலாம். பாண்டியர் காலத்தில் தலைநகர் கங்கைகொண்டசோழபுரம் தனது அரசியல் செல்வாக்கினை முற்றிலும் இழந்து விட்டதற்கு நேரடி சாட்சியமாக இக்கல்வெட்டினைக் குறிப்பிடலாம்.

255 ஆண்டுகள் கிழக்காசியநாடுகள், மேலைக்கடற்கரை நாடுகள், இந்து மகாசமுத்திரத்திரப்பகுதியில் இருந்த தீவுகள் என இவற்றின் ஒட்டுமொத்த அதிகாரமையமாகத் திகழ்ந்த கங்கைகொண்டசோழபுரத்தை இயற்கை சக்தியால் கூட அசைக்க முடியவில்லை. ஆனால் பாண்டியர்களின் எழுச்சி அதைத் தொடர்ந்து ஏற்பட்ட அன்னியப் படையெடுப்பின் தொடர்த் தாக்குதல்கள், சிற்றரசுகளின் எழுச்சி, ஆங்கிலேயேர்களின் வஞ்சக ஏகாதிபத்தியக் கொள்கை போன்ற மனித ஆற்றல் சக்திகளால் மட்டுமே இந்நகர் அழிவுற்றது. ஆனால் சூழியல் விஞ்ஞானம், ஐந்திணைக் கோட்பாடு போன்ற நிலம்சார் அறிவியல் என்பது தமிழர்களின் பாரம்பரியத்தோடு பின்னிப் பிணைந்துவிட்ட ஓர் உன்னதமான கோட்பாடாகும். இக்கோட்பாட்டினை உள்வாங்கிக் கொண்ட பெருநகரங்கள், ஊர்கள் போன்றவை இன்றுவரை நீடித்து வருவதையும் பார்க்கமுடிகிறது.

தனது செல்வாக்கினை இழந்து விட்டதற்குத் தகுந்த சான்றாகத் தன்னுடைய அறிவுத் தெளிவினாலும் ஒழுக்கக் கட்டுப்பாட்டினாலும் மனித இனம் எப்படிப்பட்ட எதிர்காலத்தைத் தனக்கு வகுத்துக் கொள்கிறதோ, அதைத்தவிர வேறெந்த எதிர்காலமும் அதற்குக் காத்து நிற்கவில்லை என்பதே கங்கைகொண்டசோழபுரம் நகரின் வீழ்ச்சியிலிருந்து நாம் பெறக்கூடிய படிப்பினையாகும். எனவே நம்மிடமிருந்து வஞ்சகத் தீயை அகற்றி மனிதத்தை வளர்த்தால் மட்டுமே மானுடம் இப்புவிப்பந்தில் இனி நிலையாக வாழமுடியும்.

෴☉෴

சான்று நூல்கள்

தமிழ் நூல்கள்

1.ஜெ. ஸ்ரீசந்திரன், சிலப்பதிகாரம் மூலமும் தெளிவுரையும், வர்த்தமானன் பதிப்பகம், சென்னை, 2000.

2.ஜெ. ஸ்ரீசந்திரன், மணிமேகலை மூலமும் தெளிவுரையும், வர்த்தமானன் பதிப்பகம், சென்னை, 2000.

3.அ. மாணிக்கனார், பத்துப்பட்டு மூலமும் தெளிவுரையும், வர்த்தமானன் பதிப்பகம், சென்னை, 2000.

4.அ. மாணிக்கனார், பரிபாடல் மூலமும் தெளிவுரையும், வர்த்தமானன் பதிப்பகம், சென்னை, 2000.

5.மறைமலை அடிகள், பட்டினப்பாலை ஆராய்ச்சி உரை, மணிவாசகர் பதிப்பகம், சிதம்பரம், 1997.

6.கவிச்சக்கரவர்த்தி ஒட்டக்கூத்தர் இயற்றிய விக்கிரம சோழனுலா, உ.வே. சாமிநாதையர் நூல்நிலையம் வெளியீடு, சென்னை, 1967.

7.கே. ஏ. நீலகண்ட சாஸ்த்திரி, சோழர்கள், சென்னைப் பல்கலைக்கழகம், சென்னை, 2000.

8.தி. வை. சதாசிவபண்டாரத்தார், பிற்காலச் சோழர் வரலாறு, அண்ணாமலைப் பல்கலைக்கழகம், அண்ணாமலைநகர், சிதம்பரம், 2007.

9.பூ.சுப்பிரமணியம், மெய்க்கீர்த்திகள், உலகத் தமிழாராய்ச்சி நிறுவனம், சென்னை, 1983.

10.ம. இராசசேகர தங்கமணி, முதலாம் இராஜேந்திர சோழன், தமிழ்நாட்டுப் பாடநூல் நிறுவனம், சென்னை, 1973.

11.கோ. தங்கவேலு, இந்தியக்கலை வரலாறு, தமிழ்நாட்டுப் பாடநூல் நிறுவனம், சென்னை, 1978.

12.கணபதி ஸ்தபதி, சிற்பச்செந்நூல், தொழில்நுட்பக் கல்வி இயக்ககம், சென்னை, 1999.

13.முனைவர் இல. தியாகராஜன், கங்கைகொண்ட சோழபுரம் கல்வெட்டுக்கள், கங்கைகொண்ட சோழபுரம் மேம்பாட்டுக்குழுமம், கங்கைகொண்ட சோழபுரம், 1917.

14.முனைவர் அம்பை மணிவண்ணன், ஆகம - சிற்ப சாஸ்த்திரங்களில் திருக்கோயில் அமைப்பும் திருவுருவ அமைதியும், ஏ.ஆர். பப்ளிகேசன்ஸ், மதுரை, 2009.

15.கல்வெட்டு, காலாண்டிதழ் - தமிழ்நாடு அரசு தொல்பொருள் ஆய்வுத்துறை, சென்னை, 1993.

16.வி.எஸ்.வி.இராகவன், ஹிராடடஸ், மாணிக்கவாசகர் பதிப்பகம், சிதம்பரம், 1983.

17.வரலாற்றில் கங்கைகொண்ட சோழபுரம், தமிழ்நாடு அரசு தொல்லியல் துறை, சென்னை, 2000.

18.முனைவர் தி.ஸ்ரீ.ஸ்ரீதர், கங்கைகொண்ட சோழபுரம் அகழாய்வு அறிக்கை, தமிழ்நாடு அரசு தொல்லியல்துறை, சென்னை, 2000.

19.சு.இராசவேலு, கோ.திருமூர்த்தி, தமிழ்நாட்டுத் தொல்லியல் அகழாய்வுகள், சென்னை, 1997.

20.முனைவர் இல.தியாகராஜன், முனைவர். பெ. இரவிச்சந்திரன், கங்கைகொண்ட இராஜேந்திர சோழன், அரியணையேறிய ஆயிரமாவது ஆண்டு விழாக் கருத்தரங்கக் கட்டுரைகள். கங்கைகொண்ட சோழபுரம் மேம்பாட்டு குழுமம் வெளியீடு, 2014.

21.குடவாயில் பாலசுப்ரமணியம், இராஜேந்திர சோழன்., அன்னம், தஞ்சாவூர், 2007.

22.முனைவர் வீ.செல்வக்குமார், பண்டையத் தமிழகத்தில் நகர மயமாக்கம் சில பார்வைகள், கருத்துப்பட்டறை, மதுரை, 2017.

23.ர. பூங்குன்றன், தொல்குடிவேளிர் - வேந்தர்-பண்டைத் தமிழ்ச் சமூகத்தில் அரசுருவாக்கம் பற்றிய ஆய்வு, நியு செஞ்சுரி புக் ஹவுஸ், சென்னை, 2020.

24.கா.ராஜன், தொல்லியல் நோக்கில் சங்க காலம், உலகத் தமிழாராய்ச்சி நிறுவனம், சென்னை, 2000.

25.பா. ஜெயக்குமார், தமிழகத் துறைமுகங்கள், அன்பு வெளியீட்டகம், தஞ்சாவூர், 2000.

ஆங்கில நூல்கள்

1.*South Indian Inscriptions Vol. II, III, IV, VII, IX, XXV.*

2.*Annual Report on Indian Epigraphy.* 1892,1962-63,1964-

65,1993-94.

3. Cunningham Alexander, Ancient Geography Of The India Buddhist Period, Delhi, 1870.

4. M.J.Walhouse, Late M.C.S.Indian Antiquary- A Journal Of Orient Research, Delhi, 1917.

5. Imperial Gazetteer Of India, Delhi, 1836.

6. S.R.Balasubrahmanyam, Middle Chola Temple, Thompson Press, India Ltd, Hariyana, 1975.

7. Noboru Karashima, Ancient and Medieval Commercial Activities in the Indian Ocean: Testimony of Inscriptions and Ceramic - Sherds., Report of the Taisho University Research Project 1997-2000.

8. Indian Archaeology - A Review (1963-64, 2009-10, 2011-12)

9. Francoise L Hernault, Francoise Boudignon, L.Thyagarajan, Vingat ans apres Tanjavur, GANGAIKONDACHOLAPURAM, Publication DE L Ecole Francaise D extreme - Orient, Puducherry, 2007.

10. Herman Kulke,K.Kesavapany and Vijay Sakhuja, Reproduced from Nagapattinam to Suvamadwipa. Reflection On the Chola Naval Expeditions to Southeast Asia, .

11. Manual Dictionary Of The Tamil Language, Published By Jaffna Book Society, 2000.

12. Champakalakshmi,R. Trade Ideology and Urbanization, South India 300 B.C. - A.D.1300, Chennai, 1967.

13. Begley,V.et al.1996.The Ancient Port of Aeikamedu:New Excavations and Researches 1989-1992.Vol.I.

14. Niyogi Puspa. Buddhism in Ancient Bengal. Calcutta- Jijnasa, 1980

15. S.Krishnaswami Aiyangar, Ancient India, London: 1980 Luzac & Co.

அட்டவணை 1 – கங்கைகொண்ட சோழபுரம் கல்வெட்டில் இடம்பெற்றுள்ள ஊர்கள், அவற்றிற்காக ஒதுக்கப்பட்டிருந்த மொத்த நிலப்பகுதிகள்			
ஊர் பெயர்	கங்கைகொண்டசோழபுரம் கல்வெட்டில் வரி & நிலத்தின் தன்மை	பரப்பளவு	
வேலி	ஏக்கர்		
ஊர்பெயர் அழிந்துள்ளது	வரி *101*	*...........*	-------
	ஊர் நிலப்பரப்பு வேலியில்	*?*	---------
	இரு பூ விளையும் நிலம்	*31.851*	*196.52067*
	ஒரு பூ விளையும் நிலம்	*12.567*	*77.53839*
	தீர்வைக்குட்பட்ட மொத்த நிலப்பரப்பு	*44.418*	*274.05906*
	நெல்லாகத்தீர்வை கலங்களில்	*2300.000*	-------
	வரிவீதம் வெளி ஒன்றுக்கு	*51.779*	--------
ஊர்பெயர் அழிந்துள்ளது	வரி *101*	*........*	
	ஊர் நிலப்பரப்பு வேலியில்	*?*	
	தீர்வைக்குட்பட்ட மொத்த நிலப்பரப்பு	*136.XXX*	*839.12*
	நெல்	*7500.000*	------
	வரி வீதம் - சுமார்	*55.000*	-------
கழனிவாய்...	வரி*114*	*..............*	
	ஊர் நிலப்பரப்பு வேலியில்	*119.404*	*736.72268*
	இரு பூ விளையும் நிலம்	*47.816*	*295.02472*
	ஒரு பூ விளையும் நிலம்	*63.XXX*	*388*
	தீர்வைக்குட்பட்ட மொத்த நிலப்பரப்பு	*111.065*	*685.27105*
	நெல்லாகத்தீர்வை கலங்களில்	*500.000*	-------
	வரிவீதம்	*?*	------
அளநல்லூர்	வரி *129*	*...............*	-------
	ஊர் நிலப்பரப்பு வேலியில்	*?*	

	இரு பூ விளையும் நிலம்	60.866	375.54322
	ஒரு பூ விளையும் நிலம்	110.XXX	678.7
	புன்செய்நிலம்	5.331	32.89227
	தெங்கந் தோட்டம் (தென்னந்தோப்பு)	0.115	0.70955
	தீர்வைக்குட்பட்ட மொத்த நிலப்பரப்பு	181.308	1,118.67036
	நெல்லாகத்தீர்வை கலங்களில்	9000.000	------
	வரிவீதம்	49.639	-------

அட்டவனை 2: கங்கைகொண்ட சோழபுரம் கல்வெட்டில் இடம்பெற்றுள்ள ஊர்கள்

ஊர் பெயர்	கங்கைகொண்ட சோழபுரம் கல்வெட்டில் வரி & நிலத்தின் தன்மை	பரப்பளவு வேலி	ஏக்கர்
அளநல்லூர்	.....தொட்டம் நிலம்	4.663	28.77071
	கருணையும் வழுதலையும் விளையும் நிலம்	0.024	0.14808
	தீர்வைக்குட்பட்ட மொத்த நிலப்பரப்பு	0.487	3.00479
	நெல்லாகத்தீர்வை கலங்களில்	184.810	---------
	வரி வீதம்	91.7	
பவித்திர மாணிக்க நல்லூர்	வரி 197	....	
	ஊர் நிலப்பரப்பு வேலியில்	52.788	325.70196
	இரு பூ விளையும் நிலம்	14.016	86.47872
	சுற்றுத் தெங்கு வைத்த தோட்டம் நிலம்	0.250	1.5425

	வரகு விளையும் நிலம்	15.000	92.55
	தீர்வைக்குட்பட்ட மொத்த நிலப்பரப்பு	48.15	297.0855
	நெல்லாகத் தீர்வை கலங்களில்	800.000	------------
	வரிவீதம்	15.743	------------
உலகளந்த சோழநல்லூர்	வரி 200	....	------------
	ஊர் நிலப்பரப்பு வேலியில்	23.870	147.2779
	இரு பூ விளையும் நிலம்	10.287	63.47079
	ஒரு பூ விளையும் நிலம்	7.000	43.19
	தெங்கந்தோட்டம் நிலம்	0.712	4.39304
	வரகு விளையும் நிலம்	3.925	24.383884
	தீர்வைக்குட்பட்ட மொத்த நிலப்பரப்பு	21.85	134.8145
	நெல்லாகத் தீர்வை கலங்களில்	344.000	------------
	வரிவீதம்	15.743	------------
கேரளாந்தக நல்லூர்	வரி 202	....	------------
	ஊர் நிலப்பரப்பு வேலியில்	36.867	227.46939
	(இரு) ..... பூ விளையும் நிலம்	11.000	67.87
	ஒரு பூ விளையும் நிலம்	15.000	92.55
	சுற்று............................	0.109	.067253
	வரகு விளையும் நிலம்	0.5	3.085
	தீர்வைக்குட்பட்ட மொத்த நிலப்பரப்பு	35.215	217.27655
	நெல்லாகத் தீர்வை கலங்களில்	983.000	--------
	வரிவீதம்	27.913	---------

அட்டவணை 3: கங்கைகொண்ட சோழபுரம் கல்வெட்டில் இடம்பெற்றுள்ள ஊர்கள் அவற்றிற்காக ஒதுக்கப்பட்டிருந்த மொத்த நிலப்பகுதிகள்			
ஊர் பெயர்	கங்கை கொண்ட சோழபுரம் கல்வெட்டில் வரி & நிலத்தின் தன்மை	பரப்பளவு வேலி	ஏக்கர்
கொண்டல்	வரி 134	....	
	ஊர் நிலப்பரப்பு வேலியில்	53.500	330.095
	இரு பூ விளையும் நிலம்	39.676	244.80092
	ஒரு பூ விளையும் நிலம்	12.464	76.90288
	தீர்வைக்குட்பட்ட மொத்த நிலப்பரப்பு	52.140	321.7038
	நெல்லாகத்தீர்வை கலங்களில்	2500.000	
	வரிவீதம் வேலி ஒன்றுக்கு	47.947	
ஊர் பெயர் அழிந்துள்ளது	வரி 149	....	
	ஊர் நிலப்பரப்பு வேலியில்	44.413	274.02821
	இரு பூ விளையும் நிலம்	18.610	114.8237
	ஒரு பூ விளையும் நிலம்	7500.000	46,275
	மஞ்சள் தோட்டம்	55.000	339.35
	ஊர் நத்தத்து கருணையும் வழுதலையும் நடலாம்		
தோட்டம்	0.142	0.87614	
	புன்செய்நிலம்	?	
	தீர்வைக்குட்பட்ட மொத்த நிலப்பரப்பு	43.350	267.4695
	நெல்லாகத்தீர்வை கலங்களில்	2040.000	
	வரிவீதம்	47.058	
கருப்பூர்	வரி 176	....	-------

	இரு பூ விளையும் நிலம்	245.406	1,514.15502
	எள்ளும் பயறும் விச்சலாம் நிலம்	1.800	11.106
	தீர்வைக்குட்பட்ட மொத்த நிலப்பரப்பு	?	
	நெல் மட்டும் விளையும் நிலம்	2.585	15.94945
	வரிவீதம்	82.34+30	------
வயலூர்	வரி 176	....	-----
	ஊர் நிலப்பரப்பு வேலியில்	201.962	1,246.10554
	இரு பூ விளையும் நிலம்	161.889	998.85513
	கமுகு தொட்ட நிலம்	1.455	8.97735
	க....ம் மஞ்சளும் விளையும் நிலம்	1.000	6.17
	மாந்தோட்டம் நிலம்	0.760	4.6892
	சுற்றுத் தெங்கு.. கொடிதோட்டம் (வெற்றிலைத் தோட்டம்)	------	------
	வரகு விளையும் நிலம்	------	------
	எள்ளு விளை....	0.846	5.21982

அட்டவணை 4: கங்கைகொண்ட சோழபுரம் கல்வெட்டில் இடம்பெற்றுள்ள ஊர்கள் அவற்றிற்காக ஒதுக்கப்பட்டிருந்த மொத்த நிலப்பகுதிகள்			
ஊர் பெயர்	கங்கை கொண்ட சோழபுரம் கல்வெட்டில் வரி & நிலத்தின் தன்மை	பரப்பளவு வேலி	ஏக்கர்
மா.... சரிநல்லூர்	ஊர் நிலப்பரப்பு வேலியில்	47.124	290.75508
	இரு பூ விளையும் நிலம்	18.000	111.06
	ஒரு பூ விளையும் நிலம்	20.068	123.81956
	தெங்கும் மாவும் வைத்த தோட்டம் நிலம்	?	---------
	வரகும் எள்ளும் விளையும் நிலம்	4.2	25.914
	தீர்வையிடப்பட்ட மொத்த நிலப்பரப்பு	42.80	264.076
	நெல் மட்டுமே விளையும் நிலம்	1231.000	7595.27
இரு முடிச் சோழ நல்லூர்	ஊர் நிலப்பரப்பு வேலியில்	67.207	414.66719
	இரு பூ விளையும் நிலம்	15.5	95.635
	ஒரு பூ விளையும் நிலம்	21.25	131.1125
	வரகும் விளையும் நிலம்	2.000	12.34
	தீர்வையிடப்பட்ட மொத்த நிலப்பரப்பு	60.231	371.62527

அட்டவணை 5: கங்கை கொண்ட சோழபுரம் கல்வெட்டில் இடம்பெற்றுள்ள ஊர்கள்			
வ.எண்	ஊர் பெயர்	ஒதுக்கப்பட்ட நிலப்பரப்பு வேலி	ஏக்கர்
1	ஊர் பெயர் அழிந்துள்ளது	?	....
2	ஊர் பெயர் அழிந்துள்ளது	?	....
3	கழனிவாய்	119.404	736.72268
4	அளநல்லூர்	?	....
5	கொண்டால்	53.5	330.095
6	ஊர் பெயர் அழிந்துள்ளது	44.413	274.02821
7	கருப்பூர்	250.725	1,546.97325
8	வயலூர்	201.962	1,246.10554
9	பவித்திரமாணிக்க நல்லூர்	53.788	331.87196
10	உலகளந்த சோழ நல்லூர்	23.870	147.2779
11	கேரளாந்தக நல்லூர்	36.867	227.46939
12	மா........சரி நல்லூர்	47.124	290.75508
13	இருமுடிச் சோழ நல்லூர்	67.207	414.66719

அட்டவணை 6: கங்கைகொண்ட சோழபுரம் அரண்மனையில் இருந்த மாளிகைகள்		
வ.எண்	மாளிகையின் பெயர்கள்	கல்வெட்டு
1	முடிகொண்டசோழன் திருமாளிகை	க.சோ.க.ப.2- எண் 2 க.சோ.க.ப.2- எண் 13
2	கங்கைகொண்டசோழன் மாளிகை	க.சோ.க.ப.2- எண் 9 க.சோ.க.ப.2- எண் 10
3	திருமஞ்சன சாலை	க.சோ.க.ப.2- எண் 12 க.சோ.க.ப.2- எண் 17 க.சோ.க.ப.2- எண் 18 க.சோ.க.ப.2- எண் 20 க.சோ.க.ப.2- எண் 14
4	கீழைச் சோபானத்துப் பள்ளிக்கட்டில் ஆதிபூமியில் (GROUND FLOOR - தரைதளம்)	க.சோ.க.ப.2- எண் 9 க.சோ.க.ப.2- எண் 33
5	சோழகேரளன் மாளிகை	க.சோ.க.ப.2- எண் 21 க.சோ.க.ப.2- எண் 22
6	ஆட்டத்து வெளிமேலை மண்டபம்	க.சோ.க.ப.2- எண் 11
7	வேளங்கள்	க.சோ.க.ப.1- எண் 6-38 க.சோ.க.ப.2- எண் 8
8	உய்யக்கொண்டான் தெரிந்த திருமஞ்சனத்தார் வேளம்	க.சோ.க.ப.2- எண் 20
9	விக்கிரமசோழன் வேளம்	க.சோ.க.ப.2- எண் 27
10	முடிகொண்டசோழன் வேளம்	க.சோ.க.ப.2- எண் 28
11	பழையவேளம்	க.சோ.க.ப.2- எண் 31

அட்டவணை 7: தலைநகர் கங்கைகொண்டசோழபுரத்தில் இருந்த மடிகைகள்

வ.எண்	மடிகைகளின் பெயர்கள்	கல்வெட்டு
1	வீரசோழ மடிகை	க.சோ.க.ப.2- எண் 1
		க.சோ.க.ப.2- எண் 7
2	முடிகொண்ட சோழன் மடிகை	க.சோ.க.ப.2- எண் 5
3	கங்கை கொண்ட சோழன் மடிகை	க.சோ.க.ப.2- எண் 14
		க.சோ.க.ப.2- எண் 19

அட்டவணை 8: தலைநகர் கங்கைகொண்டசோழபுரத்தில் இருந்த அங்காடிகள்

வ.எண்	அங்காடிகளின் பெயர்கள்	கல்வெட்டு
1	திரிபுவன மாதேவிப் பேரங்காடி	க.சோ.க.ப.1- எண் 5,6,7
2	நம் வீட்டு அங்காடி	A.R.E.,141 OF 1935-36

அட்டவணை 9: தலைநகர் கங்கைகொண்டசோழபுரத்தில் இருந்த சர்வதேச வணிகக்குழுக்கள்

வ.எண்	சர்வதேச வணிகக்குழுக்கள்	கல்வெட்டு
1	நானாதேசிப்	க.சோ.க.ப.2- எண் 40
2	வலஞ்சியர் ஐநூற்றுவர்	க.சோ.க.ப.1- எண் 1

அட்டவணை 10: தலைநகர் கங்கைகொண்டசோழபுரம் மதில்கள், வாயில்கள்

வ.எண்	மதில்கள், வாயில்கள், பெருவழிகள்	கல்வெட்டு
1	உட்படைவீட்டு மதில்	க.சோ.க.ப.2- எண் 40
2	இராஜேந்திரசோழன் திருமதில்	SII. VOL. IV NO 524
3	சோழன் மாதேவி மதில்	க.சோ.க.ப.1- எண் 33
4	குலோத்துங்கசோழன் திருமதில்	க.சோ.க.ப.1- எண் 33
5	உட்படைவீட்டு வாசல்	SII. VOL. IV NO 524
6	வேம்புக்குடிவாசல்	SII. VOL. IV NO 524
7	குலோத்துங்கசோழன் திருமதில் பெருவழி	க.சோ.க.ப.1- எண் 33
8	இராஜராஜன் பெருவழி	க.சோ.க.ப.1- எண் 35
9	கூழையானை போன பெருவழி	க.சோ.க.ப.1- எண் 33

அட்டவணை 11: தலைநகர் கங்கைகொண்டசோழபுரத்தில் இருந்த தெருக்களின் பெயர்கள்

வ.எண்	தெருக்களின் பெயர்கள்	கல்வெட்டுக்கள்
1	இராஜவிச்சாதிரப் பெருந்தெரு	க.சோ.க.ப.2- எண் 3
2	மும்முடிச்சோழப் பெருந்தெரு	க.சோ.க.ப.2- எண் 3
3	இராஜேந்திரசோழப் பெருந்தெரு	க.சோ.க.ப.2- எண் 25
4	கங்கைகொண்டசோழப் பெருந்தெரு	க.சோ.க.ப.2- எண் 14
5	குலோத்துங்க சோழப் பெருந்தெரு	க.சோ.க.ப.2- எண் 45
6	தாரணிசிந்தாமணிப் பெருந்தெரு	க.சோ.க.ப.2- எண் 42
7	உத்தமசோழப் பெருந்தெரு	க.சோ.க.ப.2- எண் 47
8	இராஜேந்திரசோழன் திருவீதி	க.சோ.க.ப.1- எண் 39
9	முடிகொண்டசோழப் பெருந்தெரு	க.சோ.க.ப.2- எண் 46
10	மடிகைத் தெரு	க.சோ.க.ப.2- எண் 6
11	மூரிப்பூத் தெரு	க.சோ.க.ப.2- எண் 35
12	சுத்தமல்லி நாசரம்	க.சோ.க.ப.1- எண் 30
13	திருவாசல் நாசரம்	க.சோ.க.ப.1- எண் 30
14	பத்து தெரு	க.சோ.க.ப.1- எண் 30

தமிழ் மரபு அறக்கட்டளை பதிப்பகம்

தமிழ் மரபு அறக்கட்டளை பன்னாட்டு அமைப்பு 2001ஆம் ஆண்டு தொடங்கப்பட்டது. தமிழ், தமிழர் மரபு. வரலாறு, பண்பாட்டுக்கூறுகள், மரபுசார் தரவுகளைப் பாதுகாத்தல் மற்றும் ஆவணப்படுத்துதலை முக்கிய நோக்கங்களாகக் கொண்டு இவ்வமைப்பு செயல்படுகின்றது. இவை மட்டுமின்றி வரலாற்றுப் பாதுகாப்பு குறித்த சமூக விழிப்புணர்வை ஏற்படுத்தும் செயல்பாடுகளையும் தொடர்ந்து முன்னெடுத்து வருகிறது.

தமிழ் மரபு அறக்கட்டளை தமிழ் கூறும் நல்லுலகிற்கு, குறிப்பாக ஆய்வு நிறுவனங்கள், கல்லூரிகள், பல்கலைக்கழகங்கள், பள்ளிக்கூடங்களில் பயில்வோருக்குத் தரமான ஆய்வு முறைமைகளைப் பயன்படுத்த ஊக்குவிக்கும் பல்வேறு செயல்பாடுகளை, பயிற்சிப் பட்டறைகளை, களப்பணிப் பயிற்சிகளைத் தொடர்ந்து செய்துவருகின்றது.

இச்செயற்பாடுகளின் ஒரு அங்கமாகத் தமிழ் மரபு அறக்கட்டளையின் பதிப்பகப் பிரிவு 2019ஆம் ஆண்டு தொடங்கப்பட்டது. வரலாறு. தமிழியல், பண்பாட்டியல், மானிடவியல், சமூகவியல், புலம்பெயர்வு ஆகிய துறைகளில் ஆய்வுசார் நூல்கள் இப்பதிப்பகத்தின் மூலம் வெளியிடப்படுகின்றன.

தமிழர் வரலாற்றுக்கு ஓர் அரணாக விளங்கும் தமிழ் மரபு அறக்கட்டளை பன்னாட்டு அமைப்பு உலகளாவிய கிளைகள் கொண்டு இயங்குகின்றது. ஜெர்மனியைத் தலைமையகமாகக் கொண்டு இயங்கி வரும் இந்த ஆய்வு நிறுவனம் உலகளாவிய வகையில் தமிழர் வரலாற்றுப் பாதுகாப்பு நடவடிக்கைகளைச் செயல்படுத்தி வருகிறது.

தொடர்புக்கு:

E-MAIL: mythforg@gmail.com

தமிழ் மரபு அறக்கட்டளை வெளியீடுகள்

1. **Der Kural Des Thiruvalluvar**
By Dr.Karl Graul
(First edition 1856 reprinted - 2019) *Euro.25*

2. **Thiruvalluvar's Prose**
By August Fridrich Cammerer
(First edition 1803 reprinted - 2019) *Euro 25*

3. **திருவள்ளுவர் யார்?**
கட்டுக்கதைகளைக் கட்டுடைக்கும் திருவள்ளுவர்
கௌதம சன்னா *(2019)* *ரூ.200*

4. **நாகர் நிலச்சுவடுகள்** (இலங்கை பயண அனுபவம்)
மலர்விழி பாஸ்கரன் *(2020)* *ரூ.100*

5. **அறியப்பட வேண்டிய தமிழகம்**
தொ. பரமசிவன் நேர்காணலும் கட்டுரைகளும்
தொகுப்பாசிரியர் - முனைவர்.க.சுபாஷிணி*(2021)* *ரூ.80*

6. **கீழக்கரை வரலாறு** *(2021)*
எஸ்.மஹ்மூது நெய்னா(இப்போது.காம் இணைபதிப்பு)*ரூ.250*

7. **சிதம்பரம் - ஊர் உருவாக்கமும் புவிசார் அமைப்பும்**
ஜெ.ஆர்.சிவராமகிருஷ்ணன் *(2021)* *ரூ.100*

8. **கொங்குநாட்டுக் கல்வெட்டுகள்**
துரை சுந்தரம் *(2021)* *ரூ.180*

9. **கொங்கு நாட்டுத் தொல்லியல் சின்னங்கள்**
துரை சுந்தரம் *(2021)* *ரூ.140*

10. **தொல்லியல் நோக்கில் தமிழ்நாட்டுக் கடவுளரும் வழிபாட்டு மரபுகளும்** *(2021)*
கோ. சசிகலா *ரூ.160*

11. **வரலாற்றில் பொய்கள்** *(2021)*
தேமொழி *ரூ.100*

12. **விளையாடிய தமிழ்ச்சமூகம் (2022)**
விளையாட்டில் கட்டமைக்கப்பட்ட தமிழ்ச்
சமூக உறவுகள் குறித்த ஓர் அலசல்.
ஆ.பாப்பா *ரூ.300*

13. **கல்வெட்டில் தேவதாசி** *(2022)*
எஸ் சாந்தினிபி *ரூ.150*

14. **ராஜராஜனின் கொடை (2022)**
ஆனைமங்கலம் செப்பேடுகள், சோழப்பேரரசுக்கும் ஸ்ரீவிஜயப்பேரரசுக்குமான வணிகத் தொடர்புகள் - நாகப்பட்டின சூளாமணி விகாரை மற்றும் கடாரப் படையெடுப்பு.
க.சுபாஷிணி *ரூ.180*

15. **இலக்கிய மீளாய்வு (2023)**
தேமொழி *ரூ.100*

16. **நிலவியல் நோக்கில் கங்கைகொண்ட சோழபுரம் வரலாறு (2023)**
ஜெ.ஆர்.சிவராமகிருஷ்ணன் *ரூ.300*

17. **ராஜேந்திர சோழனின் ஒட்ர நாடு வெற்றி (2023)**
ஜெ.ஆர்.சிவராமகிருஷ்ணன் *ரூ.90*

18. **வரலாற்று ஆய்வில் களப்பணிகள் (2023)**
க.சுபாஷிணி *ரூ.120*

19. **தமிழகத்தில் பௌத்தம் (2023)**
முனைவர்.தேமொழி *ரூ.120*